இந்து மதம் ஓர் அற்புதம்

இந்து மதம் ஓர் அற்புதம்

ராம்பிரகாஷ்

SPECIFICS

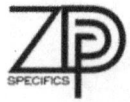

இந்து மதம் ஓர் அற்புதம்
Hindu Matham Or Arputham © 2019 Sudha Raghu

First Edition : 1994
First Edition by ZDP Specifics: December 2019
(An imprint of Zero Degree Publishing)
ISBN: 978 93 87707 92 4
Title No. EP: 2

All rights reserved. No part of this publication may be reproduced, stored in a retrieval system, or transmitted, in any form or by any means, electronic, mechanical, photocopying, recording, psychic, or otherwise, without the prior permission of the publishers.

ZDP Specifics
No. 55(7), R Block, 6th Avenue,
Anna Nagar,
Chennai - 600 040

Website : www.zerodegreepublishing.com
E Mail : zerodegreepublishing@gmail.com
Phone   : 98400 65000

Cover Photo : Badri Narayanan
Cover Design & Layout: Creative Studio

H.M. Sai Vishwesha Thiatha Swamiji
Sri Pejavara Adhokshaja Matha
Jagadguru Madhwacharya Samsthana
Udupi - 576 101, Karnataka

श्री विश्वेशतीर्थ स्वामीजी
श्री पेजावर अधोक्षज मठ
जगद्गुरु मध्वाचार्य संस्थान
उडुपि - 576101.

ஸ்ரீ முகம்

இந்து மதமானது பரந்த சமுத்திரம் போன்று, இமாலய பர்வதத்தைப் போன்று தனிப்பட்ட அற்புதமாக விளங்குகிறது. இந்து மதத்தின் அணைத்துச் செல்லும் பாங்கும், சகிப்புத் தன்மையும், ஒன்றுக்கொன்று மாறுபட்ட, விரோதமான கொள்கைகளுக்குக்கூட இடமளிக்கிறது.

இந்து மதம் ஒரு குறிப்பிட்ட வரையறையில் அடங்காததாக, அநேக சமயங்களை உள்ளடக்கியதாக இருக்கிறது. நமது சமுதாயமானது அநேக கொள்கைகளின் கூட்டமைப்பாக (Federation) அமைந்திருப்பதைப்போல், இந்து மதமும் அநேக சமயங்கள் சங்கமிக்கும் ஒரு சமுதாயமாக விளங்குகிறது.

கடவுளே இல்லை என்ற நாஸ்திகவாதம் தொடங்கி, கடவுள் – ஆத்மா – தர்மம் – அதர்மம் முதலியவற்றை விளக்கும் மாறுபட்ட தத்துவங்கள் இந்து மதம் என்ற அகண்ட விருக்ஷத்தின் கிளைகளாக வளர்ந்து வேர்விட்டுத் தழைத்திருக்கின்றன.

தார்மீக விசாரம், மத சுதந்திரம், ஒருவருக்கொருவர் விட்டுக்கொடுத்து அங்கீகரிக்கும் சகிப்புத் தன்மை, உதார குணம் போன்றவைகளுக்கு இந்து தர்மமே மேலானது என்பது நிரூபிக்கப்பட்டிருக்கிறது.

இந்து மதத்தின் இந்த எல்லா நுணுக்கங்களையும் அறிமுகப்படுத்துவதற்கு ராகவேந்திரன் (ராம் பிரகாஷ்) அவர்களின் நல்பிரயத்தனமே இந்த புஸ்தகத்தின் சாதனையாகும். அவரது இந்த முயற்சியை நாம் விசேஷமாக ஆதரிக்கிறோம். அவருக்கு இந்தவிதமான சத்காரியங்கள் செய்ய பூர்ணாயுள் கிடைக்கட்டுமென்று ஆசீர்வதிக்கிறோம்.

ஸத் பிரேம நாராயண ஸ்மிருதிகள்

அணிந்துரை

இந்துக்களுக்கு ஒரு மத நூல்

ஒவ்வொரு வாரமும் ஞாயிற்றுக் கிழமைகாலையில் சாரி சாரியாகக் கிறிஸ்தவர்கள் மாதா கோயிலுக்குப் பைபிளும் கையுமாகப் போவதைப் பார்த்திருக்கிறோம்.

ஒவ்வொரு நாளும் இஸ்லாமிய அன்பர்கள் தொழுகை நேரம் தவறாமல் தொழுகை நடத்துவதைக் கண்டிருக்கிறோம்.

இந்துக்கள் விதவிதமான கோவில்களுக்குச் செல்வதையும், விதவிதமான பூசைகள், யாகங்கள், யோகங்கள், கதாகாலட்சேபங்கள், திருவிழாக்கள், பஜனைகள் என்று ஈடுபடுவது நம் எல்லோருக்கும் தெரிந்ததே.

முகம்மதியர்களுக்கு ஒரு குர்-ஆன் போல், கிறிஸ்துவர்களுக்கு ஒரு பைபிள் போல, இந்துக்களுக்கு தங்கள் மதத்தைப் பற்றி அறிந்து கொள்ளவும், பின்பற்றவும் ஒரு நூல் வேண்டுமென்ற அவா வெகு நாளாகவே பல அன்பர்கள் மனதில் வேரூன்றி நின்றது. இறையருளால், மனிதர்களையும், பொருட்களையும், காத்தருளும் காவல் துறையைச் சேர்ந்த ஓர் உயர் அதிகாரி திரு. K. ராகவேந்திரன் (ராம்பிரகாஷ்) இந்து மதத்தின் தத்துவங்களைச் சாறெடுத்து, எளிய இனிய தமிழில் கொடுத்து, இந்துமதக் காவலராகவும் திகழ்கிறார்.

அவரது அயராத முயற்சியினால் இந்த அரிய பொக்கிஷம் வெளிவந்திருக்கிறது. ஒவ்வோர் இந்துவும் வாங்கி வைத்திருக்க வேண்டிய நூல் இது. திருமணங்களுக்கு, புது மனை புகுவிழாக்களுக்கு, உபநயனங்களுக்கு, ஓய்வு பெறுபவர்களுக்குப் பரிசாகக் கொடுப்பதற்கு ஏற்ற நூல்.

இது உடனே வாங்கி, ஒரு முறை படித்து, ஆழ்ந்து அசைபோட்டு அடிக்கடி பார்த்துக் கொள்ளவேண்டிய அழகிய நூல். இந்து

மதத்தைப் பற்றி முழுமையாக அறிந்து கொள்ள விழைபவர்களுக்கும், ஆராய்ச்சியாளர்களுக்கும் அருந்துணையாக அமைவது இந்நூல்.

சேனைத் தலைவராயிருந்த பரஞ்சோதி சிறுத்தொண்டரானது போல, காவல்துறை உயர் அதிகாரி ராகவேந்திரன் இந்து மதத்தைப் பற்றி எடுத்துரைக்கும் அதிகாரி (அறிஞர்) ஆகியிருக்கிறார்.

அவரது அயராத உழைப்பிற்கும், ஆவலுக்கும், ஈடுபாட்டிற்கும் பக்திக்கும் நாம் ஒவ்வோர் இந்துவும் அவருக்கு நன்றி சொல்லக் கடமைப்பட்டிருக்கிறோம். தன் தாய்மொழியாகத் தமிழ் இல்லாவிட்டாலும், தமிழகத்திலே தமிழ் கற்று, தமிழிலே அழகிய நூலெழுதிய அவரது தகைமையை தமிழ் கூறும் நல் உலகம் போற்றுவது சிறந்த பண்பாகும், கடமையாகும்.

தமிழறிந்த ஒவ்வோர் இந்துவும் தனக்கென தன் குடும்பத்திற்கென ஒரு புத்தகம் வாங்கி வைத்து கொள்ள வேண்டும் என்ற என் அவாவினைப் பணிப்பாடு உங்கள் முன் வைக்கிறேன்.

இந்த நூலைப்படித்து இந்து மதத்தின் வியர்த்த தத்துவங்களைப் புரிந்துகொண்டு வாழ்க்கையை வாழ்வாங்கு வளமாக வாழ அறு சமய இறையருள் பாலிக்குமாக!

டி..ஆர். கள்ளபிரான்,
உதவிப் பொது மேலாளர்,
இந்தியன் ஓவர்சீஸ் வங்கி
சென்னை

முன்னுரை

உலகில் பயனுடன் கூடிய ஒரு முழுமையான வாழ்க்கையை வாழ நாம் தத்துவ ஞானத்தையும் ஆன்மீக உணர்ச்சியையும் பெற்றிருக்க வேண்டும். அவற்றை அடைய இந்து மதம் வழி சொல்கிறது.

நம் முன்னோர்கள் மரபு வழியாக சிறுவயதிலிருந்தே இந்துமத வாழ்க்கை முறையைப் பின்பற்றிப் பயனடைய முடிந்தது.

இன்றைய சூழ்நிலையில் நமக்கந்த வாய்ப்பு இல்லை, நம் கல்வியறிவின் துணை கொண்டு, இந்து மத நூலறிவு பெற முயற்சி செய்துதான், நாம் இந்து மதவாழ்க்கை முறைகளைப் பற்றித் தெரிந்து கொண்டு பயனடைய முடியும்.

நான் ஓர் இந்து என்பதனால் இந்து மதத்தின் வழிமுறையில் பயனுள்ள வாழ்க்கையை நடத்த விரும்பி, அதற்கு அடிப்படையாக இந்து சமய நூலறிவு பெற தளராத முயற்சிகள் மேற்கொண்டேன்.

இறையருள் துணை செய்தது. என் லட்சியத்தை, அடைந்ததுடன் பயனும் பெற்று வருகிறேன். ஏழு. வருடங்கள் தொடர்ந்த என் இந்துமதத் தேடலில் நான் சேகரம் செய்த இந்து மெய்ஞான - விஞ்ஞான விளக்கங்களையும் விவரங்களையும், பிறருடன் பகிர்ந்து கொள்ளும் நோக்கத்துடன் இந்நூலை உருவாக்கினேன்.

பழமையான இந்து மதத்தின்
எளிமையான அடிப்படைகளைத்
தெளிவாக ஆதாரத்துடன்
தெரிந்து கொண்டால்

உங்கள் இதயம் களி கொண்டாடும், உவகையுடன் உங்கள் உதடுகள் உச்சரிக்கும் சொற்கள், இந்துமதம் ஓர் அற்புதம் என்பதாகதான்

இந்து மதம் ஓர் அற்புதம்

இருக்கும். அதையே இந்த நூலின் தலைப்பாக சூட்டினேன்.

இந்த எளிய நூலை அங்கிகரித்து ஸ்ரீமுகம் வழங்கி, ஆசீர்வதித்த பேஜ்வார் மடாதிபதி ஸ்ரீ ஸ்ரீ விஸ்வேஸ்வரன் சுவாமிகள் சமூகத்திற்கு எனது நன்றி கலந்த பணிவான நமஸ்காரங்களை சமர்ப்பிக்கிறேன்.

உயர்வான அணிந்துரையைத் தந்து சிறப்பித்த ஐ.ஓ.பி. சென்னை உதவிப் பொது மேலாளரும், தமிழ்நாடு அரசின் பரிசு பெற்ற நூலின் ஆசிரியரும், கவிஞருமான திரு டி.ஆர். கள்ளபிரான் அவர்களுக்கு என் நன்றி.

இந்நூல் உருவாக உதவி செய்த அன்பர்கள் பலராவர். அவர்கள் யாவருக்கும் என் நன்றியைத் தெரிவித்துக் கொள்கிறேன்.

அடிப்படையளவில் இந்து மதத்தை முழுவதும் புரிந்து கொள்ள – குறிப்பாக இந்துமத நூற்களை அதிகம் படிக்க வாய்ப்பில்லாத வாலிப வயதினரும், இந்து சமூகத்து மகளிரும் – பயன்பெற இந்நூல் உதவுமென்று நம்புகிறேன்.

உங்கள் கருத்துக் கணிப்புகளை சிரம் தாழ்த்தி வரவேற்கிறேன்.

சர்வே பவந்து சுகின:
வாழ்க வளமுடன்.

நன்றியுடன்
ராம்பிரகாஷ்

உள்ளே

1. இந்து மதம் -ஓர் அறிமுகம் 14
2. மதங்கள் 22
3. இந்து மதம் 32
4. தத்துவங்கள் என்றால் என்ன? 39
5. ஜகத் தத்துவம் 48
6. ஜீவ தத்துவம் (உயிர்த் தத்துவம்) 74
7. இறைத் தத்துவம் 108
8. யார் இந்துக்கள்? 117
9. ரிஷிகள் 124
10. இந்துக்களின் இறை நம்பிக்கை 131
11. இந்துக்களின் வேத நம்பிக்கை வேதங்கள் 161
12. இந்துக்களின் நம்பிக்கை: வேதங்கள் - உபநிஷதங்கள் 182
13. ஸ்மிருதிகள்: வேதங்களைச் சார்ந்த நூற்கள் - 1. வேதாங்கம் 189
14. ஸ்மிருதிகள்: II வேத உபாங்கம் மற்றும் தர்ஸனங்கள் 194
15. ஸ்மிருதிகள்: III வேத உபாங்கம் : புராணம் 201
16. ஸ்மிருதிகள்: IV வேத உபாங்கம்: தர்ம சாஸ்திரம் 208
17. உபவேதங்கள்: வித்தியாஸ்தானங்கள் 214
18. ஆகமங்கள் கலைகள்: சில்ப சாஸ்திரம், வாஸ்து சாஸ்திரம் அறுபத்தி நான்கு கலைகள் 233
19. இந்துக்களின் நம்பிக்கை - கர்மவினை, விதி 250
20. இந்துக்களின் நம்பிக்கை - மறு ஜென்மம் 265
21. இந்துக்களின் நம்பிக்கை : மோக்ஷம் 284
22. இந்து மத ஆசாரியர்கள் மூவர் பணி மற்றும் சைவ சித்தாந்தம் .. 310
23. இந்துமதத் தத்துவங்கள் சித்தாந்தங்கள் சம்பிரதாயங்கள் 321

காணாபத்யம்

1. இந்து மதம் – ஓர் அறிமுகம்

நல்ல ஞானமுள்ள, நன்கு படித்துத் தேர்ந்த ஒரு குருவிடம் ஒரு மாணவன் பள்ளிப் பாடம் கற்று வந்தான். தினமும் பாடத்தைத் தொடங்கும் முன்பு ஒரு ஸ்தோத்திரப் பாடலை மாணவனுடன் குருவும் சேர்ந்து சொல்லி இறைவனை வணங்கிய பின்பு பாடம் சொல்லித் தருவதை குரு வழக்கமாகக் கொண்டிருந்தார். ஒரு நாள் அந்த ஸ்தோத்திரப் பாடலின் அர்த்தத்தை மாணவன் கேட்க, குரு மாணவரிடையே ஆரம்பித்த விளக்கமான உரையாடல் இந்து மதத்தின் அடிப்படைத் தத்துவங்களை விவரமாகத் தரும் ஓர் உன்னத விளக்கமாக வளர்ந்தது.

ஸஹ நா வவது| ஸஹ நௌ புனக்து|
ஸ வீர்யம் கரவா வஹை| தேஜஸ்வி நாவதீத
மஸ்து! மா வித்விஷா வஹை|
ஓம் சாந்தி: சாந்தி: சாந்தி:||

மாணவன்: தினமும் பாடம் கற்றுத்தர ஆரம்பிப்பதற்கு முன்னால் இந்தப்பாடலைப் பாடச் சொல்கிறீர்களே, இதன் அர்த்தம் என்ன?

குரு: உபநிஷதத்தில் இருக்கும் இந்தப் பிரார்த்தனைப் பாடல் உயர்ந்த பொருள் கொண்டது. கல்வியைக் கற்றுத் தரும் குரு, கற்றுக் கொள்ளும் மாணவன் இருவரும் பெற வேண்டிய பயன்களை வேண்டுவதாக இந்தப் பாடல் அமைந்திருக்கிறது. "நம் இருவரையும் காத்துக் கடவுள் பேரின்பம் தரட்டும். நாம் இருவரும் சேர்ந்து (கல்வியில்) சிறக்க முயற்சி செய்வோம். எங்களது படிப்பு பலனுள்ளதாகட்டும். நாம் இருவரும் ஒருவரை ஒருவர் வெறுக்காது (நேசமாக) இருப்போமாக."

மாணவன்: ஆஹா! எத்தனை கருத்தாழம் நிறைந்த, அர்த்தமுள்ள பாடல். கற்கும் முறையையும் அதை எப்படி அடையவேண்டும் என்பதையும் ஆசிரியர் மாணவரிடையே நிலவ வேண்டிய இணக்கத்தையும் சுருக்கமாக இந்தப் பாடல் சொல்லி விட்டதே!

குரு: இது கல்வியை மட்டும் குறிப்பதல்ல. குரு தன் சிஷ்யனுக்குப் பிரம்மஞானத்தைக் கற்றுத் தருவதையும் குறிக்கும். இந்த ஒரேயொரு பாடலுக்கே இவ்வளவு மயங்கி விட்டாயே! இது போன்று ஆழமான கருத்துக்கள் நிறைந்த பல்வேறு தத்துவங்களைக் கூறும் ஆயிரக்கணக்கான நூற்கள் இந்து மதத்தில் இருக்கின்றன. நாம் சொல்லும் பாடல் சமஸ்கிருத மொழியிலிருக்கிறது. இதே போன்று தமிழ், தெலுங்கு, கன்னடம், ஹிந்தி, மராட்டி என்று பாரதத்தின் எல்லா மொழிகளிலும் மிகச் சிறந்த இந்து மதநூற்கள் இருக்கின்றன. அவற்றை உலகின் தலை சிறந்த அறிஞர்கள் போற்றிப் புகழ்கிறார்கள். இந்து மதத்தின் வேதங்கள், வேதாந்தம், தத்துவங்கள் மிகவும் புகழ் பெற்றவை. நீ அவற்றைப் படித்தால் இந்து மதத்தின் பெருமை உனக்கு விளங்கும்.

மாணவன்: இந்துமத நூற்களைப் பற்றிக் கொஞ்சம் விவரமாய் சொல்லுங்களேன். நான் தெரிந்து கொள்ள விரும்புகிறேன்.

குரு: சொல்கிறேன். இந்து மத நூற்கள் 'தர்மஸ்தானம்' என்று மதத்தையும் ஆன்மிகத்தையும் போதிப்பவை; 'வித்யாஸ்தானம்' என்று உலகியல் வாழ்க்கைக்குத் தேவையானவற்றைக் கற்பிப்பவை என்று வகைப்படுத்தப்பட்டுள்ளன. அவை மனிதனின் இரண்டு தேவைகளான உள்வாழ்க்கையையும் வெளிவாழ்க்கையையும் நெறிப்படுத்துகின்றன. மனிதன் மனம், இதயம், (புத்தி) அறிவு என்ற மூன்று விதமான அடிப்படைத் தேவைகளுக்கேற்ப எழுதப்பட்டுள்ளன. மனிதனின் மனது, இதயம், அறிவு இம்மூன்றும் மனிதன் உலகை அறிய உதவும் சாதனங்களாகும்.

1. மனிதன் தன் மனதினால் அனுபவிக்கிறான். மனது உணர்ச்சிகளின் இருப்பிடம் கற்பனைகளின் பிறப்பிடம்.

2. மனிதன் தன் இதயத்தினால் உணர்கிறான். இதயம் உணர்வுகளின் இருப்பிடம். நம்பிக்கையின் பிறப்பிடம்.

3. மனிதன் தன் அறிவால் சிந்திக்கிறான். அறிவு ஆராய்ச்சிகளின் இருப்பிடம் ஞானத்தின் பிறப்பிடம்.

மாணவன்: மனிதனின் மனம் இதயம், அறிவு இவற்றிற்கும் நான் கேட்ட இந்துமத நூல்களைப் பற்றிய விவரத்திற்கும் என்ன சம்பந்தம்?

குரு: அவசரப்படாதே. சொல்கிறேன். இந்துமத நூற்கள் மனிதனின் மூன்று விதமான உலகத்தொடர்பு சாதனங்களான மனம், இதயம்*, (புத்தி) அறிவு இவற்றின் தேவைகளைப் பூர்த்தி செய்யம வகையில் உள்ளன. இந்துமத நூற்கள் உலகப் பொதுமறையாக எழுதப்பட்டவை. இந்து மதத்தை பரப்புவதற்காக அவை எழுதப்பட்டவை அல்ல. இந்த இந்துமத நூல்களின் நோக்கம் மனிதன் இவ்வுலகில் முழுமையான வாழ்வு வாழ்ந்து, தானும் மேன்மையடைந்து உலகத்தாரும் மேன்மை அடைந்து வாழ ஒரு வாழ்க்கை முறையை வகுத்துத் தருவதுதான்.

1. மனிதனின் உணர்ச்சி கற்பனையைத் தூண்டுகிறது. இன்பத்தையும், புதுமையையும் பலவித ரசனைகளையும் அனுபவங்களையும் நாடுகிறது. இதைப் பூர்த்தி செய்யும் வகையில் இந்துமதப் புராணங்கள், இதிகாசங்கள், கதைநூற்கள், அனுபவ விளக்கங்கள் மனிதனின் மனதுக்கு மகிழ்ச்சியையும் ஊட்டி, பக்தியையும் வளர்க்கின்றன.

2. மனிதனின் இதயம், (புத்தி)** உணர்வுபூர்வமானது. தன் அனுபவங்கள் மூலம் ஆராய்ந்து, தான் உண்மை என்று நம்புவதின் மேல் நம்பிக்கை கொள்ளகிறது. தன் நம்பிக்கைக்கு இதயம் ஆதாரங்களைத் தேடி நிச்சயப்படுத்திக் கொள்கிறது. இந்த ஆதாரங்கள்தான் உருவ வழிபாடு, சடங்குகள், குறியீடுகள் முதலியவை ஆகும். தன் நம்பிக்கை தன்னுடைய அளவில் நிரூபணமானால் மனம் மகிழ்ச்சி அடைகிறது. அமைதி அடைகிறது. சாந்தி பிறக்கிறது. இந்தத் தேவையை பூர்த்தி செய்ய இந்துமத நூற்கள் தர்ஸனங்கள், உபாங்கங்கள், ஆகமங்கள் ஆகியவை ஆகும். இவை தோத்திரப் பாடல்கள், யாகம், யக்ஞம், யோகம், தியானம் வழிபாட்டு முறைகள் முதலியவற்றைச் சொல்கின்றன.

3. மனிதனின் அறிவு தேடல் நிறைந்தது. அது பகுத்துப் பார்த்து

---

* ஸ்ரீமத் பாகவதம் தத்துவங்களின் உற்பத்தி (அத். 10:10:34) ஹிருதயமே காமத்துக்கும் சங்கல்பத்திற்கும் இருப்பிடம்

** பிருஹகதராண்ய கோபநிஷத் (5:1:1) எது ஹிருதயமோ (புத்தியோ) அதுவே பிரஜாபதி பிரும்மம் எல்லாம்

உண்மையை அறிய முயல்கிறது. அது உணர்ச்சி வசப்படுவதில்லை. எதன் மேலும் நம்பிக்கை கொள்வதில்லை.

அறிவுக்கு ஏன், எதனால், எப்படி, எவ்விதம், எதற்காக என்று கேள்விகளுக்குச் சரியான விளக்கங்கள் தேவை. இந்தத் தேவையைப் பூர்த்தி செய்ய இந்துமத நூற்கள் வேதாந்தம், உபநிஷத், ஸ்மிருதிகள் முதலியவைகளாகும். இவை அறிவின் ஞானத்தை வளர்க்கின்றன.

மாணவன்: இந்த நூற்கள் யாவை என்று விவரமாகச் சொல்ல முடியுமா?

குரு: ஆயிரக்கணக்கான இந்துமத நூற்கள் வேறு வேறு மொழிகளில் இருக்கின்றன. ஆனால் அவை யாவற்றிற்கும் அடிப்படை சமஸ்கிருத நூற்கள்தான். சமஸ்கிருத மொழியில் இந்துமத நூற்கள் நூற்றுக்கணக்கில் இருக்கின்றன. ஆனாலும் அடிப்படை ஆதாரமானவை பதினெட்டு நூல்களின் தொகுப்புகளாகும். அவற்றில் தர்மத்தையும் கல்வியையும் (வித்யை) சேர்ந்து சொல்லும் பதினான்கு நூல்களை 'தர்ம ஸ்தானம்' என்று அழைப்பார்கள். இவைகளை மூன்று தொகுப்பாகச் சொல்லலாம். அவை முறையே:

தர்மஸ்தானம்

1. வேதங்கள்   – 4
2. வேதாந்தங்கள்   – 6
3. வேத உபாங்கம்   – 4

வேதங்கள்

(அ) ருக் வேதம்
(ஆ) யஜூர் வேதம்
(இ) சாம வேதம்
(ஈ) அதர்வண வேதம்

வேதாந்தங்கள்: வேதங்களை விரிவாகக் கற்கும் முறை மற்றும் விளக்கங்கள் தரும் இவற்றை 'ஷடாங்கங்கள்' ஆறு உறுப்புகள் என்றும் அழைப்பார்கள்.

அவை:

(அ) சிக்ஷை – எழுத்திலக்கணம்
(ஆ) வியாகரணம் – சொல்லிலக்கணம்
(இ) நிருக்தம் – அகராதி
(ஈ) கல்பம் – கர்மானுஷ்டானம்
(உ) சந்தஸ் – பாவிலக்கணம்
(ஊ) ஜ்யோதிஷம் – சோதிடம்

வேத உபாங்கம்: வேதங்களை ஒட்டி யாவரும் புரிந்து கொள்ளும் வகையில் தத்துவங்களையும், கருத்துக்களையும் விரிவாகத் தரும் நூற்கள் இவை.

(அ) மீமாம்சம் – அர்த்த ஆராய்ச்சி
(ஆ) நியாயம் – தீர்மான ஆராய்ச்சி
(இ) புராணம் – நீதிக்கதைகள்
(ஈ) தர்ம சாஸ்திரம் – சமூகச் சட்டங்கள்

இந்த பதினான்கு நூற்களைத் தவிர மீதமிருக்கும் நான்கு நூற் தொகுப்புகள் 'வித்யா ஸ்தானம்' என்று பெயரிட்டு அழைக்கப் படுகின்றன. இவற்றில் தர்ம விஷயங்கள் எதுவும் வலியுறுத்திச் சொல்லப்படவில்லை. மனிதனின் உலக வாழ்வுக்குத் தேவையான கல்வி (வித்யை)யைப் பற்றி மட்டும் விளக்கமாகச் சொல்லப்படுகின்றது. இவற்றை 'உப வேதங்கள்' என்றும் அழைப்பார்கள். அவைகள்:

வித்யாஸ்தனம்

1. ஆயுர் வேதம் – மருத்துவம்
2. தநுர் வேதம் – போர்க்கலை
3. காந்தர்வ வேதம் – நளினக்கலை
4. அர்த்த சாஸ்திரம் – அரசியல், பொருளாதாரம்

இவற்றைத்தவிர தர்ஸனங்கள் என்றழைக்கப்படும் நியாயம், மீமாம்சையுடன் சேர்ந்து வைசேசிகம், சாங்கியம், யோகம், வேதாந்தம் (பிரம்ம சூத்ரம்) ஆகிய ஆறு நூற் தொகுப்பும், கட்டிடக் கலை, சிலை வார்ப்பு இவற்றைச் சொல்லும் ஆகமங்களும் முக்கியமான இந்துமத நூற் தொகுப்புகளாகும்.

மாணவன்: நான் பொதுவாக வேதங்கள், கீதை, வேதாந்த நூற்கள்

என்று சொல்லக் கேட்டிருக்கிறேன். இவ்வளவு விவரமாக யாரும் எனக்கு இந்துமத நூற்களைப் பற்றிச் சொல்லவில்லை. இந்த நூற்களில் சொல்லியிருப்பதை அறிய வேண்டும் என்றும் ஆசை எனக்குண்டு. ஆனால்....

குரு: என்ன ஆனால் என்று இழுக்கிறாய்? படிக்க வேண்டியதுதானே?

மாணவன்: இவற்றைப் படிக்க எனக்கு வடமொழியாகிய சமஸ்கிருத மொழி தெரியாது. எனக்குத் தெரிந்த தமிழ் மொழியில் மேற்சொன்ன நூற்களைப் பற்றி எழுதப்பட்ட தமிழ்ப் புத்தகங்களைப் படிக்க முயற்சித்தேன். அவை எல்லாம் இந்து மதம் பற்றிய அடிப்படை அறிவுகூட இல்லாத என்னைப் போன்றவர்கள் புரிந்துகொள்ளும்படி எளிமையாக எழுதப்படவில்லை. பண்டிதர்கள் எழுதும் செந்தமிழ் நடையில் சமஸ்கிருத மேற்கோள்களைக் காட்டி, சுலபமாகப் புரியாத முறையில் எழுதப்பட்டிருக்கின்றன. எனக்கு அவை புரிவதில்லை.

குரு: ஆம்! நீ சொல்வது உண்மைதான். தமிழில் கிடைக்கும் இந்து மதத்தைப் பற்றிய பெரும்பாலான நூற்கள், அடிப்படை விவரங்கள் தெரியாதவர்கள். சுலபமாக தெரிந்து கொள்ளும் முறையில் இல்லை. தமிழில் இந்துமத நூற்கள் அதிகமாகப் புராணங்கள், பாடல்கள், தோத்திரங்கள் இவை பற்றிய அல்லது மெத்தப் படித்தவர்கள் மற்றும் இந்துமதம் பற்றிய நன்கு அறிந்தவர்கள் மட்டுமே படிக்கக் கூடிய தத்துவ விசாரம், ஆனமிகம், யோகம் இவை பற்றிய ஆராய்ச்சி புத்தகங்களாகவே இருக்கின்றன. இந்து மதத்தின் அடிப்படை தெரியாத மாணவர்கள், இளைஞர்கள், ஆண்கள், பெண்கள் சுலபமாக இந்து மதத்தின் அடிப்படை மற்றும் தத்துவங்களைத் தெரிந்து கொள்ளும்படி தமிழில் புத்தகங்கள் நிறைய எழுதப்பட வேண்டும். நீ இதுவரை படித்த நூற்களின் விளக்கத்தை வீட்டில் பெரியவர்களிடம் கேட்பதுதானே?

மாணவன்: கேட்டேனே. ஆனால், அவர்கள் விளக்கம் சொல்வதற்குப் பதிலாக என்னைக் கோபிக்கிறார்கள். "வேதமும் வேதாந்தமும் கெழவனானப்பறம் படித்தால் போதும். இப்போ உனக்குப் புரியாது. பேசாமே ஸ்கூல் பாடத்தைப் படி" என்கிறார்கள்.

குரு: (சிரிக்கிறார்) ஹா ஹா ஹா... ஏன் அப்படிச் சொல்கிறார்கள் தெரியுமா? நம் வீட்டுப் பெரியவர்கள் அநேகம் பேருக்கு இந்து மதத்தின் அடிப்படை மற்றும் தத்துவங்கள் பற்றிய அறிவு கிடையாது. அவர்களுக்கே விளக்கங்கள் தெரியாது. வேதம், வேதாந்தம் பற்றிய

விவரம் புரியாது. தங்கள் அறியாமையை மறைக்க உன் மேல் கோபம் கொள்கிறார்கள். நம் இந்துக்களிடம் வேதமும் வேதாந்தமும் ரிடையரான பொக்கைவாய் கிழடுகளுக்குத் தான் உரித்தானது என்ற தவறான அபிப்பிராயம் எப்படியோ பரவியிருக்கிறது.

மாணவன்: அவர்கள் சொல்வது தவறா? இளமையிலேயே வேதம் வேதாந்தம் முதலியவற்றைக் கற்கலாமா?

குரு: இளமையில்தான் இவற்றைக் கற்க வேண்டும். வயதான பிறகு நினைவாற்றல், சிரத்தை, உடலில் பலம் இவை குறைகின்றன. வயதானபிறகு பிளட் பிரஷர், டயாபடிஸ், தள்ளாமை, மயக்கம், தளர்வு, ஹார்ட் டிரபிள் என்று ஆயிரம் நோய்கள் வந்தபிறகு படிப்பில் மனம் செல்லுமா? வயதானவர்களிடம் தங்கள் வீட்டு இளைஞர்கள் வேதம், வேதாந்தம் பற்றித் தெரிந்துகொண்டால் சாமியாராய், சன்னியாசியாய்ப் போய்விடுவார்கள் என்று தேவையில்லாத பயம் வேறு இருக்கிறது. இவர்களாக முயற்சி செய்து எதையும் தெரிந்து கொள்வதில்லை. தெரிந்து கொள்ள விரும்பும் உன்போன்ற துடிப்பான சிறுவர்களையும் பயமுறுத்திக் கெடுக்கிறார்கள். இந்த நிலை மாறவேண்டும்.

மாணவன்: நான் சிறுவயதிலேயே இந்துமதக் கல்வி பெற்று வேதம் வேதாந்தம் முதலியவை கற்றால் என்ன பயன்? எனது பள்ளிக்கூடக் கல்வி பாதிக்கப்படாதா?

குரு: தற்போதைய கல்வி முறை ஒருவன் பணம் சம்பாதிக்க ஒரு வேலையிலமர்ந்து ஓர் இயந்திரத்தனமான வாழ்க்கை வாழ மட்டுமே பயன்படுகிறது. இந்தக்கல்வி ஒரு மனிதன் முழுமையான வாழ்வு வாழத்தேவையான அறிவாற்றல், கட்டுப்பாடு, ஒழுங்கு, ஒழுக்கம், மனதைரியம், தன்னம்பிக்கை, பணிவு இவற்றைக் கற்றுத்தருவதில்லை. ஆனால், இந்துமத நூற்களோ மேலே சொன்ன நற்குணங்கள் யாவற்றையும் வளர்த்து இளமையிலேயே வாழ்க்கைக்குத் தேவையான அஸ்திவாரத்தை அமைத்துத் தருகின்றன. இந்துமத நூற்களைக் கற்பதால் உன் பள்ளிப் படிப்பு பாதிக்காது. மாறாக அது துணை செவய்யும். உனது ஓய்வு நேரங்களில் இந்துமதக் கல்வி பெறலாம். அது உன் புத்தியைக் கூர்மையாக்கி அறிவையும், மனதையும் ஒருமுகப்படுத்தி நினைவாற்றலை வளர்க்கும். நாம் இன்று கற்றுக் கொள்ளும் அறிவியற் கல்விகளான விஞ்ஞானம், கணிதம், சமூகவியல், பொருளாதாரம் முதலியவை மிகவும் அத்தியாவசியமானவை. ஆனால் அதனுடன் கூட இந்துமதக் கல்வியும் கற்கவேண்டும்.

மாணவன்: என் வருங்கால வாழ்க்கைக்கு இந்துமத நூற்கல்வி எப்படித் துணை செய்யும்?

குரு: இந்துமத நூற்களான வேதங்களும் வேதாந்தங்களும் உன் தன்னம்பிக்கை, இறையுணர்வு, மனநலம், சமுதாயவிழிப்புணர்வு, உள்ளத்தெளிவு, அறிவாற்றல் ஆகியவற்றை வலுப்படுத்தும். நீ வாழ்வில் சந்திக்கும் உயர்வு – தாழ்வு – வெற்றி – தோல்வி, எதிர்ப்பு – ஏமாற்றம் – சஞ்சலம் எதையும் மனவலிமையுடனும், ஆன்மவலிவுடனும் எதிர்கொண்டு சந்தித்து வென்று வாழும் உறுதி பிறக்கும். மதக்கல்வியுடன் வயதின் அனுபவமும் கூடும்போது நீ ஒரு சிறந்த பிரஜையாக உருவாக முடியும். உன் வாழ்வும் சிறக்கும். உன் நாடும் பயன் பெறும். சாதாரண உலகாயத வாழ்வின் வெற்றி 'பிரேயஸ்' எனும் புகழைத் தரும். ஆனால் இந்துமத வாழ்க்கை முறை உனக்கு பிரேயஸ்ஸுடன் விண்ணுலக வாழ்வில் 'சிரேயஸை'யும் தரும்.

மாணவன்: ஆனால் வேதம் வேதாந்தம் மற்ற இந்துமத நூற்களைப் புரிந்து கொள்வது கடினம் என்கிறார்களே?

குரு: எதுவுமே அடிப்படையைப் புரிந்து கொள்ளாதவரை கடினம்தான். நீ இந்து மதத்தின் அடிப்படை, அதன் தத்துவங்கள் பற்றிய அறிமுக விளக்கம் இவற்றைப் புரிந்து கொண்டுவிட்டால், நீயாகவே மேலும் மேலும் முயன்று எதையும் விரிவாகத் தெளிவாக புரிந்துகொள்ள முடியும். உனக்கு உண்மையாகவே கற்க வேண்டும் என்ற ஆர்வமும் முயற்சியும் இருந்தால் போதும் எதையும் கற்க முடியும்.

மாணவன்: உங்களுக்கு இந்துமதம் பற்றிய அடிப்படை மற்றும் வேதம் வேதாந்தம் மற்ற தத்துவங்கள் தெரியுமல்லவா?

குரு: தெரியும்.

மாணவன்: நீங்கள் எனக்கு இவற்றைத் தயவு செய்து கற்றுத் தருவீர்களா?

குரு: நிச்சயமாகக் கற்றுத் தருகிறேன். இந்து மதத்தைப் பற்றி அறிய ஆவலாய் இருக்கும் உனக்குத் தருவது எனக்கு மகிழ்ச்சியைத் தரும். அதனால் நீயும் பயன் பெறுவாய். நானும் பயன் பெறுவேன். நான் விவரங்களைச் சொல்லும்போது உனக்கு ஏற்படும் சந்தேகங்களை தயக்கமில்லாமல் கேட்டுத் தெளிவுபடுத்திக் கொள்.

2. மதங்கள்

குரு: இந்துமதத்தைப் பற்றிய விவரங்களைத் தெரிந்து கொள்வதற்கு முன்பாகப் பொதுவாக மதங்கள் பற்றிய விவரங்களைப் பார்ப்போம். மதங்களைப் பற்றி உனக்கு என்ன தெரியும் சொல்.

மாணவன்: உலகில் பல மதங்கள் உள்ளன என்பதை அறிவேன். இந்துமதம், இஸ்லாம், சீக்கிய மதம், கிறிஸ்துவ மதம், புத்த மதம், ஜைன மதம், யூத மதம், பார்சி மதம், ஷிண்டோ மதம் என்று பல மதங்கள் இருக்கின்றன.

குரு: இந்த மதங்களின் பொதுவான நோக்கம் என்ன?

மாணவன்: இந்த மதங்கள் வேறு வேறு கடவுள்களைப் பற்றி – அல்லா, ஏசு, சிவன், விஷ்ணு, மாலிக் என்று சொல்லுகின்றன. சொர்க்கத்துக்குச் செல்லும் முறையைச் சொல்கின்றன. தத்தம் மதம் உயர்ந்ததெனச் சொல்லுகின்றன. இதுதானே மதங்களின் குறிக்கோள்.

குரு: அடடே!... மதங்களைப் பற்றிய உனது அறிவு மிகவும் குறைவானது. நீ பொதுவாக மதங்களைப் பற்றிய உண்மைகளைப் புரிந்து கொள்ளவில்லை என்று தோன்றுகிறது. மதங்கள்* என்பது இறைத் தத்துவங்களையும் ஆன்மிகத்தையும் அடிப்படையாகக் கொண்ட நெறிமுறையாகும்.

மாணவன்: உண்மைதான், எனக்கு மதங்களைப் பற்றிய விவரங்கள் தெரியாது.

---

* க்ரியாவின் தற்காலத் தமிழ் அகராதி (பக். 806)

குரு: எல்லா மதங்களின் கோட்பாடுகளும் அடிப்படையாக இறைவன் என்று ஒருவன் உண்டு. அவன்தான் உலகைப் படைத்துக் காப்பாற்றுகிறான், என்பதை வலியுறுதுகின்றன. மனிதன் நற்செயல்கள் செய்தால் நன்மையும், தீய செயல்கள் செய்தால் தண்டனையும் கிடைக்கும் என்று நம்புகின்றன. மனிதன் பயனுற தன்னலம் இல்லாமல் வாழ்ந்து மேன்மையடைந்து உலகையும் மேன்யுறச் செய்ய வேண்டும் என்பதை வலியுறுத்துகின்றன.

மதங்கள் மாறுபடுவது எதில் என்பதைப் பார்ப்போம். இறைவனை உருவகப்படுத்துவது; எது இறைவனை அடையும் வழி என்பதிலுள்ள கொள்கைகள்; உண்மையான இறைத் தூதர்கள் யார் என்பதை நிர்ணயம் செய்வது; எது உண்மையான மதம் என்பதன் நிர்யணம்; பிரமாணங்கள், நம்பிக்கைகள், செயல்பாடுகள் வேறுபாடு இவைதான்.

மாணவன்: மதங்களில் உயர்வு தாழ்வு உண்டா?

குரு: உலகில் அந்தந்த பிரதேச மாறுபாடுகள் மற்றும் தேவைகேற்ப மதங்கள் தோன்றியுள்ளன. அவற்றின் நோக்கங்களில் வேறுபாடு இல்லை. சில மதங்கள் மட்டுமே குறுகிய கோட்பாடுகளுடன் ஒரு குறிப்பிட்ட பிரதேசத்திற்கு உகந்ததாக அமைந்துள்ளன. எந்த மதமும் மற்ற மதங்கள் அழிக்கப்படவேண்டும் என்று சொல்வதில்லை. ஆனால் மத வெறியர்களும் மதவாதிகளும்தான் மதங்களிடையே உயர்வு தாழ்வு சொல்லி பிற மதங்களைத் தூஷணை செய்து சண்டையிடுகிறார்கள். உலகின் சரித்திரங்களை ஆராய்ச்சி செய்து பார்த்தால் பிற மதங்களை அடக்கி ஆள நினைத்த மதங்கள் அழிந்துவிட்டன. ஆனால், சத்தியத்தில் நிலைத்த, யாருக்கும் ஊறு செய்யாத மதங்கள் நிலைக்கின்றன.

மாணவன்: மதங்கள் எவ்விதம் தோன்றின? யாரால் தோற்றுவிக்கப் பட்டன?

குரு: இறைவன் அருளால் மதங்கள் தோன்றின என்பதுதான் பொதுவான நம்பிக்கை. இறைவன் மெய்ஞானம் பெற்ற அருளாளர்களுக்குத் தரிசனம் தந்து, அவர்களுக்குத் தந்த உபதேசங்கள் மதம் தோன்ற அடிப்படையாக அமைந்தது என்ற நம்பிக்கையும் இருக்கிறது. இந்த முறையில்தான் மோசஸ், கிறிஸ்து, முகமது நபி (சல்) முதலிய அருளாளர்கள் இறையருள் பெற்று மதங்களைத் தோற்றுவித்தார்கள். சில அருளாளர்கள் உலகம் என்பது

இந்து மதம் ஓர் அற்புதம்

என்ன, இறைவன் என்பவன் யார் என்று பல வினாக்களுக்கு விடை கண்டுபிடிக்கத் தவமும், ஆத்ம சாதனையையும் செய்து உண்மைகளைக் கண்டறிந்தார்கள். புத்தர், வர்த்தமான மஹாவீரர் இதற்கு உதாரணம். இவர்கள் மதங்களை ஸ்தாபித்தார்கள்.

சில மதங்கள் யாராலும் தோற்றுவிக்கப்படாமல் பலரின் முயற்சியால் வளர்ச்சியடைந்தன. இந்து மதம் இப்படித்தான் தோன்றியது. முறையான சில மத ஸ்தாபனம் அதை தோற்றுவித்தவர்கள் காலத்திலேயே வளர்ச்சிப் பெற்றன. யூத மதம், இஸ்லாம் மதம், பௌத்த மதம், ஜைன மதம் போன்றவை இதற்கு உதாரணமாகும். சில மதங்கள் அந்த மதம் தோன்றக் காரணமானவர்களின் மறைவுக்குப் பின்னால் முறைப்படுத்தப்பட்டன. கிறிஸ்துவ மதம் இதுபோன்றுதான் உண்டானது. மதங்களின் பிரிவுகளைப் பற்றிச் சொல்.

மாணவன்: ஒவ்வொரு மதத்திலும் பல பிரிவுகள் உள்ளன. புத்த மதத்தில் மஹாயானம், ஹீனயானம்; ஜைன மதத்தில் ஸ்வேதாம்பரர்கள், திகம்பரர்கள்; கிறிஸ்துவ மதத்தில் கத்தோலிகர்கள், பிராடெஸ்டென்ட்டுகள்; பென்தகோஸ்ட்கள்; இஸ்லாமில் சுன்னிகள், ஷியாக்கள், மொஹமடியர்கள், பஹாய்கள், லப்பை என்று பல பிரிவுகள். மேலும் பிரிவுகள் இருக்கலாம், எனக்குத் தெரியாது.

குரு: நான் ஒரே மதத்திலுள்ள பல உட்பிரிவுகளைப் பற்றிக் கேட்கவில்லை. நான் பொதுவாக மதங்களின் பிரிவு படுத்தும் முறையைக் கேட்டேன்.

மாணவன்: எனக்குத் தெரியாது.

குரு: சரி. சொல்கிறேன், கேள். நம் பாரத நாட்டை நடுவாக வைத்துக்கொண்டால் அதன் மேற்கு திசையில் தோன்றிய மதங்களை 'மேலை நாட்டு' அல்லது மேற்குத்திசை மதங்கள் என்று சொல்லலாம். பாரதத்திற்கு கிழக்கே உள்ள நாடுகளில் தோன்றிய மதங்கள் 'கீழை நாட்டு' அல்லது கீழ்த்திசை மதங்கள் எனலாம். யூதம், கிறிஸ்துவம், இஸ்லாம் இவை மேற்குத்திசை மதங்கள். கீழை நாட்டு மதங்களில் ஜப்பானின் ஷிண்டோ மதம் சேரும். அனால் கிழக்குத்திசை நாடுகளில் பாரதத்தில் தோன்றிய இந்துமதம், புத்த மதம், ஜைன மதப்பிரிவுகளே பரவியுள்ளதால்

இவையும் கீழ்த்திசை மதங்கள் ஆகும். இந்து மதமே அவற்றில் பிரதான மதமாகும்.

மாணவன்: எல்லா மதங்களும் சமமானவை எனும் போது இந்தப்பிரிவுகளால் என்ன நன்மை?

குரு: எல்லா மதங்களின் குறிக்கோளும் ஒரே இலக்கை நோக்கி செல்பவைதாம். ஆனால் அவற்றின் அடிப்படையான அமைப்பு முறை சமமானவையல்ல. இவை மாறுபடுபவை. இதை நீ புரிந்து கொண்டால்தான் இந்து மதத்தின் மேன்மை, அது எந்த ஆதாரங்கள் மேல் அமைக்கப்பட்டுள்ளது; அதன் அஸ்திவாரம் என்ன என்பது விளங்கும்.

மாணவன்: அப்படியானால் மேலை நாட்டு மதங்களுக்கும் கீழை நாட்டு மதங்களுக்கும் அடிப்படையான வித்தியாசம் என்ன?

குரு: மேலைநாட்டு மதங்களும் கீழை நாட்டு மதமான இந்து மதமும் மற்றவைகளும் மனிதன் இறைவனின் உன்னத கிருஷ்டி, மனித ஜன்மம் சிறப்பானது என்பதை ஒப்புக் கொள்கின்றன. இரண்டு திசை மதங்களுக்கிடையேயானந கருத்தொற்றுமை இத்தோடு முடிகிறது. ஆண்டவன் படைப்பில் மனிதனின் இடத்தை நிர்ணயம் செய்வதிலிருந்து மேலை மற்றும் கீழை நாட்டு மதங்கள் வித்தியாசப்பட்டு வேறுபட ஆரம்பிக்கின்றன.

மாணவன்: எந்த அடிப்படையில் அவை வேறுபடுகின்றன?

குரு: கவனமாகக் கேள். இது மிகவும் முக்கியமான அடிப்படை வேற்றுமையாகும்.

மேலை நாடுகளின் மதங்களான யூதம், கிறிஸ்துவம், இஸ்லாம் இவற்றின் கொள்கைபடி மனிதன் உலகின் யஜமானல்லன். மற்ற ஜீவராசிகள், தாவரங்கள், உலகிலுள்ள செல்வங்கள் யாவும் மனிதனின் வரம்பற்ற எந்தவித தடையுமில்லாத உபயோகத்துக்கும் போகத்திற்கும், அனுபவிப்பதற்கும் படைக்கப்பட்டவை.

ஆனால் இந்துமதம் (மற்ற கீழைநாட்டு மதங்களின்) கொள்கைப்படி மனிதன் உலகின் யஜமானல்லன். மற்ற ஜீவராசிகள், தாவரங்கள் மற்றும் இந்த உலகின் செல்வங்களை உபயோகப்படுத்தி மட்டும்

இந்து மதம் ஓர் அற்புதம்

வாழக்கடமைப்பட்டவன். மற்ற ஜீவராசிகள் தாவரங்கள் இவற்றைக் காப்பாற்றிச் செழிக்க வைக்கும் கடமையும் மனிதனுக்கு உண்டு. 'தர்மம்'தான் உலகில் உயர்ந்தது. தர்மத்துக்குக் கட்டுப்பட்டு வாழ மனிதன் கடமைப் பட்டவன். எல்லா உயிரும் சமமானவை. மனிதனைப் போலவே மற்ற ஜீவராசிகளும் உலகில் வாழ உரிமை பெற்றவை.* அவற்றை அழிக்க மனிதனுக்கு அதிகாரம் கிடையாது. மனிதன் உலகைத் தன் வரம்பற்ற போகத்திற்கும் உபயோகத்திற்கும் மட்டும் பயன்படுத்த உரிமை இல்லை என்பது இந்துமதக் கொள்கை. மனிதன் செய்யும் நற்செய்கைகளும் தீச்செயல்களும் கர்மவினையை உண்டாக்கும். அந்தக் 'கர்மா'வுக்கு தகுந்தபடி மறுபிறவி உண்டு என்பது இந்துமத நம்பிக்கை.

மாணவன்: இதை சற்று விளக்கிச் சொல்ல முடியுமா?

குரு: இறைவன் சிருஷ்டிகளைப் பாகுபடுத்தினால் மேலை நாட்டு மதங்களின் கொள்கைப்படி மனிதன் சிருஷ்டியின் நடு இடத்தில் மையமாக அமைகிறான். மற்ற படைப்புகள் அவனைச் சுற்றியே அமைகின்றன. வாழ்க்கை தர்மமும் இறைவனும் மனித வட்டத்திலிருந்து விலகித் தனியாக அமைகின்றன. ஆனால் இந்துமதக் கொள்கைப்படி உலக சிருஷ்டியிலே 'இறைவன்', 'தர்மம்' நடுவில் அமைகின்றன. அதைச் சுற்றி இறைவனின் மற்ற படைப்பு களுடன், மனிதனும் அமைகிறான். முன்னதில் மனிதனுக்கு எல்லாம் கட்டுப்பட்டவை; பின்னதில் மனிதன் உட்பட யாவையும் இறை தர்மத்துக்குக் கட்டுப்பட்டவை. மேலை நாட்டு மதங்கள் மனிதனுக்கு ஒரே ஒரு பிறப்புதான், மறுபிறவி இல்லை என்கின்றன. மனிதன் செய்யும் வினைகளின் பாவ, புண்ணியப் பதிவுகளான 'கர்மம்' என்ற சொல்லே மேலைநாட்டு மதங்களில் இல்லை.

மாணவன்: இந்த அடிப்படை மாறுதலினால் என்ன விளைவுகள் ஏற்படுகின்றன?

குரு: மேலை நாட்டு மதங்களின் கொள்கைப்படி மனிதனுக்கு உலகில் என்ன வேண்டுமானாலும் செய்யவும், எதுவும் தன் இன்பத்துக்காக ஏற்பட்டவை என்ற அதிகாரமும் வரம்பற்ற சுதந்திரமும் கிடைக்கின்றன. மனிதனின் அகங்காரம், ஆதிக்க

---

* 'உலகம் மனிதர்களுக்கு மட்டுமல்ல எல்லா ஜீவராசிகளுக்கானதாகும்.' அதர்வணவேதம் (காண்டம் 12-4 சூக்தம் 15 பாடல்.)

வெறி வளர இது வழி வகுக்கின்றது.

இந்துமதக் கொள்கைப்படி மனிதன் தர்மத்துக்குக் கட்டுப்பட்டவன். அவன் தன் தேவைக்கேற்ப உலகின் பொருட்களை உபயோகித்துக் கொள்ளலாம். ஆனால், அவற்றைத் தன்னலம் கொண்டு அழிக்க சுதந்திரம் இல்லை. 'தர்மம்' அவனைக் கட்டுப்படுத்துகிறது; வழி நடத்துகிறது. இதனால் மனிதனின் அகங்காரமும், ஆதிக்க வெறியும் வளருவது தடுக்கப்படுகிறது. தனது செயல்கள் கர்மவினையாய் உருவெடுத்து மறுபிறவியைத் தரும் அதில் இந்த ஜென்மத்தில் சேர்த்த பாவ, புண்ணியங்களின் பலனை அனுபவிக்க நேரிடும் என்ற பயம் உண்டாவதால் மனிதன் நல்வழியில் நடக்க முயற்சிப்பான்.

மேலை நாட்டு மதங்களில் மனிதர்கள், பின்பற்ற வேண்டிய நல்லியல்பு, ஒழுக்கம் (Ethics) தனியான பிரிவாக கைக்கொள்ளப்பட வேண்டியவைகளாக தனியாகப் பிரித்து வைத்திருக்கிறார்கள். இந்து மதத்தில் இந்த நல்லியல்பு ஒழுக்கம் தினசரி வாழ்வின் அடிப்படையாக இரண்டறக் கலந்ததாகப் பிரிக்க முடியாதபடி சேர்த்துத் தரப்பட்டிருக்கிறது. அதனால்தான் "இந்துமதம் ஒரு வாழ்க்கை முறை. ஓர் உன்னத மனநிலை" (Hinduism is a way of life Exalted state of mind) என்று சிறப்பித்துச் சொல்லப்படுகிறது.

மாணவன்: ஆமாம், உண்மைதான். அடிப்படையாகவே ஓர் ஒழுங்கான முறையில் அஸ்திவாரம் அமைந்தால் மேலே கட்டப்படும் கட்டடம் வலுவாக அமையும். இந்துமதத்தின் அஸ்திவாரம் "தர்மம்" என்பதைப் புரிந்து கொண்டேன்.

குரு: உனது புத்தி கற்பூரம் போன்றது. எதையும் சட்டென்று புரிந்து கொள்கிறாய், பாராட்டுகிறேன்.

மாணவன்: (வெட்கத்துடன்) மிகவும் நன்றி. எனக்கொரு சந்தேகம். இந்துமதம் சொல்லும் 'தர்மம்' என்பது என்ன? பிச்சைக்காரர்களுக்குப் பிச்சை போடுவதும் தர்மம் என்கிறார்கள். இரண்டும் ஒன்றுதானா? வேறு வேறானவையா? 'தான தர்மம்' என்பதில் வரும் தர்மம் என்பது என்ன?

குரு: நீ சரியான கேள்வி கேட்டிருக்கிறாய். நம் இந்துக்களில் பலருக்கும் 'தான தர்மம்', இந்துமதத்தின் அடிப்படையான 'தர்மம்' இவை பற்றி குழப்பம் உண்டு. மிகவும் விரிவாக விளக்கம்

தரவேண்டிய கேள்வி இது. ஆனாலும் சுருக்கமாகத் தெளிவாகச் சொல்கிறேன். 'மனிதர்களுக்கு இந்த உலகிலும், வானுலகிலும் உயர்ந்த தன்மை அளிப்பதற்கு எது காரணமோ அது 'தர்மம்'* எனப்படும்.

தர்மம் என்ற வார்த்தை பல அர்த்தங்கள் கொண்டதாக வெவ்வேறு விதமாகப் பிரயோகம் செய்யப்படுகிறது. பொதுவாகத் தர்மம் என்பதற்குக் கண்டிப்பான கட்டுப்பாடு, கடமை, சட்டவிதி, ஆணை என்பதாக விளக்கம் தரலாம். 'ஸ்வதர்மம்' "தானதர்மம்", 'இந்துதர்மம்' என்ற மூன்றுவிதமாக தர்மம் என்ற வார்த்தை பயன்படும் இடங்கள் பொதுவாக மக்களால் தவறாகவே அர்த்தம் செய்யப்படுகின்றன. நான் சரியான விளக்கம் தருகிறேன் கேள்.

(1) 'ஸ்வதர்மம்'** என்பது ஒருவன் பிறந்ததிலிருந்து சுபாவமாக அமைந்த இயல்பான கடமை நெறியாகும். இது தனி மனிதனுக்கானது. அதை அவன் மாறாது கடைப்பிடிக்க வேண்டும். தன்னுடைய ஸ்வதர்மத்தை விட பிறரது ஸ்வதர்மம் மேலானது என்றாலும் தன் தர்மத்தையே ஒழுங்காகக் கடைப்பிடிக்க வேண்டும். பிறருடைய தர்மத்தை பின்பற்றுவது பயன்தராது.***

(2) 'தான தர்மம்' என்பது இல்லறத்தான் தன் செல்வத்தைக் கொண்டு செய்ய வேண்டிய அறம், பொதுவான வாழ்க்கை முறைக்காவது ஆகும். பொது நலத்துக்காக குடும்பத் தலைவன் செய்ய வேண்டிய கடமை இது. இதனால் சித்த சுத்தி உண்டாகிறது. தானம் என்பது தகுதியுடைய ஒருவனுக்கு அவன் தேவைக்கேற்ப மனம் உவந்து தரப்படுவது. தானம் பெற எல்லாருக்கும் அருகதை யில்லை. அதற்குத் தகுதியும் தேவையும் பெறுபவனுக்கு இருக்க வேண்டும். உதாரணத்துக்கு ஏழை மாணவன் கல்வி கற்கச் செய்யும் உதவி – வித்தியா தானம்; ஏழை பராரிருக்கு உடுக்க உடை கொடுப்பது– வஸ்திரதானம்; ஏழைக் கன்னிப் பெண்கள் திருமணத்துக்கு உதவியாகப் பொன் தருவது – ஸ்வர்ணதானம்.

ஆனால் இல்லறத்தான் செய்யும் சாதாரண தர்மம் தகுதியைப் பார்க்காமல், வித்தியாசமில்லாமல் யார் வேண்டுமானாலும்

* (பிரச்சனோபநிஷத்; பிரம்மசூத்ரபாஷ்யம்)
** (ஸ்ரீமத் பகவத் கீதை (18:47)
*** (ஸ்ரீமத் பகவத் கீதை (18:48)

பயன்பெறும் வகையில் செய்யும் அறம் ஆகும். உதாரணமாகத் தண்ணீர்ப்பந்தல், சத்திரம், பள்ளிக்கூடம் ஆஸ்பத்திரி அமைத்தல். இங்கு யார் வேண்டுமானாலும் பயன்பெறலாம்.

தான தர்மம் இல்லறம் செய்பவர்களுக்காகவது; துறவிகளுக்கும் பிரம்மச்சாரிகளுக்கும் இல்லை. சம்சாரிகள், துறவிகள், பிரம்மச்சாரிகள் மற்றும் குலப் பழக்கம் என்ற பாகுபாட்டின்படி வேறு வேறு விதமாக பலவித சாதாரண தர்மங்கள் விதிக்கப்பட்டுள்ளன. உதாரணமாக "கிரஹஸ்த தர்மசூத்ரம்" என்பது இல்லறத்திலுள்ளவர்கள் செய்ய வேண்டிய அறன்களை வலியுறுத்துகிறது. "முன்டகோபநிஷத்" துறவறம் ஏற்று வாழ்பவர்கள் பின்பற்ற வேண்டிய ஆன்மயோக தர்மங்களைச் சொல்கிறது.

'யக்ஞும் (யாகம்) அத்தியயனம் (வேதமோதுதல்) தானம் (கொடுப்பது) இவை கிரஹஸ்த (குடும்பஸ்தன்) தர்மங்கள். தவம், ஸன்னியாச (துறவு) வானப்பிரஸ்தர்கள் (உலகை வெறுத் தொதுக்கியவர்) தர்மம். புலனடக்கம் செய்து வாழ்வது பிரம்மச்சரிய தர்மம்.

தர்மத்தின் வழி எட்டுவிதமாகப் பிரிக்கப்பட்டுள்ளது.* அவை 1) யக்ஞும் 2) அத்தியயனம் 3) தானம் 4) தவம் 5) ஸத்தியம் 6) பொறுமை 7) தளராமை 8) கருமித்தனமில்லாமை.

"எது தாங்குகிறதோ அது தர்மம். தர்மம் சிருஷ்டியை தாங்குகிறது" என்று தர்மத்தின் விளக்கம் ஒன்று உண்டு.** தர்மம் என்பதன் விளக்கம் அதர்வ வேதத்திலிருக்கிறது' உண்மை (சத்தியம்) உயர்ந்த கடுமையான ஒழுங்கு (ருதம்) ஆன்மசாதனை, (தீக்ஷா) தவம்,

* சாந்தியோக்கியோ பநிஷத் (1:23:1)

** மஹாபாரதம் (கர்ணபர்வம் 69-39) *** அதர்வணவேதம் (12.1.1)

**** ஆசிரியர் குறிப்பு: இங்கே குறிக்கப்பட்டுள்ள 'இந்து மத தர்மங்கள்' ஐந்தும் பல இந்துமத ஆதார நூற்களில் காணப்படும் தர்மத்தைப் பற்றிய விளக்கங்களிலிருந்து தொகுக்கப்பட்டவையாகும். எந்த ஒரு நூலிலும் இந்த ஐந்து தர்ம விதிகளும் சேர்ந்தாற்போல், வரிசைக் கிரமமாகத் தரப்படவில்லை. (Rita) ருதம் என்ற ரிக்வேதத்தில் (10.116.1) வரும் குறிப்பு தர்மத்தைக் குறிப்பதாகும். அதை 'பிரபஞ்ச ஒழுங்கு' 'புனிதமான ஒழுங்கு' அழகான (Beauty) ஒழுங்கு என்று பலவிதமாக பொருள் கொள்ளலாம். ருதமே பிரபஞ்ச தர்மமாக கருதப்படுகிறது.

இந்து மதம் ஓர் அற்புதம்

பிரார்த்தனை, மத ஒழுக்கம் (பிரக்ஞை) இவையே பூமியைத் தாங்குகின்றன.*** தர்மத்தைப் பற்றி விளக்கங்கள் இன்னும் பல இந்துமத நூற்களில் விவரமாக உள்ளன.

இந்துமதம் வலியுறுத்தும் "இந்துதர்மம்",**** ஆண் பெண் என்று எல்லா இந்துக்களுக்கும் பொதுவானது. இந்து மதத்தின் ரிக்வேதத்தில் ருதம் (Rita) என்ற ஒரு குறிப்பு வருகிறது. இதற்குப் பொருள்" பிரபஞ்ச மற்றும் புனிதமான ஒழுங்கு" (Cosmic and Sacred Order) என்பதாகும். இதிலிருந்து உதித்த புனிதமான ஒழுங்கு தான் 'தர்மம்' (அறம்) என்பது. இங்கு தர்மம் என்பது மனிதர்கள் மீறக்கூடாத புனிதமான வாழ்க்கை ஒழுக்கம் வாழ்க்கை வழிமுறை என்பது பொருள்.

உலகில் பிறந்த ஒவ்வொரு மனிதனுக்கும் வாழ்வின் சிறப்புகளாகிய (புருஷார்த்தம்) அறம் (தர்மம்) பொருள் (அர்த்தம்) இன்பம் (காமம்), வீடுபேறு (மோக்ஷம்) இவற்றை அடைய முயற்சி செய்ய அடிப்படையாக உரிமை உண்டு. இவன் இந்த சிறப்புகளைப் பெற உலகில் இருப்பவைகளை உபயோகப்படுத்திக் கொள்ள உரிமை உண்டு. ஆனால் மனம் போனபடி எப்படி வேண்டுமானாலும் நடந்து, எதை வேண்டுமானாலும் செய்து, புருஷார்த்தங்களை அடைய முயற்சி செய்ய உரிமையில்லை. அவனது முயற்சிகள் பின்வரும் கட்டுப்பாடுகளுக்கு உட்பட்டதாக இருக்க வேண்டும். இதுவே "இந்து தர்மம்".

எந்த ஒரு இந்துவும் புருஷார்த்தங்களைப் பெற –

1. எவருக்கும் தீங்கு விளைவிக்கக் கூடாது. எதையும் அழிக்கக் கூடாது.
2. பிறர் உரிமையைப் பறிக்கக் கூடாது.
3. மனதில் கோபமும் பேராசையும் கொண்டு புருஷார்த்தங்கள் பெற முயற்சி செய்யக் கூடாது.
4. ஒருவனது செய்கைகள் அவனை மேம்படுத்துவதாக அமைய வேண்டும்.
5. அவன் முயற்சிகள் உலகத்தாரும் மேம்பாடு அடையும் வகையில் அமைய வேண்டும்.

இந்த ஐந்து கட்டுப்பாடுகளையும் மீறாத வண்ணம் செய்யப்படும் கடமை, தொழில், முயற்சி, வாழும் வாழ்வு 'தர்ம வழி' ஆகும். அறவழி வாழ்வு. இதை மீறியது 'அதர்ம வாழ்வாகும்'. தனிமனித சுதந்திரம், அவனது உரிமை, கடமை இவற்றை முழுமையாக ஒப்புக்கொண்டு அவற்றை நிறைவேற்றும் வழியையும் 'இந்து தர்மம்' சொல்கிறது.

'ஸ்வதர்மத்தை' காப்பவனுக்குப் புகழ் கிடைக்கிறது. இல்லறத்தான் செய்யும் 'தான – தர்மம்' புண்ணியம் சேர்க்கிறது. இந்துக்கள் தங்கள் வாழ்க்கையில் பின்பற்றும் முறையான இந்து வாழ்க்கை 'தர்மம்' புருஷார்த்தங்களைத் தந்து முக்திக்கு வழி சொல்கிறது.

மாணவன்: 'தர்மம்' என்ற ஒரு சிறு வார்த்தை இந்துமதத்தில் இவ்வளவு சிறப்பாகப் பயன்படுத்தப்படுகிறதே! உலகத்தில் யாவரும், நீங்கள் விளக்கமளித்த ஐந்து கட்டுப்பாடுகளைக் கொண்ட 'இந்து தர்மவழி' வாழ்வு வாழ்ந்தால் உலகில் சண்டை சச்சரவே தோன்றாது; வறுமையும் ஏற்றத்தாழ்வும் அகலும்; எங்கும் சுபிட்சம் நிலவும்; சமாதானம் உண்டாகும்.

குரு: அந்த லட்சிய நிலைதான் அரசியல் சித்தாந்தங்களின் குறிக்கோள். எல்லா மதங்களின் குறிக்கோளும் அதுதான். "ஒழுங்கு படுத்தப்பட்ட முறையான உலக வாழ்வு, என்றும் மாறாத இறையுணர்வு." இதுவே ஆன்மீகத்தின் லட்சியம். இந்து மதம் இதற்கான வழியைச் சிறப்பாக வகுத்திருக்கிறது. இதுவே இந்து மதத்தின் அடிப்படை. இந்துமதம் இறைவனைப் பற்றியும் சுவர்க்கம், நரகம் என்ற தத்துவங்களைப் பற்றி மட்டுமே சொல்லவில்லை. ஒரு மனிதன் பிறந்ததிலிருந்து இறக்கும் வரை வாழவேண்டிய வாழ்க்கையைப் பற்றியும் சொல்கிறது. ஒருவனுக்கு இயல்பாக அமைந்த குணநலன்கள் அவனது சமூக சமுதாய நிலை தரம் இவற்றிற்கேற்ப அவன் ஒரு முழுமையான வாழ்வு வாழவும் அவன் வாழ்வினால் பிறருக்கும் உலகத்துக்கும் நன்மைகள் விளையும் வகையில் வாழவும் வழியமைத்துத் தருகிறது. இதுவே இந்து மதத்தின் சிறப்பு ஆகும். அடுத்து இந்து மதம் என்றால் என்ன என்பதைப் பார்ப்போம்.

3. இந்து மதம்

மாணவன்: பொதுவாக மதங்கள் தோன்றிய விதம் பற்றிச் சொன்னீர்கள். இந்து மதம் எப்படித் தோன்றியது? யார் தோற்றுவித்தார்கள்?

குரு: "இந்து மதம்" என்ற பெயரில் ஒரு மதம் தோன்றவேயில்லை...

மாணவன்: என்னது! இந்து மதம் ஒரு மதம் இல்லையா?

குரு: நீ தவறாகப் புரிந்து கொண்டு விட்டாய். இந்து மதம் ஒரு மதம் அல்ல என்று நான் சொல்லவில்லை. இந்து மதம் என்ற 'பெயரில்' ஒரு மதம் தோன்றவில்லை என்றுதான் நான் சொன்னேன்.

மாணவன்: அது எப்படி?

குரு: பாரதத்தில் நம் முன்னோர்கள் பின்பற்றிய மதத்திற்கு 'ஸநாதன தர்மம்' என்றும் வாழும் அறம் என்ற பெயர் வழங்கியது. அதுவே பின்னாளில் இந்து மதம் என்று பெயர் பெற்றது.

மாணவன்: இந்து மதம் என்ற பெயர் எப்படி வந்தது?

குரு: இந்து மதம் என்ற பெயர் அரேபியர்கள் வழக்கிலிருந்து ஐரோப்பியர் சூட்டிய பெயர் ஆகும். பிரிவுபடாத பாரத நாட்டில் சிந்து நதி பாய்ந்து வந்தது. சிந்து நதி பாயும் நாட்டில் வாழ்ந்து வந்தவர்களை 'சிந்துக்கள்' என்று அரேபியர்கள் குறிப்பிட்டார்கள். 'சிந்து' என்பது மருவி 'இண்டஸ்' ஆனது. அதேபோல், சிந்துக்கள் என்ற பெயரும் மாறி "இண்டூஸ்" என்று அழைக்கப்பட்டது.

காலப்போக்கில் நாம் "ஹிண்டூஸ்" ஆகி நமது மதம் 'ஹிண்டு மதம்' ஆனது. நாம் அதைத் தமிழில் 'இந்து மதம்' என்கிறோம். 'ஸநாதன தர்மம்' என்ற மதத்தை 'இந்து மதம்' என்றே நாம் குறிப்பிடுகிறோம்.

மாணவன்: இதுநாள் வரை நான் இந்து மதம் என்பதே பழமையான பெயர் என்று நினைத்திருந்தேன். பழமையான ஸநாதன தர்மத்தைத் தோற்றுவித்தது யார்?

குரு: 'இந்து மதம்' என்றே நாமும் இனி ஸநாதன தர்மத்தை நம் உரையாடலில் குறிப்பிடுவோம். இந்து மதத்தை எந்த ஒரு தனி மனிதனும் தோற்றுவிக்கவில்லை. அது தானாகவே உதித்து வளர்ந்தது. அதை 'அநாதி' மிகப் பழமையானது. தோற்றுவிக்கப்படாதது என்று சொல்கிறார்கள். மனிதன் உலகில் தோன்றி தன்னுணர்வு பெற்று என்று இயற்கையை வணங்க ஆரம்பித்தானோ அன்றிலிருந்தே இந்து மதம் உருவானது. மனிதன் தன் மெய்ஞானத்தால் கடவுளைக் கண்டு கொண்டான். இறைவன் அருளால் ஆத்ம பலம் பெற்ற ரிஷிகள் 'வேதங்களை அறிந்தார்கள்.' இறையருள் பெற்ற பெரியோர்கள், ரிஷிகள், அரசர்கள், நீதிமான்கள், துறவிகள் இந்து மதத் தத்துவங்களையும் கோட்பாடுகளையும் முறையாக வகுத்தார்கள். 'தர்மம்' இந்து மதத்தின் அடிப்படையானது. ரிஷிகள் விண்ணையும் மண்ணையும் ஆராய்ந்து அறிந்து மாறாத சத்திய உண்மைகளை அறிந்தார்கள். காலத்தின் போக்குக்கு ஏற்ப ஏற்படும் சமூக சமுதாய மாற்றங்கள் பரிசீலிக்கப்பட்டு வேதங்களின் வழியில் கர்மம், ஞானம், பக்தி, உபாசனை என்ற முறைகள் வகுக்கப்பட்டு இந்து மதம் நிலை பெற்றது. இந்து மதம் ஒரு வாழ்க்கை முறையாக இயற்கையோடு இசைந்து என்றும் அழியாத நெறியாக விளங்குகிறது.

மாணவன்: மற்ற மதங்களைப் போலவே இந்து மதம் மனிதன் வாழ வேண்டிய முறைகளை அமைத்துத் தந்திருக்கிறது. அதனால் மனிதன் கட்டுப்படுத்தப்படுகிறான், கட்டுப்பாடாக வாழ்கிறான். இதுதானே நீங்கள் சொல்வது?

குரு: இல்லை. நீ அவசரமாகத் தவறான முடிவுக்கு வந்திருக்கிறாய். இந்து மதம் இந்துக்களை எந்த விதத்திலும் கட்டுப்படுத்துவதில்லை.

மாணவன்: இந்துக்களை இந்து மதம் கட்டுப்படுத்துவதில்லையா? மத விஷயத்தில் இந்து மதம் தனி மனித சுதந்தரத்தை அனுமதிக்கிறதா?

இந்து மதம் ஓர் அற்புதம்

குரு: ஆமாம். தனி மனித சுதந்திரம், சுய தேர்வு, தன் மத வாழ்வைத் தானே அமைத்துக் கொள்ளும் அதிகாரம் முதலியவற்றை இந்து மதம் அனுமதிக்கிறது. வேறு எந்த மதத்திலும் இந்தச் சுதந்திரம் அனுமதிக்கப்படுவதில்லை. மற்ற மதங்களில் ஒரு குறிப்பிட்ட வழியிலே இறைவழிபாடும், மத வாழ்வும் வாழ்ந்தால்தான் அந்த மதத்தைச் சேர்ந்தவனாக அங்கீகாரம் கிடைக்கும். இந்த மதத்தில் குறிப்பிட்ட நடைமுறைகளைப் பின்பற்றினால்தான் இந்து என்று தனியாக ஒரு 'முத்திரை' குத்துவதில்லை. மாறுபடும் மனித இயல்புகள், குணங்கள், சமூக சமுதாய சூழ்நிலை இவற்றிற்கேற்ப ஒவ்வொரு இந்துவும் தான் விரும்பும் முறையில் இறை வழிபாடும் மத அனுஷ்டானமும் செய்யலாம். எந்தவிதக் கட்டுப்பாடும் இல்லை. ஆனால், ஒரே ஒரு சட்டம் மட்டும் இருக்கிறது. அதுதான் 'தர்ம வழியில் நடக்க வேண்டும்' என்பது. இந்து தர்மம் என்றால் என்ன என்பதை முன்பே உனக்கு நான் விளக்கியிருக்கிறேன்.

மாணவன்: மத விஷயத்தில் இவ்வளவு சுதந்திரம் இருந்தால் மனிதன் எப்படி வேண்டுமானாலும் வாழ்ந்து அதை இந்து மதம் அனுமதிக்கிறது என்று சொல்லித் தப்பித்துக் கொள்ளலாமே. இதனால் இந்து மதம் அழிந்து விடுமே.

குரு: பலரும் அப்படித்தான் நினைக்கிறார்கள். ஆனால், அது சரியில்லை. அப்படி இதுவரை நடக்கவில்லை. உலகில் இந்து மதத்திற்குப் பின்பு தோன்றிய கட்டுப்பாடான பல மதங்கள் மறைந்து விட்டன. ஆனால், எந்தக் கட்டுப்பாடும் விதிக்காத இந்து மதம் இன்றும் இருக்கிறது. என்றும் இருக்கும்.*

மாணவன்: அது எப்படிச் சாத்தியமாகும்?

குரு: சொல்கிறேன். இந்து மதம் அடிப்படையாகவே மெய்ஞானம் விஞ்ஞானம் இவைகளைச் சேர்த்த சங்கமமாக இயல்பாக வளர்ந்துள்ளது. இந்து மதம் மனிதனை அணு அணுவாக ஆராய்ந்து அவனது இயல்புகளையும், வேற்றுமைகளையும் நன்கு கணித்திருக்கிறது. மனிதன் கூட்டமாக சமூக வாழ்க்கை வாழ்ந்தாலும் அவன் தன்னளவில் தனியான (Individual) ஜீவன். அவனது மனம், இதயம், அறிவு இவற்றின் மாறுபாடுகள், விகாரங்கள்

---

* காஞ்சி மாமுனிவர் மஹாஸ்வாமிகள் அருள்வாக்கு

இவை தனித்தனியானவை. சமூக ஒழுங்குக்காக, குறைவான, பொதுவான குறிப்பிட்ட சட்ட திட்டங்களுக்கு உட்பட்டு மனிதன் நடப்பான். ஆனால் சட்ட திட்டங்கள் கடுமையாகி அவன் சுதந்திரம் தடைப்பட்டு, அவன் தனித்தன்மை பாதிக்கப்படும்போது அவன் அந்தச் சட்டங்களை உடைக்க முயலுவான். மனிதனின் இந்தத் தனித்தன்மையை இந்து மதம் அங்கீகரிக்கிறது. ஆகையால் மத விஷயங்களில் வேதங்கள் (சுருதி) உண்மை,* அவற்றில் சொல்லியதற்கு மாறானவை உண்மையல்ல, வேதங்கள் காட்டும் வழியே சரியானது என்ற ஒரே ஓர் அடிப்படைக் கட்டுப்பாட்டையும் இந்து 'தர்மம்' என்ற ஒரே ஒரு சட்டத்தையும் மட்டும் வலியுறுத்தி விட்டு வேதங்களில் சொல்லப்பட்ட பல உண்மைகளில் தமது இயல்புக்கேற்றவற்றைத் தேர்ந்தெடுத்து நம்பிக்கையுடன் பின்பற்றும் சுதந்திரத்தை இந்துக்களுக்கு இந்து மதம் வழங்கியுள்ளது.

ஒரே இயல்புள்ள இந்துக்கள் பலர் கூட்டாகச் சேர்ந்து வேத வழியில் ஒரு சம்பிரதாய அமைப்பை உண்டாக்கி அவர்களாகவே சில சட்ட திட்டங்கள், கட்டுப்பாடுகளை விதித்துக் கொண்டு மரபு வழியில் காலங்காலமாக அவைகளை மாற்றாமல் கட்டுப்பட்டு வாழ்கிறார்கள். இப்படிச் சிறுசிறு கூட்டாக அமைந்த வாழ்க்கை முறைதான் "வர்ணாஸ்ரமம்" எனப்படும் ஜாதிப் பிரிவுகள். இந்த ஜாதிகள் யாவற்றையும் முன்பு இந்து மதம் சரிசமமாக வைத்தது. இவற்றில் உயர்வு தாழ்வு பேதமில்லை. 'மதம் என்ற கட்டுப்பாடு இல்லை. நமக்குள் நாமாகவே உண்டாக்கிக் கொண்ட நம் பிரிவுகள், நம் ஜாதிக்கான சட்ட திட்டங்கள் என்பதால் அதை மதித்து நடக்கிறோம்.** எந்த இந்துவும் கட்டுப்பாடற்று கெட்டுப் போகவில்லை. தனது பிரிவின் சட்டங்களை மீறுவதில்லை. இதுவே இந்து மதம் இன்றும் தழைத்து வாழும் ரகசியம்!'

மாணவன்: இந்து மதத்தில் பெண்கள் நிலை என்ன? அவர்கள் அடிமைகளா?

குரு: இந்து மதம் பெண்களை என்றுமே அடிமைகளாகவோ, போகப் பொருளாகவோ பார்க்கவில்லை. ஆண்களைவிட உயர்ந்த நிலையில் பெண்ணினத்தை இந்து மதம் வைத்திருக்கிறது. சில

---

* பிரஹ்ம வித்யோபநிஷத்
** காஞ்சி மாமுனிவர் மஹாஸ்வாமிகள் அருள்வாக்கு

மதங்களில் பெண் போகப் பொருள், ஆணின் அடிமை என்ற சட்ட திட்டங்கள் உண்டு. வேத காலத்தில் கார்க்கி, மைத்ரேயி போன்ற பெண்களும்கூட ரிஷிகள் கூட்டத்தில் சேர்க்கப்பட்டனர். மகாபாரதத்தில் கூட குந்திதேவி* அதர்வண மந்திரங்களைக் கற்றதாக வருகிறது. கல்வியிலும் ஞானத்திலும் சிறப்படைந்த பெண்கள் ஆண்களுக்குச் சமமான மதிப்புடனே கவுரவிக்கப்பட்டிருக்கிறார்கள். ஏன் தமிழ்நாட்டில் பெண் புலவர்களான ஔவையார், காக்கை பாடினியார் மற்றும் குலச்சிறையார், காரைக்காலம்மையார், திலகவதியார் போன்ற அருளாளர்களும் ஆண்டாள் போன்று பெண் பக்தைகளும் ஆண்களுக்குச் சமமாகப் புகழ் பெற்றவர்கள் தானே?

இந்து மதத்தில் பெண்களின் உடற்கூறு மற்றும் இயல்புகளுக் கேற்ப சில மத அனுஷ்டானங்களிலிருந்து பெண்களுக்கு விலக்கு அளிக்கப்பட்டிருக்கிறது. பெண்தான் இல்லறத்துக்கு ஆதாரம், கணவன், குழந்தைகளைக்காத்து குடும்பம் முன்னேற உழைப்பவள் என்பதால் எல்லா மத வழிபாட்டிலும் முறைகளில் பங்கு கொள்ள வேண்டிய கட்டாயம் இல்லை. இந்துக்களின் கல்யாணம் வாழ்க்கை ஒப்பந்தம் (Contract) இல்லை. மாற்ற முடியாத ‘கர்ம பந்தம்’ கணவனை தர்ம வழியில் செலுத்துபவள் மனைவி. ஆகையால் அவளுக்கு ‘தர்ம பத்தினி’ அறத் துணைவி என்று பெயர். மனைவியில்லாதவன் யாகம், யக்ஞம் செய்ய அதிகாரமில்லாதவன்.** *(1)* கிருஹ்ய சூத்திரங்கள், *(2)* அன்பும் அறனும் உடைத்தாயின் இல்வாழ்க்கை பண்பும் பயனும் அது (திருக்குறள். *45*) பெண்களை தாய் வடிவிலும் சக்தி வடிவிலும் வழிபடும் வழிபாட்டு முறை இந்து மதத்தில் உண்டு.

தர்ம சாஸ்திரங்களில் வாழ்க்கையில் ஒவ்வொரு செயலுக்கும், இயக்கத்துக்கும் வழிமுறைகளும், சட்டங்களும் உண்டு. ஆனால் அப்படி வரைமுறை செய்ய முடியாத (Uncoded) விஷயங்களில் தர்ம சாஸ்திரம் பெண்கள் வழிமுறையாகச் சொல்லும் மரபுகளைப் பின்பற்றச் சொல்கிறது.*** லௌகீக வாழ்வில் மரபுவழி நடைமுறைச் சடங்குகளில், தர்ம சாஸ்திரம் வழிமுறைகளை

---

* பிருஹதாரன்யகோபநிஷத் (3:8:2) கார்க்கி என்ற பெண் ரிஷி யாக்ய வல்க்யர் என்ற ரிஷியுடன் ‘ஆன்மா’வைப்பற்றி வாதிடுகிறாள்.

** மஹாபாரதம் வன பர்வம் (30:20)

*** கிருஹ்ய சூத்திரங்கள்

வகுத்துச் சொல்லாமல் அந்தந்தப் பிரதேசங்களின் மரபையும் பெண்கள் சொல்லும்* வழிமுறைகளையும் ஏற்றுக்கொண்டு அந்த சடங்குகளைச் செய்யும்படி சொல்கிறது. இதில் பெண்களின் தீர்ப்பே இறுதியானது என்று உறுதி செய்திருக்கிறது. மத விஷயங்களில் சமமாக முடிவு எடுக்கும் சுதந்திரம் பெண்களுக்கும் இந்து மதம் தருகிறது.

மாணவன்: நான் இந்து மதம் பற்றி நிறையக் கற்றுக் கொள்ள வேண்டியிருக்கிறது என்பதை உணர்கிறேன். தாங்கள் தான் எனக்கு இந்து மதம் பற்றி விளக்கமாகச் சொல்ல வேண்டும்.

குரு: இதுவரை நாம் மதம் என்பது என்ன, இந்து மதம் எப்படித் தோன்றியது என்பவற்றைப் பார்த்தோம். இனி, இந்து மதத்தின் கொள்கைகள், தத்துவங்கள் அவற்றின் ஆதாரங்கள் முதலியவற்றைப் படிப்படியாக ஆராயலாம். இதற்கு முதற்படியாக நாம் முதலில் இந்து மதத் தத்துவத்தின்படி மனிதன் (ஜீவன்), உலகு (ஜகத்), கடவுள் (பரமாத்மா அல்லது ஈஸ்வரன்) என்பவை என்ன என்பதைப் பார்ப்போம். மனிதனுக்கு 'தன்னுணர்வு பிறகு உலக உணர்வு பிறகு 'இறையுணர்வு' என்று படிப்படியாக வாழ்க்கை விரிகிறது. முதலில் 'தான் யார்?' பிறகு 'உலகம் என்பது என்ன' என்ற கேள்விகள் பிறக்கின்றன. கடைசியாகத்தான் 'இறைவன் என்பது யார்' என்று சிந்திக்கிறான். இந்த மூன்றின் தோற்றம், நிலைப்பு, உபயோகம் என்பதை சரியாக அறிந்து கொண்டால் மனிதனின் 'தேடல்' முற்றுப் பெற்று ஆன்மீக வாழ்வு துவங்குகிறது. ஆகையால் மனிதன் உலகம், கடவுள் பற்றி இந்த மதத் தத்துவங்கள் என்ன சொல்கின்றன என்பதை தெரிந்து கொள்வோம்.

இந்து மதத்தில் பல சமயங்கள் உள்ளன. அவை பல வகைகளில் மாறுபடுகின்றன. தங்கள் சித்தாந்தம் தான் உயர்ந்தது என்று அவற்றை பின்பற்றுவோர் வாதம் செய்கிறார்கள். அவர்கள் கருத்தின்படி அடிப்படைத் தத்துவங்களின் விளக்கங்கள் மாறுபடும். நான் எந்த சிந்தாந்தக் கருத்தையும் சாராமல் பொதுவாக உள்ள விவரங்களையே உனக்குச் சொல்லப் போகிறேன்.

ஏனென்றால் எந்த ஒரு மதத்தின் தத்துவங்களும் கோட்பாடுகளும் அதன் கொள்கைகளை அடிப்படையாக வகுக்கும்போது 'உள்ளது

---

* காஞ்சி மாமுனிவர் மஹாஸ்வாமிகள் அருள்வாக்கு

இந்து மதம் ஓர் அற்புதம்

உள்ளபடி' பொதுவாகத்தான் வரையறுக்கின்றன. பின்னாளில் அந்த மதம் வளரும்போது பல ஞானிகள் தோன்றி பிரசாரமும், தலைமை அமைப்பு முறையும் செய்யும்போது மரபு, சடங்கு வழிமுறைகள், கோட்பாடு, விளக்கங்கள் இவற்றில் மாற்றங்கள் ஏற்பட்டு மதங்கள் பல கிளைகளாகப் பிரிகின்றன. பிற்காலத்தில் இவற்றைப் பின்பற்றும் மக்கள் சடங்குகளிலும் சம்பிரதாயத்திலும் நிலைத்து மதத்தின் உண்மையான அடிப்படைத் தத்துவங்களைப் புறக்கணித்து விடுகிறார்கள். அடிப்படைகளை ஆராய்ந்தால் தான் உண்மையான சாரம் தெரியவரும். நாமும் இப்போது இந்து மதத்தின் சாரத்தை அறிய முயல்வோடும். அத்துடன் இன்றைய விஞ்ஞானத் தத்துவங்களை ஒப்பிட்டு ஆராய்வோம்.

4. தத்துவங்கள் என்றால் என்ன?

குரு: நாம் இந்துமதத் தத்துவங்கள் பற்றிய விவரங்களை ஆராய்வதற்கு முன்னால் 'தத்துவம்' என்றால் என்ன என்பதைப் புரிந்து கொள்வோம்.

மாணவன்: தத்துவங்கள் மிகவும் குழப்பம் தரக்கூடியவை என்கிறார்களே?

குரு: தத்துவங்களை 'ஏட்டுச் சுரைக்காய்' அது 'கறிக்குதவாது' என்று கூடச் சொல்வார்கள்! தத்துவஞானியை இருண்ட அறையில் கண்களைக் கட்டிக் கொண்டு ஒரு கறுப்புப் பூனையை தேடும் 'மேதாவி' என்று கூடக் கேலியாகச் சொல்வார்கள்! ஆனால் உண்மையில், தினசரி வாழ்க்கையில் ஒவ்வொருவரும் ஏதாவது ஒரு வகையில் தத்துவங்களைச் சார்ந்தும், அதைப் பயன்படுத்தியும் தான் வாழ்கிறோம்.

மாணவன்: தத்துவங்கள் என்றால் என்ன?

குரு: மற்றவர்களுக்குச் சொல்லாவிட்டாலும் நமக்குள் நாமே கேட்டுக் கொள்ளும் வினாக்கள் 'என்னத்துக்காக பொறந்தோம்?' 'எதுக்குப் பொறந்தோம்?' 'இந்த உலகங்கறது என்ன?' 'இதாலே எனக்கு என்ன பிரயோசனம்' அதற்கு விடை தருவது தத்துவம்!

மாணவன்: (சிரித்து) ஆம் உண்மைதான்! நானே இந்தக் கேள்விகளை என் மனதிற்குள் கேட்டதுண்டு.

இந்து மதம் ஓர் அற்புதம்

குரு: 'தத்துவம்'* என்பது உலகம் மற்றும் மனிதனின் இருப்பிற்கான (ஏன் இருக்கிறது, எதற்காக இருக்கிறது என்ற) அர்த்தத்தை ஆராய்ந்து தெரிவிக்கும் கேட்பாடு/விளக்கம் ஆகும். தத்துவம் மனத் தெளிவு தரும்.

மாணவன்: தத்துவத்தின் தேவை என்ன? இவை எதற்காக உண்டாயின?

குரு: 1. மனிதனின் வாழ்வே போராட்டம் தான். அவன் தன்னுடன் தானே முரண்படுகிறான், அறிவுக்கும், மனத்துக்கும், ஓயாத போராட்டம்தான். தன் உற்றார், உறவினர் மற்றும் உலகத்தாருடன் தன் வாழ்வின் உரிமைக்காகப் போராடுகிறான். இதனால் மனிதனுக்கு நிம்மதி இருப்பதில்லை. மனிதன் – உலகம் என்பவற்றின் உண்மைத் தன்மைகளைப் புரிந்து கொண்டால் போராட்டமில்லை. தத்துவம் அதைத் தருகிறது.

2. மனிதனைச் சுற்றி நிகழும் நிகழ்வுகள் யாவும் முற்றிலும் அறிந்து கொள்ள முடியாதவை. பல ரகசியங்கள் நிறைந்தவை. என்றும், மனிதன் தெரியாததை அறிந்து கொள்ளும் ஆவலுள்ளவன். இந்த ரகசியங்களை ஆராய்ந்து விடுவிப்பது தத்துவம்.

3. ஒரு மனிதன் தன்னம்பிக்கை, திறன், அனுபவம் இவற்றைக் கொண்டு ஒரு பிரச்சனையை அணுகுகிறான். அவனது அணுகுமுறை ஒரே கோணத்தில்தான் அமையும். ஒரு பிரச்சனையைப் பலகோணத்திற் பார்த்து பலவித அணுகு முறைகளில் ஆராய்ந்து உண்மையைக் கண்டுபிடிக்கத் தத்துவம் சொல்லித் தருகிறது.

4. மனிதனின் எதிர்பார்ப்புகளும், ஆசைகளும் அளவில்லாதவை. ஆனால் அவை நிறைவேறுவதில்லை. அவரவர் விருப்பப்படி யாருக்குமே செல்வாக்கு, அதிகாரம், புகழ், ஆதிக்கம், பதவி, செல்வம், வளமை மண், பெண், பொன், சுற்றம், சூழல் அமைவதில்லை. இதனால் ஆத்திரம் வருகிறது. மனக்குழப்பமும், பயமும் தோன்றுகின்றன. மனிதன் நிம்மதியிழந்து துன்பத்துக்கு ஆளாகிறான். அவனுக்கு, இயற்கை நியதி, விருப்பம், ஆசைகளை அடக்கி, வாழ்வில் இன்பம் பெருக்கி, நிம்மதியாய் வாழத் தத்துவம் தான் வழி சொல்கிறது.

---

* க்ரியாவின் தற்காலத் தமிழ் அகராதி (பக். 503)

மாணவன்: தத்துவம் என்பது எப்படி இருக்க வேண்டும். அதற்கு ஏதாவது விதிமுறைகள் உண்டா?

குரு: விதிமுறைகள் என்று பட்டியலிட்டு சொல்லும் முறை எதுவுமில்லை. ஆனால் பொதுப்படையாக சில வரையறைகள் உண்டு. தத்துவம் எக்காலத்துக்கும் பொருந்துவதாய் மாறாத உண்மையைச் (சத்தியம்) சொல்வதாய் இருக்க வேண்டும். வெறும் ஏட்டுக் கல்வியாய் அமையாமல் மனிதனின் வாழ்வில் பயன்படுத்தக் கூடியதாயிருக்க வேண்டும். அது மேம்போக்கான தன்மைகளையும் கண்ணால் காண்பவற்றை மட்டும் விளக்காமல், தோற்றத்தை உட்கடந்து உள்ள ரகசியங்களையும், காரண காரியங்களையும் தெளிவாக அலசி ஆராய்ந்து உண்மைகளை வெளிக்கொணர வேண்டும்.

மாணவன்: தத்துவங்கள் மெத்தப்படித்தவர்களின் பொழுதுபோக்கு என்றிருந்தேன். அது பொது மனிதனின் வாழ்விற்கு உபயோகமானது என்பதை நான் அறிந்திருக்கவில்லை. இந்தியாவில் மட்டும்தான் தத்துவம் படைக்கப்பட்டிருக்கின்றனதா?

குரு: இல்லை இந்துக்கள் மட்டுமல்ல கிரேக்கர்கள், ரோமானியர்கள், ஆங்கிலேயர்கள், சீனர்கள் என்று பலதேசத்தாரும் தத்துவங்களைப் படைத்திருக்கிறார்கள்.

மாணவன்: தத்துவ ஞானிகளின் அணுகுமுறை ஒன்றே போன்றதா?

குரு: தத்துவ ஞானிகள் சிலரிடையே ஒரு குறையுண்டு. தங்கள் அறிவின் திறத்தால் ஆராய்ந்தறிந்த தத்துவம்தான் மேம்பட்டது என்று நம்பி அதை ஒப்புக் கொள்ளாதவர்களுடன் வாதித்து வழக்கு செய்தைப் பெருமையாக நினைக்கிறார்கள். சிலசமயம் இவர்கள் செய்யும் தர்க்கவாதம் மிகவும் நுண்ணிய விவரங்கள் வரை ஊடுருவி இந்தச் சொற்பிரயோகம் தவறு, அது இலக்கணத்துக்கு சரியில்லை என்ற அளவுக்குப்போய் (Hair Splitting logic) எதையும் பகுத்துப் பார்ப்பதில் வரைமுறையில்லாமல் பைத்தியக்காரத்தனமாய்த் தோன்றுமளவுக்குப் போய் விடுவதுண்டு!

மாணவன்: இந்தியத் தத்துவங்களும் மற்ற நாட்டினர் படைத்த தத்துவங்களும் ஒன்றே போன்றவையா? அவற்றினிடையே வேற்றுமைகள் உண்டா?

குரு: இந்தியத் தத்துவம் என்பது இந்துக்கள் படைத்தது. வேதங்களின் 'உபநிஷ'தங்களிலிருந்து எடுத்து 'சத் தர்சனங்களான' 'நியாயம்' 'மீமாம்சை' 'வைசேசிகம்' 'யோகம்' 'சாங்கியம்' 'வேதாந்தம்' ஆகிய 'வேத உபாங்கங்களினால்' விரிவாக்கப்பட்டு வளர்ந்து நிலைத்தவை, இந்துத் தத்துவங்கள்.

இந்தியத் தத்துவம் உலகையும் மனிதர்களையும் மட்டும் இணைக்காமல் இறைவனையும் இணைத்து மதம் + உலகத் தத்துவம் இரண்டையும் சேர்த்துச் சொல்கிறது. மேலைநாட்டுத் தத்துவங்கள் இறைவன், மதம் இவற்றின் ஆராய்ச்சியைத் தனிப்படுத்தி மத ஆராய்ச்சி தியாலஜி (Theology) என்றும் ஏனையவற்றை பிலாஸபி (Philosophy) என்று தனித்தனியாக பிரிந்திருக்கின்றன.

மாணவன்: இந்து தத்துவம் மற்றும் மேலைநாட்டுத் தத்துவங்களின் வீச்சும் தாக்கமும் ஒன்றே போன்றதா?

குரு: இல்லை. இரண்டும் மாறுபட்டவை. மேலை நாட்டுத் தத்துவ ஞானிகள் அறிவினால் அறியக்கூடிய, கண்களால் காணக்கூடிய, கைகளால் உணரக் கூடிய ஸ்தூல பௌதீக நிகழ்வுகளை மட்டுமே கணக்கில் கொண்டு தத்துவங்களைத் தந்திருக்கிறார்கள். இது வெறும் மேம்போக்கான தத்துவமாக மட்டும் அமைகிறது. ஆகையால் கால மாறுபாட்டால் புதிய விஞ்ஞான உண்மைகளும், கண்டுபிடிப்புகளும் நிகழும் போது அவற்றின் சவால்களுக்கு ஈடு கொடுக்க முடியாமல் மேல் நாட்டு தத்துவ ஞானிகள் முன்பு வடித்தத் தத்துவம் தகர்ந்து போகிறது, புதிய தத்துவ தரிசனங்களைக் கண்டுபிடிக்க வேண்டிய நிலைமை வருகிறது.

இந்துக்கள் ஸ்தூலமான (பருப்பொருள்) நிகழ்வுகளையும் பௌதீகத் தன்மைகளையும் மட்டும் கணக்கில் கொள்ளாமல் இவற்றைக் கடந்து மனிதனின் உள்ளுணர்வையும் (Intuition) ஆன்மீக நிலைகளையும் (Metaphysical Aspects) நுண்ணிய உணர்வுகளையும் (Finer feelings) கூட ஆராய்ந்து தத்துவங்களை வடிவமைத்துள்ளனர்.

மாணவன்: மேலைநாட்டு தத்துவ ஞானிகள் மனிதனின் உள்ளுணர்வு களையும், ஆன்மீக அனுபவங்களையும் ஆராயவில்லையா?

குரு: இல்லை மேலைநாட்டுத் தத்துவஞானிகள் மனிதன், வெளிமனதைக் கடந்து, உள் மனதின் ஆற்றல்களையும் நுண்ணிய

உணர்வுகளையும் அனுபவித்து அறிந்து ஆராய்ந்து தெரிந்துக் கொள்ள சக்தியற்றவன் என்று உறுதியாக நினைக்கிறார்கள். ஆன்மீக அனுபவங்களெல்லாம் ஓர் ஆவேசத்தில் (Trance) தோன்றும் மன உருவகங்களே (Mental Pictures/Vision) என்கிறார்கள் அவற்றை உண்மையான அனுபவங்கள் (Experience) என்று ஒத்துக் கொள்வதில்லை. இவற்றையெல்லாம் 'பூடகமான மறைபொருள் பற்றிய யூகங்கள்' (மிஸ்டிசிஸம் - Mysticism) என்றே கருதுகிறார்கள். புதிய அறிவியலில், உளவியல் (Psychology) மனிதனின் மனத்தின் வெளிப்பாடுகளான நடத்தை, குணம் குறித்து ஆராய்வதைப் போன்றே மேலைநாட்டு தத்துவ ஞானிகளின் அணுகுமுறையும் அமைந்திருக்கிறது. அவர்கள் உள்மன விவகாரங்களை (Perversion) மட்டும் எடுத்துக் கொள்கிறார்கள் ஆனால் உன்னதங்களை (eminence) புறக்கணிக்கிறார்கள்.

மாணவன்: இதன் தாக்கம் பற்றி...

குரு: இதனால் மேலைநாட்டு தத்துவங்களின் நோக்கம் குறுகிய ஒரே ஒரு கோணத்திலேயே எதையும் ஆராய்கிறது. அது பல வழிமுறைகளில் ஒன்று சரியானதென்றால் மற்றவை எல்லாம் தவறானவையாகத்தான் இருக்க முடியும் என்ற தீர்வினைத் தருகிறது. இதனால் ஒரு முழுமையான பல்நோக்கு ஆய்வும், ஒரே பிரச்சனைக்குப் பல தீர்வுகள் பல்வேறு கோணங்களின் வழியாக கிடைக்கக் கூடும் என்ற வழிமுறையும் அடைபட்டு விடுகின்றன. நிலைத்த சத்தியத்தின் முழுமையான பரிமாணம் வெளிப்படுவதில்லை.

ஆனால் இந்து மதத் தத்துவம் பல கோணங்களின் ஆராய்ச்சியும், புதிய பரிமாணங்களை அங்கீகரிப்பது என்ற விசாலமான நோக்கைக் கொண்டிருப்பதால் ஒரே பிரச்சனைக்குப் பல வழிகளில் தீர்வு தருகிறது.

இதனால்தான் மேலைநாட்டினர் மற்றும் இந்தியர்களின் மனப்பான்மையும், மனப்போக்கும் (mental attitude) மாறுபடுகின்றன. மாறுபட்ட முரணான கருத்துக்களையும் அங்கீகரிப்பது என்ற இந்து மதத்தின் அடிப்படை (basic) அவர்களைக் குழப்புகிறது. அதனால்தான் ருட்யார்ட் கிப்ளிங்க் என்ற அறிஞர் கீழ்த்திசையும், மேல்திசையும் (உணர்வால்) என்றும் ஒன்றாக சந்திக்காது என்று

"The East is East and West is West and never the twain shall meet!" என்று சொல்லியிருக்கிறார்.

மாணவன்: இந்துமதத் தத்துவங்கள் எவ்வாறு நிறுவப்பட்டன? தத்துவங்களில் எவ்வளவு வகை உள்ளன?

குரு: இது மிகவும் விரிவாகப் படித்துப் புரிந்துக் கொள்ள வேண்டிய பகுதி. அவற்றை விளக்குவது கடினம்.

மாணவன்: சுருக்கமாக அடிப்படை விவரங்களையாவது நீங்கள் சொல்லக் கூடாதா? அவற்றை நான் தெரிந்து கொள்ள விரும்புகிறேன்.

குரு: சரி சுருக்கமாக ஒரு தத்துவம் எப்படி நிர்ணயிக்கப்படுகிறது என்பதைச் சொல்கிறேன். இன்றைய அறிவியலில் ஆராய்ச்சிகள் வழியாக ஒரு 'விதி' (Law) நிர்ணயிக்கப்படுவதற்கான வழிமுறைகள் போன்றதே இந்தத் தத்துவ நிர்ணயம் செய்யும் முறை.

மாறாது தொடர்ந்து நிகழும் ஒரு நிகழ்வு கணிப்புக்கு எடுத்துக் கொள்ளப்படுகிறது. அது; ஏன், எதனால், எப்படி நிகழ்கிறது என்பது ஆராயப்படுகிறது. இதனால்தான் இது நிகழ்கிறது என்று கணிக்கப்பட்ட ஒரு 'பிரேரணை (Resolution)' முன் வைக்கப்படுகிறது. அது உண்மையானதா சரியானதா என்று ஆராய்ந்து 'தீர்வு' காண பின்வரும் முறையில் முயற்சி செய்யப்படுகிறது.

1. பிரேரணை (Resolution) — 'யூகம்' செய்யப்பட்ட காரண – காரியம்

2. அநுமானம் (Hypothesis) — அறிவுக்கும், அநுபவத்திற்கும் உட்பட்ட சரியானதாக கணிக்கப்பட்ட பிரேரணைகளை முறை செய்து முன் வைப்பது.

3. தர்க்கம் (Logic) — காரண காரியங்களின் அடிப்படையில் பிரேரணைகளைப் பற்றி வாதம் மற்றும் எதிர் வாதங்கள் செய்து படிப்படியாக விவாதங்களை (Debate) முன்வைத்து, ஒன்றை நிறுவும் முறையில் அநுமானங்கள் பரிசீலிக்கப்படுகின்றன. தீர்வு செய்யப்படுகின்றன.

4.	பிரமாணம் (Evidence)	தர்க்கத்தின் வழியாக நிறுவிய தீர்வுகளுக்குச் சான்றுகளைக் காட்டுதல்; கூற்றுகளை வலுப்படுத்தல்.
5.	கோட்பாடு (Theories)	(தீர்வு) ஒன்றை விளக்கச் சில கொள்கைகளை அடிப்படையாகக் கொண்டு நிறுவப்படும் கூற்று அல்லது கூற்றுகளை தொகுத்து அமைத்தல்.
5.	தத்துவம் (Philosophy)	உலகத்தின் அல்லது மனிதனின் இருப்பிற்கான அர்த்தத்தை நிர்ணயம் செய்து உண்மை யென்று ஒப்புக் கொள்ளப்பட்ட கோட்பாடு தத்துவம் ஆகிறது.

மாணவன்: (வியந்து) அடேயப்பா! ஒரு தத்துவம் நிர்ணயம் செய்ய இவ்வளவு நிலைகளைக் கடக்க வேண்டியிருக்கிறதா!

குரு: இந்து மதத்தின் கோட்பாடுகளும் தத்துவங்களும் பொழுது போகாமல் நம் முன்னோர்கள் எழுதி வைத்த பிதற்றல்கள் அல்ல. அவற்றை நிர்ணயிக்கும் முன்பு பல ஆண்டுகள் சிந்தித்துப் பரிசோதனை செய்து, இந்த உண்மை என்றும் மாறாது முக்காலத்துக்கும் பொருந்தும் 'சத்தியம்' என்று உறுதி பெற்ற பின்பு தான் தத்துவங்களை எழுதி வைத்தனர். மிகவும் கூர்மதியும், உன்னதமான அறிவுத்திறனும் உடைய ஞானிகள் வடிவமைத்த நம் தத்துவங்கள் எந்த அறிவியல் உண்மைகளுக்கும் குறைந்தவையல்ல, நிச்சயம் அவற்றை விட மேம்பட்டவையே என்பது என் கருத்து.

மாணவன்: இந்துமதத் தத்துவங்கள் சாமான்ய மனிதனின் வாழ்க்கையில் பயன்படுகின்றனவா?

குரு: மனிதனுக்கும் வாழ்க்கையில் இவ்வுலகத்திலும் இறந்த பிறகு மேலுலகத்திலும் ஏதாவது ஒரு வகையில் பயன்தரக்கூடிய தத்துவங்களையே இந்துமதம் நிர்ணயம் செய்திருக்கிறது. அவை சிலர் நினைப்பது போல் 'கறிக்கு உதவாத ஏட்டுச் சுரைக்காய்கள்' அல்ல.

மாணவன்: தத்துவங்களை வாழ்க்கையில் உபயோகத்தில் கொண்டுவர என்ன வழிவகைகள் செய்யப்பட்டுள்ளன?

இந்து மதம் ஓர் அற்புதம்

குரு: நீ கேட்டது ஓர் அருமையான கேள்வி. இதற்குச் சரியான விளக்கம் தெரியாததால்தான் பலர் தத்துவங்களை எள்ளி நகையாடுகிறார்கள். மக்களுக்கு தேவையானது எதுவும் ஏட்டளவில் மட்டும் இருந்து என்ன பயன்? அது தினசரி வாழ்வில் பின்பற்றக் கூடியதாக அமைத்துத் தந்தால்தான் பயன்விளையும். இதை மனதிற் கொண்டுதான் இந்துக்கள் தத்துவங்களை 'மத ஒழுக்கம்' (Religious Conducts) என்று அமைத்துத் தந்திருக்கிறார்கள்.

மாணவன்: அவை யாவை?

குரு: அவை சாஸ்திரம், சம்பிரதாயம், மதநெறி, சடங்கு முதலியவைகள் ஆகும்.

சாஸ்திரம் (Treatise)	தத்துவங்களை நெறிமுறைகளாக்கி கடைப்பிடிக்க வேண்டிய 'ஒழுங்கு' என்ற முறையில் 'சடங்கு களாக' அமைத்து, 'சாஸ்திரங்களாகப்' புத்தகங் களில் எழுதப்பட்டுள்ளன.
சம்பிரதாயம் (Customs/ Religious Prescription)	சாஸ்திரங்களில் கூறப்பட்டவைகளை ஒருவரின் இயல்பு நிலைக்கேற்றபடி வடிவமைத்துப் பின் பற்றும் முறை. உதாரணமாக விருந்தினர்களை 'அதிதி' என்று வரவேற்று உபசரிப்பது யாவருக்கும் பொது. ஆனால் துறவிகளுக்கும் பிரம்மச்சாரி களுக்கும் இதை வற்புறுத்தவில்லை.
மதநெறி (Doctrine/Code of Conduct)	சமய ஒழுக்கத்தைப் பின்பற்ற வகைப்படுத்தப்பட்ட சட்ட திட்டங்கள். உதாரணமாக ஆன்மிகத்தில் பற்றுக் கொண்டு யோகம் பயில்வோர் சாத்வீகமான உணவைத்தான் உண்ண வேண்டும். புலால் உண்ணக் கூடாது.
சடங்கு (Cermony rites rituals)	சாஸ்திரம் விதிப்பதால் அல்லது மரபு/பரம்பரை வழியின் காரணமாக நெறியுடன் செய்யப்படும் புனித செயல் (வெளிப்பாடுகள்).

தத்துவங்கள் வழிமுறைகளாக மாற்றப்பட்ட நெறியைத்தான் நாம் 'மத ஒழுக்கம்' என்கிறோம். நாம் சாஸ்திரம், சம்பிரதாயம், மதநெறி சடங்கு முதலியவைகளைப் பின்பற்றி வாழும்போது நமக்குத்

தெரியாமலேயே இந்துமதத் தத்துவங்களைப் பயன்படுத்துகிறோம். மேற்சொன்னவற்றில் ஒன்றை எடுத்துக் கொண்டு அது எப்படி வழக்கத்தில் வந்தது என்று பின்னோக்கி ஆராய்ந்து பார்த்தால் அது ஒரு தத்துவத்தை அடிப்படையாகக் கொண்டிருப்பது தெரியும். நான் முன்பு உதாரணமாகக் குறிப்பிட்ட யோகம் பயில்வோர் புலால் உண்ணக் கூடாது என்ற சாஸ்திரநெறியை ஆராய்ந்து பார்த்தால் 'சாந்தியோக்கிய உபநிஷத்தில்' "அன்னம் (உணவு) மூன்று பகுதிகளாகப் பிரிகிறது. அதன் சூக்குமப் பக்தி மனம் (Mind) ஆக மாறுகிறது" என்ற தத்துவம் இருக்கிறது. யோகம் பயில்வோன் மனது சாத்வீகமாக (அமைதியாக) இருக்க வேண்டும். அவன் புலால் உண்டால் அவன் மனது 'ராஜஸ' குணம் உடையதாக மாறும். புலனடக்கம் கெடும், அவனது யோக முயற்சிகளும் கெடும். ஆகையால் யோகம் பயில்பவன் புலால் உண்ணக் கூடாது என்பது மதநெறியாக வைக்கப்பட்டிருக்கிறது.

மாணவன்: தத்துவம் என்பது என்ன என்பதைப் புரிந்து கொண்டேன். இந்துக்களின் மத ஒழுக்கமே அர்த்தமுள்ள தத்துவம் தான்!

5. ஜகத் தத்துவம்

குரு: ஜகத் என்பது நாம் வசிக்கும் பூமி, சூரியன், நட்சத்திரங்கள், கோள்கள் மற்றும் ஏனைய விண்ணிலுள்ள பொருட்களைக் குறிக்கும். இதை ஆங்கிலத்தில் 'யுனிவர்ஸ்' (Universe) என்கிறார்கள். தமிழில் 'ஜகம்' எனப்படுகிறது. விஞ்ஞானத்தில் ஜகத்தின் தோற்றம் எவ்வாறு நிகழ்ந்தது என்பதைப் பற்றியத் தத்துவங்கள் உனக்குத் தெரியுமா?

மாணவன்: தெரியும். இந்த ஜகம் எவ்வாறு தோன்றியது என்ற முடிவான ஒரு தத்துவம் விஞ்ஞானத்தில் இல்லை; எப்படித் தோன்றியிருக்க முடியும் என்பதை அறிவியல் சோதனைகளில் கிடைத்த முடிவுகளைக் கொண்டு யூகம் செய்த அநுமானங்கள்தான் பல இருக்கின்றன. அவற்றில் 'பிக் பேங் தியரி' (Big Bang Therory) 'நெபூலா' (Nebula) எனும் பிரம்மாண்டமான நெருப்புக் கோளமாக இருந்த மூலக்கரு (Premordial Matter பிரிமார்டியல் மேட்டர்) வெடித்துச்சிதறி பல துண்டுகளாகி அவைகள் நட்சத்திரங்களாகவும் கோள்களாகவும் ஆயின எனப்படும் அநுமானம் அதிகமாக நம்பப்படுகிறது. 'க்ளவுட் டஸ்ட்' ஹைபாதசிஸ் (Cloud Dust Hypothesis) எனப்படும் மற்றொரு அநுமானமும் சிறப்பாகக் கருதப்படுகின்றது. இது விண்ணில் எங்கும் அடர்ந்து பரந்து கவிழ்ந்திருந்த மேகம் போன்ற அணுத்துகள்கள் ஒரு கால கட்டத்தில் இறுகிசெறிவடைந்து பல மையக் கருக்கள் (Core) உருவாகி அவை அணுத் துகள்களை ஆகர்ஷித்து மேலும் செறிவடைந்து அவை நட்சத்திரங்கள் மற்றும் கோள்களாக ஆயின என்கிறது.

குரு: நல்லது, 'நெபூலா' வெடித்துச் சிதறவோ அல்லது அணுத்துகள்களில் 'கரு'க்கள் உண்டாகவோ என்ன காரணம், எவை அவற்றைத் தூண்டின என்பது பற்றி விஞ்ஞானம் விளக்கம் தரவில்லை.

மாணவன்: ஆமாம். அதே போல் ஒவ்வொரு கோளுக்கும், நட்சத்திரங்களுக்கும் மாறுபட்ட குணங்களும், தத்துவங்களும் அமைந்தது எப்படி என்பதும் விளக்கப்படவில்லை.

குரு: நான் இனி இந்து மதத்தில் இந்த ஜகத் சிருஷ்டியைப் பற்றி உள்ள தத்துவங்களைச் சொல்கிறேன். ஜகத் சிருஷ்டிக்கும் அது நிலைப்பதற்கும், தூண்டப்படுவதற்கும் காரணம் இறைவனே என்பது இந்து மதக் கருத்து. பல வேறுபட்ட நிலைகளில் பல்வேறுபட்ட தோற்றங்கள் உண்டாவதை இறைவனின் 'விபூதி' என்கிறார்கள் இதையே ஆங்கிலத்தில் ஆம்னிபொடன்சி (omnipotency) எதையும் செய்யக்கூடிய வல்லமை என்கிறோம்.

கோள்கள் நட்சத்திரம் முதலியவை மட்டுமின்றி அவற்றில் வாழும் உயிரினங்களையும் சேர்த்தே ஜகத் என்று வழங்கப்படுகிறது. உயிரில்லாத மாறக் கூடிய இன்ஆர்கானிக் (Inorganic); வளர்ச்சியுடைய, வளர்சிதை மாற்றமுடைய, அழியக்கூடிய, உயிருடைய ஆர்கானிக் (Organic) என்ற விஞ்ஞானத்தின் பாகுபாடுகள் இந்துமதத் தத்துவத்தில் 'ஜடம்' என்றும் 'ஜீவன்கள்' என்றழைக்கப்படுகின்றன. இந்த இரண்டின் உற்பத்தியையும் சேர்த்துச் சொல்வது ஜகத் தத்துவம். விஞ்ஞானத்தில் ஜகத்தின் படைப்புத் தனியாகவும் ஜீவராசிகளின் தோற்றம் வேறானதாகவும் கருதப்படுகின்றன.

படைப்புக்கு முன் உருவமும், பெயரும் குணமுமற்ற 'நிரூப' (நிர்குண) பிரும்மம் மட்டுமே இருந்தது. அதுதான் இறைவன். அவன் பிரபஞ்ச லீலையை* சிருஷ்டிக்க நினைத்து தோன்றா நிலையிலிருக்கும், 'மூலபிரகிருதி'யை தோற்றுவித்தான். பிரும்மத்தின் சங்கல்பம் பிரகிருதியின் இருப்புநிலை இவை இரண்டும் தான் சிருஷ்டிக்கு ஆதாரம் ஆகியது.

அதிலிருந்து மூன்று சக்திகள் தோன்றின. அவை

---

* (1) ஐதரேயோநிஷத் (1:1:1.2) (2) ஸ்ரீமத் பகவத் கீதை (18.40)

49

1) வெண்மை நிறத்து மாயா சக்தி (மாயை).

2) சிகப்பு நிறத்து அவித்யை (அறியாமை)

3) கறுப்பு நிறத்து ஆவரண விக்ஷேப சக்தி (அகங்காரம்)

பிறகு சத்வ – ரஜஸ் – தாமசம் என்ற முக்குண இயல்புகள் தோன்றின. இந்த சக்திகளும் குணங்களுடன் கூடி ஜகத் சிருஷ்டியில் படைக்கப்படும் உயிரில்லாத அசையாப் பொருட்களான (மலை, மண் போன்ற) ஜடம், அசையும், உயிருள்ள பொருட்களான – ஜீவராசிகள் (தேவர்கள், மனிதர்கள் தாவரம், விலங்கு, பறப்பன, ஊர்வன, நீர்வாழ்வன) எல்லாவற்றிலும் நிலைத்தன. சிலந்திப்பூச்சி* தன்னிலேயிருந்தே நூலைப் பிரிப்பது போலவும், நெருப்பிலிருந்து இயல்பாகப் பொறிகள் கிளம்புவது போலவும் பரமாத்மாவிலிருந்து எல்லா உலகங்களும் பொருட்களும் வெளிப்பட்டன.

மாணவன்: சத்வ – ராஜஸ – தாமச குணங்கள் என்றால் என்ன?

குரு: மூன்று வித குணங்களான இவை மூன்று விதமான இயல்புகளாகும். இவற்றின் பதிவுள் இல்லாத பொருட்களோ, ஜீராசிகளோ உலகில் இல்லை.

சத்துவகுணம் மேலானது. இது நல்லியல்பாகும். அறிவு, அழகுணர்வு, சுத்தம், சிறப்பு, தன்னலமில்லாமை சத்தியம், பொறுமை தயை போன்ற இயல்புகள் சத்துவ குண நிலையாகும்.

ராஜஸ குணம் : இடைப்பட்டது நல்லதும் கெட்டதும் சேர்ந்தது. இது உணர்வு, உணர்ச்சிகளைக் கொண்ட செயற்பாடு களைக் கொண்டது. இதயமும் மனமும் இருப்பிடமாகக் கொண்டு வேகமாக இயங்கும் வீரம், கோபம், படைப்புத்திறன் செயல் வேகம், படபடப்பு கொண்ட ஆக்க நிலையாகும்.

தாமச குணம் : தாழ்ந்த நிலை. மயக்கமும் தீமைகளும் கொண்டது. பொறிகள் பால் பற்றுக் கொண்ட உணர்ச்சியுடன் கூடிய மனதை இருப்பிடமாகக் கொண்டது. அறியாமை, சோம்பல், தூக்கம், கவர்ச்சி, பொறாமை, சண்டை, மோகம், மயக்கம், காதலுணர்வு ஆகியவை தாமச நிலைகளாகும்.

---

* பிருஹதாரண்யகோபநிஷத் (2:1:20)

மாணவன்: மனிதனின் குணநல வேறுபாடுகளுக்கு இவை காரணமாகின்றன என்பது புரிந்தது.

குரு: "பிரும்மம்* படைப்புத் தொழிலை இந்த சக்திகளையும் குணங்களையும் கொண்டவைகளாய்ப் படைக்க நிச்சயித்து உருவமும், குணங்களும், செயல்களும் உள்ள சொரூப (சகுண) நிலையில் ஈஸ்வரன்" ஆனார் (இங்கு ஈஸ்வரன் என்பது சிவனைக் குறிக்காது) அவர் மாயாசக்தியை தன்வசப்படுத்திக் கொண்டு படைப்புத் தொழில்புரிய பிரம்மனாகவும்; காத்தற் தொழில் செய்ய விஷ்ணுவாகவும்; அழித்தற் தொழில் செய்ய ருத்ரன் (சிவன்) ஆகவும் முக்கடவுள்கள் ஆனார்.

மாணவன்: ஜகத் படைப்பு எவ்விதம் நிகழ்ந்தது?

குரு: "இறைவனிடமிருந்து தனக்குக் கிடைத்த வேதங்களைக் கொண்டு** 'பிரம்மா படைப்புத் தொழிலைத் தொடங்கினார். பிரம்மனின் மனதிலிருந்து 'மானச புத்திரர்களா' ஏழு மகரிஷிகள் பிருகு, மாீசி, அத்ரி, புலகர், ஆங்கிரஸ், புலஸ்தியர், க்ரது தோன்றினார்கள். அவர்கள் தேவர்கள், மனிதர், விலங்கு, பறவை, ஊர்வன, நீர் வாழ்வன, தாவரம் என்ற உயிர் வகைகள் அனைத்தும் சிருஷ்டித்து உலகங்களை நிரப்பினார்கள். பிறகு இந்த உயிர்களைப் பரிபாலித்து ஆள்வதற்கு மனுக்கள் என்பவர்கள் தோன்றினார்கள். அவர்கள் ஈசுவரனிடமிருந்து வந்த செல்வத்தைக் கொண்டு இந்த ஜகத்தை ஆண்டு வருகிறார்கள். அந்த 'மனு'க்கள் சுவாரோசிஷ மனு, சுயம்புவ மனு, ரைவத மனு, உத்தம மனு, தாமச மனு, சக்ஷீச மனு, வைவஸ்த மனு, சவர்ண மனு, தக்ஷ மனு, சாவர்ண மனு, பிரம்ம சாவர்ண மனு, தாம சாவர்ண மனு, ருத்ர சாவர்ண மனு, ருசய மனு, பௌஸ்ய மனு என்பவர்களாவர்.

மாணவன்: இது உயிர் வகைகள் தோன்றியதைச் சொல்கிறது. பூமி மற்றும் ஏனைய உலகத்தின் படைப்பு எவ்வாறு நிகழ்த்தது?

குரு: சொல்கிறேன். படைப்புக்கு முன்*** எதுவுமிருக்கவில்லை. இல்லாமலுமில்லை. இறைவன் சங்கல்பத்தால் அவித்யையிலிருந்து

---

* (1) பிருஹதாரண்யகோபநிஷத் (2:1:3:2:1:20) (2) பிரம்மசூத்ரம் (2:13-7 2:13:13)

** (1) ஸ்ரீமத் பகவத் கீதை (9:18) (2) ஸ்ரீமத் பாகவதம் ஸ்கந்தம் 2:12 (211-27)

*** (1) ஸுபாலோபநிஷத் (முதல் கண்டம்) (2) புருஷ சூக்தம்

இந்து மதம் ஓர் அற்புதம்

அகங்காரம் (தன்னுணர்வு) தோன்றியது. அகங்காரத்திலிருந்து ஆகாசம்; ஆகாசத்திலிருந்து வாயு; வாயுவிலிருந்து அக்னி; அக்னியிலிருந்து ஜலம் (நீர்) நீரிலிருந்து நிலம் (பிருத்வி) தோன்றின. அவை சேர்ந்து ஒரு பிரம்மாண்ட முட்டை வடிவம் ஆனது. அதை இரண்டாகப் பிளந்து இறைவன் மேற்பாகம் (விண்கோள்கள், நட்சத்திரங்கள், துணைக்கோள்கள் கொண்ட) ஆகாயம் கீழ்ப்பாகம் பூமியாகவும் செய்தான் இவற்றுக்கிடையில் தெய்வீக புருஷவடிவு தோன்றியது. அது தன்னை ஆணாகவும், பெண்ணாகவும் இரண்டாக வகுத்துப் பிரிந்து சிருஷ்டியில் நிலைத்தது. பரம 'விராட்' புருஷனின் காதிலிருந்து வாயுவும், பிராணனும் தோன்றி பிரம்மன் படைத்த ஜீவராசிகளை அடைந்து உயிர்பெறச் செய்தன. சம்சாரமாகிய உலக வாழ்வு துவங்கியது. பரம புருஷனின் மற்ற அங்கங்களிலிருந்து நாலு வர்ணங்கள் தோன்றின அவை ஜீவர்களிடையே அவர்கள் குண இயல்புக்கேற்ப தொழில்களாய் நிலைத்தன.

மாணவன்: ஜகத்தும், ஜீவராசிகளும் படைக்கப்பட்ட விதம் தெரிந்தது. இந்த உலகை ஜீவராசிகள் தொடர்பு கொண்டு உணர்ந்து பயன்பெறுவது எவ்விதம் அமைந்தது? இது பற்றிய தத்துவம் இந்து மதத்திலிருக்கிறதா?

குரு: தெளிவாக இருக்கிறது. பிற மதங்கள் இறைவன் உலகைப் படைத்தான், ஜீவராசிகளைப் படைத்தான், அவற்றால் பயன் பெற மனிதனை படைத்தான் என்று சொல்லுகின்றன. ஆனால் மனிதன் உலக அனுபவம் பெறும் சாதனம் யாது வழிமுறை என்ன என்று சொல்வதில்லை. இந்து மதம் இதை மிக நுணுக்கமாய் ஆராய்ந்திருக்கிறது.

இறைவனால் உருவாக்கப்பட்ட 'தன் மாத்திரைகள்' ஆன புலனுணர்வுகள் சப்தம் (ஓசை) ஸ்பரிசம் (ஊறு) ரூபம் (ஒளி) ரசம் (சுவை) கந்தம் (முகர்வு) என்பவை ஜீவராசிகளின் பொறிகளான காது, மெய், கண், நாவு, மூக்கு என்பவற்றில் நிலைத்து உயிர்கள் உலகானுபவம் பெறச் செய்தன. கேட்பது, தொட்டுணர்வது, காண்பது, சுவைப்பது, முகர்வது என்ற ஐந்து உணர்வுகள் (Senses) தானே ஜீவராசிகள் உலகை அறியும் வழி?

மாணவன்: உண்மைதான் இந்த உணர்வுகளில் ஒன்று குறைந்தாலும் வெளி உலகை முழுவதும் அறிய முடியாது.

குரு: அந்த 'தன் மாத்திரை'களிலிருந்து தோன்றி நிலைத்தவைகளே ஆகாசம், வாயு, அக்னி, அப்பு, பிருத்வி ஆகிய ஐம்பெரும் பூதங் களாகும். இதை 'மஹத்' தத்துவம் என்பார்கள். இவை இயற்கையில் கலந்தும் விண்ணில் நிலைத்தும் அது தன் 'கதி'யில் (மாறுபடும் போக்கில்) இயங்க வைக்கின்றன.

மாணவன்: 'கதி' (Gathi) என்கிறீர்களே அது என்ன?

குரு: நான் தர்மத்தின் அடிப்படைகளைப் பற்றிச் சொல்லும்போது ருதம் (Rita) என்ற வார்த்தை பற்றிச் சொன்னேன். நினைவிருக்கிறதா?

மாணவன்: ஆமாம் அதற்கு 'பிரபஞ்ச மற்றும் புனித(மான) ஒழுங்கு (Cosmic and Sacred Order) என்று பொருள் சொன்னீர்கள்.

குரு: புனித ஒழுங்கு (Sacred Order) என்பதே தர்மமாயிற்று Cosmic Order என்பதே ஜகத்தின் மாறாத, ஓயாத, தொடர்ந்து இயங்கும் தன்மை ஆகும். அதையே நான் 'கதி' என்றேன். சூரியன், சந்திரன், பூமி கோள்கள் இவற்றின் போக்கு மாறாது தொடர்ந்து குறிப்பிட்ட நேரத்தில் குறிப்பிட்ட வகையில் நிலைத்து நடக்கிறது. இது 'ஸ்திரமாய்' தொடர்ந்து நடப்பது. அவற்றில் தனித்தனியாய் சூரியன், பூமி சந்திரன் என்று எடுத்துக் கொண்டால் அவற்றின் தனி இயக்கத்தில் ஏற்படும் மாறுபாடுகள் நிலையில்லாதவை மாறிக் கொண்டேயிருக்கும், அவை ஓர் ஒழுங்கில் அமைந்தாலும் கட்டுப் படுத்த முடியாத மாற்றங்கள் கொண்டவை 'நிலையில்லாதவை.' தங்கள் அளவில் 'நிலையில்லாத மாற்றங்களுடன்' கூடிய கோள்கள் நட்சத்திரங்கள் முதலியவை 'பிரபஞ்சத்து' அமைப்பில் 'நிலைத்த ஒழுங்குடன்' (Cosmic Order) ஒன்றுக்கொன்று அணுகாமலும், விலகாமலும், நிற்காமலும் இயங்குவதை இந்து மதம் பல்லாயிரம் ஆண்டுகளுக்கு முன்பே கண்டுபிடித்து குறித்து வைத்திருக்கிறது. மேற்திசை நாடுகளும் விஞ்ஞானிகளும் இந்த பிரபஞ்சத் தத்துவத்தை சிலநூறு ஆண்டுகள் முன்புதான் அறிந்தார்கள். அவர்களில் கோபர்நிகஸ் (Copernicus) என்ற விஞ்ஞானிதான் மேற்கு நாடுகளில் சூரியன் நடுவிலமைந்து மற்ற கோள்கள் அதை சுற்றி வருகின்றன என்ற தத்துவத்தைக் கண்டுபிடித்தார். அதற்கு மத குருமார்கள் அவருக்கு மரணதண்டனை வழங்கினார்கள்!

மாணவன்: எனது விஞ்ஞான பாடத்தில் 'காஸ்மிக் ஆர்டர்'

இந்து மதம் ஓர் அற்புதம்

என்பதைக் கோள்களின் மாறாத இயக்கம் என்று குறிப்பிடுவதைப் படித்திருக்கிறேன். அது இந்து மதத்தத்துவங்களின் இன்னும் நுணுக்கமாக ஆராயப்பட்டிருப்பது ஆச்சரியமாயிருக்கிறது!

குரு: இதே தத்துவத்தை வேறுவிதமாக உருவகம் செய்து இந்து மதம் தருகிறது. இந்த ஜகத்தை "தலை கீழாக* வேர் மேற்புறமும் (விண்ணில்) மரம் (மண்ணில்) கீழ்ப்புறமாகவும் வளர்ந்துள்ள அசுவத மரம் (அரசமரம்) என்று சொல்லப்பட்டிருக்கிறது. "இங்கு வேர் என்பது பரமாத்வாகிய இறைவன். தலைகீழ் மரமாக தண்டு பாகம், கிளைகள், இலைகள் என்பவை ஜகத்தும் அதிலிருக்கும் ஜீவராசிகளுமாகும். வீசும் பெருங்காற்றில் அரச மரத்துக் கிளைகள் இலைகள் அசைகின்றன ஆனால் வேர்ப்பகுதி உறுதியாக அசையாதிருக்கிறது ஆனால் அது மரத்துக்குப் போஷாக்கு, நீர், பிடிப்பு, இவைகளைத் தரத் தொடர்ந்து இயங்குகிறது. அசையாத வேர் 'ஸ்திரம்' (நிலைத்தது) அசையும் மரம், கிளைகள், இலைகள் இவை 'சஞ்சலம்' (மாறுவது).

மாணவன்: அடடா என்ன பொருள் பொதிந்த உருவகம்! நானும் என் வீட்டில் உள்ள இந்துமதப் புத்தகங்கள் மிகப்பழமையானவை – ஒன்றில் இந்தத் தலைகீழ் அரசமரம் படம் ஒன்றைப் பார்த்திருக்கிறேன். வேடிக்கையான படம் என்று நினைத்துச் சிரித்திருக்கிறேன். இன்று தான் அதன் தத்துவம் தெரிந்தது.

குரு: நீயாவது சிறுவன் அனுபவமும் மதக்கல்வியும் பெறாதவன். வளர்ந்து அனுபவம் பெற்ற பெரியவர்கள் பலர், இந்தத் தலைகீழ் அரசமரத்தின் தத்துவத்தை உணரவில்லை. இந்தத் தலைகீழ் வளர்ந்த அரசமர தத்துவத்தில் ஜகத்தின் எல்லா இயக்கங்களும் அடங்குகின்றன. இதில் தான் நிலை பெறுகின்றன இதை மீறிச் செல்வது எதுவுமில்லை, எவனுமில்லை."** விஞ்ஞானத்தில் காலத்தின் 'கடவு எல்லை' 'டைம் பேரியர்' (Time Barrier) என்கிறார்களே அந்தத் தத்துவமாகிய 'காலம்' இதுதான்; இறைவன் ஒருவன்தான் காலத்துக்குக் கட்டுப்படாதவன். இந்தப் பிரபஞ்ச ஒழுங்கு (Cosmic order) என்பதை உருவகமாக மட்டுமல்ல ஓர் வடிவமாகவும் இந்துக்கள் சித்தரித்து இருக்கிறார்கள்.

---

* (1) கடோபநிஷத் (6:1) (2) ஸ்ரீமத் பகவத் கீதை (15:1)
** மஹாநாராயணோபநிஷத் (12:3:3)

ராம் பிரகாஷ்

சைவம்

தலைகீழ் மரம் (கீதை 15:1)

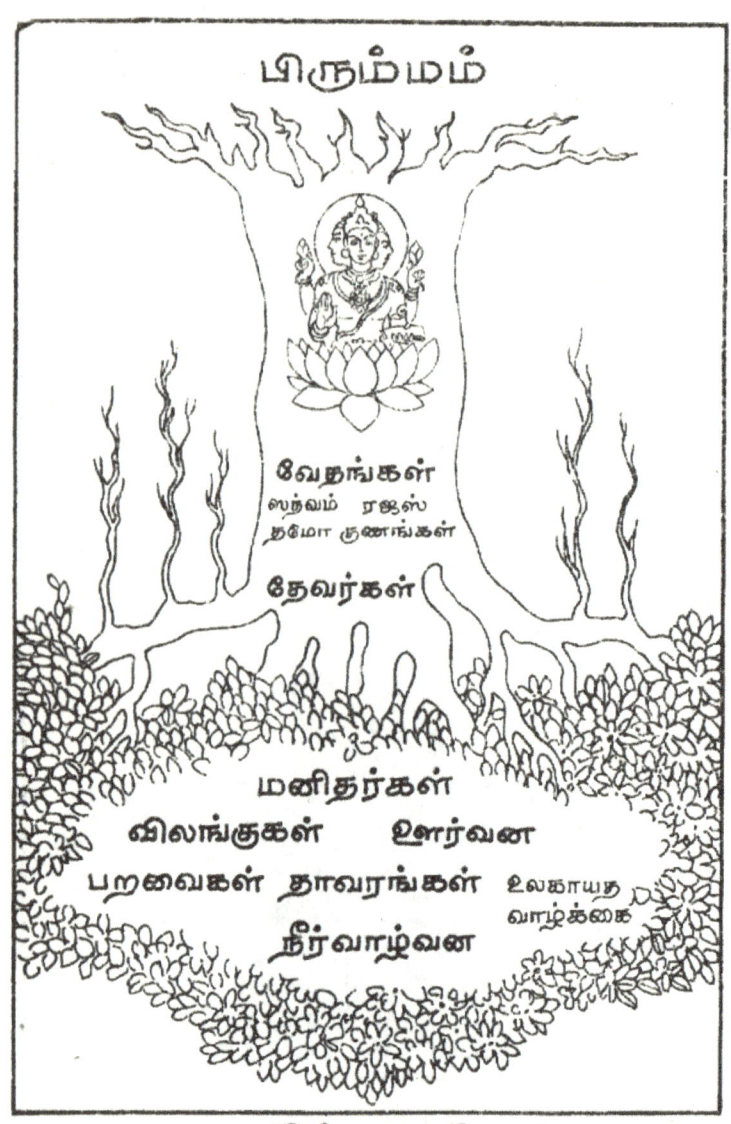

மாணவன்: வடிவமாகவா? எது அது?

குரு: இடது பாதம் தூக்கி நடனம் ஆடிய நிலையில் நிற்கும் நடராஜர் சிற்பம் தான் அது! இதை நாம் 'ஆனந்தத் தாண்டவம்' என்கிறோம். ஆங்கிலத்தில் காஸ்மிக் டான்ஸ் (Cosmic dance) பிரபஞ்ச நடனம் என்கிறார்கள் இதுவே நடராஜ தத்துவம்.

மாணவன்: நடராஜர் சிலை அழகாயமைந்த ஒரு வழிபாட்டு தெய்வம் என்று மட்டும் நினைத்திருந்தேன். அது ஜகத்தின் சிருஷ்டிக்கு ஒரு வடிவம் என்பதை நான் அறியவில்லை. இதைச் சற்று விளக்க வேண்டும்.

குரு: நடராஜர் சிலையின் தலை நடு உச்சி, புருவ இணைப்பு மையம் மூக்கின் நுனி, நடுப்பகுதி மார்பின் நடுப்பகுதி, கீழ் உந்தி (வயிறு) யாவும் ஒரே நேர்கோட்டில் அமைந்திருக்கும் இது 'ஸ்திரம்' காலின் கீழே 'முயலகன் பூமி'; தூக்கிய இடது பாதம் 'சலனம்' வலதுபின் கை உடுக்கு சப்தம் 'ஆகாயம்; இடது பின்கை 'நெருப்பு – அக்னி', தலையில் 'கங்கை நீர்' அந்த உருவம், அடக்கப்பட்டுள்ள நீண்ட கோளான வடிவமான 'திருவாட்சியின்' வெற்றிடம் 'வாயு' இவை மாறும் சுழற்சியைக் குறிக்கிறது.*

மாணவன்: இந்த ஆதி சிருஷ்டியைத்தான் இந்துக்கள் நடராஜராக வணங்குகிறார்களா? என்ன அற்புதமான தத்துவம்!

குரு: இனிமேலே பார்ப்போம். இதே 'ஸ்திரம்' என்ற நிலைப்பும், கதி என்ற 'சலனமும்' விஞ்ஞானத்தில் சொல்லும் மூலக்கூறான அணு (Atom)விலும் திகழ்கிறது. நீ 'அணு'வைப்பற்றி அறிவாயில்லையா?

மாணவன்: ஆம் அறிவேன். அதில் புரோடான் (Proton) என்ற + (Positive) நேர் வினைக்கூறும் Neutron, நியூட்ரான் எனும் சமக்கூறும் சேர்ந்த மையம் ந்யூக்லியஸ் Nucleus உள்ளது. அதைச்சுற்றி (Negative - நெகடிவ்) எதிர்வினைக் கூறு நீள்வடிவப் பாதையில் சுழல்கின்றது. அதன் அமைப்பு ஜகத்தில் கோள்களின் பாதை போல் உள்ளது என்பார்கள்.

---

* நடராஜரின் தலை உச்சியிலிருந்து நேர்கோடாக புருவ இணைப்பு மையம் தொடங்கி கீழ்வயிறு, குதம் வரை மையங்களின் வழியாக ஒரு கம்பியை செலுத்தி நடராஜர் சிலையைச் சுழல விட்டால், அது நிற்காது தொடர்ந்து சுழலும் சுழற்சியாக (Perfectual Motion) அமையும் என்றொரு அநுமானம் இருக்கிறது.

இந்து மதம் ஓர் அற்புதம்

குரு: அதுவேதான் இந்து மதத்தில் அணுவிலிருந்து அண்டம் (ஜகத்) வரை இயக்கம் ஒன்றே போன்றது என்று சொல்லப்படுகிறது. 'அண்டத்திலிருப்பது பிண்டத்திலிருக்கிறது' என்று அந்த அண்ட அணுவமைப்புக் 'கருப் பொருளே, ஜகத்திலும் ஜீவன்களிலும் இருக்கிறது என்பதைச் சாதாரண பழமொழியிலும் இந்துக்கள் பயன்படுத்துகிறார்கள்.

மாணவன்: ஜீவன்கள் எவ்வாறு பிரிவுபடுத்தப்பட்டுள்ளன?

குரு: இந்து மதத்தின் கோட்பாட்டின்படி ஜீவன்களின் பிறப்பு நான்கு விதமாகப்* பிரிவுபடுத்தப்படுகின்றது. 1) அண்டசம்: முட்டையிலிருந்து தோன்றுபவை 2) சராயுசம்: குட்டியாக பிறப்பவை (Mammals) 3) உற்பீசம்: விதையிலிருந்து முளைப்பவை, நீரில் பிறப்பவை 4. ஸ்வேதாகம்: வெப்பம் ஈரப்பதம் வேர்வை அழுக்கிலிருந்து பிறப்பவை. இந்துமதக் கோட்பாட்டின்படி மனிதன் உட்பட உலகில் எண்பத்திரெண்டு லட்சம் (82,000,00) உயிரினங்கள் வாழ்கின்றன.

மாணவன்: ஏ அப்பா இவ்வளவு வகை உயிரினங்களா!! அவற்றின் மொத்த எண்ணிக்கையைக் கணக்கிட்டால் கோடி, கோடியான ஜீவன்கள் உலகில் வாழுமே!

குரு: மேலே சொன்ன நான்கு விதமாகப் பிறந்த ஜீவன்களை இந்து மதம் ஏழுவகை உயிரினங்களாகப் பிரிக்கிறது. அவை 1) தேவர், 2) மக்கள், 3) விலங்கு, 4) பறவை, 5) ஊர்வன, 6) நீர்வாழ்வன, 7) தாவரங்கள் இவற்றையே 'எழுபிறப்பு' என்று தமிழில் சொல்லுகிறோம்.

'ஜகத் பலகோடி உயிர்களால்** நிறைந்து, உயிர்ப்புடன் இருப்பது, தொடர்ந்து இடைவிடாமல் உயிர்களின் பிறப்பு வளர்ச்சி இறப்பு என்ற சுழற்சி நடைபெற்றுக் கொண்டேயிருக்கிறது.' இந்த பூவுலகம் சேர்ந்து மேலுலகங்கள் ஏழும், கீழ் உலகங்கள் ஏழும் இருக்கின்றன. மேல் உலகங்களில் மனிதர்களை விட மேம்பட்ட தேவர்கள் ரிஷிகள் முதலியவர்கள் வாழ்கிறார்கள். அவர்களின் தலைவன் தேவேந்திரன் எனப்படுகிறான்.

---

* ஐதரேயோ பநிஷத் (2:3:3) (2) ஸ்ரீமத் பாகவதம் ஸ்கந்தம் (2:2-24-56)
** ஸ்ரீமத் பகவத் கீதை (10:6)

மாணவன்: தேவர்களில் பிரிவுகள் உண்டா? வேறு உயிரினங்கள் மேலுலகில் இருக்கின்றனவா? இந்த மேல் உலகங்கள் யாவை?

குரு: மேலுலகங்கள்* பூலோகம் (பூமி) புவர்லோகம், சுவர்(க) லோகம், மஹர் லோகம், ஜன லோகம், தப லோகம் சத்ய லோகம் என்பவை ஆகும். முதல் மூன்று பூலோகம், புவர் லோகம், சுவர்க லோகம் சாதாரண மனிதர்கள் அடையக் கூடிய லோகங்கள். நல்வினை செய்து புண்ணியம் சேர்த்து ஜீவர்கள் இறப்பிற்கு பின் அந்த புண்ணியம் தீரும் வரை வாழக் கூடிய 'போக லோகம்' (இன்ப உலகம்) சுவர்க்கம். புண்ணியம் தீர்ந்ததும் ஜீவர்கள் மறுபடியும் பூமியிற் பிறக்கிறார்கள். மஹர் லோகம், ஜன லோகம், தபோ லோகம் சத்ய லோகம் முதலியவற்றைத் தவம் செய்து ஞானம் பெற்ற ரிஷிகள், முனிவர்கள் ஆகியவர்களே அடைய முடியும். சத்ய லோகம் *பிரம்மனின்* இருப்பிடம். கிரமமுக்தி என்ற நிலையடைந்த ஜீவன்கள் சத்திய லோகத்தை அடைகிறார்கள்.

இந்த உலகங்களில் தேவர்களைத் தவிர வசிப்பவர்கள் பின்வருமாறு** பிரஜாபதிகள், மனுக்கள், ரிஷிகள், பித்ருகணங்கள், சித்தர்கள், சாரணர்கள், காந்தர்வர்கள், வித்யாதரர்கள், அசுரர்கள், குஹ்யர், கின்னரர், அப்சரஸ்கள், நாகர்கள், கிம்புருஷர்கள், முதல் மூன்று லோகங்களும் நிலையில்லாதவை மாறக்கூடியவை ஒவ்வொரு சதுர் யுகமுடிவிலும் அழிந்து மற்றொரு சதுர்யுகத்தில் திரும்பவும் படைக்கப் படுகின்றன மற்ற நான்கு மஹர் லோகம் முதல் சத்ய லோகம் வரை பிரம்ம வருடம் முடிந்து மஹாபிரளயத்தில்தான் அழிக்கப்படுகின்றன.*** இந்த பிரளயம், பிரம்ம வருடம் விவரங்களை நான் சரியான இடத்தில் உனக்கு விளக்கம் தருகிறேன்.

மாணவன்: கீழே உள்ள ஏழு உலகங்கள் யாவை? அங்கு யார் வசிக்கிறார்கள்.

குரு: நல்லியல்பே சிறிதும் இல்லாமல் தீவினைகளையே சேர்த்த ஜீவன்கள், இறந்தபின் இந்த ஏழு உலகங்களை அடைகிறார்கள். இவற்றை நரக லோகங்கள் என்பார்கள். இவை துன்பம் தரும் உலகங்களாகும். அவை முறையே அதலம், விதலம், கதலம்,

---

* முண்டகோபநிஷத் (2:1:8)
** ஸ்ரீமத் பாகவதம் (10:35:37)
*** (ஸ்ரீமத் பகவத்கீதை (8:18)

தலாதலம், மஹாதலம், ரஸாதலம், பாதாலம் (பாதாளம்) என்பவை ஆகும். இங்கு ராக்ஷசர்கள் வாழ்கிறார்கள். தீவினை செய்து நரக லோகங்களில் உழலும் ஜீவர்கள் அவர்கள் பாவத்தின் பங்கு தீர்ந்ததும் பூமியில் திரும்பப் பிறக்கிறார்கள். இங்கு வசிப்பவர்கள்* ராக்ஷசர்கள், சர்ப்பங்கள், பித்ருகணங்கள், பிசாசங்கள், பிரேதகணங்கள், பூதகணங்கள், விநாயக கணங்கள், கூச்மாண்டங்கள், உன்மோதங்கள், வேதாளங்கள், யாதுநானர்கள் ஆகியோராவர். இந்த நரக லோகங்கமள 'ரைவதம்' என்ற பிரிவிலும் சொல்வதுண்டு.

மாணவன்: இந்த பதினான்கு உலகங்கள் தவிர சூரியன், சந்திரன், கிரகங்கள், நட்சத்திரங்கள் சேர்ந்தவையா?

குரு: ஆம் இவை நிலைக்கும் வான்வெளி 'அந்தரிக்ஷ' எனப்படுகிறது. இவை எல்லாம் சேர்ந்தது 'பிரமாண்டம்' (பேரண்டம்) என்று அழைக்கப்படுகின்றது. அது முட்டை வடிவில் நீள் வட்டமாக அமைந்துள்ளது.

மாணவன்: விஞ்ஞானத்திலும் அண்டகோளம் (Cosmos - காஸ்மாஸ்) வட்டமாக இல்லாமல் நீள் வட்டமாக (Eliptical - எலிப்டிகல்) உள்ளது என்று கண்டறிந்திருக்கிறார்கள். இது இன்றைய விஞ் ஞானத் தத்துவம். அதை பல்லாயிரக்கணக்கான ஆண்டுகளுக்கு முன் தோன்றிய இந்தத் தத்துவம் சொல்லியிருப்பது, இந்து மதக் கொள்கைகள் விஞ்ஞான உண்மைகள்தான் என்பதைத் தெரிவிக்கிறது.

குரு: சுருக்கமாகச் சொன்னால் ஜடப்பிரகிருதியான பூமி, மனித ஜீவர்களாகிய நாம் வாழத் தேவையான சூழலை உடையதாகப் படைக்கப்பட்டிருக்கிறது. ஜீவர்கள் அனுபவம் பெறத் தேவையான பொறிகள் கொண்டவர்களாகப் படைக்கப்பட்டிருக்கிறார்கள். மனித உடலுக்கும் இந்திரியங்களுக்கும் காரணம் 'பிரகிருதி' எனப்படுகிறது. மனிதன் இன்ப துன்பங்களை அனுபவிப்பதற்குக் காரணம் (பிராணனும் ஆத்மாவும், குணங்களும் சேர்ந்த) 'ஜீவன்' எனப்படுகிறான்.

பஞ்சபூதங்கள் மனித உயிர் வாழ்விற்குத் தேவையான மழை, வெப்பம், குளிர்ச்சி, பரிமாணம், நிலைப்பு இவற்றைத் தருகின்றன.

---

* ஸ்ரீமத் பாகவதம் (10:35:37)

பூமி தாங்குகிறது, விதைகளை வளர்க்கிறது; தீ பற்றுகிறது, வெப்பம் தருகிறது; நீர் பரவுகிறது, கரைக்கிறது, குளிர்ச்சி தருகிறது, மழையாகிறது உடலில் உயிர் நிலைக்க ஆதாரமாகிறது; காற்று வீசுகிறது, சுத்தப்படுத்துகிறது; ஆகாயம் மேற்சொன்னவைகளை நிலைக்க வைக்கிறது, பரிமாணமாகிறது. இதை 'ஆதி பௌதிகம்' என்பார்கள். விண்ணுலகில் நிலைத்த கடவுளர் வடிவில் இவை 'ஆதி தெய்விகம்' ஆகின்றது.

இவையாவும் சேர்ந்து ஜீவராசிகளின் உடல்கள் அமைகின்றன. உறுப்புக்கள் மற்றும் இந்திரியங்கள் உருவாகின்றன. இந்த நிலையில் ஐம்பூதங்கள் நிலை 'அத்யாத்மகம்' எனப்படுகின்றது. இதில் ஆத்ம சொரூபம் மற்றும் பிராணன் (உயிர்மூச்சு) புகுந்து மனிதர்கள் ஏனைய ஜீவராசிகள் உயிர் பெற்று இயங்குகின்றன. வாழ்க்கை தொடங்குகிறது.

'அத்யாத்மகத்தில்': பூத தன்மாத்திரைகள் உடலுக்குச் சாரமாகின்றன.

ஆதிபௌதிகத்தில்: பூமி/நீர்/நெருப்பு சூரியனின் சாரமாகின்றன.

ஆதிதெய் விகதத்தில்: வடிவில்லாத வாயுவும், ஆகாசமும், வானுலகின் சாரமாகின்றன.

வாயுவால் (Air) இகமும், பரமும் எல்லா உயிர்களும் கட்டப்பட்டுள்ளன.* ஆகாயத்தால் (Ether) எல்லாம் நிலைபெற்றுக் கோக்கப்பட்டுள்ளன. சூக்ஷ்மமான (உருவமில்லாத) ஆகாயமும் வாயுவும் எங்கும் பரவியுள்ளன.

இந்த சிருஷ்டி பிரம்மனின் தொழில். இவற்றை விஷ்ணு காக்கின்றார், சிவன் (ருத்ரன்) அவற்றின் ஆயுள் முடிந்ததும் அழிக்கிறார். பிறப்பு – வளர்ப்பு இறப்பு என்ற 'சம்சார' சக்கரம் சுழல ஆரம்பிக்கிறது. 'மாயை' எனும் திரையால் ஜீவர்களை இறைவன் கட்டிப் போடுகிறான். ஜீவன் தன்னிலை மறந்து தன் ஆத்ம சொரூபத்தை அறியாமல் தான் புகுந்த 'உடலே' 'நான்' என்று இன்பத்தையும் துன்பத்தையும் அனுபவிக்கிறது. மாயை ஆத்மனையும் இறைவனையும் பிரிக்கிறது.

மாணவன்: இந்த ஜகத்தில் ஜீவராசிகள் எதை ஆதாரமாகக் கொண்டு வாழ்கின்றன?

---
* ஸ்ரீமத் பகவத்கீதை (1:10)

குரு: இந்த ஜகத்தில் வாழும் உயிர்கள் தழைக்க 'அன்னம்'* (உணவு) ஆதாரமாகிறது. அன்னத்தினாலே உயிர்த் தொகைகள் வளர்கின்றன, பலம் பெருகுகின்றன, சந்ததி பெருக்குகின்றன, வாழ்கின்றன. அன்னம் இல்லையேல் ஜீவராசிகள் நிலைக்காது. இந்த அன்னம் பூமியில் விளைகிறது. அதற்கு மழை ஆதாரமாகிறது.

இந்த அன்னத்தை விளைவிக்க உதவுபவர்கள் விண்ணில் வாழும் இந்திராதி தேவர்களாவர். அவர்கள் மழைபெய்வித்து மற்ற உதவிகள் செய்ய அன்னம் விளைகிறது/உருவாகிறது. இந்த அன்னத்தையும் மற்ற விளைபொருட்களையும் இந்திராதி தேவர்களுக்கு நன்றிக் கடனாக நாம் யாகம் யக்ஞம் வழியாக அக்னியில் சொரிந்து தரவேண்டும். இந்த 'ஹவிஸ்' தேவர்களுக்கு உணவாகிறது. இவ்விதமாக மனிதர்களும் வானுலகத் தேவர்களும் ஒருவருக்கொருவர் உதவி செய்து தழைத்துவாழ இறைவன் விதித்திருக்கிறான்.

உணவு உண்பதே ஒரு யாகம்தான்.** சரியான உணவை, சரியான வழியில் தயாரித்து உயிர்த் தேவதைகளுக்கும் பிராணனுக்கும் அர்ப்பித்து சரியான வழியில் உண்பதே ஒரு யாகமாகிறது. அன்னத்தின் ஸ்தூல பாகம் மலமாகவும்; அதன் நடுத்தரமான சத்து ஏழு வகை தாதுக்களாக மாறி ஜீவர்களின் உடலைப் போஷிக்கிறது. அந்தத் தாதுக்கள் வருமாறு, இரசம் (சாரம்) ரக்தம் (உதிரம்) மாம்சம் (சதை, தசை, மாமிசம்) மேதஸ் (கொழுப்பு) அஸ்தி (எலும்பு) மஜ்ஜை (மூளை) சுக்கிலம் (உயிர்விந்து) அன்னத்தின் சூக்கும (நுண்ணிய) பாகம் மனமாகிறது. மனம் அன்ன மயமானது, பிராணன் நீர்மயமானது வாக்கு ஒளிமயமானது.

மாணவன்: அன்னம் (உணவு) என்பதில் இவ்வளவு தத்துவங்களா! அன்னம் நீரினாலே விளைகிறது பிராணன் நீரினாலேயே நிலைக்கிறது*** என்ற இந்துமத தத்துவத்தில் மழைக்குத் தேவர்கள் துணை வேண்டும். தேவர்கள் உணவு மனிதன் அளிக்கும் ஹவிசினால், ஒன்றுக்கொன்று ஆதாரம் என்ற சங்கிலிப்பிணைப்பான ஜகத்தின்

---

*1) பிரச்னோபநிஷத் (1:14) 2) சாந்தோக்யோபநிஷத் (5:9:1/6:5:1/6:5:4) 3) ஸ்ரீமத் பகவத் கீதை (3:11, 12.13,14)

** (பிருஹதாரண்யகோபநிஷத் (3:7:2)

*** திருக்குறளின் வான் சிறப்பு (2:11:20) அதிகாரத்தின் இதே போன்ற தத்துவக் கருத்துக்களை ஒப்பு நோக்கவும்)

நிலைப்பைப் புரிந்து கொண்டேன். இறைவனால் படைக்கப்பட்ட ஜகத் எவ்வளவு காலம் நிலைக்கிறது?

குரு: ஜகத் நான்கு யுகக் காலம் நிலைக்கிறது. இதை சதுர்யுகம் என்பார்கள். சதுர்யுக முடிவில் 'பிரளயம்' என்ற அழிவுக் காலத்தில் ஜகத்தின் ஒரு பகுதி, பூலோகம், புவர்லோகம், சுவர்கலோகம் மற்றும் கீழான நரகம் முதலிய ஏழு உலகங்களும் அழிகின்றன.* பிரளய காலம் முடிந்து, அடுத்த சதுர்யுகத்தின் படைப்பின் போது இவை மீண்டும் சிருஷ்டிக்கப்படுகின்றன. பிரம்மனின் பகல் நேரத்தில் சிருஷ்டி நடைபெறும் பிரம்மனின் இரவு நேரத்தில் சிருஷ்டி இருக்காது.

மாணவன்: சதுர் யுகங்கள் யாவை? அவற்றின் சிறப்பென்ன?

குரு: சதுர் யுகம் என்பது நான்கு யுகங்கள் சேர்ந்த காலக்கணக்கு. ஒரு சதுர்யுயகத்தில் கிருதயுகம், திரேதாயுகம், துவாபர யுகம் மற்றும் கலியுகம் என்ற நான்கு யுகங்கள் அடங்கியுள்ளன. ஆயிரம் சதுர் யுகங்கள் ஒரு பகலாகவும், ஆயிரம் சதுர்யுகங்கள் கொண்டது ஓர் இரவாகவும் பிரம்மனுக்கு ஒரு நாளாகிறது. இந்த கணக்கில் பிரம்மனுக்கு நூறு வருடம் ஆயுட் காலம் அமைந்திருக்கிறது. பிரம்மனின் ஆயுள் முடிந்ததும் ஜகத் சிருஷ்டி யாவும் முழுவதும் அழிகிறது இதை 'மஹாப் பிரளயம்' என்பார்கள். மஹாபிரளயத்தில் இறைவனால் படைக்கப்பட்ட மற்றும் படைக்கப்படாத மறைந்திருக்கும் யாவும் இறைவனில் ஒடுங்குகின்றன. ஒரு சிலந்திப் பூச்சி தான் நெய்த நூலையே திரும்பத் தன்னுள் வாங்குவதுபோல இறைவன் வகுத்த லீலையை இறைவனே ஒடுக்கிக் கொள்கிறான்.

மாணவன்: மஹாபிரளயத்தில் ஜகத் எப்படி ஒடுங்குகிறது?

குரு: பஞ்சபூத 'அதி தெய்வம்' அதிபௌதிகத்திலும் – அது அத்யாத்மகத்திலும், அது தன்மாத்திரையிலும்; பூமி நீரிலும் அது அக்னியிலும் – அக்னி வாயுவிலும் அது ஆகாசத்திலும் – அது அகங்காரத்திலும் – அகங்காரம் அவித்யையிலும் – அவித்யை இறைவனிலும் ஒடுங்குகின்றன.

மாணவன்: நீங்கள் பிரம்மனின் ஆயுளைப் பற்றிச் சொன்னீர்கள்,

ஸ்ரீமத் பகவத்கீதை (8:18)

நமது ஆயுளை அதனுடன் ஒப்பிட்டுப் பார்த்தால் பிரம்மனின் ஆயுள் எவ்வளது நீண்டது! இந்துக்களின் கால நிர்ணயம் கற்பனை கூட செய்ய முடியாத அளவில் மிகவும் சிக்கலாக இருக்கும் போலிருக்கிறதே?

குரு: அப்படி இல்லை. நீ நினைப்பது போல சிக்கலான கணக்கு முறையல்ல. இது மிகவும் சுலபமானது. மனிதனின் 'கண் இமைக்க' ஆகும் நேரத்தை அடிப்படையாகக் கொண்டு இந்துக்களின் கால நிர்ணயம் அமைந்துள்ளது.*

மாணவன்: அது எப்படி?

குரு: மனிதன் ஒரு முறை கண் இமைக்க (மூடித் திறப்பது) ஆகும் நேரம் ஒரு நொடி. இதுவே அடிப்படையான கால அளவு.

கண் இமைக்கும் நேரம்	:	1 நொடி
60 நொடி	:	ஒரு விநாடி
60 விநாடி	:	1 கடிகை/நாழிகை
30 நாழிகை	:	1 பகல்
30 நாழிகை	:	1 இரவு
60 நாழிகை	:	1 நாள்
30 நாட்கள்	:	1 மாதம்
12 மாதங்கள்	:	1 வருடம்
கிருதயுகம்	:	17,28,000 வருடங்கள்
திரேதாயுகம்	:	12,96,000 வருடங்கள்
துவாபரயுகம்	:	8,64,000 வருடங்கள்
கலியுகம்	:	4,32,000 வருடங்கள்
நான்கும் சேர்ந்த 1 சதுர்யுகம்	:	43,20,000 வருடங்கள்

பிரம்மனின்** வயது:

ஆயிரம் சதுர் யுகங்கள்	:	1 பகல்
ஆயிரம் சதுர் யுகங்கள்	:	1 இரவு
இரண்டாயிரம் சதுர்யுகங்கள்	:	1 பிரம்மநாள்

---

* ஸ்ரீமத் பாகவதம் ** ஸ்ரீமத் பகவத்கீதை (8:17)

இந்த முறையில் நூறு வருடங்கள் பிரம்மனுக்கு 'பிரம்ஹமானம்' எனும் பரகாயுஸ். பிரம்மனின் வயதை இரண்டாகப் பிரித்து முதல் 50 வயது ஒரு பரார்த்தம் என்றும் இரண்டாவது 50 வருடங்கள் இரண்டாவது பரார்த்தம் எனப்படுகின்றன. பிரம்மனின் வயதின் 1 வருடம் கல்பம் எனப்படுகிறது. நூறு கல்பங்கள், பிரம்மனின் நூறு வயதாகும். ஒவ்வொரு கல்பத்துக்கும் ஒரு பெயருண்டு.

பிரம்மனுக்கு 50 வருடம் முடிந்து ஐம்பத்தோராவது வயது 'த்விதீய பரார்த்தம்'; ஸ்வேத வராக கல்பம்; வைவஸ்த மனு ஆளும் வைவஸ்வத மன்வந்த்ரம் இப்போது நடக்கிறது.

மாணவன்: இதெல்லாம் உண்மையா? விஞ்ஞானம் நிரூபணம் உண்டா?

குரு: ஆம் உண்மைதான், என்பது இந்துக்கள் நம்பிக்கை, இதைச் சரிபார்க்கச் சரியான விஞ்ஞான அறிவு இன்னும் வளரவில்லை. தற்போதைய விஞ்ஞானம் இப்போதுதான் பழங்கால உலோகச் சிலைகள் மட்பாண்டங்கள் இவற்றை கார்பன்40 (Carbon C-40) என்ற மூலகத்தின் சிதைவைப் பொறுத்துப் பரிசோதனை செய்து, அவை இத்தனை நூற்றாண்டுகள் பழமையானவை என்று ஓரளவு சரியாகக் கணித்துச் சொல்கிறது. இந்த உலகின் வயதினைக் கண்டுபிடிக்க அணுச்சிதைவுக்கு உள்ளாகும் யுரேனியம் என்ற அணுசக்தியுள்ள மூலகத்தினை ஆராய்ந்து சுமார் ஐந்து பில்லியன் ஆண்டுகளுக்கு முன்பு உலகத் தோற்றம் உண்டாகியிருக்கலாம் என்று அனுமானிக்கின்றனர். சில விஞ்ஞானிகள் புவியியல் (Geology) ஆராய்ச்சியில், கற்கள் அவற்றின் வடிவ அமைப்பு பழங்காலப் பிராணிகளின் ஓடுகள் இவற்றை வைத்து ஆராய்ந்து பூமியின் வயது மூன்று மில்லியன் வருடங்கள் என்கிறார்கள். அப்படியிருக்கும் போது இந்த ஜகத்தைப் படைக்கும் 'பிரம்மனின்' வயதை நிர்ணயிக்க விஞ்ஞானம் சக்தியுள்ளது என்று நம்புகிறாயா?

மாணவன்: தவறுதான், ஆனால் பிரம்மனின் வயதுக் கணக்கு ஆச்சரியமாயிருந்ததால் கேட்டேன்.

குரு: உன்மேல் தவறில்லை இப்போது பொதுவான கால நிர்ணயம் பற்றிச் சொல்கிறேன்.

ஒரு தூசி அதிரும் காலம் = காலப்பிரமாணம்

2 காலப்பிரமாணம்	=	*1 அணு*
3 அணுக்காலம்	=	*1 திருஸரேணு*
3 திருஸரேணுகாலம்	=	*1 த்ருபு*
100 த்ருபுகள் காலம்	=	*1 லேத்யம்*
3 லேத்யம் காலம்	=	*1 லவம்*
3 லவக் காலம்	=	*1 நிமிஷம்*
3 நிமிஷக் காலம்	=	*1 க்ஷணம் அல்லது நொடி*
1 க்ஷணம் நேரம்	=	*1 முறை கண் இமைக்கும் காலம்*
60 நொடிகள்	=	*1 விநாடி*
60 விநாடிகள்	=	*1 நாழிகை*

மாணவன்: நவீன விஞ்ஞானத்தில் நுணுக்கமான மின்னணுவியல் (மைக்ரோ எலக்ட்ரானிக்ஸ் – Micro Electronics) சாதனங்களான கம்ப்யூட்டர் மற்றும் நேரத்தைத் துல்லியமாக கணக்கிடும் அடாமிக் க்ளாக் (Atomic Clock) முதலியவற்றால் இன்று விநாடி நேரத்தை மிகவும் நுண்ணியதாகக் கணக்கிட முடிகிறது. இந்த உபகரணங்கள் இல்லாமல் இந்துக்கள் பழங்காலத்தில் கண் இமைக்கும் நேரத்தையும் பகுத்தது ஆச்சரியம்தான்!

குரு: க்ஷணம் மற்றும் நாழிகையின் இடைப்பட்ட கால அளவு கூடப் பகுக்கப்பட்டிருக்கிறது.

மாணவன்: இதிலும் உட்பிரிவா!

குரு: (சிரித்து) ஆமாம்.

5 க்ஷணம்	=	*1 காஷ்டை*
15 காஷ்டை	=	*1 லகு*
15 லகுக்கள்	=	*60 விநாடிகள் = 1 நாழிகை*

பெரும்பாலோர் நவீன விஞ்ஞானம் தான் எல்லாவற்றிற்கும் தீர்வு தரக்கூடியது என்ற தவறான நம்பிக்கையைக் கொண்டிருக்கிறார்கள். விஞ்ஞானம் என்பதும் மனிதனின் அறிவியல் வளர்ச்சியின் ஓர் அங்கம். அது சர்வ வல்லமையுடையது அல்ல. மெய்ஞானமும் அறிவியல் வளர்ச்சியின் ஓர் அங்கம்தான். இரண்டின் அளவு

கோல்கள் வேறு வேறானவை. 'இரண்டையும் ஒப்பிட்டுப் பார்க்கலாமே தவிர' ஒன்றினால் மற்றொன்றை 'அளந்து பார்க்க' முயற்சிக்கக் கூடாது. அதன் விடை எப்போதும் தவறாகவே யிருக்கும். நீ இந்துக்களின் காலக்கணக்கு கோடி கோடியென்று பல கோடி வருடங்கள் எண்ணிக்கையைச் சொல்வதைக் கண்டு வியக்கிறாய். விரிவான காலக்கணக்கு போலவே நுண்ணியதான நேரக்கணக்கும் இந்துத் தத்துவத்தில் உண்டு.

மாணவன்: என்ன அது?

குரு: இப்போது ராக்கெட் யுகத்தில் மைக்ரோ செகண்ட் என்று ஒரு விநாடி நேரத்தைக் கூடப் பகுத்துச் சொல்கிறார்கள். அதே போன்ற நுண்ணிய கால நிர்ணயம் இந்து மதத்தில் உண்டு. ஒரு நொடி எனும் கண்ணிமைக்கும் நேரத்தை 48,600 காலப் பிரமாணமாகப் பிரித்திருக்கிறார்கள்.

மாணவன்: அது எவ்விதம்?

குரு: பகலில் நீ ஜன்னலருகில் சிறுசிறு துகள்களாகத் தூசி பறப்பதைப் பார்த்திருக்கின்றாய் அல்லவா?

மாணவன்: ஆம். பார்த்திருக்கிறேன்.

குரு: அந்த தூசி ஒருமுறை அதிர எடுத்துக் கொள்ளும் நேரம் 'காலப் பிரமாணம்' என இந்து மதம் கணக்கிடுகிறது.

இனி மனிதர்கள், பித்ருக்கள், தேவர்கள், கடவுளர்களின் மாறுபடும் காலக்கணக்கின் ஒப்பீட்டை விவரிக்கிறேன்.

பூமியில் மனிதனின் காலக் கணக்கு:

2 நாழிகை	= 1 முகூர்த்தம்
6 நாழிகைகள்	= 1 யாமம்/பிரஹரம்
4 யாமங்கள்	= 1 பகல்
4 யாமங்கள்	= 1 இரவு
4 + 4 = 8 யாமங்கள்	= 1 நாள்
15 நாட்கள்	= 1 பக்ஷம்

(பிரதமை, த்விதியை, த்ருதியை, சதுர்த்தி, பஞ்சமி, சஷ்டி, சப்தமி, அஷ்டமி, நவமி, தசமி, ஏகாதசி, துவாதசி, திரயோதசி, சதுர்த்தசி அமாவாசை அல்லது பவுர்ணமி.)

சந்திரன் தேயும் 15 நாட்கள் தேய்பிறை (கிருஷ்ணபக்ஷம்)

சந்திரன் வளரும் 15 நாட்கள் வளர்பிறை (சுக்லபக்ஷம்) ஆக இரண்டு பக்ஷங்கள் சேர்ந்த 30 நாட்கள் – 1 மாதம்.

இறந்துபோன மூத்தோர்கள் பித்ருக்கள் எனப்படுவர். அந்தப் பித்ரு தேவதைகளுக்கு நம் கணக்கிலான கிருஷ்ண பக்ஷத்து 15 நாட்கள் 1 இரவு ஆகிறது. நமது கணக்கிலான சுக்ல பக்ஷத்து 15 நாட்கள் ஒரு பகலாகிறது. நமது 1 மாதம் கணக்கு பித்ருக்களுக்கு 1 நாள் கணக்காகும். அமாவாசை பித்ருக்களுக்கு இரவு முடிந்து பகல் ஆரம்பிக்கும் காலம் அதனால்தான் அன்று பித்ருக்களுக்கு நீர்க்கடன் (தர்ப்பணம்) செய்து எள்ளும் தண்ணீரும் தருவது என்பது சாஸ்திரமாகியது. வருடத்துக்கொரு முறை செய்யப்படும் பிண்டம் வைத்து அன்னமிடும் (திவசம்) சடங்கு அவர்கள் கணக்கில் பன்னிரெண்டு நாட்களுக்கு ஒருமுறை கிடைக்கும் உணவாகிறது. இதையே வள்ளுவர்கூட தனது குறளில்* 'தென் புலத்தார்' என்று மறைந்த மூத்தோரை (சடங்குகள் வழியாகப்) பேணுதல் இல்லறத்தானுக்குச் சிறப்பு என்றார்.

மாணவன்: திருவள்ளுவரின் திருக்குறள் கூட....

குரு: (இடைமறித்து) நீ என்ன கேட்கப் போகிறாய் என்பதை நானறிவேன். அதற்கான விளக்கத்தை நான் பொருத்தமான இடத்தில் தருவேன். 12 மாதங்கள் ஒரு வருடம் ஆகிறது. அவற்றின் பெயர்களை நீ அறிவாயல்லவா?

மாணவன்: அறிவேன் (1) சித்திரை – சைத்ர, மாதம் (2) வைகாசி – வைசாக மாதம் (3) ஆனி – ஜேஷ்ட மாதம் (4) ஆடி – ஆஷாட மாதம் (5) ஆவணி – சிராவண மாதம் (6) புரட்டாசி – பாத்ரபத மாதம், (7) ஐப்பசி – ஆஸ்வீஜ மாதம் (8) கார்த்திகை – கார்த்திக மாதம் (9) மார்கழி – மார்கசீர்ஷ மாதம் (10) தை – புஷ்யமாதம் (11) மாசி – மாக மாதம் (12) பங்குனி – பால்குணமாதம்.

---

* தென்புலத்தார் தெய்வம் விருந்தொக்கல் தானென்றாங்கு
ஐம்புலத்தாறு ஓம்பல் தலை (திருக்குறள் 5:43)

குரு: இரண்டு மாதங்கள் சேர்ந்தது ஒரு ருது எனப்படுகிறது. ஆக வருடத்துக்கு ஆறு ருதுக்கள் மூன்று ருதுக்கள் சேர்ந்த 6 மாதங்கள் = 1 அயனம்.

சூரியன் வடக்கில் பிரகாசிக்கும் ஆறு மாதங்கள் உத்திராயணம். சூரியன் தெற்கில் பிரகாசிப்பது தக்ஷிணாயனம் இரண்டு அயனங்கள் ஒரு வருடம்.

1. வசந்தகாலம்   – வசந்த ருது   – (தை – மாசி)
2. கோடைகாலம்   – க்ரீஷ்ம ருது   – (பங்குனி – சித்திரை)
3. மழைக்காலம்   – வருஷ ருது   – (வைகாசி – ஆனி)
4. இலையுதிர்காலம் – சரத் ருது   – (ஆடி – ஆவணி)
5. முன்பனிக்காலம் – ஹேமந்த ருது – (புரட்டாசி – ஐப்பசி)
6. பின்பனிக்காலம் – சிசிர ருது   – (கார்த்திகை – மார்கழி)

நமது கணக்கிலான தக்ஷிணாயனக் காலமாகிய ஆறு மாதங்கள் தேவர்களுக்கு ஒரு இரவு உத்திராயணமான ஆறு மாதங்கள் தேவர்களுக்கு ஒரு பகல் நமது ஒரு வருட காலம் தேவர்களுக்கு 1 நாள் ஆகும்.

மானுடர்களின் காலக் கணக்கில் 43,20,000 வருடங்கள் 1 சதுர்யுகம் வானுலகத் தேவர்கள் காலக்கணக்கில் 12,000 வருடங்கள் ஒரு சதுர் யுகம் ஆகிறது.

ஆயிரம் சதுர் யுகங்கள் – பிரம்மாவின் 1 இரவு

ஆயிரம் சதுர் யுகங்கள் – பிரம்மாவின் 1 பகல்

2,000 சதுர் யுகங்கள் – 1 பிரம்ம நாள்

இந்தக் கணக்கில் நூறு வருடங்கள் பிரம்மாவின் ஆயுள்.

பிரம்மாவின் 1 பகல் நேரம் 14 மன்வந்திரங்களாகப் பிரிக்கப்பட்டு 14 'மனு'க்களின் ஆட்சி நடைபெறுகிறது. பிரம்மனின் ஆயுள் இறைவனின் கால நிர்ணயத்தில் ஒரு நிமிஷம் தான் இருக்குமாம்!

மாணவன்: நுண்ணியத்திலும் நுண்ணியதான 'காலப்பிரமாணம்' முதல் அதிகத்திலும் அதிகமான 'பிரம்ம ஆயுள்' வரை இந்துமதம் காலத்தைக் கணக்கிட்டிருக்கிறது. இதற்கு ஏதாவது ஆதாரம் சொல்ல

இந்து மதம் ஓர் அற்புதம்

முடியுமா? இதை எப்படி நம்புவது?

குரு: நம்புவதும் நம்பாததும் உனது கருத்துச் சுதந்திரம். வேறு எந்த மதத்தினரும் சிந்தித்துக் கூடப் பார்த்திராத வகையில் இந்து மதம் காலத்தை அளந்து பார்த்திருக்கிறது என்பது மட்டும் மறுக்க முடியாத உண்மை. இந்தத் தத்துவம் உண்மையாக இருக்கலாம் என்பதற்கு நான் உதாரணம் தரமுடியும்.

மாணவன்: என்ன அது?

குரு: இந்த நூற்றாண்டின் தலைசிறந்த பௌதிக விஞ்ஞானி ஐன்ஸ்டைன் உருவாக்கிய பருப்பொருள் (Mass மாஸ்) சக்தி (Energy எனர்ஜி) காலம் (Time டைம்) இந்த மூன்றையும் இணைத்து உருவாக்கிய ரிலேடிவிடி தியரி (Theory of Relativity) என்பதைப் பற்றி நீ கேள்விப்பட்டிருப்பாய்.

மாணவன்: ஆம் $E = MC^2$ (இ=எம்ஸி ஸ்கொயெர்ட்) இந்தச் சித்தாந்தம்தான் அணுகுண்டு தயாரிப்பதற்கு ஆதாரமாயமைந்தது. பின்னர் ராக்கெட், விண்ணுலக யாத்திரை, சந்திரனில் மனிதன் இறங்கியது எல்லாம் நிகழ ஆதாரமானது.

குரு: அதில் ஒளி ஒரு விநாடியில் 1,68,000 கிலோ மீட்டர் தூரம் கடக்கும் என்று காலப்பிரமாண அளவை ஆதாரமாகக் கொண்டு கணக்கிடப்படுகிறதல்லவா?

அந்தத் தத்துவத்தின்படி ஒருவன் ஒளி வேகத்தில் ஒரு விநாடிக்கு 1,68,000 கிலோ மீட்டர் வேகத்தில் பயணம் செய்யும் ராக்கெட்டில் 1 நிமிடம் பயணம் செய்து திரும்பி வந்தால் அவன் கணக்குப்படி அவன் கடிகாரத்தில் ஒரே ஒரு நிமிடம்தான் கடந்திருக்கும், ஆனால் அவன் புறப்பட்டுச் சென்று திரும்பி வந்த பூமியில் பல ஆண்டுகள் கழிந்திருக்கும் என்று கணக்கிடுகிறார்கள் இல்லையா?

மாணவன்: ஆமாம் உண்மைதான்... ஆனால்

குரு: இதை ஓர் உதாரணமாகக் கொண்டு இந்துக்களின் கால நிர்ணயக் கணக்கை நாம் ஆராய்ந்தால் மனிதனின் ஒரு மாதம் பித்ருக்களுக்கு ஒரு நாளாகவும், மனிதனின் ஒரு வருடம் விண்ணுலகத் தேவர்களுக்கு ஒரு நாளாகவும், மனிதனின் 2,000 சதுர்யுகங்கள் பிரம்மனுக்கு ஒரு நாளாகவும் ஏன் அமையக்

கூடாது? ஏன் என்றால் பிரம்மாண்டத்தின் நீள அளவை நாம் இன்னும் கணக்கிட்டு அளக்க முடியவில்லை. நமக்குத் தெரிந்த ஒளி வேகத்தை விஞ்சிய வேகம் உடைய பொருளின் சக்தியின் வடிவமோ குணமோ நமக்குத் தெரியாது. அவை தெரியவரும் போதுதான் நாம் நமது இந்து முன்னோர்களின் கால நிர்ணய முறையின் முழுப் பரிமாணத்தையும், புரிந்து கொள்ள முடியும். அதுவரை இந்துமதம் சொல்லும் கால நிர்ணய முறையை உண்மையென்று நம்பி நம் இந்து முன்னோர்களின் அறிவின் தீட்சண்ணியத்தை நினைத்து வியக்கலாம். அல்லது அது வெறும் குப்பைக் கணக்கு என்று ஒதுக்கிவிடலாம்.

மாணவன்: உங்கள் தர்க்கம் அறிவுக்குப் பொருத்தமாய் தான் இருக்கிறது. நாம் வாழும் பூமியிலேயே ஈரத்திலும், மழையிலும் தோன்றும் ஈசல்களின் வாழ்வே சில மணி நேரங்கள்தான். அதே போன்று ("Locust") லோகஸ்ட் என்ற பேரழிவினை உண்டாக்கும் வெட்டுக்கிளிகள் கூட முட்டையில் பொரிந்து வளர்ந்து வாலிபமாகி சந்ததிப் பெருக்கி மடிவதும் சில நாட்களிலேதான். அவற்றின் ஆயுட் காலத்தை மனிதர்களுடன் ஒப்பிட்டால் அவைகளுக்கு நம் ஆயுள் பிரம்ம ஆயுள்தான் என்று தோன்றும்!

குரு: (சிரித்து) நல்ல உதாரணம் சொன்னாய்! நான் சொன்னேனே 'ரிலேடிவிடி தியரி' அதை விளக்குவது போல இந்துப் புராணங்களில் ஒரு கதை வருகிறது.

மாணவன்: (ஆவலுடன்) என்ன கதை அது?

குரு: கதைக் கேட்பதென்றால் யாவருக்கும் ஆவல்தான்! கிருஷ்ணாவதாரத்தில் கிருஷ்ணனின் அண்ணனான பலராமனின் மனைவி ரேவதியைப் பற்றிய கதை இது. அவள் திரேதாயுகத்தில் பிறந்தவள், துவாபர யுகத்தின் கடைசியில் பிறந்த பலராமனை மணக்கிறாள்.*

மாணவன்: திரேதாயுகத்தில் பிறந்தவளா! அவள் பலராமனை மணக்கும் முன் பல லட்சக்கணக்கான வருடங்கள் கடந்திருக்குமே? அவள் அவ்வளவு வருடம் இளமையுடன் உயிருடன் எப்படி இருக்க முடியும்?

---

* ஸ்ரீமத் பாகவதம் (ஸ்கந்தம் 3:27.36)

இந்து மதம் ஓர் அற்புதம்

குரு: ரேவதியின் தந்தை ரைவதர் என்ற அரசர் ரேவதி திருமண வயதடைந்ததும் அவளுக்குத் தகுந்த மாப்பிள்ளையைத் தேடிப் பார்த்து எங்கும் கிடைக்காமல் உலகைப் படைக்கும் பிரம்மனிடமே சென்று கேட்போம் என்றுதன் தவ வலிமையால் தன் மகளையும் அழைத்துக் கொண்டு பிரம்மன் வசிக்கும் சத்திய லோகம் சென்று பிரம்மனிடம் அவள் கணவன் யாரென்று கேட்கிறான். பிரம்மன் அவள் கணவன் பலராமன் என்றும் பூமிக்கு திரும்பிப் போ என்றும் சொல்லி, நீ இங்கு வந்தபோது இருந்த யுகமான திரதாயுகம் முடிந்து 27 சதுர்யுகங்கள் முடிந்துவிட்டன. உன் காலத்தவர்கள் யாவருமே பூமியில் இல்லை என்கிறார். அந்த அரசன் பூமிக்கு வந்து தன் மகள் ரேவதியை பலராமனுக்கு மணம் செய்விக்கிறார். அந்த அரசனும் மகள் ரேவதியும் சத்தியலோகம் சென்று வந்தது அவர்கள் கணக்கில் சில கணங்கள்தான். அதற்குள் பூமியில் பல லட்சம் வருடங்கள் கழிந்துவிட்டன என்று கதை முடிகிறது.

மாணவன்: உண்மையிலேயே மிகவும் வியப்பூட்டக்கூடிய புராணக் கதை இன்றைய அறிவியல் சிந்தாத்தத்தை விளக்குவது போல் அமைந்திருந்தது.

குரு: புராணக்கதைகளை விட்டு அறிவியலுக்கு வருவோம். இந்துக்கள் வானில் சூரியனின் நிலைப்பை வைத்து காலக் கணக்குமுறை 'சூரியாயணம்' ஒன்றையும் சந்திரனின் பூமியைச் சுற்றி வரும் கணக்கை வைத்து ஓர் காலக்கணக்கு முறை 'சந்திராயணம்' என்றும் வகுத்துள்ளார்கள். இவற்றை ஸோலார் இயர் (Solar year) லூனார் இயர் (Lunar year) என்கிறோம்.

ரிக்வேத காலத்திலிருந்தே இந்துக்களின் கணக்குபடி சந்திரமாசம் 27.3 நாட்களைக் கொண்டது. அது 354 நாட்கள் கொண்ட வருடமாகும். ஆனால் உண்மையில் சூரியமாதக் கணக்குப்படி ஒரு வருடத்துக்கு 365 நாட்களாகும். இதை சரி செய்ய ஒவ்வொரு மூன்று வருடத்துக்குப் பிறகு நாலாவது வருடம் சந்திரமாசத்தில் குறையும் 11 நாட்களை மூன்று வருடங்களுக்குக் கணக்கிட்டு ஒரு அதிக மாதம் இணைக்கப்படுகிறது.*

இந்துக்களின் கணக்கில் சூரியமாதத்துக்கு ஒரு வருடம் 365.2422 நாட்கள் கொண்டது. சந்திரமாதத்து வருடம் 365.2524 நாட்கள்

---

* 1. ரிக்வேதம் (III-9:9) 2. வாமசூக்தம் (II 25)

கொண்டது. இன்றைய விஞ்ஞானத்தின் கணக்கின்படி ஒரு வருடம் என்பது *365.2422* நாட்கள் கொண்டது. இந்துக்களின் காலக் கணக்கு முறையும் இன்றைய விஞ்ஞானத்துக் காலக் கணக்கு முறையும் வருடத்துக்கு *365.2422* நாட்கள் என்று ஒத்துப்போகின்றன.

மாணவன்: நீங்கள் சொல்வது ஆதாரத்துடன் நிரூபிக்கப்பட்டதா?

குரு: ஆமாம். ரிக் வேதத்தில்* பல கணக்குக் குறிப்புகள் குறிப்பிடப்பட்டுள்ளன. இன்னும் சரியாக ஆராயப்படவில்லை.

மாணவன்: ஜகத் தத்துவங்களில் இந்து மதத்தின் சிறந்த தத்துவம் யாது?

குரு: இன்றைய விஞ்ஞானத்தில் ஒப்புக்கொள்ளப்பட்டுள்ள பிரபஞ்ச ஒழுங்கு (Cosmic Order) எனும் 'மாறாத நிலைத்த இயங்கும் தன்மை', மற்றும், 'மாறும் தொடர்ந்த இயங்கும் தன்மை'யினை அறிந்து அந்தத் தத்துவத்தை நடராஜர் சிலையமைப்பில் வைத்து உருவமாக வடித்திருக்கிறார்களே நம் இந்து முன்னோர்கள். அவர்களின் அறிவியல் திறமையையும் இந்த நுணுக்கமான தத்துவத்தை எளிதாக ருதம் (Rita) என்ற ஒரே வார்த்தையில் ருக் வேதம் தரும் கருத்தாழத்தையும், அதை உருவமாகவே தரக் கூடிய கற்பனை மற்றும் கலைத்திறன் தான் சிறந்த ஜகத் தத்துவம் என்று நான் கருதுகிறேன்.

---

* பிர்லா பிளானடோரியிம் ஹைதராபாத்தின் டைரக்டர் டாக்டர் பி.ஜி. சித்தார்த் அவர்களின் வேதகால வானியல் துறை ஆராய்ச்சியில் கணிக்கப்பட்ட முடிவு

6. ஜீவ தத்துவம்
(உயிர்த் தத்துவம்)

குரு: ஜகத் தத்துவத்திற்கு அடுத்ததான ஜீவதத்துவம் பற்றிப் பார்ப்போம். தேவர்கள், மனிதர்கள், விலங்குகள், ஊர்வன, பறப்பன, நீர்வாழ்வன, தாவரங்கள் என்று ஏழு வகையாக உயிரினங்களை இந்துமதம் பிரிக்கிறது என்பது உனக்குத் தெரியும்.

இதில் தாவரங்களான செடி, கொடி, மரம், புல், பூண்டு, மூலிகைகள் முதலியவை உயிர்ப்புடன் இருந்து வளரும் பிறவிகளில் ஒன்றாய்க் கணக்கிட்டாலும் அவை உயிர் வகைகளில் ஒன்றாய்க் கணக்கில் எடுத்துக் கொள்ளப்படவில்லை. 'கொசு', 'அட்டை', 'வண்டுகள்', 'புழுக்கள்', 'பேன்கள்', 'சிறுபூச்சிகள்' முதலியவை உயிர்வாழ்பவை ஆனாலும், அவை பிறந்து வளர்ந்து மடிந்த உடனே திரும்பவும் அதே நிலையில் பிறப்பதாக இந்து மதம் கருதுகிறது.* தேவர்கள் வானுறைபவர்கள் ஆதலால் அவர்களின் ஜீவன் பற்றி இந்துமதம் விவரிக்கவில்லை.

மீதமுள்ள, பிறவிப் பிரிவுகளில் மனிதர்கள், விலங்குகள், பறவை மற்றும் நீரில் வாழும் உயிரினங்கள் யாவும் ஜீவன்கள் உள்ளவை என்று இந்துமதம் கருதுகிறது.

---

* முக்திகோபநிஷத்

மாணவன்: ஜீவன்கள் என்றால் என்ன?

குரு: என்னடா இவன் இந்த வினாவை இன்னமும் கேட்கவில்லையே என்று யோசித்துக் கொண்டிருந்தேன். கேட்டு விட்டாய்!

குரு/மாணவன்: (இருவரும் சேர்ந்து சிரிக்கிறார்கள்)

குரு: உலக அனுபவத்தை பெறக்கூடிய வகையில் ஏதாவது ஒரு பொறி மற்றும் புலனுணர்வு இருந்து, அதைக் கொண்டு வாழ்வின் இருப்பைக் கொண்டதான உயிரினம் 'ஜீவன்' எனப்படும். 'உணரும்' தன்மையும், அறிவும், ஆன்மாவும் உடையதாக பிராணனை சுவாசித்து உலகில் வாழ்வதாக உள்ளவை ஜீவன்கள்.

மாணவன்: எளிதாக ஏதாவது அடையாளம் சொல்ல முடியுமா?

குரு: ஜீவன்களில் உடலில், வெப்ப ஓட்டம், இரத்த ஓட்டம், உயிரோட்டம், வாயுவின் ஓட்டம் இருக்கும். இவை நீங்கினால் ஜீவித்திருந்த உடல் இறந்துவிடும். இதையே ஜீவன் போய்விட்டது என்கிறோம்.

மாணவன்: இவை எதுவும் இல்லாததால்தான் தாவரங்களும் புழுப் பூச்சிகளும் தத்துவங்கள் நிர்ணயம் செய்யும்போது கணக்கில் எடுத்துக் கொள்ளவில்லை போலும்.

குரு: இனி விஞ்ஞானத்திலும், இந்துக்களின் மெய்ஞானத் தத்துவங்களிலும் ஜீவராசிகள் பற்றிச் சொல்லப்பட்டிருக்கும் கோட்பாடுகளைப் பார்ப்போம். அதன் பிறகு மனிதனின் உடலமைப்பு, இந்திரியங்கள், பொறிகள் பற்றிய விளக்கத்தை ஆராயலாம். ஜீவராசிகளின் அடிப்படை வாழ்க்கை விதிகள் என்ன?

மாணவன்: பிறப்பு வளர்ச்சி இறப்பு என்பது அடிப்படை.

குரு: ஆம் இது கண்ணுக்குத் தெரியாத நுண்ணுயிரிலிருந்து மிகப்பெரிய உருவம் கொண்ட திமிங்கிலம் வரை இது பொது விதி. உயிருடன் இருக்கும்வரை ஜீவராசிகள் மூன்று அடிப்படை லட்சியங்களைச் சார்ந்து ஜீவிக்கின்றன. அவை,

1. ஜீவன் உயிருடன் இருக்க முயற்சித்தல் தற்பாதுகாப்பு.

2. தன் உடலை வளர்க்க இரைதேடல் உடலைப் போஷித்தல்.

3. தன் சந்ததியைப் பெருக்குதல் இனப்பெருக்கம்.

மாணவன்: உயிர், உணவு, உறவு என்ற டார்வினின் பரிணாம வளர்ச்சித் தத்துவம்தானே நீங்கள் சொல்வது நான் அதை நன்றாக அறிவேன்.

குரு: அதேதான். சரி பரிணாமத் தத்துவத்தைப் பற்றி நீ அறிந்தவற்றைச் சொல்.

மாணவன்: (1) உயிரினங்கள் வாழும் சூழல் மற்றும் தேவைக்கேற்பத் தேவையான பரிணாம மாற்றங்கள் அடைந்து வாழ்கின்றன.

(2) பரிணாம மாற்றத்துக்கு உட்படாத உயிரினம் அழிந்து விடும்.

(3) மெலியதை அழித்து வலியது வாழும். இது இயற்கை நியதி.

குரு: ஆமாம். சூழ்நிலைக்கேற்ப பரிணாம வளர்சிதை மாற்றம் பெறாத, பழங்காலத்தில் வாழ்ந்த டினோசார் (Dinosaur) என்ற ராட்சத விலங்கினம் சூழ்நிலைக்கேற்ப மாறாததால் அழிந்து விட்டது. விஞ் ஞான கோட்பாடுகளின்படி உயிரினங்கள் எப்படித் தோன்றின எப்படி வகைப்படுத்தப்படுகின்றன.

மாணவன்: உயிர்கள் முதலில் கடலில் (நீரில்) தான் தோன்றின. முதலில் தோன்றியவை செல்கள். பிறகு தோன்றிய உயிரினங்கள் சுண்ணாம்பால் அமைந்த கடினமான வெளி ஓட்டுப் பகுதியும் அதனுள் மென்மையான உடலுடைய ஜீவராசியும் என்று அமைந்திருந்தன. கடலின் ஆழத்திலிருந்து கடலின் மேல்மட்டம் நோக்கி இடம்பெயர ஆரம்பித்த நீர்வாழ் உயிரினங்களின் வளர்சிதை மாற்றத்தினால் கடின மேல் ஓடு அமைப்பு குறையத் தொடங்கி சதைப்பகுதி பருத்து வளர ஆரம்பித்தன. பிறகு சுண்ணாம்பாலமைந்த எலும்புகள் உட்புறக்கூடாகவும் தசை, சதைப் பகுதி மேலாகவும் மாற்றம் பெற்றன. பிறகு நீரிலும் நிலத்திலும் வாழும் தவழும் உயிரினமாவது (Amphibians - ஆம்பியன்ஸ்) தோன்றின பிறகு தரையில் மட்டும் வசிக்கும் உயிரினம் தோன்றியது. அது இடம் பெயரக் கால்கள் வளரத் தொடங்கின. அதிலிருந்து பறக்கும் பறவை இனமும், நான்கு கால்களால் நடக்கும் பிராணிகளும்

தோன்றின அவற்றிலிருந்து இரண்டு காலால் நடக்கும் உயிரினமான பிரைமேட்ஸ் (Primates) தோன்றின. அவைகளிலிருந்து மனிதன் தோன்றினான். விஞ்ஞானம் ஜீவராசிகளை முதுகெலும்பு உள்ளவை முதுகெலும்பில்லாதவை என்று இருவகைகளாகப் பிரிக்கின்றது.

குரு: இவற்றின் அடிப்படை, செல் எனும் அமைப்பாகும். அவை தன்னைத் தானே பிரதி எடுத்து பெருகியும், இணைந்தும் மாறியும், சேர்ந்தும் வளர்ச்சியுறும் சக்தி கொண்ட D.N.A. (டி.என்.ஏ.) மற்றும் பரம்பரைத் தன்மைகளைப் பதிவாகக் கொண்ட R.N.A. (ஆர்.என்.ஏ.) எனும் இரு ரசாயனப் பொருட்கள் கொண்டவை. விஞ்ஞானம் எதனால் செல்களின் வளர்ச்சி தூண்டப்படுகிறது என்பதற்கும், எவ்வாறு ஒரே செல், உடலின் மெல்லிய, நுண்ணிய, வலிய, கடினமான பாகங்களாக மாறுகின்றன என்பதற்கும் விளக்கம் தரவில்லை. அதேபோல் மனிதனின் கட்டுப்பாடு இன்றி நிகழும் அனிச்சை செயல்களுக்கும் காரணம் சொல்வதில்லை.

மாணவன்: இந்த விஞ்ஞான உண்மைக்கும் இந்துமத ஜீவ தத்துவத்துக்கும் என்ன சம்பந்தம்?

குரு: இருக்கிறது! டார்வினின் பரிணாமக் கொள்கை சமீப காலத்தில் வகுக்கப்பட்டது. ஆனால் இதேபோன்று பரிணாம மாற்றமடையும் ஜீவராசிகளின் வளர்ச்சி பற்றி இந்துமதப் புராணங்களில் இரண்டாயிரம் ஆண்டுகளுக்கு முன்பே வந்திருக்கிறது.

மாணவன்: இந்துப் புராணங்களில் பரிணாம வளர்ச்சித் தத்துவமா!

குரு: காக்கும் கடவுளான விஷ்ணுவின் பத்து அவதாரங்கள்தான் அவை. முதல் அவதாரம் 'மச்ச அவதாரம்' நீரில் வாழும் மீன். விஞ்ஞானமும் முதலில் உயிரினம் கடலில் தோன்றியதாகச் சொல்கிறது. இரண்டாவது அவதாரம் நீரிலும் நிலத்திலும் வாழும் கூர்மாவதாரமாகிய ஆமை; இது விஞ்ஞானத்தின் நீரிலும் நிலத்திலும் வாழும் பிராணிகளின் தோற்றம். (Amphibians) இவை யாவும் முட்டையிலிருந்து தோன்றுவன. மூன்றாவது அவதாரம் 'வராக அவதாரம்' பன்றி, நிலத்தில் இடம்பெயர கால்களும் குட்டி போட்டு பால்தரும் 'மம்மல்ஸ்' (Mammals) விலங்கின வளர்ச்சி. நான்காவது 'நரசிம்மாவதாரம்' பாதி விலங்கு பாதி மனிதன் பிரைமேட்ஸ் (Primates) இரண்டு கால்களால் நடக்கும் வளர்ச்சியின் பண்படாத ஆதி

இந்து மதம் ஓர் அற்புதம்

மனிதன். ஐந்தாவது அவதாரம் 'குள்ளப் பிரம்மச்சாரிவாமனன்' இடம்பெயர்ந்து செல்லும் முழு வளர்ச்சியுற்ற நோமேட் (Nomad) மனிதனின் சமூகத் தோற்றம். ஆறாவதாக கோடாரியை ஆயுதமாகக் கொண்ட "பரசுராமன் அவதாரம்" உலோகங்களின் உபயோகம் கண்டுபிடித்த மனிதனின் வளர்ச்சி. ஏழாவது அவதாரம் வில் வீரன் ராமன் தேர்ச்சியடைந்த அரசுமுறை சமூக அமைப்பு, நகரங்களின் தோற்றம் போர்க்கலைசிறப்பு, எட்டாவது இடைச்சிறுவன் கிருஷ்ணன் அரசியல் சமுதாய வளர்ச்சி, தத்துவங்களில்தேர்ச்சி, இனப்போர், முழுமையான சமூக சமுதாய அரசியல் வளர்ச்சி, ஒன்பதாவது அவதாரம் புத்தன், ஞானி தன்னை அறிதல், அரசியல் சமுதாய சக வாழ்வு மற்றும் (உலக) அமைதி எண்ணம்.

இதுவரை விஞ்ஞானம் மற்றும் அரசியல்/சமூக சமுதாய/வளர்ச்சியின் ஆராய்ச்சித் தத்துவங்கள் ஒன்பது அவதாரங்களுடன் ஒத்துப் போகின்றன. விஞ்ஞானம் கண்டறியாத மனிதனின் அடுத்த வளர்ச்சி நிலை வலிமையும் ஆற்றலும் நிறைந்த 'உயர்மனிதன்' (Super Human)* அதைத்தான் இனி வரப்போகும் பத்தாவது அவதாரமாகிய 'கல்கி' அவதாரம் உணர்த்துகிறது.

மாணவன்: விஷ்ணுவின் பத்து அவதாரங்களை மனிதனின் பரிணாம வளர்ச்சியின் குறியீடுகளாக கொள்ளலாம் என்பதை நான் இப்போதுதான் புரிந்து கொண்டேன்.

குரு: அடிப்படையான சில அறிவியல் மற்றும் இந்து தத்துவ ஒப்பீடுகளை நீ நன்றாக அறிந்திருக்கிறாய். இனி நான் ஜீவ தத்துவம், ஆன்மதத் தத்துவம் பற்றிய விவரங்களைச் சொல்கிறேன்.

ஓரிடத்தில் சென்று தங்கி வாழ்க்கையில் நிலைபெற்று வாழ விரும்பும் ஒருவன். தான் வசிக்கப் பல அறைகள் கொண்ட வீட்டைக் கட்டிக் கொள்வான் சமையலறை, வசிக்கும் அறை, தூங்கும் அறை வெளிவாயில் உள்வாயில் கழிவுநீர்ப் பாதை, குடிநீர், காற்றோட்டத்திற்கு ஜன்னல்கள் முதலியவற்றை அமைப்பான். பிறகு விளக்குகள், மின்விசிறிகள், அடுப்பு முதலியவற்றைச் சேகரிப்பான். பிறகு அவை இயங்க மின்சாரம், காஸ் (Gas) எரிபொருள்

---

*மஹாயோகி ஸ்ரீ அரவிந்தரின் தத்துவப்படி பரிணாம வளர்ச்சியில் அடுத்த வளர்ச்சி அதிக ஆற்றலுடைய தெய்வீகம் நிறைந்த 'உயர்மனித' இனம் (Super Human) ஆகும்.)

இணைப்புகள் தருவான் பிறகு அந்த வீட்டில் குடிபுகுவான் வாழ்க்கையைத் தன் குடும்பத்துடன் நடத்தத் தொடங்குவான்.

மாணவன்: ஆம் இது உலக இயல்பு. இதற்கும் தத்துவத்துக்கும் என்ன சம்பந்தம்?

குரு: சம்பந்தம் இருக்கிறது சொல்கிறேன் கேள். நான் சொன்ன குடும்பத் தலைவனைப் போன்று இந்த உலகில் வாழ்ந்து அனுபவம் பெறப் பிறப்பவன் ஜீவன். அவன் வாழும் உடல்தான் அவன் வீடு. அந்த உடல் எனும் வீடு எப்படி அமைகிறது என்பதே ஆன்மதத்துவம் அல்லது ஜீவதத்துவம்.

ஒருவன் வாழ வீட்டில் உபயோகத்திற்கு பல அறைகளின் அமைப்பைப் போன்றே மனித உடலில் அவயங்களான கைகால்கள் அமைகின்றன. வாழ்க்கைக்குத் தேவையான சாதனங்கள் போன்றே பொறிகள் அமைகின்றன. மின்சக்தி மற்றும் நெருப்பு போன்ற சக்திகளைப் போன்றே மனம் புத்தி போன்றவை அமைகின்றன. வீட்டில் அதன் தலைவன் வாழ்வது போல் உடலில் ஆன்மா ஜீவனாக வசிக்கிறது. உலகில் மனிதனுக்கு வீடு நிலம் போன்ற தேவைகள் போன்றதுதான் ஆன்மாவுக்கும் உலகில் வாழ சாதனங்களின் தேவைகள். வீட்டைக்கட்ட மண், செங்கல், கற்கள், சுண்ணாம்பு, மரம், இரும்பு, தண்ணீர் என்று பல பொருள்கள் தேவை. ஜீவராசிகளின் உடல்கள் அமையவும் பிரகிருதி மற்றும் பஞ்ச பூதங்கள் பிராணன் போன்ற தத்துவங்கள் தேவை. முக்குணங்களாகிய தாமஸம், ராஜஸம், சத்வம் ஆத்மாவை தேகத்திற் பிணைக்கின்றன.*

மாணவன்: உண்மைதான்! ஆன்மா வாழ்வதற்கு உடல் இல்லாவிட்டால் அனுபவம், வாழ்க்கை என்பவை ஏது? உடலின் அமைப்புத் தத்துவங்களைத் தெரிந்து கொண்டால்தான் அதைச் சரியாகப் பயன்படுத்தி ஜீவனின் லட்சியங்களை அடைய முடியும்.

குரு: சபாஷ்! நீ ஜீவ தத்துவத்தை ஏன் தெரிந்து கொள்ள வேண்டும் என்பதை சரியாகப் புரிந்து கொண்டு விட்டாய். இனி நான் சொல்லும் விவரங்களை நீ நன்றாகப் புரிந்து கொள்வாய்.

மாணவன்: (வெட்கத்துடன் சிரிக்கிறான்).

---

* முக்திகோபநிஷத்

குரு: மிகவும் சிறிய உடல் அமைப்பைக் கொண்ட நுண்ணுயிர்கள், மனிதன், விலங்குகள் உட்பட மிகப் பெரியதான திமிங்கிலம் வரை அடிப்படையான உடலமைப்புத் தேவைகள் சிற்சில மாறுதல்களுக்கு உட்பட்டு ஒன்றே போன்றவைதான்.

இதை விளக்குவதுதான் 'கர்மேந்திரியங்கள்' என்ற தத்துவம்.

உடலின் உறுப்புகளைச் செயற்பட வைக்கவும் மற்றும் உலகுடன் தொடர்பு கொண்டு அனுபவமும் அறிவும் பெறத் தேவையானவை கண், காது போன்ற பொறிகள்.

இதை, விளக்குவதுதான் 'ஞானேந்திரியங்கள்' என்ற தத்துவம்.

உடலுறுப்புகளையும், பொறிகளையும் கொண்டு அடையும் அனுபவங்களை ஜீவன் பயன்படுத்திக் கொள்ளத் தேவையானது பகுத்துப் பார்க்கும் திறனான மனது, புத்தி போன்றவை.

இதை விளக்குவதுதான் 'அந்தக்கரணம்' உள்ளுணர்வு என்ற தத்துவம்.

ஜீவனை உடலுடன் இணைத்து வாழவைக்க ஒரு தொடர்பு வேண்டும். அந்தத் தொடர்பு பிறப்பிலிருந்து இறப்பு வரை உடலையும் ஜீவனையும் இணைத்து வைக்க வேண்டும்.

இதை விளக்குவதுதான் 'பிராணன்' என்ற தத்துவம்.

உடலில் உறையும் ஜீவனானவன் ஆத்ம சொரூபம் கொண்டவன். அந்த ஆன்மா/ஆத்மா என்பது என்ன அதன் லட்சியம் என்ன என்பது புரிந்தால்தான் வாழ்க்கையின் லட்சியம் புரியும்.

இதை விளக்குவதுதான் 'ஆன்ம தத்துவம்.

மாணவன்: கர்மேந்திரியம், ஞானேந்திரியம், அந்தகரணம், பிராணன், ஆன்மா ஆகியவற்றின் தத்துவங்களை தொகுத்துத் தருவது ஜீவ தத்துவம் என்பதைப் புரிந்து கொண்டேன். ஒரு சந்தேகம். இந்திரியங்கள் என்பது உடலின் உறுப்புகளா? பொறிகளா?

குரு: இந்திரியங்கள் என்பது உடலின் உறுப்புகளையோ பொறிகளையோ குறிக்காது. அது குறிப்பிட்ட 'தன்மையை' அம்சத்தைக் குறிப்பது 'இந்திரியம்' ஆகும். ஆனால் அந்த அம்சம்

தொடர்பான உறுப்புகள் மற்றும் பொறிகளுக்கும் ‘இந்திரியம்’ என்று குறிப்பது ஆகுபெயராக வழக்கில் வந்து விட்டது. இந்திரியம் என்பது ‘புலன்’ அல்லது ‘புலனுணர்வு’ ஆகும். உதாரணமாகக் காது என்பது கேட்கும் தன்மையுடையது காது இந்திரியமாகாது அது ஓர் உறுப்பு. ஆனால் ஒலியுணர்வு என்பது இந்திரியம்.

மாணவன்: நான் படித்த சில இந்து மத நூற்களில் இந்திரியங்களை அடக்கி ஆள வேண்டும் என்றிருந்தது. உடல் உறுப்புகள் மற்றும் பொறிகள் இவற்றை எப்படி அடக்குவது என்ற சந்தேகம் என்னுள் இருந்தது.

குரு: இந்திரியங்களை அடக்குவதென்றால் உடல் உறுப்புகளையும், பொறிகளையும் கட்டிப்போடுதல் செயலிழக்கச் செய்தல் என்பது பொருளல்ல. அந்தப் பொறிகளும், உறுப்புகளும் இயங்க அடிப்படையாக இருக்கும் உணர்வுகளைத் தேவையில்லாத விஷயங்களிலிருந்து திருப்பித் தன்வசத்தில் வைத்திருப்பது என்று பொருள்.

மாணவன்: தத்துவங்களைப் பற்றி ஆராயும் போது சொல், பொருள், வார்த்தைகள் இவற்றின் சரியான விளக்கத்தைப் புரிந்து கொள்ள வேண்டும் என்பது புரிந்தது.

குரு: இதுபோன்று உனக்கு உண்டாகும் சந்தேகங்களைத் தயக்கமில்லாமற் கேள். ஏனென்றால் நீ தவறாகப் பொருள் கொண்டு தத்துவங்களின் விளக்கங்களைப் புரிந்து கொள்ள முயற்சித்தால் குழப்பமுண்டாகும்.

மாணவன்: நான் எனது சந்தேகங்களைத் தவறாமல் கேட்கிறேன்.

குரு: இனி நான் சொல்லப்போகும் தத்துவங்களைக் கவனமாகக் கேள் ஏனென்றால் அவை சற்றுச் சிக்கலானவை. என்னால் முடிந்த வரை எளிமையாக்கி விவரங்களைத் தர முயற்சிக்கிறேன்.

முதலில் கர்மேந்திரியங்கள் என்றால் என்ன அவை உடலின் எந்தப் பகுதியில் பொருந்தியுள்ளன, அவற்றின் பயன் என்ன என்பதைப் பார்ப்போம்.

ஜீவராசிகளின் வாழ்க்கைக்கு அடிப்படை உடலமைப்பு ஆகும். இது கீழான பிரகிருதி தத்துவம். இதை ‘ஸ்தூலதேகம்’ என்பார்கள்.

இந்த தேகம் தனது தினசரித் தேவைகளை நடத்திக் கொள்ள வேலை செய்யக் கைகள், இடம்பெயர்ந்து செல்லக் கால்கள், தன் கருத்தைத் தெரிவிக்கக் குரல் உடலின் உணவுக் கழிவுகளைக் கழிக்க குதம், குறி உறுப்புகள், சந்ததி வளர இன்பம் பெற மர்ம உறுப்புகள் தேவையாகின்றன. இவைகள் தொழில்கள் ஆகின்றன. இந்தத் தொழிற் தன்மைகள், புலன்கள் 'கர்மேந்திரியங்கள்' அல்லது 'தொழிற் புலன்கள்' என அழைக்கப்படுகின்றன. அவை ஐந்து ஆகும். ஆகையால் பஞ்ச கர்மேந்திரியங்கள் எனப் பெயர் பெற்றன. பஞ்சகர்மேந்திரியத் தத்துவங்களாவன.'

1. வாக் – வசனம் – பேசுவது, குரல்
2. பாணி – தானம் – கொடுத்தல் வழங்குதல் வாங்குதல்
3. பாதா – கமனம் – செல்லல், இடம்பெயர்தல்
4. பாயு – விஸர்ச்சனம் – (மலஜலம்) வெளியேற்றுதல்
5. உபஸ்தா – ஆனந்தம் – இன்பமடைதல்.

இந்த பஞ்ச கர்மேந்தியங்களும் உடலில் பின்கண்ட உறுப்புகளில் நிலைபெற்றிருக்கின்றன.

1. வாக் – வாய்
2. பாணி – கைகள்
3. பாதா – கால்கள்
4. பாயு – மல/ஜல வழி
5. உபஸ்தா – மர்மஉறுப்புகள்

இந்தப் பஞ்ச கர்மேந்திரியங்கள் பஞ்சபூதத் 'தன்மாத்திரைகளான' அத்யாத்மக ரூபத்து, ஆகாயம், காற்று, நெருப்பு, நீர், மண் ஆகியவற்றில் நிலை கொண்டு தொழில்களைச் செய்கின்றன.

வசனம்	– ஆகாயத்தில் நிலைபெறும்
கமனம்	– காற்றில்
தானம்	– நெருப்பில்
விசர்ஜனம்	– நீரில்
ஆனந்தம்	– பூமியில்

மாணவன்: இவற்றின் செயல்கள் என்ன? பயன் என்ன?

குரு: பஞ்ச கர்மேந்திரியங்களான தொழிலுறுப்புகள் உடலின் அடிப்படைத் தேவைகளான உயிருடனிருத்தல் உடலைப் பாதுகாத்துப் போஷித்தல், சந்ததி பெருக்குதல் என்பவற்றை நிறைவேற்றுகின்றன. இனி இந்த அவயங்களை இயக்கி வாழ உலகுடன் தொடர்பு கொள்ள உதவும் இந்திரியங்கள் 'ஞானேந்திரியங்கள்' எனப்படுகின்றன. அவை ஐந்து ஆகையால் பஞ்ச ஞானேந்திரியங்கள் எனப்படுகின்றன.

அவை,

1. ஸ்ரோத்ர – சப்தம் – ஒலி – ஓசை
2. த்வக் – ஸ்பர்சம் – தொடு உணர்வு – ஊறு
3. சக்ஷீஸ் – ரூபம் – வடிவம் (ஒளி) – ஒளி
4. ரஸ்னா – ரசம் – சுவை – சுவை
5. க்ரானா – கந்தம் – வாசனை – நாற்றம்

இவை உடலின் ஐந்து பொறிகளில் நிலை பெற்றுள்ளன. அவை,

1. ஸ்ரோத்ர – செவி – காதுகள்
2. த்வக் – மெய் – தோல்
3. சக்ஷீஸ் – கண் – கண்கள்
4. ரஸ்னா – நாவு – நாக்கு
5. க்ரானா – மூக்கு – மூக்கு

இந்த ஞானேந்திரியங்களும் 'தன்மாத்திரைகளான' 'அத்யாத்மிக பஞ்ச பூதங்களுடன்' நிலை கொண்டவை.

1. ஆகாசம் – வானம்   – காது
2. வாயு – காற்று   – மெய்/உடம்பு/தோல்
3. அக்னி – தீ   – கண்
4. அப்பு – நீர்   – நாவு
5. பிருத்வி – மண்   – மூக்கு

மாணவன்: இந்த ஞானேந்திரியங்களின் பயன்கள் யாவை?

குரு: பிரம்மனின் படைப்பில் ஜீவராசிகளின் தேவைக்கேற்ப ஞானேந்திரியங்களைப் பெற்றுள்ளன. இவை, தொடர்பு சாதனங்களாதலால் ஐந்தறிவு எனப்படுகின்றன. ஜீவராசிகள் ஓரறிவு முதல் ஐந்தறிவு வரை பெற்றுள்ளன.

ஊறு = ஓரறிவு

நாற்றம்+ஊறு = ஈரறிவு

ஒளி+நாற்றம்+ஊறு = மூன்றறிவு

ஓசை+ஒளி+நாற்றம்+ஊறு = நான்கறிவு

சுவை+ஓசை+ஒளி+நாற்றம்+ஊறு = ஐந்தறிவு

அறிவு+சுவை+ஓசை+ஒளி+நாற்றம்+ஊறு = ஆறறிவு

கடல்வாழ் சங்கு முதலியவை தொடு உணர்வினால் வாழும் ஓரறிவும், குரங்கு போன்ற ஜீவராசிகள் மெய், வாய், கண், மூக்கு, செவி ஆகியவற்றின் ஐந்தறிவுகளும் கொண்டவை.

மாணவன்: ஞானேந்திரியங்கள் வேறு வகைகளில் இயங்குகின்றனவா?

குரு: ஆமாம் மேலும் இரண்டு வகைகளில் இயங்குகின்றன.

1. ஞானேந்திரியங்கள் பிரிந்து பொறிகளில் இயங்குதல்.

2. ஞானேந்திரியங்கள், கர்மேந்திரியங்களின் தன் மாத்திரைகளுடன் இணைந்து தொழில்களை உருவாக்குதல்.

மாணவன்: பொறிகளில் ஞானேந்திரியங்கள் எவ்வாறு இயங்குகின்றன.

குரு: உடலின் பொறிகளான காது; மெய்; கண், நாவு, மூக்கு இவற்றிற்கிடையான இணைந்த தன்மைகள் (Co-ordination)ஐ உண்டாக்குவது ஞானேந்திரியங்கள். உதாரணமாக நல்ல உணவின் மணத்தை மூக்கு உணர்ந்தால் உடனே நாவில் நீர் சுரக்கிறது. முகரும் பொறியான மூக்கு பிருத்திவியின் அத்யாத்மகரூபமாகும் அத்துடன் சுவைக்கும் நாவின், அப்புவின் அத்யாத்மக ரூபத்தில் ஒரு பங்கு கலந்திருக்கிறது. அதேபோல் நாசியிலும், நாவின் அத்யாத்மகரூபம் ஒரு பங்காக கலந்திருக்கிறது. ஆகையால்தான் மூக்குக் கண்டறிந்த உணவின் மணம் நாவின் சுவையறிவைத் தூண்டி நீர் சுரக்கச் செய்கிறது.

மாணவன்: இந்த அத்யாத்மக பூதங்களின் சேர்க்கை எவ்வாறு நிகழ்கின்றது.

குரு: ஞானேந்திரியங்கள் ஐந்தும், ஐந்து பொறிகளில், அவற்றின் பஞ்சபூதத் தன்மாத்திரைகளுடன் அத்யாமகத்துடன் இணைகின்றன என்பது உனக்குத் தெரியும். இவை ஜீவனில் இணையும் போது புலன்களுடன் இணையும் அத்யாத்மக ரூபம் பாதியாகப் பிரிந்து தன்னைச் சார்ந்த உறுப்புகளில் ஒரு பாதியும் மீதி ஒரு பாதி நான்காகப் பிரிந்து ஏனைய பொறிகளின் அத்யாத்மக பஞ்ச பூதங்களுடன் இணைகின்றன. 1/2 + (1/8 + 1/8 + 1/8 + 1/8)

உதாரணமாகப் பிருத்வியின் அத்யாத்மகரூபம் 1/2 + 1/2 என்று பிரிந்து முதல் பாதிப் பங்கு அதன் பொறியான மூக்கில் நிலைக்கிறது மீதிப் பாதிப் பங்கு நான்காக 1/8 + 1/8 + 1/8 + 1/8 = 1/2 என்று பிரிந்து மீதி நான்கு ஞானேந்திரியங்களுடன் கூடி அதன் பொறிகளான, மெய், கண், காது, நாவு இவற்றில் இணையும்.

மாணவன்: அதாவது முகரும் திறமையுள்ள மூக்கின் ஞானேந்திரிய மான நாற்றம் அதன் பாதிப் பங்குதான் மூக்கில் நிலைக்கிறது. மீதி பாதிப் பங்கில் ஊறு 1/8 + ஓசை 1/8 + ஒளி 1/8 + சுவை 1/8 என்ற ஞானேந்திரியங்கள் நிலைக்கின்றன. இதேபோன்று தான் காது, கண், வாய், தோல் இவற்றிலும் ஞானேந்திரியங்கள் பிரிந்து, பிரிந்து இணைந்துள்ளன. ஞானேந்திரியத்தால் உண்டாகும் 'தொழில்கள் யாவை?'

குரு: இந்த ஞானேந்திரியங்கள் + கர்மேந்திரிய தன் மாத்திரைகள் இணைந்து உடலின் ஏனைய பாகங்களையும் தொழில்களையும் தோற்றுவிக்கின்றன. இந்த ஐம்பூதக் காரியம் இருபத்தைந்தாகப் பிரிக்கப்பட்டிருக்கின்றன. அவை மனம் சம்பந்தப்பட்டவை. இன்பம் துன்பம் என்று உணர்ச்சிகளாக மனம் இவற்றை வகைப்படுத்திக் கொள்கிறது.*

காம, குரோத, மோக, லோப	=	*ஆகாசம்*
மத மாச்சரியம் (குறைகள்)		*(வானம்)*
ஓடல், நடத்தல், நிற்றல், இருத்தல்,	=	*வாயு*

* சாரீரகோபநிஷத் ** யோக சூடாமணி (72:2)

கிடத்தல் (நிலைகள்)		(காற்று)
ஆகாரம், நித்திரை, பயம், மைதுனம்	=	தேயு
சோம்பல் (தூண்டுதல்கள்)		(தீ)
நீர், உதிரம், இறைச்சி, மூளை,	=	அப்பு
சுக்கிலம் (ரசங்கள்)		(நீர்)
தோல், எலும்பு, நரம்பு, தசை,	=	பிருத்வி
மயிர் (பாகங்கள்)		(மண்)

இந்த ஸ்தூல தேகத்துக்கு உள்ள பாவனைகள்* ஆறு வகைப்படும். அவை,

1. வேண்டுதல்
2. பிறப்பு
3. வளர்ச்சி
4. மாறுதல்
5. அழிவு
6. சிதைவு

இதற்கு ஏற்படும் ஊர்மிகள் (இளைப்புகள் வருத்தம்) ஐந்து வகைப்படும்.

1. பசி
2. தாகம்
3. சோகம்
4. மூப்பு
5. மரணம்

இவைதான் ஜீவனை மனதின் வழியாக உலகுடன் கட்டிப் போடுகின்றன. ஐம்புலன்களின் நுகர்வுக்கும் இந்த இருபத்தைந்து 'பூத இயக்கங்கள்தான்' ஆதாரமாகின்றன.

இந்தப் பொறிகளிலும் புலன்களிலும் பரவி இவற்றை இயக்குவது பிராண சக்தியாகும். அதை முக்கியப் பிராணன் என்பார்கள். 'ஒரு

---

* முக்திகோபநிஷத்

சக்கரத்தின் மையமான குடப்பகுதியில் ஆரங்கள் பொருந்தியிருப்பது போலப் பொறிகள் எல்லாம் பிராணனில் பொருத்தப்பட்டுள்ளன.*

கர்மேந்திரியங்கள், ஞானேந்திரியங்கள் மற்றும் அத்யாத்மக ரூபமான தன்மாத்திரைகள் இவை யாவும் சேர்ந்து உடலின் தொழிலுறுப்புகள், பொறிகள், இவற்றில் நிலைத்து மேலும் உடலின் காரியங்களான பாகங்கள், அமைப்பு, ரசங்கள், தூண்டுதல்கள், நிலைகள் குறைகள் ஆகியவற்றிலும் ஊடுருவி ஜீவராசிகளின் உடல் உலக அனுபவத்தை இன்பம், துன்பம்** என்ற இருவழிகளிற் பெற அமைக்கப்பட்டிருக்கின்றன.

மாணவன்: உண்மையிலேயே இந்தத் தத்துவங்கள் மிகவும் நுணுக்கமானவைதான்.

குரு: ஆகையால்தான் ஞானேந்திரியங்களிலிருந்து தொடங்கிப் பகுக்கப்பட்ட உடலின் செயற்பாடுகள் "சூக்குமசரீரம்" எனப்படுகிறது. ஏனென்றால் அவற்றைக் கண்ணால் காண இயலாது. கர்மேந்திரியங்கள் கூடிய வாய், கை, கால்கள், குதம், குய்யம், மர்ம உறுப்புகளின் தொழிற் செயற்பாடுகள் கண்களால் காண முடியும். ஆகையால் அவை 'ஸ்தூல சரிரம்' பரு உடல் எனப்படுகிறது.

மாணவன்: அடுத்ததாக அந்தகரணம் எனப்படும் தத்துவங்கள் பற்றிச் சொல்லப் போகிறீர்கள் இல்லையா?

குரு: ஆம். மனம், புத்தி, சித்தம், அகங்காரம் இவை அந்தகரணம் எனப்படுகின்றன. ஜீவராசிகளில் மனிதனுக்கும் மற்ற விலங்கு, பறவை, நீர் வாழ்வன இவற்றிற்கும் உள்ள ஒத்த உடலமைப்புத் தத்துவங்கள் கர்மேந்திரிய ஞானேந்திரிய ஐந்தறிவுகள் நிலையில் முற்றுப் பெறுகின்றன.

அந்தக்கரணங்களான மனம், புத்தி, சித்தம் இவை தமிழில் பகுத்தறிவு என்றும் இந்துத் தத்துவங்களில் பொதுவாக ஞானம் என்றும் அழைக்கப்படுகின்றன. இதுதான் ஆறாவது அறிவாகும். உலகில் மனிதன் மட்டுமே ஆறறிவைப் பெற்றிருக்கிறான்.

மாணவன்: இந்த ஆறாம் அறிவின் செயற்பாடுகள் யாவை?

---

* பிரச்னோபநிஷத் (2:1-2:6)   ** யோக சூடாமணி (72:2)

இந்து மதம் ஓர் அற்புதம்

குரு: நானும் நீயும் இப்போது இந்துமதத் தத்துவங்கள் பற்றி உரையாடுவதே அறிவின் ஒரு செயற்பாடுதான்! ஐந்தறிவுடைய விலங்குகள் ஒரு நிகழ்வுக்கு தூண்டுதல்களுக்கு உடனே விளையாற்றுகின்றன. (ரியாக்ட் - React) அந்த வினையின் விளைவுகளையோ, காரண காரியங்களையோ கவனிப்பதில்லை. அதற்கு பசித்தது உணவுத் தேவையென்றால் அந்த உணவு எங்கு கிடைக்குமோ போய் உண்ண ஆரம்பிக்கிறது. இயற்கை உணர்ச்சி களுக்கு உடனே செயற்பட ஆரம்பிக்கிறது. இதைத்தான் தமிழில் ஒரு பழமொழியாக "நக்குற நாய்க்கு" செக்கென்று தெரியுமா சிவலிங்கம் என்று தெரியுமா?" என்பார்கள் அவற்றிற்கு சிந்திக்கும் திறன் இல்லை ஆறறிவுற்ற மனிதன் தூண்டுதல்களுக்குத் தகுந்த வகையில் இயங்குகிறான் (ACT).

மாணவன்: உண்மைதான். மனிதன் விளைவுகளை எண்ணிப் பாராமல் செயற்பட்டால் அவன் விலங்குபோல் நடந்து கொள்கிறான் என்கிறோம்.

குரு: ஆறாம் அறிவினால் சிந்தனை, செயற் திட்டம், ஆராய்ச்சி, அனுபவம் முதலியவை கிடைக்கின்றன. அதனால் மனிதனுக்கு உண்டாக்குதல், உருவாக்குதல், படைத்தல், கற்பனை ஆகிய சக்திகள் அறிவினாற் கிடைக்கின்றன. டார்வினின் பரிணாமக் கொள்கையில் சூழ்நிலை மாற்றங்களுக்கேற்ற வளர்ச்சி 'இனம்' பெருக அடிப்படை யாகும் என்றிருக்கிறதல்லவா, அதன்படி மனிதன் சூழ்நிலை மாறுதல்களுக்கேற்ப தான் வாழும் வாழ்வின் வழிமுறைகளையும் தேவையான சௌகரியங்களையும் உருவாக்கி இனம் பெருக்கி வாழ்வது அறிவின் திறத்தினால்தான். அவன் உறைபனி சூழ்ந்த துருவப்பிரதேசத்திலும், வெப்பம் அதிகமான சஹாரா பாலைவனத்திலும் வாழ முடிவது அறிவின் திறத்தால்தான்.

மாணவன்: மனிதன் மண்ணை விட்டுச் சென்று விண்ணிலும் ராக்கெட் மூலம் உலவுவதும், சந்திரனில் இறங்கியது அறிவின் சக்தியினால்தானே முடிந்தது!

குரு: இனி அந்தக்கரணம் பற்றிச் சொல்லுகிறேன்.

1. 'மனம்' இது பஞ்சேந்திரியங்கள் வழியாகப் பெறும் உணர்ச்சி களை வாங்கி அதற்கேற்ப இயங்குகிறது. இது பொருளின்பம்,

புலனின்பம் என்ற கவர்ச்சிகளால் மயங்கும். இன்ப நுகர்ச்சியே இதன் நாட்டம். மனம், அலைபாயும் குணமுடையது, ஆசையுடையது நினைப்பு. மறதி என்ற குறைகள் உடையது.

2. புத்தி: இது உணர்வுடன் கூடி இயங்குகிறது. புத்தி செயல்களின் நன்மை தீமைகளை ஆராய்ந்து நிச்சயிக்கும் தன்மையுடையது. நம்பிக்கை செயலாற்றல், துணிவு, தன்னம்பிக்கை, நிகழ்வுகளைப் பகுத்துப் பார்க்கும் தன்மை இவைகளை உடையது.

3. 'சித்தம்' இது பொருட்களின் வகை காணல், அனுபவங்களின் படிப்பினை ஆகியவற்றைப் பதிவு செய்து ஒப்பிட்டுத் திட்டமிடும் தன்மையுடையது. இது உடலின் பொறிகளை இயக்கி ஊக்குவித்து விளைவுகளைச் சேகரித்து நிச்சயம் செய்யும் திறனுடையது. அனுபவங்களை நாடும் இது மனதுடன் சேர்ந்தியங்கும் தத்துவமுடையது.

மனம், சித்தம், புத்தி இந்த மூன்றையும் Mind, Heart, Intellect என்று ஆங்கிலத்தில் குறிப்பிடுகிறார்கள்.

4. அகங்காரம் 'நான்' எனும் தன்னுணர்வு. இந்த தன்னுணர்வுதான் ஜீவனின் உயர்நிலை ஆன்மத் தத்துவமாகிறது. நான், எனது என்ற இரு பற்றுகளின் இருப்பிடம் அகங்காரம் ஆகும். நல்வினை, தீவினைகள் இரண்டையும் செய்து புண்ணிய – பாவங்களைச் சேர்ப்பது அகங்காரத்தின் செயலாகும்.

மாணவன்: மனம், சித்தம் புத்தி அகங்காரம் இவை ஞானேந்திரியங்கள் மற்றும் கர்மேந்திரியங்கள் இரண்டையும் ஆள்பவைகள் என்று சொல்லலாமா?

குரு: ஆம் சொல்லலாம். இந்த அந்தகரணங்கள்கூட ஐம்பெரும் பூதங்களின் அம்சங்கள் என்கின்றது இந்துமதத் தத்துவம்.

மாணவன்: அது எப்படி?

குரு: மனம் — வாயுவின் (காற்று) அம்சம் அதனால்தான் நிலையின்றி சலிக்கிறது.

சித்தம் — அப்புவின் (நீர்) அம்சம். விஷய சுகங்களில் சித்தம் கரைகிறது.

புத்தி – தேயு (நெருப்பின்) அம்சம் புத்தி எதையும் பற்றி நிற்கிறது.

அகங்காரம் – பிருதிவியின் (மண்ணின்) அம்சம் தன் வடிவில் நிலை பெறுகிறது.

மேற்சொன்ன இவை யாவும் சேர்ந்து பஞ்சபூதம் 5 + கர்மேந்திரியங்கள் 5 + ஞானேந்திரியங்கள் 5 + அந்தகரணம் 4 மொத்தம் பத்தொன்பது தத்துவங்கள் ஆகின்றன. இந்த பத்தொன்பதும் ஜீவனின் சிருஷ்டியின் ஆன்மத் தத்துவங்கள் ஆகும். இத்துடன் தன்மாத்திரைகள் 5 ஐயும் சேர்த்து இருபத்து நாலு தத்துவமாக வகுத்திருக்கிறார்கள்.

மாணவன்: நீங்கள் விளக்கிய 'ஸ்தூலதேகம்' மற்றும் 'சூக்ஷ்மதேகம்' இவற்றின் தத்துவங்களைப் புரிந்து கொண்டேன். அடுத்த தத்துவம் என்ன?

குரு: ஜீவனாகிய ஆன்மாவையும், இந்த உடலையும் இணைத்து உலகில் ஜீவராசிகள் உயிருடனிருந்து அனுபவம் பெற நிலைபெறச் செய்வது 'பிராணன்' எனப்படுகிறது.

மாணவன்: 'பிராணன்' என்பது மூச்சுக்காற்றுதானே? மூச்சுக்காற்று தான் நமது நுரையீரலில் புகுந்து பிராண வாயுவான ஆக்சிஜன் (Oxygen) ரத்தத்தில் கலக்கச் செய்து உடலின் கழிவுகளான கரியமில வாயுவை வெளியேற்றியும், உடலைச் சீராக ஓரே வெப்பநிலையில் வைக்க உதவி செய்யும். நமது இதயத்தால் உடலில் ரத்தத்தின் வழியாக ஏற்றப்படும் ஆக்சிஜன் உடலின் செல்களுக்குச் சென்று அவற்றை உயிர்ப்பிக்கிறது. அதே ரத்தத்தில் செல்களுக்குத் தேவையான ஊட்டமும் உணவிலிருந்து வயிற்றுக்குடல்களால் பிரிக்கப்பட்டுத் தரப்படுகிறது.

குரு: உனது விஞ்ஞான அறிவு மிகவும் பாராட்டுக்குரியது. படபடவென்று நுரையீரல் மற்றும் இதயத்தின் பௌதீகச் செயல்களைச் சொல்லிவிட்டாய். விஞ்ஞானிகள் சொல்வது போல 'பிராணன்' என்பது ஒரு துருத்திபோல வேலை செய்யும் நமது நுரையீரல்களில் வந்து செல்லும் ஆக்சிஜன் நிரம்பிய காற்றல்ல. பிராணன் என்பது ஒரு பெரிய மெய்ஞானத்தத்துவம்; விஞ்ஞானம் இன்னும் கண்டுபிடிக்காத உடலின் ரகசியங்களை விளக்கும் அற்புதம். நமது உடலின் சுரப்பிகள், உணவு சீரணம்

ஆகும் செயற்பாடுகள், உயிர் உடலில் தரிப்பது, மரிப்பது மற்றும் 'அனிச்சையாக' மனிதனின் மூளையோ, செயலோ கட்டுப்படுத்தாமல் தானே நிகழும் ரத்த ஓட்டம், உடம்பின் செல்களுக்கு ஊட்டம் செல்லுதல் போன்றவற்றை விளக்குவது பிராண தத்துவம்.

மாணவன்: பிராணனின் செயல்பாடுகள் அதிகமானவை என்பது எனக்குத் தெரியாது அது வெறும் சுவாசிக்கும் காற்று என்று நினைத்திருந்தேன்.

குரு: இந்தப் 'பிராண' தத்துவம் விஞ்ஞானத்தாலோ அல்லது வேறு மதங்களின் கோட்பாடுகளிலோ விவரமாக ஆராயப்படவில்லை, இந்து மதம் ஒன்றுதான் உடலை நிலைநிறுத்தும் பல்வேறு செயல்களுக்குப் பிராணன்தான் அடிப்படைக்காரணம் என்று கண்டுபிடித்துச் சொல்லியிருக்கிறது. உயிருடன் இருக்க மூச்சுவிட்டு மூச்சு வாங்கிச் சுவாசம் செய்வது பிராணனின் பல செயல்பாடுகளில் ஒன்று; சுவாசிப்பது மட்டும் பிராணனின் வேலையல்ல. பிராணனை பிரும்மம் என்கிறது வேதம்.*

இனி இந்தப் பிராணனின் தத்துவங்களைப் பார்ப்போம். பிராணன் என்பது 'தசவாயுக்கள்'** எனும் பத்து வாயுக்களின் செயற்பாட்டின் கூட்டாகும். 5 பிரதான வாயுக்கள் + 5 உப வாயுக்கள் சேர்ந்தது பிராணன். இந்த தசவாயுக்கள் கர்மேந்திரிய ஞானேந்திரியங்களில் இணைந்து உடலில் இயங்குகின்றன.

பிராணன்

பிதான வாயுக்கள்	உபவாயுக்கள்
1. பிராணன்	1. நாகன்
2. அபானன்	2. கூர்மன்
3. வியானன்	3. கிருகரன்
4. உதானன்	4. தேவதத்தன்
5. சமானன்	5. தனஞ்செயன்
(பஞ்சப்பிராணன்	(பஞ்சஉபப்பிராணன்)

1. பிராணன்: மூச்சுக்காற்று. இது இருதயத்திலிருந்து மேல்நோக்கி

---

* பிரம்ம சூத்ரம் (1:1:31)
** (1) அமிருதநாதோபநிஷத் (35-38) (2) பிரச்னோபநிஷத் (3:3-3:10)

எழுந்து நாசி வழியாக செயற்படுகிறது. இது நாசியிலிருந்து வெளியேறும் போது 'ஸோ' என்ற ஒலியுடனும் நாசியில் நுழையும் போது 'ஹம்' என்ற ஒலியுடனும் இயங்குகிறது. இதை "ஹம், ஸ" ஒலியான 'அஜபா காயத்ரி' என்பார்கள்.

மூச்சுக்காற்றுதான் மனிதன் மற்றும் ஜீவராசிகள் உயிருடனிருக்க அடையாளமாகிறது. உடலைத் தாங்கும் பிராண வாயு பசியையும், தாகத்தையும் உண்டாக்கி மற்ற நான்கு வாயுக்கள் உணவைச் செரிக்க உதவுகிறது. இது நிலைபெறும் இடம் இதயம்.

2. அபாணன்: மற்ற வாயுக்கள் உடலில் கீழிருந்து மேல் நோக்கிச் சென்று இயங்கும்போது அபான வாயு மட்டும் உடலில் மேலிருந்து கீழாக இயங்குகிறது. கர்மேந்திரியமான 'பாயு' 'உபஸ்தம்' இவற்றின் தொழில்களான விசர்ஜனம் (கழிப்பு) ஆனந்தம் (இன்பம்) இவற்றைச் செய்விப்பது அபானவாயு. மலமூத்திரங்கள் மற்றும் சுக்கிலம் முதலியவற்றை உடலுக்கு வெளியே தள்ளுவது அபானவாயு. இது குதத்தில் நிலை பெற்றிருக்கிறது. யோகிகள் உடலைப் பிரியும்போது அபாயனவாயுவை அடக்கி மேல் நோக்கி (மண்டை உச்சி) கபாலத்துக்குச் செலுத்திப் பிளந்து யோக முக்தி அடைவார்கள்.

3. வியானன்: உணவைச் செரிக்கும் வாயு இது, நாம் அருந்திய உணவை மற்ற சுரப்பி நீர்களுடன் கலக்கி, அதைச் சிதைத்து அன்னத்தின் மூன்று பிரிவான,* ரசம், சக்கை, சூக்ஷ்ம பாகங்களாகப் பிரிக்கிறது. ரசம் சமான வாயுவால் உடலிலும், சூஷ்பாகம் உதானவாயுவால் மனத்துடனும், சக்கைபாகம் அபானவாயுவால் மலமாக வெளியேற்றவும் வியானன் துணை செய்கிறது. இது நிலைபெறும் இடம் உடல் முழுவதும் ஆகும். ஆகையால் ஸ்பரிச உணர்வை மனம் அறியும் தன்மையைத் தருவது வியானன் ஆகும்.

4. உதானன்: இது மனிதர்கள் இறக்கும்போது அவர்களது ஜீவன் உடலைப் பிரிந்து நாடிகளின் வழியே வெளியேற உதவும் வாயுவாகும். இது நிலைபெறும் இடம் கண்டம் (தொண்டை) யாகும். இதனால் இது அன்னத்தை விழுங்கவும் குடலில்

---

* சாந்திதோக்யோபநிஷத் (6:2:1)

சேர்ப்பிக்கவும் செய்கிறது. மனதுக்குச் சக்தி தரும் அன்ன ரசத்தை மனதுடன் கலக்க நாடிகளில் இயங்குகிறது.

5. சமானன்: இது முக்கியமாக உதானனுடன் இணைந்து அன்ன ரசத்தை உடலின் உறுப்புகள் பாகங்களின் தேவைக்கேற்றபடி நிரவல் செய்து வழங்கும். சமானன் நிலை கொண்ட இடம் 'நாபி' (தொப்புள்) ஆகும்.

மாணவன்: விஞ்ஞானத்தில் எப்படி உணவுச் செரிமானம் உடலுக்குச் சக்தி தருகிறது என்பதைச் சொல்கிறது. ஆனால் அதன் பின்னணியில் உள்ள இயக்கும் சக்தி பஞ்ச பிராணங்கள் தான் என்பதை இந்து மதத்தத்துவம் விளக்கியிருக்கிறது. 'வாயுவால்* இகமும், புறமும் எல்லா உயிர்களும் கட்டப்பட்டுள்ளன' என்பது புரிந்தது.

குரு: நான் முன்பே உனக்கு விவரம் சொல்லியிருக்கிறேன். 'அன்னம்' என்பதே ஒரு பிரம்மம், என்ற தத்துவம் உண்டு. முறையாக உண்பதே ஒரு வேள்வியாகும். சாஸ்திர விதிப்படி தயாரிக்கப்பட்ட அன்னத்தை (உணவு) முறையாக உட்கொண்டால் அது உடலைப் போஷித்து, மனதையும் வலுவாக்கி, உடல் உறுப்புகளையும் சக்தியுடன் வைத்திருக்கும், உடல் ஆரோக்கியம் கெடாது. இதை ஆசார விதியாகப் பின்பற்றுபவர்கள், உடலும் மனமும் சுத்தமில்லாதவர்களாலும், சுவையை மட்டும் கருத்திற் கொண்டும், சுத்தமில்லாமலும், வெளியிடங்களிலும் ஹோட்டல்களிலும் தயாரிக்கப்பட்ட உணவை உண்பதில்லை. இந்தத் தத்துவ ரகசியம் புரியாமல் நாம் அவர்களைக் 'கட்டுப்பெட்டிகள்' 'மடிசஞ்சி' என்று கேலி செய்கிறோம்.

மாணவன்: ராமகிருஷ்ண பரமஹம்ஸரின் சரிதத்தில் கூட அவர் சாரதா மணிஅம்மையாரால் தயாரிக்கப்பட்ட, அவரால் பரிமாறப் பட்ட உணவையே விரும்பினார். மற்றவர்கள் பரிமாறினால்கூட அவர்களின் மன விகாரங்களால் ராமகிருஷ்ணரின் உடல்நலம் பாதிக்கப்படுவதுண்டு என்று படித்திருக்கிறேன்.

குரு: சரியான உதாரணம் சொன்னாய். இனி நான் பஞ்ச உபப்பிராணன்கள் என்னும் உபவாயுக்களைப் பற்றிச் சொல்லுகிறேன்.

---
* (1) பிரஹதாரண்யகோபநிஷத் (3:7:2) (2) ஸ்ரீமத் பகவத்கீதை (15:14)

இந்த உபப்பிராணன்கள் உடலின் சேட்டைகளான சிரிப்பு, தும்மல் இவற்றைக் கட்டுப்படுத்துகின்றன. உடலின் சேட்டைகள் என்பவை லட்சணங்களாகும். தவிர சில சேட்டைகள் உயிர் காப்பவனவாகவும் அமைகின்றன.

நாகன்: இது வாந்தி, கண் பார்வை, சோம்பல், திமிறல், முக்கல் முதலியவற்றை உண்டாக்கும் இந்த செயல்களைச் செய்யும் தசைகளைத் தூண்டுவது நாகவாயு.

கூர்மவாயு: முகலட்சணம், சிரிப்பு, மயிர்க்கூச்சம், ஆனந்தப் புளகம் மற்றும் கண் இமைகளின் மூடித்திறக்கும் சலனம் முதலியவைகளைத் தூண்டுவது கூர்மவாயு.

கிருகரவாயு: இது தும்மலை உண்டாக்குகிறது நுரையீரல் மற்றும் தொண்டைக்குழியைக் காக்கிறது. இவற்றில் அடைப்புகள் உண்டானால் அடைப்பை வெளியேற்றுவது கிருகரன்.

தேவதத்தவாயு: விக்கல் மற்றும் கொட்டாவி இருமல் இவற்றைத் தூண்டும், வாயு தேவதந்த வாயு.

தனஞ்செயவாயு: இது மனிதன் உயிருடனிருக்கும் போது இயங்குவதைவிட அவன் பிறக்கும் முன்னும் இறந்த பின்னும் இயங்குகிறது. பெண்களின் பிள்ளைப் பேற்றின் போது சிசுவை வெளியே தள்ளுவது தனஞ்செயவாயு. மனிதன் இறந்தபிறகு அவன் உடலில் தங்கியிருந்து உடலை வீங்கச் செய்து அதிலிருக்கும் நீர், உதிரம் மற்றும் திசுக்களைப் பிரித்து உடல் அழியக் காரணமாகிறது. தனஞ்செய வாயு.

மாணவன்: உடலின் சிறுசிறு சேட்டைகள் செயல்கள் கூட வகைப்படுத்தப்பட்டு அவை எதனால் உண்டாகின்றன என்பதை ஆராய்ந்திருக்கும் இந்துக்களின் அறிவுத்திறன் வியப்பளிக்கிறது!

குரு: இரு, இரு, நான் இன்னும் பிராணன் பற்றிய தத்துவங்களை முழுவதும் விவரிக்கவில்லை. 'வயிரவவாயு' 'முக்கியவாயு' எனும் இரு வாயுக்கள் எலும்புகளின் சந்திப்புக் கூட்டுகளிலிருந்து வியாதி, நிவாரணம் இரண்டையும் ஊக்குவிக்கின்றன 'அந்தர்யாமி' மற்றும் 'பிரவஞ்சன' வாயுக்கள் ஜீவனுடன் கூடியிருந்து உடலில் நிலைக்க வைக்கின்றன.

மாணவன்: ஆன்மதத்துவங்கள் 24 மற்றும் பிராணத் தத்துவம் பத்தும் விளக்கினீர்கள். ஜீவதத்துவத்தில் அடுத்து வருவது என்ன?

குரு: இந்துக்களின் நுட்பமான தத்துவ விசாரங்களை விவரித்துக் கொண்டே போனால் மாளாது. நான் உனக்கு மிகவும் தேவையான அடிப்படைத் தத்துவங்களை மட்டும்தான் விளக்கி வருகிறேன். உதாரணமாக கை மற்றும் கால் விரல்களின் குருத்தெலும்புகள் கூடும் கணுக்கள் இருக்கின்றனவே அவற்றிக்குக் கூட வேறு வேறு பெயர்கள், செயல்கள் முதலியவற்றைக் கணித்து இந்துமதம் விவரம் தந்திருக்கிறது.

மாணவன்: அடேயப்பா! விரல் கணுக்களைப் பற்றிக்கூட ஆராய்ச்சி செய்யப்பட்டிருக்கிறதா! எனக்கு ஒரு சந்தேகம் மனம், சித்தம், அகங்காரம் மற்றும் பஞ்சப்பிராணன்கள் இவற்றை நாம் கண்ணாற் பார்க்க முடியவில்லை. இவை எங்கே உறைகின்றன?

குரு: நீ புது யுகத்துப் பிரஜை எதையும் விஞ்ஞான நோக்கோடு சொன்னால்தான் புரியும். ராக்கெட்டை செலுத்தும் இயந்திரம் பிரமாண்டமாக இருக்கும். அதை இயக்க நிறைய சக்தியும், ஆயுதங்களும் தேவை. அவற்றைக் கண்ணால் காண்கிறோம். ஆனால் அவற்றைக் கட்டுப்படுத்தி செலுத்தக் கட்டளையிடும் கம்ப்யூட்டர் 'சிப்'களோ மிக மிக லேசானவை சிறியவை கண்களால் காண முடியாதவாறு கம்ப்யூட்டரில் மறைந்து இருக்கும் அது இயங்க மிகக் குறைந்த அளவு மின்சாரமே போதும். அதிற்பதியும் கட்டளைகளான 'எலக்ட்ரோ மேக்னட் கோடுகள்' (Electro Magnet Codes) கண்ணுக்கும் தெரியாது கருவிகளாலும் காணமுடியாது ஆனால் அந்தக் கண்ணுக்குத் தெரியாத 'கோட்' செய்திகள்தான் பெரிய ராக்கெட்டை இயக்குகின்றன. அது போன்றே சூஷ்மமான மனம், சித்தம், புத்தி, அகங்காரம் பிராணன் முதலியவைகள் பெரிய தேகத்தை இயக்குகின்றன. இவை பஞ்சகோசங்களில் உறைகின்றன. இதை விளக்குவதற்கு முன்பாக நான் இதுவரை சொன்ன தத்துவங்களை விட முக்கியமானதும், மிகவும் சூக்ஷ்மமானதுமான தத்துவத்தை உனக்குச் சொல்கிறேன்.

மாணவன்: (ஆவலுடன்) என்ன அது?

குரு: மனிதனின் 'ஆத்மா!' இதைத் தமிழில் 'ஆன்மா' என்பார்கள்.

உயிருக்கும் உயிரான, மனிதன் உலகில் வாழக் காரணமானதும் ஆன ஆத்மாவின் விவரங்கள் மிகவும் விபப்பைத் தருவதாகும்!

இந்த ஆன்மாவை* இன்னதென்று விளக்க முடியாததாகவும், சிதறாத, அழியாத, மாறாத என்றுமிருப்பது உடலழிந்தாலும் தானழியாது, அதிசயத்திருக்கத்தக்கது, ஒளி பொருந்திய ஆன்மாவைக் கத்திகள் வெட்டமுடியாது, நீர் நனைக்க முடியாது, காற்று உலர வைக்க முடியாது, தீ எரிக்காது அது என்றுமுளது என்று பலவிதமாக விளக்கம் தருகிறது இந்து மதம்.

மாணவன்: ஜீவன் என்பவன் யார்? ஜீவன் வேறு ஆத்மா வேறா?

குரு: பிராணனுடன் கூடிய ஆன்மாவே ஜீவன் எனப்படுகிறான். தனது சுத்த நிலையில் ஆன்மா பற்றற்றது பழுதற்றது குணமற்றது, பிராணனுடன் சேர்ந்து முக்குண சம்பந்தம் ஏற்பட்டால் ஆத்மா ஜீவனாகிறது மாயையால் தன்னிலையை அறியாமல் கர்ம பந்தத்தில் கட்டுப்படுகிறது. இன்ப துன்பங்களை துய்க்கிறது. ஜீவனாகும் போது ஆத்மாவுக்கும் ஒரு தேகம் உண்டு. அதை 'லிங்கதேகம்' அல்லது 'லிங்கசரீரம்' என்பார்கள். அது சத்வ ராஜச தாமச குணங்கள் சேர்ந்து முன்வினைகளின் படிவான 'வாஸ்னா' (வாசனை) சேரும்போது ஒரு 'காரண சரீரம்' உண்டாகிறது ஜீவன் பிறப்பெடுக்கும் போது 'தேகம்' (உடல்) உண்டாகிறது இது "ஸ்தூலசரீரம்" பரு உடல் எனப்படுகிறது.

பிறவி எடுத்த ஆன்மாவுக்கு மூன்று உடல்கள்** (சரீரங்கள்) அமைகின்றன. கர்மேந்திரியங்களும் உறுப்புகளும்; ஞானேந்திரியமும் பொறிகளும்; பஞ்சபூத (மஹத்பூதம்) சேர்க்கையும் சேர்ந்தது 'ஸ்தூல சரீரம்' மனம், சித்தம், புத்தி, அகங்காரம் இணைந்த பிராணனுடன் கூடியது 'லிங்கதேகம்' மற்றும் வாஸ்னா உள்ளது 'காரண சரீரம்'.

மாணவன்: ஆத்மா, உடலில் எங்கே உறைகிறது?

குரு: மனிதனின் உடலில் மார்பின் வலதுபுறம் உருவகமாக (சூஷ்மமாக) தலை கவிழ்ந்த தாமரை மொட்டுப்போன்ற ஹிருதயக் கமலம்"*** (இதயத்தாமரை) இருக்கிறது. அதன் உள்ளே கட்டை

---

* ஸ்ரீமத் பகவத்கீதை (2:19-25) ** யோகசூடாமணி

*** (1) பிரம்மசூத்ரம் (2:3.24) (2) நாராயணசூக்தம் (13:2:2 13:2:8) (3) பிரம்ஹோபநிஷத் (3)

விரலளவே உள்ள ஒளிபொருந்திய, கருப்பை மூடிய சிசு போன்று, கட்டையில் உறங்கும் மூட்டாத நெருப்பினைப்போல், கண்ணாடி மறைந்த உருவம் போன்ற ஆன்மா உறைகிறது என்கிறது இந்து மதத் தத்துவம்.

இந்த உருவக இருதயத் தாமரை கழுத்தெலும்பிற்குக் கீழே நாபிக்கு மேலே ஒரு சாண் உயரத்தில் இருக்கிறது. இது நாற்புறமும் நரம்புகளின் பிடிப்பால் தொங்குகிறது. அதன் உள்ளே உள்ள வெற்றிடம் 'தஹராகாசம்' அல்லது 'சிதாகாசம்' எனப்படுகிறது. இதில் கருத்தமேகத்தில் தோன்றும் மின்னலைப் போன்ற ஒளியுடனும் செந்நில்லின் ஊகுபோல மெல்லியதாகவும் பொன்னிறமாயும், அணுவைப்போன்று சூக்ஷ்மமானதாக ஜூவாலையாக அமைந்த ஆன்மா (ஆத்மா) இருக்கிறது அதில் 'அந்தர்யாமியாக' (மறைந்து) பரமாத்மாவாகிற இறைவன் நிலைபெற்றிருப்பதாக வேதங்களும் உபநிஷதங்களும் விவரிக்கின்றன.

மாணவன்: ஹிருதயத் தாமரையில் ஆன்மாவைத் தவிர வேறு என்னென்ன இருக்கினற்ன.

குரு: விண்ணில் நிலை பெற்றவையே இருதய கமலத்து சிதாகாசத்திலும் நிலைபெற்றிருப்பதாக தத்துவம் இருக்கிறது. இருதயக் குகையில் வசிப்பவர்களான தேவர்கள் சூரியன், சந்திரன், அக்னி பர்ஜன்யன் (மழை), வாயுவாகிய முக்கியப் பிராணன் (காற்று) பஞ் சப்பிராணன்கள், 'மஹத்' எனும் விரிவு தத்துவம், மற்றும் அக்னி, நீர், அன்னம் எனும் 'த்ரிவிரித் சூத்ரம்'* ஆகிய முப்புரி சூத்திரம் ஆகியவை இருதயத் தாமரையில் நிலைக்கினற்ன.

நம்மைப் போன்ற சாதாரண மக்கள் ஆன்மாவை உணருவதில்லை. பார்க்க முடிவதில்லை. யோகப் பயிற்சியானால் இதயத் தாமரையை விரியவைத்து ஆன்ம தரிசனம் பெறலாம். ஆன்மதரிசனம் பெற்றவர்களையே 'ஆத்ம ஞானிகள்' என அழைக்கிறார்கள். அவர்களது இருதயத் தாமரை மொட்டு மேல்நோக்கித் திரும்பி விரிந்து மலர்ந்திருக்கும். அவர்கள் முகத்தில் ஒளிபொருந்திய ஆன்ம ஜோதி கனன்று கொண்டிருக்கும் என்பது இந்துமதத் தத்துவம்.

---

* முப்புரி சூத்திரம் இருதய கமலத்து அக்னி, நீர், அன்னம் ஆகிய மூன்றும் அ.உ.ம. என்ற அக்ஷரங்கள் அவை இணைந்த ஓம் 'என்பதே பிரம்ம முடிச்சு' இதை ஒட்டியே 'முப்புரி நூலாகிய பூணூலை அந்தணர்கள் அணிகிறார்கள்.

மாணவன்: ஆன்மாவுக்கு சிறப்புக் குணங்கள் ஏதாவது உண்டா.

குரு: ஆத்மா தனது சுத்த நிலையில் குணங்களற்ற 'ஆத்மப்பிரும்மம்' என்றழைக்கப்படுகிறது. ஆனால் ஆத்மா பிறவி எடுத்து உடலிற் புகுந்து ஜீவனாக விளங்கும்போது அதற்குப் பதினாறு விதச் சிறப்புகள் உண்டு அவற்றைக் "கலைகள்" என்பார்கள். ஆன்மாவிற்கு பிறவிகள் உள்ள வரை பதினாறு கலைகள் உண்டு. அது முக்தி பெற்று வீடுபேறு பெறும்போது இந்த 16 கலைகளும் அதன் அதி தேவதைகளைச் சென்றடைகின்றன.

ஆன்மாவின் பதினாறு கலைகள்.

1. உணர்வு (ஸமஜ்ஞானம்)
2. கலை ஞானம் (விஜ்ஞானம்)
3. அறிவின் கூர்மை (மேதை)
4. மனோதிடம் (த்ருதி)
5. நிச்சய புத்தி (மனீஷா)
6. ஞாபக சக்தி (ஸ்மிருதி)
7. தீர்மானம் (ஸ்ரது)
8. ஆசை (காம)
9. ஆட்சி (ஆஜ்ஞானம்)
10. பகுத்தறிவு (பிரஜ்ஞானம்)
11. மனக்கண் பார்வை சக்தி (திருஷ்டி)
12. மனன சக்தி (மதி)
13. மனக்கலக்கம் (ஜூதி)
14. விருப்பம் (சங்கல்பம்)
15. பிராணசக்தி (அஸி)
16. விஷயங்களில் கவர்ச்சி (வசம்)

இந்த ஆத்மாவே** அன்னமயமான 'பூதாத்மாவாக'வும், பிராண மயமான 'இந்திரியாத்மாவாகவும்' மனோமய 'சங்கல்பாத்மாவாகவும்' விஜ்யாமைய 'கலாத்மா'வாகவும், ஆனந்தமய 'லயாத் மாவாகவும்' எல்லாவற்றையும் உடலில் ஒளி பொருந்திய வடிவாக இருந்து

* ஐதரேயோபநிஷத் (3:2)

** ஸுபாலோபநிஷத் (5வது கண்டம்)

இயக்குகிறது.

மாணவன்: ஆன்மா மூடிய இதயத்தாமரையில் இருக்கும் போது உடலில் எல்லாவற்றையும் எப்படி இயக்குகிறது?

குரு: உனது வினாக்கள் மிகவும் கூர்மையானவை, அர்த்தம் பொருந்தியவை. உனது ஆர்வத்தைப் பாராட்டுகிறேன். ஜீவாத்மா ஹிருதயக்கமலத்தில் உறைகிறான். அதில் நூற்று ஒன்று (101) நாடிகள் உள்ளன. அவை பிரிந்து, விரிந்து பலகிளைகளாய்க் கிளைத்து 72,000 நாடிகள் உடலில் பரவியுள்ளன. இந்த நாடிகளே ஜீவாத்மாவுக்கும், உடலுக்கும் பிராணன் வழியாக இணைப்பாக; ஜீவன் எல்லாவற்றையும் இயக்கவும், அனுபவம் பெறவும் இணைப்பாக இருக்கின்றன. இதயத்தில் நாடிகள் கூடுமிடத்தில்* பரமாத்மா இருக்கிறான்.

உதாரணமாகப் 'பிராணனின்' ஒரு பகுதியான 'வியானன்' எனும் உடலைப் போஷிக்கும் திறனுள்ள 'வாயு' இந்த 72,000 நாடிகளிலும் ஓடுகிறது. ஜீவாத்மாவின் தொடர்பு பிராணனுடன் உண்டாகிறது.

சூரியன்* கண்ணிலுள்ள பிராணனையும்; பிருத்தவி – அபானனையும்; சூரியனுக்கும் பூமிக்கும் இடையே உள்ள காற்று – ஸமானனையும்; பூமியின் மேல் உலவும் காற்று – வியானனையும்; ஒளி – உதானனையும் இயக்குகின்றன. 'அத்யாத்மகமான' தன் மாத்திரைகளும், மஹத்பூதம் என்று அழைக்கப்படும், அதிபூதமான பஞ்ச பூதங்களும் பல விதங்களில் இணைந்து இருப்பதால், நாடிகள் வழியாக ஜீவாத்மாவுக்கும் உடலுக்கும் ஜகத்துக்கும் தொடர்பு உண்டாகிறது.

மாணவன்: உடலுக்கு ஆன்மாவின் தொடர்பு எப்போது உண்டாகிறது; எப்போது விடுபடுகிறது.

குரு: ஆன்மா ஆணின் உடலில் உணவின் வழியாக நிலைபெற்று பெண்ணிடம் சென்று கருவாக உருவாகிறது. அப்போதே ஆன்மாவுக்கு உடலின் தொடர்பு உண்டாகிறது. மரண காலத்தில் ஜீவாத்மா பிராணனில் ஒடுங்க, பிராணன், உதானனுடன் சேர்ந்து அதன் உதவியுடன் உடலை உகுத்து வெளிக் கிளம்பும்போது தொடர்பு விடுபடுகிறது.

---

* முண்டோகபநிஷத் (2:6) ** பிரச்னோபநிஷத் (3:6) *** பிரம்மோபநிஷத் (1)

மாணவன்: ஆன்மாவை உடலில் ஐந்துவித ஆன்மப் பிரிவுகளாகச் சொன்னீர்களே அவை என்ன?

குரு: இயந்திரங்களில் பல பகுதிகள் ஒன்றினுள் ஒன்றாக அமைந்திருப்பது போன்று மனித உடலிலும் மிகவும் சூக்ஷ்மமான (நுணுக்கமான) ஐந்து 'கோசங்கள்' (உறைகள்) ஒன்றுக்குள் ஒன்றாக அமைந்துள்ளன. இந்தக் கோசங்களின் நடுவில் ஆன்மாவின் நிலைப்புள்ள ஹிருதயத் தாமரை இருக்கிறது. இந்த கோசங்கள் மனம், சித்தம், புத்தி அஹங்காரம் மற்றும் ஜீவாத்மாவுக்கு இடையிலே தொடர்பாகவும், உள்மன நிலை மாற்றங்களுக்கு ஊடகமாகவும் விளங்குகின்றன.

மனிதனின் ஆன்மீக முன்னேற்றத்தின் தரத்திற்கும், நிலைக்குமேற்ப அந்தந்தக் கோசங்கள் சிறக்கின்றன. உதாரணமாக ஞானம் சிறிதுமின்றி உடல் வாழ்வே வாழ்வு என்று உள்ளவனின், பருஉடல் வலுவுடனிருக்கும். ஆனால் உள்ளே கோசங்கள் ஒளியிழந்திருக்கும். ஆன்மிக ஞானம் பெற்றவனின் உடல் மெலிந்து இருக்கும். ஆனால் ஆன்மசக்தி ஒளிபொருந்தியிருக்கும்.

மாணவன்: இந்த ஐந்து கோசங்கள் யாவை.

குரு: இந்தக் கோசங்கள் உருவகமானவை 'தந்திர' யோக பாகுபாடு' முறையில் பிரிக்கப்பட்டுள்ளன அவை.

1. அன்னமயகோசம் 2. பிராண மயகோசம் 3. மனோ மயகோசம், 4 விஞ்ஞான மயகோசம் 5. ஆனந்த மயகோசம்.

1. அன்னமயகோசம்: மனிதனின் ஸ்தூல சரீரம் (பருவுடல்) ரசம், ரத்தம், மாமிசம், கொழுப்பு, எலும்பு, மூளை, சுக்கிலம் எனும் ஏழு தாதுக்களால் ஆனது. அவயவங்கள் மற்றும் பொறிகள் அமைந்த உடல் அன்னமையகோசம் எனப்படுகிறது.

2. பிராணமயகோசம்: பஞ்ச கர்மேந்திரியங்கள், பஞ்ச ஞானேந்திரியங்கள், பிராணன் மற்றும் தசவாயுக்கள் சேர்ந்தது பிராணமயகோசம் இது ஜீவனையும் அன்னமய கோசத்தையும் இணைக்கிறது.

3. மனோமயகோசம்: பஞ்ச ஞானேந்திரியப் புலன்களோடு இயைந்து ஆசை, விருப்பம், சங்கற்பம் முதலியவைகளைக் கொண்ட

அறிவு நிலையாகும். இதன் மற்றொரு பகுதி சித்தம்; உணர்ச்சி, உணர்வு, நம்பிக்கைகளின் பிறப்பிடம். மனதில் உயர்ந்த பகுதி, தாழ்ந்த பகுதி என்று இரு பிரிவுகள் உண்டு. உயர்ந்த பகுதி திடசங்கல்பங்கள் செய்யும் பகுதியாகும்.

4. **விஜ்ஞானமயகோசம்:** ஞானேந்திரியம், அன்னமய, பிராணமய கோசங்களில் சாத்வீக குணம் சேர்க்கையில் மேம்பட்ட நிலையில், புத்தியின் பிரகாசத்தால் ஆன்மிக சாதனங்களான பக்தி, தவம், தியானம் போன்றவை வலுவாகி படைப்பாற்றல் (Creative power) பெருகுவது விஜ்ஞான மயகோசம் ஆகும்.

5. **ஆனந்தமயகோசம்:** தான், தனது என்று அறியாமையில் அகங்காரமும் சேர்ந்து பொருள் விஷயங்களில் இன்ப நாட்டமுடையது ஆனந்தமயகோசம். ஒரு பொருளைக் கண்டவுடன் பெறும் ஆனந்தம் 'பிரியம்' எனப்படும்; அந்தப் பொருள் கைக்கு வந்ததும் 'தனது' என்ற ஆனந்தம் 'மோதம்'; அந்தப் பொருளை அனுபவிப்பதால் உண்டாகும் ஆனந்தம் 'பிரமோதம்' எனப்படும். மோகம், உடைமை, ஆளுமை என்ற செருக்கு உள்ள நிலை ஆனந்தமயகோசம்.

மாணவன்: இந்த கோச உறைகளுக்கும் ஆன்மாவுக்கும் உள்ள தொடர்பு என்ன?

குரு: இந்தக் கோசங்கள் அடுக்கடுக்காய் அமைந்து ஜீவனை மூடி யிருக்கின்றன. ஆன்மாவுடன் தொடர்பும் கொண்டிருக்கின்றன. உலகாயத மற்றும் ஆன்மீக வாழ்வின் அனுபவத் தொடர்பு கருவிகள் இவை.

மாணவன்: நீங்கள் விளக்கமாய்ச் சொன்ன இந்திரியங்கள் மற்றும் அந்தகரணங்கள் முதலியவை மனிதன் உறங்கும்போதும் இதயம், சுவாசம், நுரையீரல்கள் போல் தொடர்ந்து இயங்குகின்றனவா?

குரு: மனிதன் விழித்துக்கொண்டு இருக்கும் நிலை 'ஜாக்ரம்' எனப்படுகிறது; தூக்கத்தில் கனவு காண்பது 'ஸ்வப்னம்' எனும் நிலை. கனவுகளற்று ஆழ்ந்து உறங்குவது 'சுஷீப்தி' எனப்படுகிறது; இந்த மூன்று நிலைகளும் ஜீவனுக்கு 'அவஸ்தை'* (வேதனை) நிலைகள் எனப்படுகின்றன.

---

* யோகசூடாமணி (77:2)

ஜாக்ரம் நிலையில் இந்திரியங்கள் அந்தகரணங்கள் பிராணன்/ வாயுக்கள் யாவும் செயற்படுகின்றன விழித்திருக்கின்றன. ஸ்தூல அனுபவம் நிலையாகும்.

இந்த இந்திரியங்கள் முதலியன ஒரு நிலையில் மனதில் ஒதுங்கி செயலிழக்கின்றன. அதுவே தூக்கம் அப்போது ஸ்தூலதேகம் ஓய்ந்து விடுகிறது. உடலில் சூக்கும சரீர 'பஞ்சப்பிராண' தேவதைகள் மட்டும் விழித்திருந்து அவை உடலின் தடைப்படக் கூடாத இயக்கங்களான சுவாசம், இதயத் துடிப்பு ரத்த ஓட்டம், ஜீரணம், சிறுநீர் பிரிப்பு போன்றவற்றை தொடர்ந்து நடத்துகின்றன.

சூக்ஷ்மசரீரம் விழித்திருக்கும் மனம் வெளித்தொடர்பில்லாமல் சப்தம், வாசனை உணர்வுகளுடன் அனைத்தும் தானேயாகிக் காண்கிறது. இதுவே 'ஸ்வப்ன'* அவஸ்தை நிலை, சூஷ்ம அனுபவம் ஆகும்.

அந்த மனமும் தன் சேட்டைகளை ஒடுக்கி, எந்தக் கனவுமில்லாத, செயலில்லாத, நினைவுமில்லாது அனுபவிக்கும் ஆனந்தமயமான (ஆழ்ந்த) தூக்க நிலையே 'சுஷுப்தி' இது ஆன்மா இறைவனில் லயிக்கும் 'சமாதி' நிலைக்கு ஒப்பானது இந்த சுஷுப்தி நிலை. ஸமாதியில் நாம் நினைவுடன் அனுபவிக்கும் ஆனந்தநிலை சுஷுப்தியில் நாம் அறியாமல் தூக்கத்தில் நினைவில்லாமல் அனுபவிக்கிறோம். தூய ஆனந்த அனுபவம் என்பது இதுதான்.

இந்த மூன்று நிலைகளையும் தாண்டிய ஒரு நிலை மனிதனுக்கு உண்டு அது 'துரியம்'

மனிதன் விழித்திருக்கும் 'ஜாக்கிர' நிலையில் ஆன்மீகப் பயிற்சி வழியாக ஆன்ம தரிசனமும் மற்றும் ஆன்மா இறைவன் சேர்க்கையை 'துரியம்' நிலையில் அனுபவிக்க முடியும்.

முதலில் சொன்ன மூன்று 'அவஸ்தை'களிலும் ஆன்மாவுக்கு வேறு வேறு பெயர்கள்** தரப்பட்டுள்ளன. ஜாக்கிரத்தில் – 'விஸ்வன்', ஸ்வப்னத்தில் – 'தைஜசன்', சுஷுப்தியில் – 'ப்ரஞ்சன்' மற்றும் இந்த அவஸ்தைகள் ஓம் காரத்தின்*** தத்துவப் பிரிவுகளாகவும் வகுக்கப்படுகின்றன. ஓம் காரம் 'அ'+'உ'+ 'ம' (A+U+M) என்ற எழுத்துக்களின் கூட்டாகும். ஜாக்ரம் – அகங்காரம்; ஸ்வப்னம்

* பிரச்னோபநிஷத் (4:5) **மாண்டுக்யோபநிஷத் (3:45)
*** அமிருநாதோபநிஷத் (1:6)

– ‘உ’காரம்; சுஷுப்தி ‘மகா’ரம். இந்த மூன்று அகார, உகார, மகாரக் கூட்டாகிய ‘ஓம்’ துரியம். இது மெய்ஞானத் தத்துவம்.

மாணவன்: விஞ்ஞான அறிவியலில் உறக்கத்தில் ஆழ்மனப் பதிவுகளே, கனவுகளாக வருகின்றன என்று சொல்லியிருக்கிறது. அது உண்மையா?

குரு: சில கனவுகள் சம்பந்தமில்லாத அர்த்தமில்லாத புதியவை களாகக் கூட வரும். அத்வைத ஆச்சாரியரான ஸ்ரீசங்கரர் மனிதனின் கனவுகளில் சில முன் ஜன்மத்து மனப்பதிவுகள் என்றும் ஜீவன் அவற்றை நினைக்கிறான் என்று குறிப்பிடுகிறார்.

மாணவன்: ஜீவனின் பிறப்பு/இறப்புப் பற்றிய விவரங்கள் யாவை?

குரு: இது மிகவும் விரிவான பகுதி. நம் உரையாடலின் பொருளான ஜீவ தத்துவம் முழுமையானதாக அமைய வேண்டும் என்பதால் சுருக்கமாக விளக்குகிறேன்.

மேலுலகிலிருந்து ஜீவன் பூமியில் பிறப்பெடுக்கும் வகை ‘பஞ் சாக்னி’ வித்தை எனப்படும். அந்த ஜீவன் ஐந்து நிலைகளைக் கடந்து பிறப்பெடுக்கிறான்.*

(1) மேலுலகிலிருந்து ஜீவன் ஆகாயத்திற்கு வார்க்கப்படுகிறது.

(2) ஆகாயத்திலிருந்து ஜீவன் மழைக்குத் தரப்படுகிறது.

(3) மழையிலிருந்து பூமிக்கும் அதன் மேலுள்ள தானியம், செடி, கொடி, மூலிகைகளுக்குத் தரப்படுகிறது.

(4) செடி கொடிகளிலிருந்து அன்னத்துடன் (உணவு) தந்தையின் உடலுக்குள் புகுந்து ஜீவன் அங்கு பிந்துவாக வளர்கிறது தந்தையின் வீரியத்தில் சூக்ஷ்ம ரூபத்தில் தங்குகிறது.

(5) தந்தையிடமிருந்த ஜீவன் சூக்ஷ்ம ரூபத்தில் தாயிடம் சேர்க்கப் பட்டு அவள் கர்ப்பத்தில் கருவினுள் வளர்கிறான்.

மாணவன்: பிரசவத்தில் சிசுவாக பிறக்கும் ஜீவனுக்கு ஒரு ‘பிறவி’ அமைகிறது இல்லையா?

---

* பிரம்மசூத்ரம் (1) 2:126, 27,34), (2) மாண்டுக்யோபநிஷத் (2:11,2) (3) பிரச்னோபநிஷத் (1:14)

இந்து மதம் ஓர் அற்புதம்

குரு: ஒரே பிறவியில் மூன்று பிறப்புகள்* மனிதனுக்கு உண்டு என்றொரு தத்துவமும் இந்து மதத்தில் உள்ளது.

மாணவன்: அதெப்படி?

குரு: (1) தந்தையின் உடலில் உருவாகி, தாயிடம் செல்வது முதற்பிறப்பு.

(2) தாயின் கர்ப்பத்தில் வளர்ந்து உலகில் பிறப்பெடுப்பது இரண்டாவது பிறப்பு.

(3) மனிதன் இறந்து உடலை விட்டு நீங்கி மேலுலகம் புகுவது மூன்றாம் பிறப்பு (அவன் மறுஉலகில் பிறக்கிறான்)

தந்தையின் ஆன்மாவின் ஒரு பகுதியே மகனாகப் பிறப்பதாகவும், அவனது ஆன்மாவின் ஒரு பகுதி அவன் மகனுக்கு என்று சந்ததி பெருகுகிறது என்றும் தத்துவம் இருக்கிறது.

மாணவன்: இது மிகவும் ஆச்சரியமான தத்துவமாக இருக்கிறதே!

குரு: இதையொட்டிய ஆச்சரியமான ஒரு நம்பிக்கை இந்துக்களிடையே உண்டு. ஆனால் அதற்கு தத்துவங்களிலோ, சாஸ்திரங்களிலோ, ஆதாரமுண்டா என்பது எனக்குத் தெரியாது. ஆனாலும் மிகவும் சுவையான விவரம் என்பதால் உனக்குச் சொல்கிறேன்.

மாணவன்: (ஆர்வத்துடன்) என்ன அது?

குரு: ஒரு மனிதன் திட சங்கல்பத்துடன் அடிக்கடி தன் மனதில் ஆழப்பதித்த தீர்மானம் அவனது உள் மனதில் உறைகிறது. அதன் பதிவுகள் அவனது சந்ததிக்குப் பிறகு அவன் சந்ததிக்கு என்று ஏழு சந்ததிகள் (ஏழு ஜன்மங்கள்) வரை தொடரும் பிறகு மறைந்துவிடும்.

மாணவன்: அப்படியானால் நான் எனது ஏழு தலைமுறை முன்னோர்களின் பதிவுகளைப் பெற்றிருக்கிறேனா?

குரு: இந்த நம்பிக்கையை கணக்கிற் கொண்டால் ஆம் என்றுதான் சொல்ல வேண்டும். இதனால் தான் 'தந்தை தாய் செய்த பாவம் சந்ததி தலையிலே' என்றொரு பழமொழி வழக்கில் வந்தது

---
* ஐரேயோபநிஷத் (2:1:2)

போலும்! பிறர் மனம் நொந்து கலங்கித் தரும் சாபங்கள் கூட சாபம் பெற்றவரின் சந்ததியினரைத் தொடர்ந்து வருத்தும் என்ற நம்பிக்கையும் இதன் அடிப்படையில் தான் வழக்கத்தில் வந்திருக்க வேண்டும்.

மாணவன்: மனிதனின் இறப்புப்பற்றி...?

குரு: சொல்கிறேன். மனிதன் இறக்கும்போது ஜீவன் தன் லிங்க தேகத்துடனும் பிராணனுடனும் ஹிருதாகாசத்தில் நடுவிலுள்ள ஒரு நாடி வழியாக 'உதானன்' எனும் வாயுவின் உதவியால் தேகத்திலிருந்து வெளியேறுகிறது.* ஸ்தூல தேகம் விழுந்து விடுகிறது. கர்மேந்திரியப் புலன்கள், ஞானேந்திரியப் புலன்கள், மற்றும் பஞ்ச தன்மாத்திரைகள் கொண்ட மனோமய கோசத்தின் உயர்ந்த பகுதி, விஞ்ஞானமயகோசம் மற்றும் ஆனந்தமய கோசம் மற்றும் கர்மவினைகளான 'வாஸனை'கள் ஆகியவை தேகத்தை** விட்டு ஜீவனுடன் செல்கின்றன.

மாணவன்: உலகில் ஜீவனின் லட்சியம் என்னவாக இருக்க வேண்டும்?

குரு: ஜீவனின் பிறவி அவன் தன் கர்ம வினைகளை முற்றிலும் அழித்து தன் ஆன்மநிலை உணர்ந்து பாவ, புண்ணியங்களற்று சுத்த ஆத்மாவாக இறைவனை அடைந்து முக்தி பெறுவது ஆகும்.

அதற்காக உலக ஆசைகளைத் துறந்து துறவியாக வாழ்ந்து முக்தி பெற முயற்சி செய்யலாம் அல்லது கிரகஸ்தனாக (குடும்பத் தலைவன்) இந்து தர்மங்களைப்பின் பற்றி புருஷார்த்தங்களான – அர்த்தம் செல்வம்; காமம்; ஆசைகள்; மோட்சம் வீடு இவற்றை (தர்மம்) அறத்துடன் கூடியனவாகப் பயனை அடைந்து புகழுடன் வாழ்ந்து முக்தி பெற முயற்சி செய்யலாம். இந்த ஆன்மீக வழிகளில் முயற்சி செய்யாமல் உலக இன்பங்களில் மூழ்கி வாழும் ஜீவன் இறப்பு பிறப்பு இறப்பு என்ற (சம்சார) சக்கரத்தில் அகப்பட்டு மேலும் மேலும் பிறவிகளை அடையவான் என்பது இந்துக்களின் ஜீவ தத்துவம்.

மாணவன்: நாள் ஜீவ தத்துவத்தை அறிந்து கொள்ள வேண்டும்

---

* பிரம்மசூத்ரம் (3:1:3/3:1:8) ** பிரச்னோபநிஷத் (1:3:10)

என்று நீங்கள் குறிப்பிட்டபோது மனிதனின் பிறப்பு வளர்ச்சி இறப்பு பற்றிப் பொதுவாக விளக்குவீர்கள் என்று நினைத்திருந்தேன். ஆனால் இந்துமதம் மனிதனின் உடல் அதன் உட்பிரிவுகள், நுட்பப் பிரிவுகள், அவற்றிற்கான காரணம், தொடர்பு என்று இவ்வளவு நுணுக்கமாக ஆராய்ந்து தத்துவ விளக்கங்களைத் தந்திருக்கிறது என்பதை நான் எதிர்பார்க்கவில்லை. நமது இந்து முன்னோர்களின் ஆராய்ச்சித் திறனும் மதிநுட்பமும் போற்றற்குரியது.

குரு: இதுவரை நான் விளக்கிய ஜீவ தத்துவங்கள் மிகவும் சுருக்கமான அடிப்படைகளாகும். நீ விரிவாக இவற்றை அறிய வேண்டுமானால், பல புத்தகங்களை முறையாகக் கற்க வேண்டும். உடலின் தத்துவங்களின் எண்ணிக்கை *96** ஆக கணக்கிடப்பட்டிருக்கிறது.

மாணவன்: விளக்கங்கள் தராவிட்டாலும் அவை என்னென்ன என்று பட்டியலையாவது நீங்கள் சொல்லக்கூடாதா?

குரு: சரி சொல்கிறேன்.

நான் உனக்கு ஆன்மதத்துவங்கள் (24) தாதுக்கள் (7) கோசங்கள் (5) குணங்கள் (3) மனவிகாரங்கள் (6) வாயுக்கள் (10) அவஸ்தைகள் (4) ஆக 59 தத்துவங்களைச் சொல்லிவிட்டேன் மீதமுள்ளவை (37) தத்துவங்களாகும்.

1. நவத்வாரம் உடல் வாசல்கள் (9) : கண்கள் (2) செவிகள் (2) மூக்குத்துவாரங்கள் (2) வாய் (1) ஆண்/பெண் குறி 1 குதம் (மலவாய்) 1 ஆக 9 இவை உலகத் தொடர் வழிகளாகும்.

2. திரிமலம்/மலங்கள் (3) ஆணவம், (தன்முனைப்பு) மாயை (மயக்கம்) கன்மம் (காமியம்/வினை) இவை மனதின் குறைகளாகும். ரோகம் பிணிகள் (3) : வாதம் (வாயு), பித்தம் (பித்தநீர்) சிலேட்டுமம் (கபம்)

3. ராகங்கள்/விகாரங்கள் (8) காம, குரோதலோபமத மாச்சரியங்கள் சொல்லியிருக்கிறேன். மீதமுள்ள இரண்டு (1) இடம்பம் (2) அகங்காரம் ஆகும்.

4. ஆதாரங்கள் (6) : யோக நிலைப் பிரிவில் உடலில் ஆறு

---

* 1. முத்தகலலோபநிஷத், 2. தரிசிகி பிரஹ்மனோபநிஷத்

சக்கரங்கள் ஆறு இடங்களில் இருக்கின்றன அவை ஆதாரங்கள் எனப்படும் (1) மூலாதாரம் (குதத்தில்) சுவாதிஷ்டானம் (கொப்பூழில்) மணிபூரகம் (மேல்வயிற்றில்) அநாகதம் (நெஞ்சில்) விசுத்தி (தொண்டையில்) ஆக்ஞை (புருவ நடுவில்)

5. மண்டலங்கள் (3) : அக்னி மண்டலம் (மூலாதாரத்தில்) ஆதித்ய மண்டலம் (இருதயத்தில்) சந்திரமண்டலம் 'தலையில்'

6. நாடிகள் (10) : உடலிலுள்ள 72,000 நாடிகளில் முக்கியமான பத்து நாடிகள்.

7. அவஸ்தா/அவஸ்தைகள் 5 : ஜாக்ர, ஸ்வப்ன, சுஷுப்தி, துரியம் விளக்கியுள்ளேன். ஐந்தாவது அவஸ்தை 'துரீயாதீதம்' என்ற துரியத்தை அடுத்து உயர்நிலை.

இந்த 96ஆம் உடல் தத்துவங்கள் தான் ஜீவ தத்துவங்களாகும். இவற்றைச் சரியாக ஆராய்ந்து அறிந்து கொண்டால் மனிதன் 'நான் யார்' என்ற வினாவிற்கு விடை காணலாம்.

7. இறைத் தத்துவம்

மாணவன்: இந்து மதம் இறைவனைப் பற்றித் தரும் விளக்கம் என்ன?

குரு: இந்து மதத்தின் அடிப்படை இறை நம்பிக்கையாகும். இந்து மதம் இறைவனை, படைத்து (Create), காத்து (Sustain), அழிப்பது (Anhilate) என்ற 'சிருஷ்டி' 'பரிபாலனம்' 'சம்ஹாரம்' செய்யும் காரண கர்த்தாவாகச் சொல்லுகிறது. கடவுள் எங்கும் நிறைந்த 'சர்வவியாபி' (Omnipresent) சர்வ வல்லமை படைத்தவர் (Omnipotent) என்கிறது.*
இந்துத் தத்துவம் இறைவனை இரண்டு விதமாக விவரிக்கிறது.**
(1) இறைவன் உருவம், குணம், செயல் இல்லாத 'நிர்குணப் பிரம்மம்'
(2) உருவமும் குணமும் கூடிய செயலுடன் சேர்ந்த, தோன்றிய நிலையிலான 'சகுணப் பிரம்மம்'.

மாணவன்: நிர்குணப் பிரம்மம் என்றால் புரிகிறது. குணம் கூடிய சகுணப் பிரம்மம் என்பதில் 'குணம்' என்பது ஜீவன்களின் சத்வ, ராஜச, தாமச குணங்களா அல்லது வேறானதா?

குரு: இறைவனின் 'குணம்' என்பது சத்வ, ராஜச, தாமச குணங்களல்ல; இறைவன் இந்தக் குணங்களுக்கு அப்பாற்பட்டவன். 'சகுன பிரம்மனின்' குணங்கள் 'கலியாண குணங்கள்' எனப்படுகின்றன.

---

* பிரம்மசூத்ரம் (1:2)   ** பிருஹதாரண்யகோபநிஷத் (2:31)

அவை ஆறுவிதமான பிரிவாகும்.

மாணவன்: இறைவனின் கலியாண குணங்கள் யாவை?

குரு: இறைவனின் கலியாண குணங்கள் ஆறு. அவை முறையே ;

(1) ஐசுவரியம் – அதிகாரம், (2) வீர்யம் (3) கீர்த்தி, (4) செல்வம் மற்றும் சாந்தி (5) சாதாரண ஞானம், (6) விசேஷ ஞானம் என்பவை ஆகும்.

சகுண வடிவில் உள்ள இறைவன் ஒருவன்தான் இந்த ஆறு கலியாண குணங்களைக் கொண்டவன். ஏனைய பிற துணை தெய்வங்கள், தேவர்கள் போன்ற உயர்பிறவிகள், மனிதர்கள் யாருமே இந்த ஆறு கலியாண குணங்களை முழுமையாகக் கொண்டவர்கள் அல்லர். சிருஷ்டியின் விசேஷத்தால் அதிகப்பட்சமாக ஐந்து கலியாண குணங்களைத்தான் யாரும் பெற முடியும். விமோசனம் என்னும் முக்திப் பேறளிக்கும் அதிகாரம் இறைவன் ஒருவனுக்குத்தான் உண்டு.

இறைவனின் அருள் ஆறு வகைகளில் அருட் செயல்களாகத் தன் பக்தர்களுக்காக வெளிப்படுகிறது. அவை முறையே:

1. வாத்சல்யம்   – தாய்மை அன்பு
2. அபயம்   – தீனருக்கு உதவி
3. கருணா   – கருணை காட்டுதல்
4. சரணாகத ரக்ஷணம்   – சரண் அடைந்தவரைக் காப்பாற்றுதல்
5. விமோசனம்   – சாபங்கள், பாவங்களிலிருந்து விடுதலை, முக்தி அளித்தல்.
6. பதவி   – கௌரவ சன்மானம் அளித்தல்

மாணவன்: இதைச் சற்று விளக்கிச் சொல்ல வேண்டும்.

குரு: 1. வாத்சல்யம்: தாய் தன் குழந்தைகளின் குற்றம் குறைகளைப் பொருட்படுத்தாமல் அன்பு செலுத்துகிறாள். இறைவனும் தன் அன்பர்களின் குற்றம் குறைகளைப் பொருட்படுத்தாமல் அன்பு செலுத்துகிறார். இரண்யகசிபு என்ற அரக்கன் தன் தவ வலிமையால்

மூவுலகையும் வென்று யாரும் கொல்ல முடியாத வரம் வாங்கி இறைவனே இல்லை என்று வாழ்கிறான். அவன் மகன் பிரகலாதன் இறைவன் பக்தன். அவனும் அரக்கனாயினும் தன் பக்தன் என்பதால் நரசிம்மமாக அவதாரம் எடுத்து இரணியகசிபுவைக் கொன்று பிரகலாதனிடம் இறைவன் வாத்சல்யத்தை காண்பிக்கிறார்.

2. அபயம் : அபயம் என்பது பாதுகாப்புக் கருதி தன்னை அண்டியவரைக் காப்பாற்ற உதவுதல். பாண்டவர் சபையில் துகிலுரியப்பட்ட திரௌபதிக்கு ஆடை தந்து உதவியது. எமன் மார்க்கண்டேயன் உயிரைக் கவர வந்தபோது காலனையே உதைத்து மார்க்கண்டேயனைக் காப்பாற்றியது. அபயம் ஆகும்.

3. கருணை : ஆபத்தில் சிக்கியிருப்போரைக் காக்க உடன் விரைந்து உதவுதல். அழைப்பவரின் அந்தஸ்து மற்றும் கௌரவம் பாராட்டாமல் 'ஆதிமூலமே' என்று அழைத்த கஜேந்திரன் என்ற யானை முதலை வாயில் அகப்பட்ட பொழுது காக்க இறைவன் விரைந்து தன் சக்ராயுதம் என்ற வலிமையான ஆயுதத்தால் முதலையைக் கொன்று கஜேந்திரனைக் காத்தது கருணை.

4. சரணாகத ரக்ஷணம் : தன்னிடம் சரண் புகுந்தவரைக் காப்பாற்றுதல். இலங்கையின் அரசன் ராவணனுடைய தம்பியான விபிஷணன் சரணடைந்த போது, அவனுடைய நம்பகத் தன்மையைப் பற்றிக் கவலைப்படாமல் சரணாகதி தந்து உடனே இலங்கை அரசனாக முடிசூட்டியது, சரணாகதிக்கு உதாரணம்.

5. விமோசனம்: பாவத்திலிருந்தும் சாபத்திலிருந்தும் விடுதலை. முக்தியளித்தல். தன் கணவர் கௌதம ரிஷியால் கால்லாய்ப் போகும்படி சபிக்கப்பட்டுக் கல்லாயிருந்த அகலிகையின் சாபத்தை நீக்கியது. ஜடாயு என்ற கழுகுக்கு முக்தியளித்தது. விமோசனம் ஆகும்.

6. பதவி : தகுதிக்கு மேல் கௌரவம் சன்மானம் தருவது. தன் தந்தையிடம் தன் உரிமையைப் பெற வேண்டி இறைவனைக் காண்பதற்காக தவமிருந்த துருவன் என்ற சிறுவனுக்கு மிகப்பெரிய (துருவ) நக்ஷத்திரப் பதவி அளித்து கௌரவம் செய்தது பதவி தருவதின் உதாரணம்.

மாணவன்: மற்ற மதங்களில் ஒரே கடவுள், சர்வ வல்லமை படைத்தவராகச் சொல்லுகிறார்கள். இந்து மதத்தில் உருவமில்லாக் கடவுள், உருவமுள்ள கடவுள் என்று இருவகைத் தத்துவங்களும் ஒன்றுக்கொன்று முரணாக இருக்கிறதே? குளறுபடியாக இருக்கிறதே? இது ஏன்?

குரு: இந்த இருவித விளக்கங்களிலும் எந்தக் குறைபாடும் இல்லை. முரண்பாடுகளும் இல்லை. இந்து மதத்திலும் இறைவன் யாவருக்கும் ஒருவன்தான்.* பல கடவுள்கள் இல்லை. ஆனால் அந்தக் கடவுளை வணங்கும் முறையில் உருவத்துடன் கூடிய கடவுளாக ஆராதனை செய்யும்போது, தனி மனிதன் மற்றும் அவன் இயல்புக்கேற்ப இறைவன் உருவம் அமைகிறது. பல உருவங்களுடைய கடவுட் தோற்றங்கள் வணங்கப்படுகின்றன.** இறைவன் எங்கும் இருப்பவன் என்னும்போது வணங்கப்படும் பல வடிவங்களிலும் இறைவன் இருக்கக்கூடாதா?

ஒரு குடும்பத் தலைவன் அவன் மனைவிக்குக் கணவனாகிறான்; மக்களுக்குத் தந்தை; தன் பெற்றோருக்கு மகன் சகோதர சகோதரிகளுக்குச் சகோதரன்; மாமா, சித்தப்பா, பெரியப்பா, அம்மான்சேய், அத்தான், சகலை எனப் பல பெயர்களில் உறவின் நிமித்தம் அழைப்படுகிறான். அலுவலகத்தில் அவனே அதிகாரி, வெளியிடங்களில் நண்பன் என்று பல வடிவம் எடுக்கிறான். இருப்பது என்னவோ அந்தக் குடும்பத் தலைவன் ஒருவன்தான். அவனைத் தங்கை மகள் மாமா என்று அழைக்கிறாள். தம்பி மகன் பெரியப்பா என்று உறவு சொல்கிறான். தனியாகப் பார்த்தால் இருவருக்கும் உறவு முறை மாறுகிறது. ஆனால் சேர்த்துப் பார்த்தால் உறவு என்பது ஒருவருடன்தான். இதே போன்று கடவுளை வணங்கும் முறையிலும் வணங்கும் உருவம் பல, வணங்கப்படும் பொருள் ஒன்றுதான்.

மாணவன்: இந்த வகைப்பிரிவு முறை தேவைதானா? மற்ற மதங்களில் இருப்பது போல ஒரே கடவுளை ஏன் இந்து மதம் வலியுறுத்தக் கூடாது? ஏன் இத்தனைப் பாகுபாடு?

குரு: நல்ல கேள்வி. பலருக்கும் இந்தச் சந்தேகம் உண்டு. இந்து மதம் நிர்க்குணன் என்று உருவமில்லாத ஒரு கடவுளை

---

* ரிக்வேதம் (மண்டலம் 10 சூக்தம் 32 மந்திரம் 12) ** முண்டகோபநிஷத்

தேர்ந்தெடுத்திருக்கலாம். அல்லது மாறாக சகுணமாக ஓர் கடவுள் உருவத்தைத் தேர்ந்தெடுத்து அதையே இந்துக்கள் யாவரும் வணங்க வேண்டும் என்று கட்டுப்பாடு செய்திருக்கலாம். ஆனால் நம் முன்னோர்கள் இதைச் செய்யவில்லை. ஏன்? அறியாமையா? அறிவுக் குறைவா? இல்லை. காரணத்தோடு தான் இந்தப் பிரிவு முறை வகுக்கப்பட்டது.

மனிதனின் வெளி உலகத்து முதற் தொடர்பு பஞ்சேந்திரியங்களால் தான். அவை உணர்ச்சி மயமானவை. அவை மனதுக்கு கொண்டு செய்திகளைச் சொல்கின்றன. இதயம், புத்தி, அகங்காரம் எல்லாம் படிப்படியாக உயர்ந்த நிலைச் சாதனங்கள். மனம் எதையாவது பற்றிக் கொண்டு வாழும். 99 சதவீதம் மக்கள் மனதின் அளவிலேயே, இந்திரியங்கள் இழுத்துச் செல்லும் போக்கிலேயே, வாழ்பவர்கள். அவர்களுக்கு உருவம், குணமில்லாத கடவுள் என்பதைக் கற்பனைகூடச் செய்து பார்க்க முடியாது.* மீதி 1 சதவீதம் மக்கள் தான் ஆன்மீக அறிவு பெற்றவர்கள். அவர்களால் மட்டும்தான் ஓரளவு உருவ, குணமில்லாத கடவுளைச் சிந்திக்க, உணர முடியும். மக்களின் இந்த இயல்பை மனதிற் கொண்டு உருவ, குணமில்லாத இறைவன் இந்து மதத்தில் எல்லோருக்கும் வலியுறுத்தப்படவில்லை. பார்த்து உணர்ந்து, கையாண்டு பழகக் கூடிய உருவமுள்ள, குணமுள்ள இறைவழிபாடு என்பது மனம் வழி வாழ்பவர்கள் சுலபமாகப் புரிந்துகொண்டு பின்பற்றலாம் என்பதால் உருவ வழிபாடு அனுமதிக்கப்பட்டது. உருவ வழிபாட்டில் உருவம் என்பதைக் குறியீடாகக் கொண்டு ஒரே இறைவனைத் தான் வணங்குகிறோம். பிரம்மம் எனப்படும் இறைவன் ஒன்றுதான் ஒன்றே சத்தியம் (கடவுள்) அது பலவாக சொல்லப்படுகிறது."** கடவுள் ஒன்றுதான் 'ஆனால் பல்வேறு ரூபங்களாகச் சொல்லப்படுகிறது.

மற்ற மதத்தினர் போல் ஒரே ஒரு கடவுட் சிலையை மட்டும் வடிவமைத்து அதையே இந்துக்கள் யாவரும் தொழ வேண்டும் என்ற கட்டுப்பாடு செய்யாமல் பலவித உருவங்களில் கடவுளை வடிவமைத்துத் தொழ அனுமதித்ததும் மனிதர்களில் பலவித குண

---

* ஸ்ரீமத் பகவத்கீதை (12:5)

** (1) 'ஏகம்சத் லிப்ரோ பதோவதந்தே' முண்டகோபநிஷத் (2) ஏகமேவாத் விதீயம் ப்ரஹ்ம... பிரம்மம் (இறைவன்) ஒன்றுதான் இரண்டல்ல. ஆனால் பிரம்மசத்ய ஞானம் பலவாகும் த்ரிபாத்விபூதி மஹாநாராயணகோபநிஷத்

வேறுபாடுகளும், விருப்பங்களும் ருசிகளும் இருப்பதால்தான். உனக்குப் பிடித்த வடிவம் எனக்கு பிடிக்காமல் இருக்கலாம். எனது மனம் கவர்ந்த வடிவில் நான் வணங்கும் கடவுள் வடிவம் வேறு ஒருவருக்கு கேலிக்குரியதாகத் தோன்றலாம். ஆகையால் தான் குண இயல்புகள் வணங்கப்படும் சக்தியின் வெளிப்பாடு, அந்த சக்தியின் மந்திரம், யந்திரம், தந்திரம், பீஜ அக்ஷரம், அதன் ஆயுதங்கள், வாகனம், வணங்கும் முறை இவற்றை நம் முன்னோர்கள் தங்கள் ஞான சக்தியால் கண்டறிந்து பலவித உருவ வழிபாட்டை அமைந்திருக்கிறார்கள். இதனால் வணங்குபவன் வணங்கப்படும் உருவத்தினிடையே ஓர் இணக்கம் ஏற்படுகிறது. மனிதனின் புத்தியும், மனமும் ஒருமுகப்பட்டு ஆன்மீக முன்னேற்றம் கிடைக்கிறது. பல உருவ வழிபாடு – ஓருருவ வழிபாடு – எல்லாத் தெய்வங்களும் ஒரே சக்தியே – தெய்வம் ஒன்றே என்ற ஞானம் படிப்படியாக உண்டாகும். அதற்கு அடிப்படையாக அமைவது பல உருவ வழிபாடாகும்.

இந்தப் பலவித உருவ வழிபாடு என்பது இல்லாமல் இருந்தால் மனிதன் அவன்மேல் வலுவாகத் திணிக்கப்பட்ட கடவுள் வடிவத்தின் மேல் வெறுப்புக்கொண்டு மதவாழ்வில் இருந்து விலகிவிடலாம். தனி மனிதனின் எண்ணம், பேச்சு, செயல், எழுத்து, கருத்துச் சுதந்திரம் வேண்டும் என்று சமுதாயத்தில் இவை அடிப்படைச் சுதந்திரங்களாக வரையறை செய்து பின்பற்றப்படும்போது, சமய வாழ்க்கையில் தனக்குப் பிடித்த உருவத்தில் கடவுளை வணங்கும் சுதந்திரத்தை இந்து மதம் எந்த ஒரு தனி மனிதனுக்கும் அளிப்பதை மட்டும் ஏன் தவறாக நினைக்க வேண்டும்?

மாணவன்: ஆன்மீகத்தில் முன்னேறியவர்கள் உருவ வழிபாடு செய்யத் தேவையில்லை அல்லவா?

குரு: ஆமாம். உண்மைதான் ஆன்மீகம் பயில்பவன் முதலில் தனிப்பட்ட 'தன் தெய்வம்', (Personal God) என்று வணங்க ஆரம்பித்து படிப்படியாக எல்லா தெய்வ வடிவம் ஒன்றே, கடவுள் ஒன்றுதான் என்பதை உணர்வான். இயல்பாகவே ஆரம்பத்திலேயே ஆன்மிகத்தில் உயர்நிலை அடைந்தவர்கள் சுலபமாக நிர்க்குண, (வடிவற்ற) தெய்வ வழிபாடு செய்ய முடியும். ஆனால் இப்படிச் செய்ய வல்லமை உடையவர்கள் மிகவும் குறைவு. அதனால்தான் உருவ வழிபாட்டை இந்து மதம் அனுமதித்து, ஆன்மீகம் பற்றித் தெரியாதவர்கள்

கூட இறைவனை ஏதாவது ஒரு வழியில் வணங்கி உய்ய வகை செய்திருக்கிறது.

மாணவன்: இந்து மதம் ஏன் பல உருவ வழிபாட்டை அனுமதிக்கிறது? இதன் பின்னணி என்ன? என்று அறியாமல் இருந்தேன். இன்று புரிந்துகொண்டேன்.

குரு: நீ சொல்வதுபோலவே மற்ற மதத்தினர் இந்து மதத்தில் பல கடவுள்கள் ஏன் என்று வினா எழுப்பிக் கேலி செய்கிறார்கள். அவர்கள் அறியாதவர்கள். மன்னிப்போம். பல ஆயிரக்கணக்கான ஆண்டுகளுக்கு முன்பு நமது இந்திய நாகரீகமும் கலாச்சாரமும், மொழியும், இலக்கியங்களும், கலை வளங்களும் உன்னதமான நிலையிற் சிறந்திருந்த காலத்தில்; நாடோடிகளாகவும், கடற்கொள்ளைக்காரர்களாகவும், மூர்க்கமான வெறியர்களாகவும் வாழ்ந்திருந்த ஐரோப்பிய சமூகத்தினர் இரண்டாயிரம் ஆண்டுகள் முன்புதான் ஓர் ஒழுங்கான மத அமைப்புக் கொண்டு வளர்ச்சி பெற்று இயந்திரப் புரட்சி மூலம் வளமும், வாழ்வும் பெற்று; (செல்வம்) பணத்துக்காக பாரதத்தில் புகுத்து நமது கலாசாரம், நாகரீகம், மத வாழ்வைக் காட்டுமிராண்டித்தனம் என்று கூறி மத மாற்றம் செய்வதற்காக உபயோகித்த பிதற்றல்களையும், கோரமான கடவுள்கள் என்று நம் உருவ வழிபாட்டைச் சித்தரித்ததையும் உண்மை என்று நம்பி இன்னமும் நம்மிற் பலர் நம் உருவ வழிபாட்டைக் கேலி செய்வது மனவருத்தம் தருகிறது. இந்துக்கள் தங்கள் மதம் பற்றிய தத்துவங்களை அறிந்து கொள்ள வேண்டும். பிறகு சீர்திருத்தம் செய்ய வேண்டும். மேல்நாட்டு அறிஞர்கள் எழுதிய சில நூல்களைப் படித்துவிட்டு, முழுமையான ஆராய்ச்சி செய்யாமல், இந்து மதத்தை இந்துக்களே இழிவு செய்வது வருந்தத்தக்கது.

மாணவன்: மதக்கல்வி பெறாதவர்கள் ஆன்மீகத்தில் பயிற்சி இல்லாதவர்கள் கடவுள் உணர்வு பெற உருவ வழிபாடு முறை ஆரம்பக் கட்டமாக அமையும் இல்லையா?

குரு: ஆமாம்.

மாணவன்: மனிதன் கடவுளை எப்போது நினைக்கிறான்? தன்னிடம் பக்தி செலுத்தாததால் இறைவன் மனிதனைத் தண்டிக்கிறானா? இது பற்றி இந்து மதம் என்ன சொல்கிறது?

குரு: இறைவனை மனிதன் மூன்று தேவைகளுக்காக மட்டும் நினைக்கிறான்.

1. நோய்வாய்ப் படும்போது குணமடைய

2. தனது தேவைகள் நிறைவேறப் பிரார்த்தனை செய்ய

3. செல்வம் வேண்டியும் வணங்குகிறான்.

ஆனால் இறைவனிடம் இறைவனை வேண்டியே வணங்குபவர்கள் கோடியில் ஒருசில பேர்கள்தான்.*

மாணவன்: யாருடைய பாவம் புண்ணியம் பற்றி இறைவன்** பொருட்படுத்துவதில்லை?

குரு: இறைவன் மனிதன் தன்னை வணங்குவது பற்றியோ வணங்காதது பற்றியோ பொருட்படுத்துவது இல்லை. ஆனால் இறைவனே எல்லாம் என்று எண்ணி இறைவனிடம் சரண் அடைந்தவர்கள் வாழ்விற்கு இறைவன் பொறுப்பேற்றுக் கொள்கிறான் என்பது இந்துமதத் தத்துவம். இறைவன் தண்டனை தருவது என்ற ஒரு தத்துவமே அடிப்படையாக இந்து மதத்தில் கிடையாது. இறைவன் அன்பின் உரு, பிரேமையின் வடிவம் என்றுதான் இந்து மதம் இறைவனை வருணிக்கிறது.*** மனிதன் அடையும் உயர்வு தாழ்வு, இன்பம் துன்பம் முதலியவற்றிற்கு அவனே காரணம் என்கிறது இந்து மதம். கடவுளர்களிடையே ஏற்றத் தாழ்வு, சண்டைகள் இறைவன் மனிதனுக்கு தண்டனை தருதல் போன்ற நம்பிக்கைகள் பின்னாளில் கதைகள் மற்றும் புராண வடிவங்களில் தான் தோன்றியிருக்கின்றன. இந்துமத அடிப்படைத் தத்துவங்களில் இது இல்லை. அந்த கதைகள் கூட குறிப்பிட்ட வடிவிலுள்ள கடவுளுருவிடம் பயபக்தியும் பற்றும் உண்டாவதற்காக எழுதப்பட்டவை.

மாணவன்: உருவமும் குணமும் கொண்ட இறைவனை வணங்கப் பல வழிகள் உள்ளன. உருவமில்லாமல் நிர்க்குண பிரம்மமாக இறைவனை எப்படி வணங்குகிறார்கள்?

குரு: இது ஆன்மீகத்தில் மிக உயர்ந்த பயிற்சி பெற்று தவம் யோகம், த்யானம் பழகி ஞான குருவின் வாயிலாக உபதேசம் பெற்றவர்களே,

* ஸ்ரீமத் பகவத்கீதை (7:16) ** ஸ்ரீமத் பகவத்கீதை (5:15) (9:29)
*** அன்பேசிவம், சிவமே அன்பு - திருவாசகம்

செய்யக்கூடியது. இறைவனைத் துதித்து அவனை அடைய எண்ணி ஆன்மீகத்தில் பற்றுக்கொண்டு முயற்சி செய்பவர்களுக்குச் சரியான குருவை இறைவனே தருவான் என்பது இந்துக்கள் நம்பிக்கை. இப்படி ஆன்மீகத்தில் உயர்ந்தவர்கள் த்யானம், ஜபம், தவம் மூலம் இறைவனை வணங்குகிறார்கள்.

மாணவன்: சுருக்கமாக இந்துக்களின் இறைத்தத்துவத்தை சொல்ல முடியுமா?

குரு: ஏன் முடியாது? எல்லா மதங்களும் வலியுறுத்துவது மனிதன் இறைவனின் அன்பிற்குப் பிரியமானவனாக ஆவதுதான். கீதையில்* கண்ணனே சொல்கிறான். வெறும் உலக இன்பங்களை வேண்டி வணங்குவோர் இன்பங்களைப் பெறுகிறார்கள். என்னையே வேண்டி வணங்குவோர் என்னையே பெறுகிறார்கள். நாம் ஓர் அடி வைத்து இறைவனை நோக்கிச் சென்றால், இரண்டு அடி வைத்து இறைவன் நம்மை நோக்கி வருவான். இதுவே இந்து மதத்தின் இறைத் தத்துவத்தின் அடிப்படை. இறைவன் வேண்டியதை வேண்டியபடி தருபவன். வேறெதையும் வேண்டாமல் இறைவனையே வேண்டுபவர்களுக்கு இறைவன் தன்னையே தருகிறான். இதில் உயர்வு தாழ்வு பேதமில்லை, குல, இன, ஜாதி மத வித்தியாசமில்லை.

---

* ஸ்ரீமத் பகவத்கீதை (12.6-20)

8. யார் இந்துக்கள்?

குரு: இப்போது உனக்கு இந்து மதத்தில் மனிதன் கடவுள் உலகம் இவை பற்றி என்ன தத்துவங்கள் உள்ளன என்பது தெரியும். இனி இவை மூன்றையும் எவ்வாறு இந்து மதம் இணைக்கிறது. அதற்கான சாதனங்கள் என்ன என்ன என்பதைப் பார்ப்போம்.

மாணவன்: அதற்கு முன்பாக எனக்கொரு சந்தேகம் எழுந்துள்ளது. அதைக் கேட்கலாமா?

குரு: 'கேள்வி கேட்பது பாதி புரிந்ததற்குச் சமம்' என்பது சொல் வழக்கு. உன் சந்தேகத்தைத் தாராளமாகக் கேள்.

மாணவன்: இந்துக்கள் என்றால் யார்?

குரு: இந்து மதத்தைப் பின்பற்றுபவர்கள் இந்துக்கள், இதிலென்ன சந்தேகம்?

மாணவன்: இந்துக்கள் வாழ்வதால் இந்துஸ்தான் என்று அழைக்கப்படும் பாரதத்தில் வடக்கில் காஷ்மீரத்திலிருந்து தென் குமரிமுனை வரையிலும், கிழக்கில் திப்ருகாரிலிருந்து மேற்கே துவாரகா வரை பரவியுள்ள இந்தப் பெரிய தேசத்தில் இந்துக்கள் வாழ்கிறார்கள். அவர்கள் பல இனத்தைச் சேர்ந்தவர்கள், பல மொழி பேசுபவர்கள் என்ற வேறுபாடு இருக்கிறது. இவர்களின்

கலாச்சாரம், நம்பிக்கைகள், உணவு, பழக்கவழக்கங்கள், மரபு, வழிபாடு முறைகள் என்று எல்லாமே ஒன்றுக்கொன்று பலவகைகளில் மாறுபடுகின்றன. முரண்படுகின்றன. ஒருவரை ஒருவர் புரிந்து கொள்ளக் கூட முடியாத வகையில் மொழிகள் வேறு வேறானவை என்று இருந்தாலும் யாவரும் இந்துக்களே என்ற ஒருங்கிணைப்பு எப்படி வந்தது? இந்த இந்துக்களை இணைப்பது எது? யார் இந்துக்கள்?

குரு: பலே! பேஷ்! நல்ல கேள்வி கேட்டாய். நம் இந்துக்களிடையே கூட இந்தச் சந்தேகம் உண்டு. பலவிதங்களில் வேறுபட்டிருக்கிறோமே, நம் யாவருக்கும் இநதுக்கள் என்று பொதுப் பெயர் என்று எப்படி வந்தது என்ற குழப்பம் நிலவுகிறது.

மாணவன்: இந்தச் சந்தேகம் எனக்கு மட்டுமல்ல. பிற மதங்களைச் சேர்ந்த என் நண்பர்கள் கூட "நீ இந்து என்கிறாயே. இந்து என்றால் யார்? அதற்கு என்ன அடிப்படை?" என்று கேட்கும்போது என்னால் விளக்கம் தர முடிவதில்லை.

குரு: உனது சங்கடம் எனக்குப் புரிகிறது. பிற மதங்களில் ஒரே கடவுள், ஒரே வழிபாட்டு முறை, ஒன்றே போன்ற சடங்குகள் இருக்கின்றன. இவற்றை அம்மதத்தவர் பின்பற்றியே ஆக வேண்டும் என்று கட்டுப்பாடு இருக்கிறது. அவற்றைப் பின்பற்றுபவனைத்தான் தங்கள் மதத்தவன் என ஒப்புக்கொள்கிறார்கள். இது ஒரு குறுகிய கண்ணோட்டம். இதே போன்ற ஓர் ஒழுங்குமுறை இந்து மதத்தில் இல்லை. இந்துக்கள் ஒரு கட்டுப்பாடு இல்லாத, உருவ வழிபாடு செய்யும் வரைமுறையில்லாத காட்டுமிராண்டிகள் கூட்டம் என்று பிற மதத்தினர் கேலி செய்வதை அறிவேன். இதற்குக் காரணம் நாம் சரியான முறையில் நமது தத்துவங்களைப் பிறர் அறியும் வகையில் பிரசாரம் செய்யாததும், நமது அடிப்படை அடையாள நம்பிக்கைகளை முறையாக எடுத்துச் சொல்லாததும்தான். யார் இந்துக்கள் என்பதற்கு நான் விளக்கம் தருகிறேன். நீ இந்துக்களைக் கேலி பேசுவோரின் வாயை அடக்கும் வகையில் பளிச்சென்று பதில் சொல்ல முடியும்.

மாணவன்: எனது இந்த சந்தேகத்தை நீங்கள் தீர்த்து வைத்தால் நான் மிகவும் நன்றி உடையவனாக இருப்பேன்.

*குரு: (கம்பீரமாக) சொல்கிறேன். கவனமாகக் கேள். இந்து என்பவன்**

1. கடவுள் நம்பிக்கை கொண்டவன்.

2. வேதங்களில், ஸ்மிருதிகளில் நம்பிக்கை கொண்டவன்.

3. கர்ம வினையில் நம்பிக்கை கொண்டவன்

4. மறுபிறவியில் நம்பிக்கை கொண்டவன்

5. மோட்சத்தில் நம்பிக்கை கொண்டவன்

6. உருவ வழிபாட்டில் நம்பிக்கை கொண்டவன்

7. மத சுதந்திரத்தில் நம்பிக்கை கொண்டவன்

ஆக இந்த ஏழு கோட்பாடுகளும் ஓர் இந்துவின் அடிப்படை நம்பிக்கைகளாகும். இந்துக்கள் உலகில் எங்கு வாழ்ந்தாலும் சரி எந்த வாழ்க்கை முறையைப் பின்பற்றினாலும் சரி மத, இன, மொழி, ஜாதி, மரபு, பழக்க வழக்கங்கள், உணவு என்ற வகையில் வேறுபாடுகள் கொண்டவனாக இருந்தாலும் சரி மேற்கண்ட ஏழு நம்பிக்கைக் கோட்பாடுகளும் அவனது வாழ்க்கையில் ஊடுருவி இருக்கும். மணம் பரப்பும் பலவித மலர்கள் போல் சிதறி இருக்கும் இந்துக்களை இணைத்துத் தொடுக்கும் நூல் போன்று இந்துக்களை சேர்த்து மலர் மாலை போலாக்கி வைத்திருப்பது மேற்சொனன் ஏழு கோட்பாடுகள் தான்.

மாணவன்: நீங்கள் சொன்ன ஏழு கோட்பாடுகளைச் சற்று விளக்கிச் சொல்ல வேண்டும்.

குரு: நான் உனக்கு மனிதன் – கடவுள் – உலகம் – இவற்றின்

ஆசிரியர் குறிப்பு: 'இந்த ஏழு நம்பிக்கைகளையும் கொண்டவர்கள்தான்' இந்துக்கள் என்ற கட்டுப்பாடு இல்லை. பொதுவாக இந்துக்கள் இந்த ஏழு நம்பிக்கைகளைச் சார்ந்திருப்பார்கள். இந்தப் பகுதிக்கு எந்த சுருதி ஸ்மிருதி எழுத்து ஆதாரமும் கிடையாது ஏனென்றால் சில நூற்றாண்டுகளுக்கு முன் தான் இந்துமதம் என்று ஒரு மதமாக வகைப்படுத்தப்பட்டது. முதலில் இந்து மதம் 'ஸநாதன தர்மம்' என்ற வாழ்க்கை முறையாகப் பின்பற்றப்பட்டதால் பிற மதத்தினரைப் போல ஒன்றே போன்ற மத ஒழுக்க முறையாக சட்டதிட்டக் கட்டுப்பாடு செய்யப்படவில்லை. இந்து மதத்தின் பிரமாணமான புனித நூல்கள் மற்றும் பல அறிஞர்களின் கருத்து விளக்கங்களிலிருந்து பொதுப்படையாக இந்து மத நம்பிக்கைகளாக மேற்கண்ட ஏழும் கண்டறியப்பட்டுள்ளன. தனியான ஆதாரமில்லை.

இந்து மதம் ஓர் அற்புதம்

விவரங்களைச் சொன்னேன். அடுத்து இந்து மதத்தின் அடிப்படைத் தத்துவங்களைச் சொல்லலாம் என்று இருந்தேன். உனது 'யார் இந்துக்கள்?' என்ற சந்தேக வினா என் பொறுப்பைச் சுலபமாக்கி விட்டது. இந்துக்கள் யார் என்ற ஏழு கோட்பாடுகளை விளக்கிச் சொல்லும்போதே நான் இந்துமதத் தத்துவங்களையும் இணைத்து உனக்குச் சொல்வேன். முதலில் சுருக்கமாக இந்துக்களின் நம்பிக்கை களான ஏழு கோட்பாடுகளைச் சொல்கிறேன்.

1. கடவுள் நம்பிக்கை : கடவுள் என்று ஒன்று உண்டு. உலகைப் படைத்துக் காத்து அழிக்கும் சக்திதான் கடவுள். அவன் அருளினால்தான் உலகம் இயங்குகிறது. மனிதன் இறைவனை அறிய முடியும், அடைய முடியும்.

2. வேத நம்பிக்கை : வேதங்கள் அநாதியானவை. இறைவன் அருளினால் வேதங்கள் மனிதனுக்குக் கிடைத்தன. வேதங்களில் சொல்லப்படுபவை சத்தியமானவை. மனிதனின் சமய, சமூக, சமுதாய வாழ்வு முறை வேதங்கள் வகுத்த வழியில் தான் அமைய வேண்டும். வேதங்களின் வழிக்கு மாறான கொள்கைகள் உண்மையானவை அல்ல. அவற்றை விலக்க வேண்டும். ஸ்மிருதிகள் வேத விளக்கத்தைத் தருகின்றன. அவைகளில் நம்பிக்கை கொள்ள வேண்டும். வேதங்களை எல்லா இந்துவும் நேரடியாகப் படிக்காவிட்டாலும் தம் தம் தாய் மொழியில் அமைந்துள்ள (வேத விசாரமான) அற நூல்களைப் படித்து வேதக் கருத்துகளைத் தெரிந்து கொள்கிறார்கள்.

3. கர்ம வினை நம்பிக்கை : மனிதனின் ஒவ்வொரு (நினைவு) செயலுக்கும் விளைவுகள் உண்டு. அதற்கு வினைகள் செய்பவனே பொறுப்பாவான். ஒரு பிறவியில் மனிதன் செய்யும் நல் வினைகளும் தீ வினைகளும் கர்ம வினையாக – புண்ணியம் பாவமாக வடிவெடுக்கின்றன. ஒருவனது கர்ம வினை அவனது மறுபிறவியிலும் தொடரும். அதை அனுபவித்தே ஆக வேண்டும். யாரும் மாற்ற முடியாது.

4. மறுபிறவியில் நம்பிக்கை : எந்த ஒரு ஜீவனின் வாழ்வும் ஒரே பிறவியில் முற்றுப்பெறுவது இல்லை. அந்த ஜீவனின் கர்ம வினைக்கேற்ப மறுபிறவி வாய்க்கிறது. ஒரு ஜீவன் முக்தி பெறும்வரை அல்லது உலகம் பிரளயத்தால் அழியும் வரை

பிறப்பு இறப்பு - பிறப்பு என்ற பல பிறவிகள் ஒவ்வொரு ஜீவனுக்கும் உண்டு.

5. மோட்சத்தில் நம்பிக்கை : ஜீவன் தன் கர்ம வினைகளைத் தீர்த்து சுத்த, முக்த நிஷ்கல ஆத்மனாக ஆகும்போது ஆண்டவன் அருளால் முக்தி கிடைக்கிறது. பிறப்பு - இறப்பு - பிறப்பு என்ற சம்சாரச் சுழற்சியில் இருந்து இந்த ஜீவன் விடுபட்டு ஆண்டவனை அடைகிறது. இதுவே முக்தி எனப்படும். இதுவே மனித வாழ்வின் லட்சியம்.

6. உருவ வழிபாட்டில் நம்பிக்கை : இறைவனைத் தோற்றமும் உருவமும் அற்ற நிலையிலும், தோற்றமும் உருவமும் உள்ள நிலையிலும் என்று இருவித நிலையிலும் வணங்கலாம். அவரவர் இயல்புக்கேற்ற வகையில் வேத வழியில் மனிதன் இறைவனை யார் யார் எந்த எந்த உருவில் வழிபாடு செய்கிறார்களோ அந்த உருவில் கடவுள் மனிதனுக்கு அருள் செய்வார்.

7. மத சுதந்திரம் : தான் விரும்பும் முறையில் மத வாழ்க்கை வாழ யாவருக்கும் உரிமையும் சுதந்திரமும் உண்டு. எல்லாவகை வழிபாடு மார்க்கங்களும் சரிசமமானவையே. அவை இறுதியில் இறைவனையே அடைகின்றன. ஞானமார்க்கம், பக்திமார்க்கம், கர்ம மார்க்கம், யோகம், ஆன்மீக வழி, இல்லற வழி, துறவற வழி என்று எந்த ஒரு வழிபாடு முறையிலும் தன் இயல்புக்கேற்ற வாழ்க்கை நடத்த இந்துக்களுக்குச் சுதந்திரம் உண்டு. தனி மனிதன் மதவாழ்க்கையில் குறுக்கிட, கட்டுப்படுத்த, மற்றவர்களுக்கு உரிமையோ, அதிகாரமோ இல்லை.

மாணவன்: யார் இந்துக்கள் என்ற வினாவுக்கு நீங்கள் சொன்ன பதில் மிகவும் அருமையாக இருக்கிறது. நான் இந்த அடிப்படைக் கோட்பாடுகளை அறியாமலிருந்தேன். வேற்றுமையிலும் ஒற்றுமையை இந்து மதம் எப்படிக் காண்கிறது என்பதை அறிந்து கொண்டேன்.

குரு: உனக்கு ஒரு சுவையான செய்தியைச் சொல்கிறேன். இந்து மதத்தின் சகிப்புத்தன்மை உனக்கே புரியும். நான் சொன்ன ஏழு கோட்பாடுகளும் இந்துக்களின் அடிப்படை நம்பிக்கைகள் என்பதைக் கூறினேன். ஆனால் அந்தக் கோட்பாடுகளைத் தகர்ப்பதாக உருவான ஒரு தத்துவம் கூட இந்துமதத்தில் ஒரு பிரிவாக அனுமதிக்கப்பட்டது.

மாணவன்: அப்படியா? ஆச்சரியமாயிருக்கிறதே! அந்த தத்துவம் என்ன?

குரு: அது 'சார்வாகர்' என்ற ஒருவரால் பிரசாரம் செய்யப்பட்டுச் சிலரால் பின்பற்றப்பட்ட தத்துவம். இன்றைய நாத்தீகம் போன்றது. 'வேதம், கடவுள் எல்லாம் பொய், வெறும் ஹம்பக், மறுபிறவி, கர்மவினை என்பதெல்லாம் வெறும் பித்தலாட்டம்; மனிதனுக்கு ஒரே ஒரு பிறவிதான்; கண்ணாற் காண்பதை மட்டுமே உண்மை என்று உணர்ந்து வாழ வேண்டும். வாழ்க்கையில் லட்சியம் எல்லா உலக இன்பங்களையும் அனுபவித்து விட்டு செத்துப் போவதுதான். ஆகையால் முடிந்தவரை உலக இன்பங்களை அனுபவி என்பதுதான்' சார்வாகரின் போதனை.

மாணவன்: இந்து மதத்தின் அடிப்படை நம்பிக்கைகளையே முற்றிலும் மறுக்கிறதே இந்தப் போதனை!

குரு: ஆனால் இந்தத் தத்துவம் வலுவடையவில்லை. தானாகவே அழிந்தது. ஆனால் எந்தக் காலத்திலும் இதுபோன்று இந்து மதத்தை எதிர்ப்பவர்கள் கொஞ்சம் பேர் இருக்கிறார்கள். மற்ற மதத்தில் இருப்பது போன்று எதிர்ப்பவர்களைக் கொன்று புதைத்துவிடுவார்கள். ஆனால் இந்து மதத்தினர் இந்த 'நாத்திகம்' பேசுபவர்களைப் பொருட்படுத்தாமல் விட்டு வைக்கிறார்கள்.

இவர்கள் புதியதாய் ஒன்றும் புரட்டிவிடவில்லை. பல ஆயிரம் ஆண்டுகளுக்கு முன்பே இவர்கள் இன்று சொல்லும் கருத்துக் களையும் இந்து மதம் யோசித்துப் பரிசீலித்து ஆராய்ந்து எதற்கும் உபயோகப்படாத குப்பைத் தத்துவம் என்று ஒதுக்கி தள்ளிவிட்டது என்பதை நீ உணர வேண்டும்.

இந்து மதம் எந்தப் பிரச்சனையையும் ஒரே கோணத்தில் ஆராயாமல் பலவிதங்களிலும் பிரச்சனைகளைப் பார்த்து எதிரான கருத்துக்களைப் பரிசீலித்து உண்மையைச் சரியாக கண்டறிந்த பின்னால்தான் தத்துவங்களை வகுத்திருக்கிறது. இந்து மதத்தின் சகிப்புத்தன்மையை வேறு எங்கும் காண முடியாது.

இந்துக்களின் சகிப்புத் தன்மை அவர்களின் மதம் வழியாக வந்த குணம் ஆகும். இந்தியாவின் மீது வேற்றுநாட்டவரின் படையெடுப்பும், பிற மதங்களின் ஆக்ரமிப்பும் நடந்ததுபோல் எந்த நாட்டின் மீதும்

உலக சரித்திரத்தில் நிகழ்ந்ததில்லை. அப்போதும் இந்துக்கள் பிற மதங்களிலிருந்தும் கூட நல்ல அம்சங்களை எடுத்துக் கொண்டு தம் வாழ்க்கை முறைகளைச் செப்பனிட்டு வாழ்ந்து வந்திருக்கிறார்கள். இந்து மதத் தத்துவங்களைத் தவறென்று நிரூபிக்க இந்தியாவிலேயே தோன்றிய பல மதங்கள் காலப்போக்கில் தங்கள் வலுவையிழந்து இந்து மதத்திலேயே இணைந்த மதங்களாக மாறிவிட்டன. இதுவே இந்துக்களின் சிறப்பை உணர்த்தப் போதுமான நிரூபணம் ஆகும். மொழியால், பழக்கத்தால், மரபால், வாழுமிடம் போன்ற பல்வேறு காரணங்களால் பிரிவுபட்டாலும் அடிப்படையான நம்பிக்கையின் இணக்கத்தால் எங்கே வாழ்ந்தாலும் எந்தமொழி பேசினாலும் யாவரும் இந்துக்களே ஆவர்.

9. ரிஷிகள்

மாணவன்: இதுவரை நீங்கள் விரிவாகச் சொன்ன கருத்துக்களி லிருந்து இந்து மதம் ஒரே ஒரு கோட்பாட்டைப் பற்றிக் கொண்டு அதையே குரங்குப்பிடியாய்ப் பிடித்துக் கொண்டு வற்புறுத்தாமல், உலகம் மனிதன் இறைவன் என்று மூன்று தத்துவங்கள், அவற்றின் இடைப்பட்ட உறவுகளைப் பற்றி சகல விதங்களிலும் எல்லாக் கோணங்களிலும், நன்றாக ஆராய்ந்து, பரிசீலித்து; அவற்றின் பிரயோஜனங்களை அலசி, தள்ள வேண்டியவற்றை ஒதுக்கிவிட்டு நிரந்தர, மாறாத சத்தியங்களை மட்டும் எடுத்துக் கொண்டு கோட்பாடுகளை உண்டாக்கியுள்ளது என்பது தெளிவானது. இதைச் செய்தது யார்?

குரு: அவர்களை 'ரிஷிகள்' என்று அழைக்கிறோம். தமிழில் 'முனிவர்கள்' என்பார்கள். சிலரின் பெயர் தெரியும். உதாரணமாக வியாசர், யவ்வனாசர், ஆங்கிரசர், அம்பரிஷர், கௌதமர், விஸ்வாமித்திரர், அகஸ்தியர், கானடர், சுகர், வால்மீகி, யவ்வனர், பரத்வாஜர், கண்வர் என்று பலர். மேலும் பல ரிஷிகள் பெயர் மறைந்து விட்டது. ஆனால் அவர்களின் உழைப்பினால் உருவான தத்துவங்களும் சித்தாந்தங்களும் இன்றும் கூட நிலைத்த உலகுக்கு வழிகாட்டுகின்றன.

மாணவர்: ரிஷிகள் என்றால் எல்லாம் துறந்த துறவிகள் தானே?

குரு: தவறு. ரிஷிகள் துறவிகள் அல்ல. ரிஷிகள் வேறு, துறவிகள் வேறு, உலக வாழ்வை வெறுத்து அதன் போக்கிலிருந்தும் வாழ்க்கை முறைகளிலிருந்தும் ஒதுங்கி 'சந்நியாசம்' என்று விரதத்தை ஏற்றுக் கொண்டவர்கள் சந்நியாசிகள் அல்லது துறவிகள். சொந்தம் பந்தம் எதுவும் துறவிக்கு இல்லை. தனக்கென்று எதுவும் துறவி வைத்துக் கொள்ளக் கூடாது. தனது ஆத்மாவின் முக்திக்கு மட்டுமே துறவி முயல்கிறான்.

ஆனால் ரிஷிகள் இல்லற வாழ்வு வாழ்ந்தவர்கள், அவர்கள் எதையும் 'துறக்கவில்லை'. வைராக்கியத்துடன் உலக இன்பங்களை 'விலக்கி' வைத்துத் தூய வாழ்வு வாழ்ந்து, தபசு (தவம்), ஞானம், யோகம் முதலிய வழிகளால் தங்கள் ஆத்ம பலத்தைப் பெருக்கிப் பல சித்திகளும், வரங்களும் பெற்று மெய்ஞானிகளாய் வாழ்ந்து உலகுக்கு நன்மை செய்தார்கள். ரிஷிகள் தங்கள் திறமையையும் படைப்புச் சக்தியையும் பயன்படுத்தி நுண்கலைகளான, பாடல், நடனம், நாட்டியம், நாடகம், சித்திரம், சிலைகள் வார்ப்புக் கலை, சிற்பம் போர்க்கலைகள், கட்டிட நிர்மாணம், கோயில் கட்டுதல், குளம், நகர அமைப்பு, பொன் வேலைகள், காம சாத்திரம், ஜோதிடம் என்று அறுபத்தி நான்கு கலைகளிலும் கூட ஆராய்ச்சிகள் செய்து உன்னதமான படைப்புகளைப் படைத்திருக்கிறார்கள்.

தவிர மருத்துவம் (ஆயுர்வேதம்) சத்திர சிகிச்சை கணிதம், பௌதீகம், ரசாயனம், வான சாஸ்திரம், விண்வெளி ஆராய்ச்சி, உளவியல் என்று விஞ்ஞானத் துறையிலும் ரிஷிகள் சிறந்திருந்தார்கள். பல நூல்கள் எழுதி இருக்கிறார்கள். ஆஸ்ரமம் அமைத்து சிஷ்யர்களாக மாணாக்கர்களைச் சேர்த்துக் கொண்டு இவைகளைக் கற்றும் தந்திருக்கிறார்கள்.

மாணவன்: துறவிகள் மற்றும் ரிஷிகள் வெவ்வேறு குறிக்கோள்கள் கொண்டவர்களா?

குரு: ஆமாம் அவர்களின் வாழ்க்கை குறிக்கோள்கள் வேறு வேறானவை. துறவிகள் தாங்கள் மோட்சமடைவதை மட்டும் லட்சியமாகக் கொண்டவர்கள், உலகம் என்பதுடன் அவர்களுக்கு தாமரை இலை மேல் தண்ணீர் முத்துக்கள் போன்று ஒட்டாத உறவு.

ரிஷிகள் உலக நன்மைக்காக தங்கள் மோட்சத்தைக் கூட விலக்கி வைத்துத் தாங்கள் பெற்ற மெய்ஞானத்தை உலகின் நன்மைக்காக உபயோகித்தார்கள். துறவிகள் கூட ரிஷிகள் வகுத்த பாதையில் தான் துறவிகள் ஆகமுடியும்.

மாணவன்: அப்படியானால் பாரதத்தின் ரிஷிகளை மெய்ஞான விஞ்ஞானிகள் என்று சொல்லலாமா?

குரு: ஆமாம். சரியாகச் சொன்னாய் ரிஷிகள் மெய்ஞான விஞ்ஞானிகள்தான். அவர்களது தன்னலமற்ற சேவையினால் உருவானதுதான் நம் இந்து மதம். இவர்கள் 'ஆதர்ஷ புருஷர்கள்' ஆவார்கள்.

மாணவன்: ஆனால்... ரிஷிகள் கூட பலமுறை... தவறுகள் செய்திருக்கிறார்கள் என்று கேள்விப்பட்டிருக்கிறேனே... அது உண்மையா...?

குரு: ஆம் உண்மைதான் இதைச் சொல்ல ஏன் தயங்குகிறாய்? ஒரு விஞ்ஞான ஆராய்ச்சி செய்பவன் பலமுறை தவறுகள் செய்து பிறகுதான் சரியான பாதையில் செல்கிறான். அதே போன்று ரிஷிகளும் தவறுகள் செய்திருக்கிறார்கள். பல சமயங்களில் வித்யா கர்வத்தாலும், தன் தவ வலிமையின் பெருமையினாலும், அகம் பாவத்தாலும் தன் நிலை இழந்ததுண்டு. பஞ்சேந்திரியங்களின் இன்ப அனுபவங்களை நாடி நிலை வழுவியது உண்டு. ஆனால் அவர்கள் தங்கள் தவறை உணர்ந்து மீண்டும் முயற்சி செய்து சரியான பாதையில் செல்லும் ஆன்மீக வலிமை அவர்களிடம் இருந்தது. சாதாரண மனிதர்களான நம்மிடம் இந்த ஆன்மீகத் திறமையில்லை.

மாணவன்: பிராமணர்கள் அல்லது குறிப்பிட்ட உயர் ஜாதியில் பிறந்தவர்கள் மட்டும்தான் ரிஷிகள் ஆக முடிந்ததா?

குரு: இல்லை. எந்த ஜாதி, குலத்தில் பிறந்திருந்தாலும், தன்னம்பிக்கையும் முயற்சியும், உழைப்பும், மனவலிமையும் கொண்டவர்கள் யாராயிருந்தாலும் ரிஷிகள் ஆக முடிந்தது. கடுமையான தவம், தியானபலம், ஆன்மீக உயர்வு இவற்றினால் ரிஷிப்பதவி கிடைத்தது. ரிஷி, ராஜரிஷி, மஹரிஷி, பிரம்மரிஷி என்று ரிஷிகளிலும் நிலைகளில் பாகுபாடு இருந்தது. பிரம்மரிஷி

என்பது மிகவும் உயர்ந்த நிலை. மஹரிஷி வியாசர் செம்படவப் பெண்ணுக்குப் பிறந்தார். மஹரிஷி சுதர் தாழ்ந்த குலத்தில் பிறந்தவர். மஹரிஷி வால்மீகி ஒரு வேடன்.

மஹரிஷிகளான ருஷ்ய சிருங்கர், ஜாம்பூகா, கௌசிகர் கௌதமர், வஸிட்டர் அகஸ்தியர் ஆகியோர் பிராமணர்கள் அல்லர்.

மந்திரங்களிற் சிறந்தது காயத்ரி மந்திரம் ஆகும். இந்தக் காயத்ரி மந்திரத்தை தந்தவர் விசுவாமித்திரர் என்ற ரிஷியாவார். அவர் பிறப்பால் க்ஷத்திரியர். தன் முயற்சியால் உயர்ந்த பிரம்ம ரிஷிப் பதவியை அடைந்தார்.

சத்யகாமன் என்ற ஒரு சிறுவன் ஜபாலா என்ற ஒரு பெண்ணின் மகன். அவன் தன் தந்தை யார்? தந்தையின் கோத்திரம் தெரியாமல் அந்த உண்மையைக் கூறி சத்யகாமன் 'ஜபாலாவின் மகன்' என்று சொல்லி கௌதமரிடம் தன்னைச் சிஷ்யனாக ஏற்றுக் கொள்ள வேண்டுகிறான். அவன் உண்மை பேசும் திறனைப் பாராட்டி அவனை சிஷ்யனாக ஏற்றுக் கொண்டார்.*

ரிஷிகள் ஆவதற்கு சாதனைகள் முக்கியம்; பிறப்பல்ல. அதனால்தான் 'ரிஷி மூலமும் நதி மூலமும் பார்க்கக் கூடாது' என்று ஒரு தமிழ்ப் பழமொழியே இருக்கிறது. நம் இந்து மதம் நமது முன்னோர்களான இந்த ரிஷிகளுக்கு மிகவும் கடமைப்பட்டது. ரிஷிகளின் துணையில்லாமல் இன்றைய இந்து மதம் இல்லை. அதிலும் பாதராயனர் என்றழைக்கப்படும் வேதவியாசர்தான் இன்றைக்கு நம்மிடம் வழங்கும் வேதங்களை முறைப்படுத்தி 108 சாகைகளாக வகுத்தார். உபநிஷதங்களை வகைப்படுத்தினார். மஹாபாரதம் என்ற மஹாகாவியத்தை எழுதினார். "பிரம்ம சூத்ர பாஷ்யம்" எனும் வேதாந்தத்தை உபநிஷதங்களின் கருத்தைத் திரட்டி இயற்றினார். தற்போது வழங்கும் இந்துமதத் தத்துவப் பிரிவுகள் பிரம்ம சூத்திரத்தை ஆதாரமாகக் கொண்டுதான் அமைக்கப்பட்டன.

மாணவன்: இந்து மஹா புருஷர்களுக்கு நாம் எப்படி நன்றி சொல்ல முடியும்?

குரு: அவர்கள் படைத்த நூற்களைக் கற்றும், பிறருக்குக் கற்பித்தும்,

* சாந்தோக்கியோபநிஷத் (4:4:4)

தவிர, தினமும் கொஞ்சமாவது அவற்றைப் படிக்க வேண்டும். இதனால், நாம் பயன் பெறுவோம். ஹிந்துக்களின் தினசரிக் கடமைகளில் ஒன்றாக 'ரிஷியக்ஞும்' என்று நம் ரிஷிகள் எழுதிய நூற்களைப் படிப்பதை ஒரு கடமையாக நம் தர்ம நூற்கள் வலியுறுத்துகின்றன. சந்நியாசிகள் கூட ஒவ்வொரு வருடமும் மழைக் காலங்களில் நான்கு மாதங்கள் ஒரே இடத்தில் தங்கியிருந்து 'சாதுர் மாஸ' விரதம் அனுஷ்டிப்பார்கள். அந்த விரதம் ஆரம்பிக்கும் முன்பு 'வியாச பூஜை' என்று குருக்களுக்கும், ரிஷிகளுக்கும், வியாசருக்கும் பூஜை செய்வார்கள். இதுவும் ரிஷிகளுக்கு நன்றி தெரிவிக்கும் ஒரு முறைதான். ஆன்மீகத்தில் உலகில் இந்தியா முதன்மை வகிக்கிறது என்றால் அதற்கு நமது பண்டைய கால ரிஷிகள்தாம் காரணம். அவர்களில்லாமல் இந்து மதம் இல்லை.

வைணவம்

சாக்தம்

10. இந்துக்களின் இறை நம்பிக்கை

குரு: இந்து மதத்தின் அஸ்திவாரமான நம்பிக்கை இறைநம்பிக்கை. இறைவன் என்று ஒரு சக்தி உண்டு; இறைவன் எங்கும் நிறைந்தவன்; எதுவும் செய்ய வல்லமையுடையவன்; எல்லாவற்றையும்விட சிறந்த, உயர்ந்த, சுதந்திரமானவன் என்பதை இந்து மதம் நம்புகிறது.

மாணவன்: முன்பே நீங்கள் இந்து மதத்தில் இறைவன் பற்றிய தத்துவங்களைச் சொன்னீர்கள். இன்னும் தனியாக 'இந்துக்களின் இறை நம்பிக்கை' என்ற தலைப்பில் நான் அறிய வேண்டியது என்ன இருக்கிறது?

குரு: நான் உனக்குச் சொன்னவைகள் மிகவும் சுருக்கமானவை. இந்துக்களின் இறை நம்பிக்கை மிகவும் விரிவானது. நான் உனக்கு முன்பு சொன்னது அடிப்படைச் சிந்தாந்தங்கள். இப்போது நான் சொல்வது இந்துக்கள் அவற்றை எப்படிப் பின்பற்றுகிறார்கள் என்பதைப் பற்றியது ஆகும்.

முதலில் தத்துவமாகக் கடவுளின் வெளிப்பாடுகள் பின்வருமாறு பிரிக்கப்படுகின்றன.* (i) 'பிரும்மம் தனித்திருந்தது. அது ஜகத்தை சிருஷ்டிக்க நிச்சயித்தது. அதிலிருந்து எல்லாம் வந்தது'.

---

* முண்டகோபநிஷத் 11.12.12

1. பிரும்மம்

2. ஈஸ்வரன்

3. அந்தர்யாமி

4. அவதாரம்

(II) பிரும்மம்* என்பது சொல்லால் விளக்கப்படாத உருவம், குணம் இல்லாத நிர்குண பிரம்மம் என்று சொல்லப்படுகிறது. அது உருவெடுக்கும் போது சகுண (உருவுடைய) பிரும்மம் ஆகிறது.

இந்த பிரும்மம் உலகைப் (ஜகத்தை) படைக்க நிச்சயித்துச் செயற்படும்போது 'ஈஸ்வரன்' எனப்படுகிறார். சிலர் ஈஸ்வரன் என்றால் சிவனைத்தான் குறிப்பிடுகிறது என்று தவறாகப் புரிந்து கொண்டிருக்கிறார்கள். ஈஸ்வரன் என்பது பிரகிருதியுடன் கூடி முத்தொழிலாகிய படைப்பது காப்பது அழிப்பது என்பதைச் செய்யும் இறைவனைக் குறிக்கும். பிரும்மம், எல்லா தேவர்கள் தேவதைகள், கடவுளர்கள், ஜகத் ஆத்மா முதலியவற்றில் எங்கும் மறைந்து இருந்து இயக்கும்போது 'அந்தர்யாமியாகிறது'** கண்களுக்குத் தெரியும் உருவுடன் வெளிப்படத் தோன்றி தீமையை அழித்துத் தர்மத்தை நிலைநாட்டும் செயலைச் செய்யும் போது 'அவதாரம்' ஆகிறது.***

மாணவன்: இந்த நான்கு வித வெளிப்பாடுகள் எந்தெந்த விதத்தில் இந்துக்களின் இறை நம்பிக்கையில் பயன்படுகிறது?

குரு: 'பிரும்மம்' என்ற நிலையில் இறைவனை வணங்கி முக்திக்கு முயல்வது இறை அருளாளர்கள், ரிஷிகள், துறவிகள், ஞானிகள் ஆன்மீகத்தில் உயர்ந்தவர்கள், சாத்வீக குணமுடையோர் இவர்களுக்கு வழியாகிறது.

ஈஸ்வரன் என்ற நிலையில் 'சகுண பிரும்மமாக' உருவம், குணங்கள் உள்ள வடிவில் ஆராதிக்க உதவியாகிறது.

அவதாரங்கள் என்பது பலவித சக்திகள் கூடி குறிப்பிட்ட பயனைத் தரக்கூடிய வடிவில் வணங்கி வழிபட உதவுகிறது. ராஜஸ இயல்பினர்

---

* பிருஹதாரண்யகோபநிஷத் (2:3:1)

** பிருஹதாரண்யகோபநிஷத் (3:7:3)

*** ஸ்ரீமத் பகவத் கீதை (13:17)

ஈஸ்வரன் மற்றும் அவதாரங்கள் ஆராதிக்க முடிகிறது.

அந்தர்யாமி என்பது உட்பட சிறு கடவுளர்கள், தேவதைகள் எல்லாவற்றிலும் மறைந்திருந்து பலனளிக்கும் சக்தியாக உருவெடுத்து தாமச இயல்பினர் வழிபட உதவுகிறது.

மாணவன்: ஈஸ்வரன் என்ற நிலையில் இறைவனைப் பற்றிய இந்துக்களின் நம்பிக்கை என்ன?

குரு: ஈஸ்வரரான இறைவன் ஜகத் அமைவதில் சிருஷ்டி (படைப்பு) செய்யப் 'பிரம்மா' என்ற மூர்த்தியாகவும் பரிபாலனம் (காப்பது செய்ய) 'விஷ்ணு' என்ற மூர்த்தியாகவும் சம்ஹாரம் (அழிப்பது) செய்யச் 'சிவன்/ருத்ரன்' என்ற மூர்த்தியாகவும் பிரிகிறார். பிரும்மா விஷ்ணுசிவன் இவர்களை மும்மூர்த்திகள் என்பர்.

பிரம்மனை இந்துக்கள் பொதுவாக வணங்குவதில்லை. அதிகமாகக் கோயில்களும் அவருக்கு இல்லை. விஷ்ணுவை முக்கிய கடவுளாக வைத்து இந்துக்களில் ஒரு பகுதி வணங்குகிறார்கள். இவர்கள் 'வைஸ்ணவர்' எனப்படுவர். சிவனை முக்கிய கடவுளாக வைத்து வணங்குபவர்கள் 'சைவர்கள்' எனப்படுவர். புலாலை மறுத்து மரக்கறி உணவுப்பழக்கம் உள்ளவர்களையும் சைவர்கள் என்பார்கள். அது வேறு, சிவனை மட்டுமே வணங்கும் 'சைவப் பிரிவினர் வேறு. இரண்டையும் சேர்த்து குழப்பமடையக் கூடாது. விஷ்ணுவிற்கு உருக்கொண்டு உலகில் மக்களைக் காப்பாற்றும் 'அவதாரங்கள்' உண்டு. அந்த அவதார ரூபங்களையும் வைஷ்ணவர்கள் வணங்குகிறார்கள். அப்படி வணங்கப்படும் முக்கிய அவதாரங்கள் நரசிம்மம், ராமன், கிருஷ்ணன் முதலியவை ஆகும்.

மாணவன்: இந்துக்கள் வணங்கும் மற்ற கடவுளர்கள் யார் யார்?

குரு: பிரம்மனின் துணைவி 'சரஸ்வதி' கல்வியின் கடவுள் ஆகும். விஷ்ணுவின் துணைவி 'லட்சுமி', செல்வத்தின் கடவுள் ஆகும். சிவனின் துணைவி 'சக்தி' அல்லது பார்வதி வீரத்தின் கடவுள் ஆகும். சக்தியை முக்கிய தெய்வமாக 'சாக்தர்கள்' என்ற சக்தி உபாசகர்கள் வணங்குகிறார்கள். பிரம்மன் மஞ்சள் நிறமுடையவனாகவும் சரஸ்வதி வெண்மை ஸ்படிக நிறமுடையவளாகவும், விஷ்ணு கருநீல நிறம் உடையவராகவும், லட்சுமி மஞ்சள் பொன் நிறமுடையவளாகவும், சிவன் வெண்மை ஸ்படிக நிறமுடையவராகவும், பார்வதி கருநீல

நிறம் உடையவராகவும் இந்துக்கள் உருவகப்படுத்தி வணங்குகிறார்கள்.

இந்த தெய்வங்களுக்குப் பிறகு சிவன், பார்வதியின் புத்திரர்களான பிள்ளையார் (கணபதி) மற்றும் முருகன் (சுப்பிரமணியன்) வணங்கப்படுகிறார்கள். கணபதியை முக்கிய தெய்வமாக வணங்குவது 'காணாபத்யம்' குமரனை (முருகனை) முக்கிய தெய்வமாக வணங்குவது 'கௌமாரம்' எனப்படுகிறது.

அடுத்ததாக வானில் விளங்கும் சூரியன் 'பிரத்யக்ஷ நாராயணர்' (காணும் கடவுள்) என்று வணங்கப்படுகிறார். சூரியனைப் பிரதான கடவுளாக வணங்கும் முறை 'சௌரம்' எனப்படும்.

விஷ்ணுவின் ராமாவதாரத்தில் அவருக்குத் 'தாசனாக' வந்து பணி செய்த 'அனுமாரும்' பலரால் வணங்கப்படுகிறார். ஹரிஹர புத்ரனாக 'சாஸ்தா' என்ற 'அய்யப்பன்' வழிபாடும் மிகுந்திருக்கிறது.

மாணவன்: இதையெல்லாம் நான் அறிவேன். நான் மற்ற கடவுள்களைப் பற்றிக் கேட்டேன்.

குரு: உனக்குத் தெரிந்த விவரங்களை நினைவுபடுத்திவிட்டு தெரியாத விவரங்களைச் சொல்லவே நான் மேற் சொன்னவற்றை விளக்கினேன். மும்மூர்த்திகள், அவர்கள் தேவியர், கணபதி, குமரன், சூரியன், சாஸ்தா, அனுமார் இவர்கள் இந்துக்கள் தற்போது வணங்கும் தெய்வங்களாகும். தவிர உலகம், ஜீவராசிகள், தாவரங்கள் இவற்றைக் காப்பாற்றப் பலவித பணிகள், சக்திகள், ரூபங்கள், அதிகாரம் இவற்றைக் கொண்ட இந்திராதி தேவர்களான இந்திரன், வாயு, அக்னி, குபேரன், வருணன், அஸ்வினி, நவக்கிரகங்களான சந்திரன், சூரியன், தேவதைகள், செவ்வாய், புதன், வியாழன், சுக்கிரன், சனி, ராஹூ, கேது, நாகர்களான அனந்தன் முதலியோர், ரிஷிகள், பித்ருக்கள், கிராமதேவதைகள் என்ற முப்பது முக்கோடி (33 கோடி) தெய்வங்கள் இருப்பதாக இந்துக்கள் நம்புகிறார்கள்.

மாணவன்: அடேயப்பா! அவ்வளவு கடவுள்களா?

குரு: பயப்படாதே! இது மரபு வழியில் ஒவ்வொரு கடவுள்களுக்கும் உள்ள அம்சங்களைச் சேர்த்துக் கணக்கிட்டது. உதாரணமாக இந்திரனே வாலியாக வருகிறான். சேஷன் லட்சுமணனாக, வாயு தேவர், அனுமான், பீமன், மத்வர் என்ற அம்சமாக வருகிறார்.

அவர்கள் துணைவியர் பரிவார தேவதைகள், இவற்றைச் சேர்த்துக் கணக்கிடப்படுகிறது. பழமையான ருக் வேதத்தில் முப்பத்து மூன்று கடவுளர்கள் வழிபாடு பழக்கத்திலிருந்து இந்திரன், பிரஜாபதி, வாயு, அக்னி முதலிய தேவர்கள் வணங்கப்பட்டனர். இப்போது யக்ஞயங்களில் மட்டுமே அவர்கள் வணங்கப்படுகிறார்கள்.

மாணவன்: கடவுளர்களுக்கு பலவேறு வித ஆயுதங்கள், வாகனங்கள், துணைவியர், சந்ததி இவை இருப்பதாக ஏன் சொல்லப்படுகிறது?

குரு: ஒவ்வொரு கடவுளர்க்கும் உரித்தான தொழில் உண்டு. அதற்கேற்றபடி ஆயுதங்கள், வாகனங்களும், துணைச் சக்தியாக மனைவிகளும், சந்ததியினரும் உருவாக்கப்பட்டுள்ளனர். அவர்களை வணங்கும் முறைகள், பூஜைகள் உற்சவங்கள் வேறுவேறு வகையில் பின்பற்றப்படுகின்றன. இவையெல்லாம் உருவகப்படுத்திய வெளிப்பாடுகள், சிறப்புகள். இவைபற்றி அதிகமாக பொருட்படுத்தத் தேவையில்லை. நம்பிக்கைதான் முக்கியமானது, உருவங்கள், சடங்குகள் முதலியவை நம்பிக்கையை வளர்க்கின்றன.

மாணவன்: ஆனால், இவை ஏன் உண்டாக்கப்பட்டன என்பதற்கான விளக்கம் உண்டா?

குரு: இருக்கிறது. எல்லா மதங்களிலும் 'சடங்குகள் (Rituals) சம்பிரதாயங்கள்' என்ற வழிமுறை பின்பற்றப்படுகின்றன. இவற்றைக் காலம் காலமாக தொடர்ந்து பின்பற்றும்போதுதான் மதம் உயிருடனிருக்கிறது. இது மிகவும் தாழ்ந்த மதானுஷ்டான நிலையாகும். 'மனிதனுக்குக் கால்கள் போன்று மதத்திற்குச் சடங்கு சம்பிரதாய வெளிப்பாடுகள்'. மிகப்பெரும்பாலான மக்கள் இந்த நிலையில் மதத்தைப் பின்பற்றுவதில் நின்றுவிடுகிறார்கள். சரியாகப் பின்பற்றப்படும் அந்தச் சம்பிரதாயங்கள் ஒரு நம்பிக்கை மற்றும் இணக்கத்தை வளர்த்து அடுத்த நிலைக்கு மனிதனை அழைத்துச் செல்லும்.

அடுத்த சற்று உயர்ந்த நிலை மத அனுஷ்டானம். 'மத ஒழுக்கப் பயிற்சி முறை' மத ஒழுக்கமாகும். இதில் மனிதன் ஆகார நியமங்கள், நடத்தை நியமங்கள், பரிசுத்தம், நற்போதனை, ஆசாரம் முதலியவற்றைக் கைக்கொள்கிறான். இதனால் மனிதனின் தனி வாழ்க்கை பண்பட்டு ஒழுக்கம் மிகுந்ததான குணம் மேலோங்கித்

திகழ்வான். மனிதனுக்கு வினையாற்றக் கைகள் இருப்பது போன்று 'மதத்திற்கு ஒழுக்கம் இருக்கிறது'. இந்நிலை கைவரப்பட்டோர் சமூக அந்தஸ்திலும் மரியாதையுடன் நடத்தப்படுகிறார்கள். பலர் இந்த நிலையிலேயே மத வாழ்க்கையை முடித்துவிடுகிறார்கள். சரியான மத ஒழுக்கம் அடுத்த நிலைக்கு எடுத்துச் செல்லும்.

மூன்றாம் நிலை பக்தி ஆகும். தான் வணங்கும் தெய்வ உருவின் மீது மாறாத நம்பிக்கையும் பக்தியும் வளர்ந்தால், இது உயர்ந்த சத்வ நிலையாகிறது. மக்களில் மிகச்சிலரே இந்த மாறாத பக்தி நிலையை எட்டுகிறார்கள். அவற்றில் பலர் இந்த நிலையிலேயே தங்கி விடுகிறார்கள். 'மனிதனுக்கு இதயம் போல' மத வாழ்வுக்கு 'பக்தி இதயமாகிறது'.

நான்காவது நிலை 'தத்வ தரிசனம்' ஆகும். இதுதான் மத வாழ்க்கையில் ஆன்மிகத்தின் உன்னதமான உயர்ந்த நிலை. மனிதன் தன் மதத்தின் தத்வங்களை உண்மையாக அறிந்து கடவுளை அறிகிறான். 'மனிதனுக்கு அமைந்துள்ள மூளை போல் மதத்தின் மூளை தத்வங்களாகும்.' இந்த நிலையை அடைவோர் மிகச்சிலரே.

மாணவன்: சடங்குகள், அனுஷ்டானம், மத ஒழுக்கப் பயிற்சி முறை, பக்தி, தத்துவம் இந்த நான்கில் எது சிறந்தது?

குரு: எல்லாமே சிறந்தது தான். தேவையானதுதான். அவை ஒன்றையொன்று சார்ந்தவை ஆகும். சடங்கு, பக்தி, ஒழுக்கம் இவை இல்லாத வெறும் தத்துவம் கைகால்கள் விழுந்துவிட்ட 'இதயம் சரியாக இயங்காத நிலை' மூளை மட்டும் நன்றாக வேலை செய்யும் மனிதனைப் போன்றது. உடல் இயங்காவிட்டாலும் மூளை யினால் மட்டும் என்ன பயன்? தத்துவம் இல்லாமல் வெறும் மதச் சடங்கும், ஒழுக்கமும், பக்தியும் கைகால்கள் நன்றாக வேலை செய்யும் உறுதியான உடல் படைத்த ஆனால் மூளையில்லாத மனிதனைப் போன்றது. அவன் எதற்கு லாயக்கு?

மதம் என்பது மதத் தத்துவம், பக்தி, ஒழுக்கம், சடங்கு 'சம்பிரதாயங்கள்' என்ற நான்கும் இருந்தால்தான் நிலைத்திருக்க முடியும். பலவிதக் கடவுள்கள் வழிபாடு முறைகளும் இந்து மதத்திற்குத் அடிப்படையான நம்பிக்கைள் ஆகும். அதனால்தான் பலவிதச் சடங்குகள், சம்பிரதாயங்கள் தோன்றியுள்ளன. இந்து மதம்

சடங்குகள் என்ற கால்களால் நடக்கிறது. மூளையாகிய தத்துவமே போதும், சடங்குகளாகிய கால்கள் வீண் என்று நினைத்து இந்துக்கள் பலர் ஹிந்து மதத்தைக் காலத்துக்கேற்றபடி நவீனப்படுத்துகிறோம் என்று சடங்கு சம்பிரதாயங்களை வெறுத்து ஒதுக்குகிறார்கள்.* அவை தேவையில்லை என்கிறார்கள். கால்களில்லாத மனிதன் நடக்க முடியுமா? நகர முடியுமா? இல்லது இயங்க முடியுமா? சடங்குகளற்ற முடமான இந்து மதம் தழைக்க முடியுமா? வெறும் மூளையினால் மட்டும் பயனுண்டா? ஆகையால் நான்குமே மத வாழ்வுக்கு தேவையானவைதான்.

மாணவன்: இந்து மதத்திற்குச் சடங்குகள் கால்களாக, அனுஷ்டான ஒழுக்கம் என்பது கைகளாக, பக்தி என்பது இதயமாகத் தத்துவம் என்பது மூளையாக அமைந்துள்ளன. எல்லா மதங்களிலும் இதே மத அமைப்பு முறைதான் அமைந்திருக்கிறது இல்லையா?

குரு: ஆமாம். இந்துக்கள் வாழ்வில் இறைவன் மற்றும் மற்றைய கடவுளர் வழிபாடு என்பதை நான்கு விதமாகப் பிரித்துச் சொல்லலாம். அவை முறையே...

1. குழந்தையிலிருந்து முதுமை வரை வாழ்வின் ஒவ்வொரு நிலையிலும் ஆராதிக்கப்படும் கடவுளர்கள், வழிபாடுகள். உதாரணம் கல்விக்குச் சரஸ்வதி, செல்வத்துக்கு லக்ஷ்மி வழிபாடு, நவராத்திரிப் பண்டிகையில் செய்யப்படுகிறது.

2. காலம் மற்றும் பருவ நிலை மாற்றங்களுக்கு ஏற்ப வணங்கப்படும் கடவுளர்கள். உதாரணத்துக்குக் கோடையில் மாரியம்மன் வழிபாடு, அறுவடை சமயத்தில் பொங்கல் சூரிய வழிபாடு, மார்கழி முதலியன.

3. கூட்டு வழிபாடாகக் குறிப்பிட்ட காலத்தில் வழிபாடுகள் திரௌபதி கோயில் தீமிதி, குடமுழுக்கு, மஹாமகம், கும்பமேளா போன்றவை.

4. சிறப்பு வழிபாடுகள் செய்யப்படும் சில கடவுளர்கள். உதாரணம் இருமுடிகட்டி அய்யப்பன் வழிபாடு, காவடி எடுத்து அலகு

---

* இந்துமதத் தத்துவங்களில் ஒன்றான வேதாந்தம் எனும் ஞானத்தைச் சிறப்பிக்கும் பகுதி ஒன்றுதான் உபயோகமானது எனும் கருத்து பரவலாக இருக்கிறது

குத்தி முருக வழிபாடு. நடந்து மலையேறி ஏழுமலையான வழிபாடு போன்றவை.

மாணவன்: இந்துவின் வாழ்வின் இறை நம்பிக்கை என்பது இணைந்து இறுகிவிட்டிருக்கிறது. அவை பல நிலைகளிலும் வெளிப் படுகின்றன இல்லையா?

குரு: ஆமாம். உண்மைதான். இனி தெய்வ வழிபாடு முறைகள் யாவை. பக்தி மற்றும் அவற்றின் பல நிலைகள் முதலியவற்றை விளக்குகிறேன்.

முதலில் பூஜை முறைகளைப் பார்ப்போம். 'பூஜை' என்பது மனிதன் தன் வீட்டில் குலதெய்வத்தையோ இஷ்டதெய்வத்தையோ வைத்துச் செய்யும் கடவுள் வழிபாட்டு முறையாகும். கடவுளை மூன்றுவிதமாக இந்துக்கள் உருவகம் செவய்கிறார்கள்.

1. இறைவன் உருவத்தையோ படத்தையோ வைத்து பூஜை செய்வது 'ப்ரதிகா' எனப்படும்.

2. இறைவனை ஒரு குறியீடாக வைத்து பூஜை செய்வது 'லிங்க' வழிபாடு ஆகும். உதாரணம் சிவனுக்கு ஸ்படிகம், விஷ்ணுவிற்கு சாளக்கிராமம், முருகனுக்கு வேல்.

3. கோலங்கள், கோணங்கள் முதலியவை வரைந்து தெய்வ வழிபாடு செய்வது 'யந்திர' முறை வழிபாடாகும். உதாரணம் 'மேரு' வரைந்து சக்தியை வணங்குவது. ஹிருதய கமலம் வரைந்து லக்ஷ்மி பூஜை, முதலியன.

இதில் தந்திரயோக வழிபாட்டு முறை என்று ஒன்றும் தனியாக வளர்த்து பின்பற்றப்படுகிறது. பருவமடையாத கன்னிப் பெண்களை வைத்து அவர்களை தேவி உருவாகப் பாவித்துப் பூஜைகள் செய்வது, மற்றும் கோழி, ஆடு பலியிடுதல் மந்திர உச்சாடனம் ஹோமம் போன்ற சிக்கலான நடைமுறைகளும் இதில் உண்டு. பொதுவாக இறை வழிபாட்டுக்கு உகந்ததல்ல என்று ஒதுக்கப்பட்ட சில பொருட்களும் செய்கைகளும் கூட இந்த தந்திரவழிபாட்டு முறையில் பின்பற்றப்படுகின்றன. அதில் 'ம'க்கள் சடங்குகளில் ஏற்றுக்கொள்ளப்படுகின்றன. மதியா (மது) மத்ஸய (மீன்) மைதுன (பெண் சேர்க்கை) ஆனால் மிகவும்

ரகசியமாகவும், கட்டுப்பாடுகளுடனும் செய்யப்படும் தந்திரயோக வழிபாட்டு முறை பொது வழக்கில் இல்லை. மிகச்சிலரால் மட்டுமே பின்பற்றப்படுகிறது.

பூஜை செய்யும் முறை இரண்டு வகைப்படும்.

1. வெளியே பார்க்கும்படிச் செய்யப்படுவது 'பஹிரங்க' பூஜையாகும்.

2. பிறர் அறியாதபடித் தனியாகச் செய்யப்படுவது 'மானசீக' பூஜையாகும்.

பஹிரங்க பூஜையில் கடவுளை எதிரே பிரசன்னமாகி இருப்பதாகப் பாவித்து உபசாரங்கள் செய்து வணங்கப்படுகிறது. குறைந்தபட்சமாக பூஜையில் செய்ய வேண்டிய மரியாதைகள்.

1. தூபம் (புகைகாட்டுதல்) தீபம் (விளக்கசைத்தல்) நைவேத்யம் (உணவு படைத்தல்) சற்றுவிரிவான வழிபாட்டுமுறை கந்தம் (சந்தனமிடல்) புஷ்பம் (மலர் சாற்றுதல்) தூபம், தீபம், நைவேத்யம் என்று அய்ந்து சடங்குகள் கொண்டது.

ஷோடசோரம் (16) உபசாரமுறை தியானம் (தியானித்தல்) அமர்த்தல் (ஆவாஹனம்) உயிரூட்டல் (பிரதிஷ்டை) கால் அலம்புதல் (பாத்யம்) வரவேற்று (அர்க்கியம்) குளியல் (ஸ்நானம்) உடையளித்தல் (வஸ்திரம்) பூணூல் அணிவித்தல் (யக்யோபவிதம்) சந்தனமிடல், புஷ்பம் சாற்றுதல், தூபம், தீபம், நைவேத்யம், தாம்பூலம், விளக்கசைத்தல் (நீராஞ்சனம்) பொன்தானம் (சுவர்ணபுஷ்பம்) ஆகியவைகளாகும்.

பஞ்சோபசார பூஜை என்று இறைவனுக்குச் (கந்தம்) சந்தனமிடுவது, புஷ்பம் சாற்றுவது நாமாவளி சொல்லி அர்ச்சனை, தூபம், சாம்பிராணி காட்டுவது, தீபம் விளக்கேற்றிக் காட்டுவது நைவேத்யம், படையல் என்று முறையுமுண்டு. கோயில்களிலும் மடாலயங்களிலும் ஷோடசோபசாரம் என்று பதினாறு வகைச் சிறப்புகளைச் செய்து பூஜை செய்யும் முறையுடன் சத்ரம் (குடை) சாமரம் (விசிறி) (தர்ப்பன) கண்ணாடி காட்டுதல் வேதகோஷம், பாட்டு, நடனம், வாத்தியங்கள் வாசித்தல் முதலியவையும் சேர்க்கப்படுகின்றன.

மானசிக முறை தனிமையிற் செய்யும்போது மூன்று நிலைகள் உண்டு. அவை.

நியாசம்: கைகளால் உடலில் பல பாகங்களைத் தொட்டு இறைவனைப் பல ரூபங்களில் அந்தந்த இடங்களில் இருப்பதாகப் பாவனை செய்து வணங்குவது அல்லது காப்பிட்டுக்கொள்வது.

முத்ரா: கைகளால் குறிப்பிட்ட முறையில் காட்டப்படும் உருவகங்கள். உதாரணம் சங்க முத்திரை, பத்ம முத்திரை போன்றவை.

ஜபம்: மூச்சையடக்கி பிராணாயாமம் செய்து மனதை ஒருமுகப் படுத்திக் குறிப்பிட்ட தெய்வத்துக்கான 'மந்திரத்தை' ஜபம் செய்வது இதற்குக் குருவின் மூலமாக 'மந்திர' தீக்ஷை (தீக்கை) பெற்று அந்த மந்திரத்தையே இறைவனாகப் பாவித்து மனதினால் திரும்பத் திரும்ப மந்திரம் சொல்லி உருவேற்றுதல்.

ஜபம் செய்யும்போது தோன்றும் அதிர்வலைகள் நல்ல விளைவுகளைத் தோற்றுவிக்கின்றன. இந்த தத்துவத்தை அடிப்படையாகக் கொண்டுதான் வேத கோஷம், கோயில் கருவறையில் செய்யும் மந்திர உச்சாடனம், ஜப யக்யம், மெடிடேஷன் (Meditation) தியானம் முதலியவை செய்யப்படுகின்றன.

மாணவன்: மந்திரம் என்றால் என்ன?

குரு: "மந்த்+தர்" "நினைவின் உருவகம்" அதாவது நினைவில் ஓர் உருவத்தைக் கற்பித்து அதில் நிலைப்பது மந்திரம் (Thought Form). ஸ்தூலங்கள் என்பவையும், சக்தியின் ஒரு வெளிப்பாடு. சக்தி வெவ்வேறு ஊடகங்களில் வெவ்வேறு விதமாக அதிர்வை உண்டாக்கும். மந்திரத்தில் உருவகமாகும் நினைவின் அதிர்வுகள் மனிதனின் நாடிகளிலும், கோயில்களிலும், சூழ்நிலையிலும் மாற்றங்களை உண்டாக்கும் என்பதை அடிப்படையாகக் கொண்டது 'மந்திரம்'. மந்திரத்தைச் சரியாக உச்சாடனம் செய்து திருப்பித் திருப்பிச் சொல்லி உருவேற்றுவது 'ஜபம்' எனப்படும்.

மந்திரங்களின் உச்சரிப்பில் இருவகையுண்டு.

1) உதடுகள் உச்சரிக்க மெதுவான குரலில் சொல்வது

2) பிறர் கேட்காமல் மனதிலேயே சொல்லும் முறை.

இப்படி ஜபம் செய்யப் பயன்படுத்தும் மந்திரங்கள் தாரக மந்திரங்கள் எனப்படும் 'ஸ்ரீராம நாம தாரக மந்திரம்' 'ஓம் நம சிவாய' 'ஓம்

நமோ நாராயணாய' போன்றவை இதற்கு உதாரணம்.

மாணவன்: தாரக மந்திரம் என்றால் என்ன?

குரு: மனிதனைக் கர்ப்பவாசம், பிறப்பு, மூப்பு, இறப்பு முதலிய சம்சார பந்தங்களிலிருந்து எந்த மந்திரம் தாண்டுவிக்கிறதோ அதுவே 'தாரக மந்திரம்'* எனப்படுகிறது.

ஆகையால்தான் பூஜை முறைகளில் 'ஜப' யக்ஞம் (வேள்வி) சிறந்தது. கீதையில் கண்ணன் 'யக்ஞங்களில் நான் ஜப யக்யமாக இருக்கிறேன்'** என்று சிறப்பித்துச் சொல்கிறான். உபவாசம், ஜபம், பிரார்த்தனை முதலியவை விசேஷ கர்மாக்கள் என்று பிரம்மசூத்திரமும் சொல்கிறது.

மாணவன்: இறைவழிபாட்டு முறையில் இந்துக்களின் நம்பிக்கை என்ன? செய்யும் முறைகள் யாவை?

குரு: இறைவனை வழிபாடு செய்யும் வழிகளில் கர்ம யோகம், பக்தி யோகம், ஞான யோகம் என்ற மூன்று வழிகள் உண்டு; கர்ம யோகத்தில் ஒருவன் தான் வெறும் கருவி இறைவனே இயக்குபவன் என்று பலனை வேண்டாமல் இறைவனுக்காகக் கர்மம் செய்து இறைவனை வணங்குகிறான். ஞான யோகத்தில், உலகப்பற்றை நீக்கித் தன் கர்மங்களைத் தியாகம் செய்து, 'நான்' எனும் அகம்பாவத்தை அழித்து தன் ஆத்ம தரிசனம் பெற்று இறைவனைப் பற்றிய ஞானத்தை அடைய வேண்டும். பக்தி யோகத்தில் தனக்குப் பிடித்த உருவில் கடவுளை வணங்கி, சரணாகதியடைந்து வழிபாடு செய்ய வேண்டும். இதைத்தவிர 'ராஜயோகம்' என்று மனத்தை ஒருமுகப் படுத்தி ஞானம் பெறும் ஹட யோகம் சேர்ந்த ஒரு முறையும் உண்டு.

மாணவன்: இதில் சுலபமானது எது?

குரு: இதில் பக்தி யோகம்தான் சுலபமானது. ஆனால் உலக இன்பங்களைச் சிறப்பை வேண்டிச் செய்யப்படும் பக்தி கீழானது. மேலுலகில் சிறப்பையும் முக்தியையும் வேண்டிச் செய்யும் பக்தி

---

* முண்டகோபநிஷத்

** ஸ்ரீமத் பகவத்கீதை (10:25)

இடைப்பட்டது. எந்தவித ஆசையும் வேண்டுதலும் இல்லாமல் இறைவனுக்காகவே செய்யப்படும் பக்தி சிறப்பானது.

மாணவன்: பக்தியிலும் பல நிலைகள் இருக்கின்றனவா?

குரு: ஆம் இருக்கின்றன. அவை

1. பரபக்தி – ஆன்மீக தியானம் – மிகவும் மேம்பட்ட நிலை

2. ஏகாந்த பக்தி – சத்வ குணம் – உயர்ந்த நிலை

3. அனன்யபக்தி – ராஜஸ குணம் – இடைநிலை

4. பயபக்தி – தாமஸ குணம் – தாழ்ந்த நிலை

பயபக்தியில் பல கடவுள்கள் இருப்பதாகவும் அதில் தன் குணத்துக்கியைந்த ரூபத்தில் இருக்கும் கடவுளை மட்டும் வணங்கிக் கடவுள்களில் ஏற்றம் தாழ்வு காண்பது. 'அனன்ய' பக்தியில் வேறு எந்த கடவுளுருவையும் வணங்காமல் தன் இஷ்ட தெய்வ வழிபாடு மட்டும் செய்து வணங்குவது. ஏகாந்த பக்தியில் தான் வணங்கும் கடவுளும் மற்ற கடவுள்களும் ஒன்றுதான் வேறுவேறல்ல என்ற உண்மை புரிந்து வணங்குவது. பரபக்தியில் கடவுள் ஒருவன்தான் என்ற ஞானம் பெற்றுத் தியான யோகத்தால் இறைவனை வணங்குவது.

மாணவன்: இறைவனிடம் சரண் அடைவது பக்திக்கு இலக்கணம் என்றீர்களே, அதை எப்படிச் செய்வது?

குரு: 'தன் உடல், பொருள், ஆவி எல்லாவற்றையும் எல்லாம் இறைவனுடையதே* என்று தந்துவிட்டு இறைவன் இச்சைப்படி வாழ்வது.' இதற்கு இரண்டு உதாரணங்கள் சொல்லப்படுகின்றன.

1. குரங்குக்குட்டி தன் தாய்க்குரங்கைக் கெட்டியாகப் பற்றிக் கொண்டு அதனுடன் செல்வதுபோல இறைவனைப் பற்றிக் கொண்டு பக்தி செய்வது இது 'மார்க்கட கிசோர நியாயம்' எனப்படுகிறது.

2. பூனைக்குட்டி தன் தாய்ப்பூனை மேல் நம்பிக்கை வைத்து சும்மா இருந்து விடுகிறது. தாய் பூனை தன் குட்டியை வாயாற் கவ்வி எடுத்துக்கொண்டு தான் போகுமிடமெல்லாம் குட்டியைக் கொண்டு போகும். குட்டிக்குத் தனக்கென்று எந்த லட்சியமுமில்லை.

---

* ஸ்ரீமத்பகவத்கீதை (18:35)

தாய்ப்பூனை எது செய்தாலும் சும்மா இருக்கும். அதுபோல இறைவனிடம் அவன் செய்வது செய்யப்படும் என்று தன்னை ஒப்படைப்பது. இது மார்ஜார கிசோர நியாயம்' எனப்படுகிறது.

மாணவன்: இதுவே சுலபமான வழி! இப்படி முழு நம்பிக்கையுடன் இறைவனிடம் சரணடையும் பக்குவம் எல்லாருக்கும் சுலபமாக வராது.

குரு: இது மிகவும் உயர்ந்த நிலை பக்தி. இந்துக்களுக்கு இறைவன் நம்பிக்கை இருந்தாலும் நீ சொன்னபடி பக்குவம் எல்லோருக்கும் வராது. ஆகையால்தான் இறைவனை வேறுவித பாவனைகளில் பக்தி செய்வதில் இந்துக்கள் நம்பிக்கை கொண்டிருக்கிறார்கள். இந்த விதமான பக்தியும் மேலே சொன்ன உயர்நிலை பக்திக்கு இட்டுச் செல்லும்.

மாணவன்: அந்த பாவனைகள் யாவை?

குரு: 1. தாஸ்ய பாவம் : கடவுளை எஜமானனாகவும் தன்னைத் தாஸனாகவும் பாவித்துப் பக்தி செய்வது. அனுமன் ஸ்ரீராமரிடம் தாஸ்ய பக்தி கொண்டிருந்தார்.

2. சாக்ய பாவம்: கடவுளைத் தன் நண்பனாகப் பாவித்துப் பக்தி செய்வது. குசேலர் ஸ்ரீகிருஷ்ணனிடம் சாக்ய பாவ பக்தி செய்தார். சுந்தரமூர்த்தி நாயனார் சிவனுடன் சாக்ய பாவம் கொண்டிருந்தார்.

3. வாத்சல்ய பாவம்: கடவுளைத் தன் குழந்தையாகப் பாவித்து அன்பு செலுத்திப் பக்தி செய்வது. யசோதை கண்ணனிடம் தாயன்பு பக்தி கொண்டிருந்தாள்.

4. சிசு/சாந்த பாவம்: கடவுளைத் தன் தாயாகத் தந்தையாகப் பாவித்துப் பக்தி செய்வது. ராமகிருஷ்ணர் தன்னைக் காளியின் குழந்தையாக நினைத்துப் பக்தி செய்தார். திருஞானசம்பந்தர் சிவனைத் தாயாக சாந்த பாவத்தில் வணங்கினார்.

5. காந்த பாவம்: கடவுளைத் தன் கணவனாகப் பாவித்துப் பக்தி செய்வது. சீதை ராமனையும், ருக்மிணி, ஆண்டாள் கிருஷ்ணனையும் காந்த பாவத்தில் பக்தி செய்தார்கள்.

6. மதுர பாவம்: கடவுளைத் தன் காதலனாகப் பாவித்துப் பக்தி

செய்வது. ராதை கண்ணனை இந்த முறையில் பக்தி செய்தாள்.

ஆக இந்த பாவனைகளில் பஹிரங்கமாக (வெளிப்படையாக)வும், அந்தரங்கமாக (ரகசியமாக)வும் இறைவனிடம் பக்தி செய்யலாம். கர்ம, பக்தி, ஞான வழிகளில் எந்த ஒரு வழியைப் பின்பற்றினாலும் அது மற்ற இரண்டு வழிகளோடு ஒரு நிலையில் இணக்கத்தை உண்டாக்கும். ஏனென்றால் கர்மயோகவழி மனிதனின் ஜீவனைச் சுத்தப்படுத்துகிறது (Purifies) பக்தியோக வழி ஜீவனை விழிப்புறச் செய்கிறது (Awakens) ஞான யோக வழி ஜீவனை இறைவனுடன் இணைக்கிறது (Merges) இந்த மூன்று கர்ம, பக்தி, ஞான வழிகளில் எதிலும் சென்று இறைவனை அடையலாம் என்பது இந்துக்களின் அசைக்க முடியாத நம்பிக்கையாகும்.

மாணவன்: இந்துக்களின் பக்தி மார்க்கத்தில் இஷ்ட தெய்வம் (Personal God) வழிபாடு என்பது அனுமதிக்கப்பட்டிருக்கிறது என்று நினைக்கிறேன்.

குரு: ஆமாம். சரியாகச் சொன்னாய். இஷ்ட தெய்வ வழிபாடு என்பது இந்துக்களின் ஒரு சிறப்பான அம்சமாகும். நீ விரும்பும் தெய்வ உருவைத்தான்நான் வணங்க வேண்டும் என்ற கட்டுப்பாடு இல்லை. நான் பின்பற்றும் வழிபாட்டு முறைகளும், பூஜைகள், விரதங்கள், நம்பிக்கைகளை நீயும் பின்பற்ற வேண்டும் என்று கட்டாயம் இல்லை. யார் யாருக்கு எந்தத் தெய்வம் மனதுக்குப் பிடிக்கிறதோ அதைத் தேர்ந்தெடுத்து அதை வழிபாடு செய்யும் வரைமுறைகளின் படி தன் சாதனையைச் செய்ய முழுமையான சுதந்திரம் இந்துமதம் இந்துக்களுக்கு வழங்கியிருக்கிறது. ஆனாலும் ‘இஷ்ட தெய்வ வழிபாடு செய்யும் ஒருவர் முதலில் தனது குடும்பத்தில் மரபு வழியாக வந்த ‘குலதெய்வ’ வழிபாட்டையும் முதலில் செய்து விட்டுத்தான் இஷ்ட தெய்வ ஆராதனை செய்ய வேண்டும்.* ஏனென்றால் பரம்பரையாக வரும் குடும்ப மரபு முறைகளை, மாற்றாமல், அழித்துவிடாமல் காப்பாற்றித் தன் சந்ததியினருக்குத் தரும் கடமை ஒவ்வொருவருக்கும் உண்டு.

மாணவன்: ஆம், உண்மைதான். இதை நானும் உணர்ந்திருக்கிறேன். என் வீட்டில் குல தெய்வம் வெங்கடாஜலபதி. அது மரபு வழி வழிபாட்டுத் தெய்வம் பொதுவாக என் வீட்டில் எல்லா தெய்வங்களை

* காஞ்சி பரமாச்சாரியார் மஹாஸ்வாமிகளின் அருள்வாக்கு

வணங்கினாலும் என் தந்தை வெங்கடாஜலபதியையே இஷ்ட தெய்வமாகக் கொண்டிருக்கிறார்; என் தாயார் ராஜராஜேஸ்வரி பக்தை; என் அண்ணனுக்கு அனுமாரைப் பிடிக்கும்; என் அக்கா முருகனை வழிபடுவாள். நான் ஸ்ரீகிருஷ்ணரை வணங்குகிறேன். எனது மாமா வேதாந்தி தெய்வத்திற்கு உருவமே கிடையாது என்பார்.

குரு: உனது வீட்டில் ஒருவரது தெய்வ நம்பிக்கை மற்றும் வழிபாட்டு முறைகளில் மற்றவர்கள் தலையிடுகிறார்களா? கேலி செய்கிறார்களா?

மாணவன்: இல்லை. அவரவர் நம்பிக்கை அவரவர்க்கு என்று சுதந்திரமாக இருக்கின்றோம்.

குரு: இறைநம்பிக்கைதான் இந்துக்களின் வாழ்வில் ஆணிவேர். வணங்கும் உருவம் என்பது அவரவர் இயல்பைப் பொறுத்தது.*

மாணவன்: முக்குண இயல்புக்குத் தக்கபடி வழிபாட்டு முறைகள் மாறும் என்று கேள்விப்பட்டேன். இது உண்மையா? எந்த விதங்களில் மாறுபடுகிறது?

குரு: ஆமாம். சத்வ, ராஜஸ, தாமச குணங்களுக்கேற்ப இந்துக் களிடையே வழிபாட்டு முறைகள் மாறுபடுகின்றன.**

தாமச குண நிலை வழிபாட்டு முறை: தாமச குணமுடையோர் வணங்கும் தெய்வங்கள் பித்ருக்கள் மறைந்த முன்னோர்கள், வீரர்கள், உபதேவதைகள், கடவுளர்கள், கிராம தேவதைகள், துஷ்ட தேவதைகள், பிசாசு, பூதம், காவல் தேவதைகள் போன்றவை ஆகும். இந்த கடவுளர் சிலைகள் கொடூரத் தோற்றமும் பயங்கர ஆயுதங்களும் உடையவை. மிகச் சிறிய அளவில் உடல் நலம், பிணி நீக்கம், காவல் போன்ற வரம் அருளும் சக்தியுடையவை. இந்தக் கடவுளர் சிலைகள் மரம், கல், மண், சுதை வேலை இவற்றால் செய்யப்பட்டு முறையாகக் கட்டப்படாத கோயில்களான கட்டடம், கொட்டகை, கூடாரம், பந்தல், திறந்தவெளி இவற்றில் வைத்து வணங்கப்படுகின்றன.

திருவிழாக்காலம் அல்லது வெள்ளி, செவ்வாய் என்ற வார நாட்கள் தவிர தினசரி பூஜைகள் இருக்காது. சில கடவுளர்களுக்குப் பலி, மாமிசம், மது, புகையிலை, சுருட்டு, ரத்தம் போன்றவையும்

---

* ஸ்ரீமத் பகவத்கீதை (17:3)   ** ஸ்ரீமத் பகவத்கீதை (17:4)

இந்து மதம் ஓர் அற்புதம்

நிவேதனமாகப் படைக்கப்படுகின்றன. அதிகமாகத் திருவிழா நாட்களில்தான் கூட்டமாக வழிபாடு நடைபெறுகிறது. தன் உடலை வருத்தித் தீ மிதித்தல், அலகிடுதல் போன்ற வேண்டுதல்கள் செய்யப்படுகின்றன.

திருவிழா வழிபாடு மிகவும் சத்தம் நிறைந்த ஓசையெழுப்பும் வாத்தியங்களை இசைப்பது, வெறித்தனமான ஆட்டம், பாட்டம் என்று நடைபெறும். இந்த வழிபாட்டு முறைகளில் தனி மனிதனின் சுகத்துக்காக வேண்டுதல்களே அதிகமிருக்கும் உடனே பலனும் கிடைக்கும் இந்தமுறை வழிபாடு ஆன்மீக முன்னேற்றத்திற்குத் துணை செய்யாது. இந்த வழிபாட்டு முறை மக்களிடையே நம்பிக்கையையும் இணக்கத்தையும் வளர்க்கிறது. நமது முன்னோர்களின் புராண காலத்துக்கும் இன்றைய நிகழ்காலத்துக்கும் இணைப்பாக இந்த சடங்குமுறை சம்பிரதாய வழிபாட்டு வழிமுறைகள் தொடர்கின்றன. அவை மிகப் புராதனமானவை. மதிக்கப்பட வேண்டியவை. இந்த அடிப்படை வழிபாட்டு முறை உணர்ச்சிப் பூர்வமான முறையில் செய்யப்படுகிறது.

ராஜஸகுண வழிபாட்டு முறை: இது இடைப்பட்ட நிலையில் வழிபாட்டு முறையாகும். ராஜஸ குணமுடையோர் தங்கள் பித்ருக்கள், முன்னோர்கள் வழிபாடு, தினசரி செய்ய வேண்டிய மத அனுஷ்டானங்கள் இவற்றை முறையாகத் தங்கள் வீடுகளில் மேலும் கோயில்களிலும் வழிபாடும் செய்கிறார்கள்.

இவர்கள் வணங்கும் தெய்வங்கள் சிவன், விஷ்ணு, பார்வதி, லக்ஷ்மி, முருகன், கணபதி, சூரியன் போன்ற முதல் நிலைத் தெய்வங்களாகும். இந்தக் கடவுள் சிலைகள் கல் மற்றும் பஞ்ச லோகத்தினால் முறையாக வடிவமைக்கப்பட்டு ஆகம விதிகளுடன் கட்டிய கோயில்களில் பிரதிஷ்டை செய்யப்பட்டு ஆறுகால பூஜை, வேதம், தமிழ் மறைகள் ஓதுதல் என்ற ஒழுங்கான வழிபாட்டு முறை அமைந்திருக்கும். இந்தக் கடவுளர்களின் வரமளிக்கும் சக்தி அதிகமானது. இந்தக் கோயில்களில் நிறைவேற்றப்படும் வேண்டுதல்கள் காவடி எடுத்தல், முடி இறக்குதல், காணிக்கை செலுத்துதல், விரதமிருத்தல், பிரார்த்தனை, நாமஜபம் போன்ற வைகளாக இருக்கும். அதிகமாகப் பலன் கிட்டும் ஆனால் ஆன்மீக முன்னேற்றத்திற்கு ஓரளவே பயன் தரும்.

இங்கே பலியிடுதல் இல்லை; மாமிசம் போன்றவை நிவேதனம் செய்வதில்லை. சுவையாகச் சமைக்கப்பட்ட மரக்கறி உணவு நிவேதனம் செய்யப்படுகிறது. அர்ச்சனை, அபிஷேகம், அலங்காரம் என்று பதினாறு உபசாரங்களுடன் பூஜைகள் நடக்கும். இங்கும் மக்கள் நோய், வறுமை, துன்பம் இவற்றிலிருந்து நிவாரணம், மற்றும் செல்வம், பதவி, நல்வாழ்வு வேண்டிப் பிரார்த்தனை செய்கிறார்கள். இது சுயநலமாகச் செய்யப்படுகிறது. பொது நலம் வேண்டி வேதம் ஓதுதல், குடமுழுக்கு, யாகம், விசேஷ அபிஷேகம், அர்ச்சனைகள், திருவிழாக்கள் முதலியவையும் நடைபெறும். இங்கு இசைக்கப்படும் வாத்தியங்கள் இனிமையான ராக தாளத்துடன் கூடியவையாக இருக்கும். உணர்வுபூர்வமான வழிபாட்டு முறை இது.

சத்வகுண வழிபாட்டு முறை: இங்கு உருவகம், தந்திர யந்திர முறையில் நியாசம், முத்திரை, ஜபம் போன்றவற்றுடன் சாந்தமான முறையில் யாகம் யஞ்யத்துடன் மும்மூர்த்திகள், இந்திரன், சூரியன், வருணன், அக்னி போன்ற உயர் தேவதைகளின் வழிபாடு செய்யப்படும். இங்கு யாக சாலை முதலியவை ஆகம முறையிலமைத்துக் கும்பம், சங்கு, தீபம் போன்றவற்றை வைத்து இறைவனை வழிபடுகிறார்கள். வேத மந்திர கோஷமும் மற்ற சக்தி வாய்ந்த மந்திரங்களும், உலகநன்மையைக் குறித்துச் சொல்லப்படு கின்றன. ஹோமத்தீயில், நெய், உணவு (சரு) மூலிகைகள், பழங்கள், புது ஆடை முதலியவற்றைச் சொரிந்து (ஆஹீதி செய்து) உலகம் முழுவதும் செழித்து வாழ வேண்டுதல்கள் செய்யப்படுகின்றன. இது அறிவுபூர்வமான வழிபாட்டுமுறை.

ஆன்மீக யோகம்: மற்ற வழிபாட்டு முறைகள் யாவற்றையும் விட உயர்ந்தது ஆன்மீக யோகமாகும். இதைப் பின்பற்றுபவர்கள் சடங்குகள், பூஜைகள் எதுவும் செய்யத் தேவையில்லை.* தனிமையில் ரகசியமாகத் தனது குருவின் அருளால் கிடைத்த சக்தியின் மூலம் யோக சாதனை செய்து தியானம், ஜபம், தவம் முதலியவற்றைச் செய்கிறார்கள். வைராக்கியத்தால் ஆசையைத் துறந்து ஐம்புலன்களை அடக்கி இறைவனைப் பிரும்மமாகப் பாவித்து வணங்குகிறார்கள். இந்த நிலையில் எட்டுவிதமான சக்திகள்** கிடைக்கின்றன. சிலர் அதிலே திருப்தியடைகிறார்கள். சிலர் இவற்றையும் துச்சமாகக் கருதி மோக்ஷத்தை வேண்டி முயற்சி செய்கிறார்கள்.

---

* மைத்ரேயி உபநிஷத் (26:29)   ** அஷ்டமா சித்திகள்

மாணவன்: இப்போது வழக்கிலிருக்கும் தெய்வ வழிபாட்டுப் பிரிவுகள் யாவை?

குரு: ஸ்ரீ சங்கரர் என்ற இந்து மதஆசாரியார் 'ஷண்மதம்' என்று ஆறுவகை தெய்வ வழிபாட்டு முறையை வகுத்துத் தந்தார். அந்தப் பிரிவுகள் ஒன்றாகவோ அல்லது தனித்தனியாகவோ பின்பற்றலாம்.

அவை முறையே:

வைணவம்	:	விஷ்ணு வழிபாடு
சைவம்	:	சிவன் ஆராதனை
சாக்தம்	:	சக்தி ஆராதனை
காணாபத்யம்	:	கணபதி வழிபாடு
கௌமாரம்	:	முருகன் வழிபாடு
சௌரம்	:	சூரியன் வழிபாடு

ஸ்ரீசங்கரர் கௌமாரம் என்ற முருகன் வழிபாட்டு முறையை இணைத்து 'ஷண்மதஸ்தாபனம்' செய்வதற்கு முன் 'பஞ்சாயதன பூஜை' என்று மற்ற ஐந்து தெய்வங்களான கணபதி, சூரியன், சிவன், விஷ்ணு, சக்தி இவர்களைச் சேர்ந்தாற் போல் வணங்கும் முறை ஒன்றிருந்தது அது இன்றும் பின்பற்றப்படுகிறது.

மேலே சொன்ன ஐந்து தெய்வங்களை உருவமாக வைத்து வழிபடாமல் குறியீடாக (லிங்க வடிவம்) சில பொருட்களை வைத்து பூஜை செய்வதுதான் பஞ்சாய தன பூஜையாகும். அந்த குறியீடுகள் முறையே.

கணபதி	:	சோணபத்ர நதியில் கிடைக்கும் 'சோணபத்ரக் கல்'
சூரியன்	:	தஞ்சை வல்லத்தில் வஜ்ரதீர்த்தத்தில் கிடைக்கும் 'ஸ்படிகம்'
சிவன்	:	நர்மதை நதியில் கிடைக்கும் கல் 'பாண லிங்கம்'
விஷ்ணு	:	கண்டகி நதியில் கிடைக்கும் 'சாளக்கிராமம்'
சக்தி	:	காளஹஸ்தி சுவர்ண நதியில் கிடைக்கும் 'சுவர்ணரேகைக் கல்'

சிவனை இஷ்ட தெய்வமாக வணங்குபவர்கள் 'பாணலிங்கத்தை' நடுவிலும் மற்றவற்றைச் சுற்றிலும் வைத்தும், விஷ்ணுவை

ஆராதிப்பவர்கள் 'சாளக்கிராமத்தை' நடுவில் வைத்து மற்ற நான்கு தெய்வக் குறியீடுகளைச் சுற்றி வைத்தும் பூஜை செய்வார்கள். இதற்கான விதிமுறைகள் உண்டு. பூஜை முறைகளைக் கற்றுத் தேர்ந்தவர்களிடம் கேட்டறிந்து இந்த பஞ்சாயதன பூஜையை யார் வேண்டுமானாலும் செய்யலாம்.

மாணவன்: இவை தவிர இந்துக்களின் இறை நம்பிக்கை எந்தெந்த முறையில் வெளிப்படுகிறது?

குரு: க்ஷேத்திராடனம்* என்று சக்தி வாய்ந்த சில க்ஷேத்ரங்களுக்கு (ஊர்)ச் சென்று வணங்குதல். இந்த ஊர்களில் மூர்த்தி கடவுளுருவம், தீர்த்தம் அங்குள்ள புனித ஆறு, குளம், ஏரி நீர்நிலைகள், தலம் இடம். இவைகள் புராணப் பெருமையும் ரிஷிகள், சித்தர்கள், யோகிகள் வார்ந்த புனிதம் வாய்ந்தவையாகவும் இருக்கும். இங்கு கோயில் கொண்ட இறைவனின் தலவரலாறில் ஏதாவது ஒரு சிறப்பான வெளிப்பாடு அமைந்ததாக இருக்கும்.

உதாரணமாக தமிழ்நாட்டில் முருகனின் ஆறுபடை வீடுகள், திருமாலின் நவதிருப்பதிகள், சிவனின் பஞ்சபூதத் தலங்களான பிருத்வி திருவாரூர், அப்பு திருவானைக்கா, அக்னி திருவண்ணாமலை, வாயு காளஹஸ்தி; ஆகாசம் சிதம்பரம் போன்றவை க்ஷேத்திரங்கள் ஆகும்.

பாரத நாட்டில் 12 ஜோதிர் லிங்க க்ஷேத்திரங்கள் சைவர்கள் க்ஷேத்திராடனம் செல்லும் இடங்களாகும்.

(1) இராமநாதஸ்வாமி இராமேஸ்வரம்; (2) மல்லிகார்ஜுனம் – ஸ்ரீசைலம்; (3) நாகநாத சுவாமி – ஔண்ட் (அகமது நகர் மாவட்டம்); (4) வைத்யநாதஸ்வாமி – பரேலி (மஹாராஷ்டிரா); (5) க்ருஷ்ணேஷ்வர் – ஔரங்காபாத் (எல்லோரா); (6) பீமசர்கள் – பூனா; (7) திரயம்பகேஸ்வரம் – திரயம்பக் நாசிக்; (8) சோமேஸ்வர் – சோம்நாத் குஜராத்; (9) மஹாகாளேஸ்வர் – உஜ்ஜயன் (மத்தியபிரதேஷ்); (10) ஓங்காரேஸ்வரர் – அமரேஸ்வரம்; (11) விஸ்வநாதர் – காசி; (12) கேதாரநாதர் – கேதாரம்.

வைஷ்ணவர்களுக்கானது 108 திருப்பதிகள். எல்லா ஹிந்துக்களுக்கும் பொதுவானவை காஞ்சிபுரம், காசி, ராமேஸ்வரம் (சேது) கயை,

---

* பிஷீகோபநிஷத் 'பஹீதகர் என்றழைக்கப்படும் துறவிகள் கூட புண்ணிய தீர்த்தங்களை நாடி (க்ஷேத்திராடஸ) யாத்திரை செய்வார்கள்

திரிவேணி அலஹாபாத், அயோத்தி, மதுரா, பத்ரிநாத், கேதாரம், நைமிசாரண்யம், அவந்திகா.

தீர்த்தயாத்திரை என்பது புனிதமான நீர் நிலைகளில் சென்று நீராடுவது. அதனால் பாவம் தொலைகிறது. புண்ணியம் சேர்கிறது என்று இந்துக்கள் நம்புகிறார்கள். ஒவ்வொரு இந்துவும் வாழ்வில் ஒரு முறையாவது காசியில் கங்கையிலும், அலகாபாத் திரிவேணி சங்கமத்திலும், ராமேஸ்வரம் சேது சமுத்திரத்திலும் புனித நீராட வேண்டும் என்ற வரையறை இருக்கிறது. தென் தேசத்தவர்கள் வடக்கே காசிக்குப் போக, வட தேசத்தவர்கள் தெற்கே ராமேசுவரம் வருகிறார்கள்! இதேபோன்று புஷ்கர் ஏரியை இறைவன் வடிவமாகவே கருதிப் பூஜித்துத் தீர்த்தயாத்திரை செல்கிறார்கள். காவிரி நதியில் துலாமாதஸ்நானம், கும்பகோணத்தில் பன்னிரெண்டு வருடத்திற்கு ஒருமுறை வரும் மஹாமஹம் ஸ்நானம் அலஹாபாத்தில் கும்பமேளா ஸ்நானம் என்று பல நீர்நிலைகளில் குறிப்பிட்ட நேரத்தில் நீராடுவது தெய்வ அனுக்கிரகம் உள்ளதென்று நம்பிக்கை உள்ளது.

நவீன விஞ்ஞான யுகத்தில் வாழும் நமக்குச் செய்திப் பரிமாற்றம் என்பது சுலபமாகி விட்டது. இந்த சௌகரியங்கள் எதுவுமேயில்லாத பல நூற்றாண்டுகளுக்கு முன்பு இந்துக்கள் மகாமகம், கும்பமேளா வைகுண்ட ஏகாதசி, சிவராத்திரி போன்ற விழா வைபவங்களுக்கு குறிப்பிட்ட நாளில் குறிப்பிட்ட இடத்தில் நூற்றுக்கணக்கான, ஆயிரக்கணக்கான கி.மீட்டர் தூரம் கால் நடையாகவும், மாட்டு வண்டிகளிலும் குதிரைகள் மேலும் பயணம் செய்து கூடிக் கொண்டாடியிருக்கிறார்கள். யாரும் அச்சடித்து விவரம் தெரிவித்துக் கூட்டம் கூட்டவில்லை. ஏனென்றால் அச்சு முறையே அப்போது இல்லை. அவர்கள் விழாக்கள் நடக்கும் புண்ணிய காலத்தைச் சரியாகக் கணிக்க பஞ்சாங்கம் என்ற நாட்காட்டியை வைத்துத்தான் சூரியன், சந்திரன் இவைகளின் நிலை கிரகங்களின் பெயர்ச்சிகள், நட்சத்திரங்களின், ராசிகள் அமைப்பு இவையே அவர்களுக்கு ஆதாரமாயிருந்தன. அதில் இறை நம்பிக்கையையும் இணைத்திருந்தார்கள்.

மாணவன்: எந்த வழிகளில் இந்துக்களின் இறை நம்பிக்கை சமுதாயத்திற்கு உதவியிருக்கிறது?

குரு: பாரதத்திலுள்ள மக்களை இணைப்பது இந்த இறைநம்பிக்கை தான். தென்நாட்டவர்கள் காசி யாத்திரை, கங்காஸ்நானம், பத்ரி

யாத்திரை, கயை ஸ்ரார்த்தம் என்று வடநாட்டுக்குப் போகிறார்கள். வடநாட்டார் காஞ்சி காமாஷி, மதுரை மீனாஷிதரிசன், சேது யாத்ரா, கன்னியாகுமரி, காவேரி ஸ்நான் என்று தெற்கே வருகிறார்கள். மனித உறவு பலப்படுகிறது. ஒருமைப்பாடு உறுதிப்படுகிறது.

இந்தியாவின் கலாச்சாரம், பண்பாடு இவற்றின் வளர்ச்சியே இந்துக்களின் இறை நம்பிக்கையின் வெளிப்பாடு தானே! இறைவன் கோயிலை மையமாக வைத்தே நமது சமுதாயக் கட்டமைப்பு, கலைகளின் வளர்ச்சி, கலையில் தேர்ச்சி, இலக்கியங்களின் உயர்வு என்று எல்லாமே உன்னதமாக வளர்ந்துள்ளன. தெய்வ உருவங்களின் உற்சவ உலாக்கள், தெப்பவிழா, தேர்த் திருவிழா முதலியவை ஜாதிமத பேதமின்றி அனைவரும் தோளோடு தோள் நின்று செய்யும் கூட்டு முயற்சி சமுதாய இணக்கத்தை தோற்றுவிக்கின்றது. சிற்பக் கலை, உலோக வார்ப்பு, சித்திரக் கலை, கைவினைக் கலைகள், நாட்டியம், நாடகம், பாடல்கள், சங்கீதம், தச்சுவேலை, கட்டிட அமைப்பு, நகர நிர்மாணத் திட்டம், கிராமியக் கலைகள் என்று எல்லாமே கோயில்களால்தான் வளர்ந்தன. இறைவனது பக்திச் சுவை இல்லாத சங்கீதமோ, நாட்டியமோ, நாடகமோ, கிராமியக் கலைகளோ, சித்திரமோ, சிற்பமோ, கட்டிடமோ இந்தியாவில் இல்லை. இன்றும் வெளிநாட்டினருக்கு இந்திய கலாச்சார, நாகரீக உயர்வைக் குறிக்க நாம் பெருமையாகக் காட்டுவது நடராஜரின் ஐம்பொன் சிலைகள், மஹாபலிபுரம் சிற்பங்கள் பரதநாட்டியம், கர்நாடக சங்கீதம், வீணை, குத்துவிளக்கு, தஞ்சாவூர் கண்ணாடி ஓவியங்கள், தஞ்சாவூர்த் தட்டுக்கள், தஞ்சைப் பெரியகோயில், மதுரை மீனாஷி ஆலயச் சிற்பங்கள், சிதம்பரம் கோயில் நாட்டிய சிற்பங்கள், தத்துவங்கள் இவைதானே!

மாணவன்: நீங்கள் சொல்வது உண்மைதான். தஞ்சை மதுரைக் கோயில்களின் பெருமைகளைப் பலர் கூறக் கேட்டிருக்கிறேன். சிதம்பரம் கோயில் தத்துவம் என்று சேர்த்துச் சொன்னீர்களே அது என்ன?

ஆசிரியர்: நீ மிகவும் விழிப்பாய் இருந்து, கொக்கி போட்டுக் கேள்விகள் கேட்டு என்னிடம் விவரத்தைச் சேகரித்து விடுகிறாய்! சிதம்பரம் கோயில் அமைப்பு மனிதனின் உடலமைப்பு போல அமைந்துள்ளது. அதில் இதய பாகத்தில் நடராஜர் சிலை அமைக்கப்பட்டிருக்கிறது.

இந்து மதம் ஓர் அற்புதம்

மாணவன்: சற்று விவரமாகக் கூறுங்கள்.

குரு: சிதம்பரம் கோயில் ஐந்து ஏக்கர் நிலப்பரப்பில் அமைந்துள்ளது. அது பஞ்ச பூத சேர்க்கையால் ஆன உடலைக் குறிக்கும். கோயிலுக்கு ஐந்து பிரகாரங்கள் (சுற்றுகள்) முறையே மனிதனின் உடலின் தந்திர முறை சூஷ்மப் பிரிவான அண்மைய கோசம், பிராணமய கோசம், மனோமய கோசம், விக்ஞான மயகோசம், ஆனந்தமயகோசம் இவற்றிற்குச் சமமானவையாகும். கோயில் நடுவிற் கர்ப்பக் கிரஹத்தின் ஓடுகள் எண்ணிக்கை 21,600. அது அஷ்டாங்க யோகப் பிரிவு முறையில் மனிதன் ஒரு நாளைக்கு விடும் 21,600 மூச்சுகளின் எண்ணிக்கைக்குச் சமம். அந்த ஓடுகள் 72,000 ஆணிகளால் அடிக்கப்பட்டுள்ளன. அவை மனித உடலின் 72,000 நாடிகளுக்குச் சமமாகும். கர்ப்பக் கிருஹம் நட்ட நடுவில் அமையாமல் கோயிலின் நடுவிலிருந்து விலகி இடது பக்கமாக அமைந்துள்ளது; மனிதனின் இதயம் மார்பின் இடது பக்கம் அமைந்ததுபோல. நடராஜர் கோயில் பஞ்சபூதங்களில் ஆகாச தத்துவத்தை விளக்க அமைந்தது. மனிதனின் இதய ஆகாசத்தில் இறைவன் மறைந்திருக்கிறான் என்பது இந்தத் தத்துவம். கடவுள்களில் பேதமில்லை. அதை விளக்கச் சிதம்பரம் கோயிலில் கோவிந்தராஜன் என்று விஷ்ணுவின் சந்நிதி உள்ளது.

மாணவன்: 'சிதம்பர ரகசியம்' என்று சொல்லக் கேட்டிருக்கிறேன். ஒருவேளை நீங்கள் விளக்கிய கோயிலமைப்புத்தான் 'சிதம்பர ரகசியமாய்' இருக்குமோ?

குரு: ரகசியமாகவே இருக்கட்டுமே ஆனால் அது உனக்குப் புரிந்திருக்குமே! ஒன்றை மட்டும் உறுதியாகச் சொல்வேன். இந்து மதத்தில் எல்லாருக்கும் ஒன்றே விதி என்ற கட்டுப்பாடுகளை விதிக்காமல் அடிப்படையாக 'வேதங்கள்' மற்றும் 'இந்து தர்மம்' என்பவற்றை மட்டும் வலியுறுத்திவிட்டு இந்துக்கள் சுதந்திரமாகத் தங்களுக்கு இயைந்த மத வாழ்க்கை வாழ பலவழிமுறைகளை அமைத்துத் தாங்களாகவே சமூக சமுதாய, வாழ்க்கை நெறிகளை வகுத்து வாழ அனுமதித்ததால் தான், இந்துக்களின் இறை நம்பிக்கை நன்றாக வேர் விட்டு வளர்ந்திருக்கிறது. மக்கள் சுதந்திரமாகக் கலைகள், வளர்க்க வாய்ப்புக் கிடைத்தது. இவைகளில் மதம் குறுக்கிடவில்லை. ஆனால் இந்துக்கள் தாங்களாகவே இறை உணர்வுடன் கூடிய உன்னதமான கலை வெளிப்பாட்டை

உருவாக்கினார்கள். இதுவே இந்தியக் கலாச்சாரத்தின் ஆணிவேர் ஆகும்.

மாணவன்: இந்துக்களின் மத நம்பிக்கையில் இறைவன் பல உருவங்களில் பூமியில் 'அவதாரம்' செய்திருக்கிறார், செய்வார் என்பதும் ஒன்றல்லவா?

குரு: ஆமாம். அவதாரம் எடுப்பது என்பதை இந்து மதமும், புத்த, ஜைன மதங்களும் ஒப்புக் கொள்கின்றன. மற்ற மேல் நாட்டு மதங்களில் இந்த அவதார நம்பிக்கை இல்லை. இறைவன் தன் தூதுவர்கள் வழியாகத்தான் தன் செய்தியைச் சொல்வதாக நம்புகிறார்கள். இறைவன் தன் தூதுவர்களுக்குத் 'தரிசனம்' கொடுத்ததாகக் கூட அவை சொல்லவில்லை. இறைவனின் குரலைத் தான் அவர்கள் கேட்டதாக நம்பப்படுகிறது. இறைவன் தானே மனித உருக்கொண்டு பூமியில் மக்களோடு பழகி வாழ்ந்து நன்மை செய்வதாக இந்துக்கள் மட்டுமே நம்புகிறார்கள்.

மாணவன்: நீங்கள் ஆரம்பத்திலேயே விஷ்ணுவின் பத்து அவதாரங்கள் மற்றும் விஞ்ஞானத்தின் பரிணாம வளர்ச்சிக்கும் இடையே இணக்கம் இருப்பதை விளக்கமாய்ச் சொன்னீர்கள். இந்த அவதாரங்கள் என்றால் என்ன? அவற்றில் பிரிவுகள் உண்டா?

குரு: உலகில் தர்மம் நலியத் தொடங்கி அதர்மம் ஓங்கும்போது, தர்மத்தைக் காத்து அதர்மத்தை அடக்கி, நல்லவர்களைக் காத்து தீயவர்களை அழிக்கக் கடவுள் தானே உலகில் உருக்கொண்டு வருகிறார்.* இதுவே அவதாரம் எனப்படும். மும்மூர்த்திகளில் விஷ்ணுவுக்கு 'அவதாரம்' செய்யும் சிறப்பு உண்டு. சிவன் பார்வதி, லக்ஷ்மி போன்ற கடவுளர்கள் பல ரூபங்கள் (தோற்றம்) 'நாம'ங்கள் (பெயர்) கொண்டு விளங்குவார்கள். அவைகள் அவதாரம் அல்ல. உதாரணமாக சிவன் மஹேஸ்வரன், தக்ஷிணாமூர்த்தி, பிக்ஷாடனன் என்று பல ரூபங்கள் எடுக்கிறார். பார்வதி உமா, சக்தி, சாமுண்டி, துர்க்கை என்று பல ரூபங்கள் தரிக்கிறாள். லக்ஷ்மி பத்மாவதி, வேதவல்லி, அஷ்ட லக்ஷ்மிகள், வைஷ்ணவி என்று பல ரூபம் கொண்டவள்.

அவதாரங்கள் மூன்று வகைப்படும். 'அர்ச்சாவதாரம்' என்பது கடவுள்

---

* ஸ்ரீமத் பகவத்கீதை (4:6,7,8)

இந்து மதம் ஓர் அற்புதம்

தானே உருக்கொண்டு பூமியில் தோன்றி வருவது. உதாரணமாக ராம அவதாரம், கிருஷ்ண அவதாரம் போன்றவையாகும். 'ஆவேசம்' என்பது தன்னில் ஒரு பகுதியை வேறு ஜீவனின் உடலில் பிரவேசித்துத் தோன்றுவது. உதாரணமாக பரசுராம அவதாரம் போன்றவை. 'அம்சம்' என்பது தன் சக்தியின் ஒரு பகுதியினால் சிறப்பாக ஒரு காரணத்திற்காகத் தோன்றுவது. இதில் 'துஷ்ட நிக்ரகம்' என்ற தீயோர்களை அழிப்பது என்ற தொழில் இல்லை. உதாரணமாகப் பாதராயணர் எனும் வியாசர் அம்சம் வேத ரக்ஷணம் மஹாபாரதம் செய்வது இதற்காக எடுத்தது. விஷ்ணுவுக்குப் பல நூற்றுக்கணக்கான அவதாரங்கள் உண்டு. அவற்றில் முக்கியமானவை:

1. மச்சாவதாரம்
2. கூர்மாவதாரம்
3. வராஹாவதாரம்
4. நரசிம்மாவதாரம்
5. வாமனாவதாரம்
6. பரசுராமாவதாரம்
7. ராமாவதாரம்
8. கிருஷ்ணாவதாரம்
9. புத்தாவதாரம் (சிலர் பலராமாவதாரத்தை இணைத்து புத்தாவதாரத்தை விட்டுவிடுகிறார்கள்)
10. கல்கி அவதாரம் (கலி முடிவில் எடுக்க வேண்டியது.)

மற்ற அவதாரங்கள் பல உண்டு; நரநாராயணன், கபிலர், தத்தாத்ரேயர், வியாசர், மோகினி போன்றவைகள்.

மாணவன்: சர்வ வல்லமையுடைய இறைவன் நினைத்த மாத்திரத்தில் அதர்மம் செய்வோரை அழித்துத் தர்மத்தைக் காக்கலாமே? அநாவசியமாய் 'அவதாரம்' என்பது எதற்கு?

குரு: இது சரியான சந்தேகம். ஆனால் இதற்கு விடையாகப் பலரும் 'அது ஆண்டவனின் லீலை' என்று பதில் சொல்வார்கள். ஆனால் விளக்கம் தர மாட்டார்கள்.

மாணவன்: இதற்குச் சரியான விளக்கம் இருக்கிறதா?

குரு: ஆம். என்னிடம் இதற்குச் சரியான ஒரு விளக்கம் இருக்கிறது.* முதன்மையான மும்மூர்த்திகளான பிரம்மா – விஷ்ணு – சிவன் இவர்களைத் தவிர தேவர்கள் முதல் கிராமக் காவல் தெய்வங்கள் வரை படிப்படியாகப் பல தேவதைகள் வழிபாடு இந்து மதத்தில் அனுமதிக்கப்பட்டிருக்கிறது என்பது உனக்கு தெரியும் இல்லையா. அது நினைவிருக்கிறதா?

மாணவன்: ஆம். நினைவிருக்கிறது.

குரு: இறைவன் 'சகுண' ரூபத்தில் ஆறு கலியாண குணங்கள் கொண்ட பரிபூரணன். அவன் செய்யும் அருள்கள் வாத்சல்யம், அபயம், கருணா, சரணாகதி, ரஷணம், விமோசனம், பதவி ஆகிய ஆறு ஆகும். இறைவனால் படைக்கப்பட்ட மற்ற தேவ தேவதைகள், கடவுளர்கள், மேற்கண்ட கலியாண குணங்கள் மற்றும் அருட் சக்தி இவை பரிபூரணமாக இல்லாமல் குறைந்த அளவாவது பெற்றவர்கள். இது இந்து மத நம்பிக்கை. அதில் விமோசனம் சாபங்கள், பாவங்களிலிருந்து விடுதலை; பதவி கௌரவ சன்மானம் அளித்தல் வரமளித்தல் என்பதைத் தாழ்ந்த கிராம தேவதைகள் கூட ஓரளவு பெற்றிருக்கின்றன. அவர்களை வணங்குவதால் உடனே பலன் கிடைக்கிறது.**

பரிவார உபதேவதைகளிடமிருந்து சாதாரணமான படையல், நேர்த்தி, பக்தி வேண்டுதல்கள் மூலம் சாதாரண வரங்களான ஜுர நிவாரணம் திருஷ்டியிலிருந்து பாதுகாப்பு; பேய் பிசாசுதொல்லையிலிருந்து பாதுகாப்பு போன்றவற்றைப் பெற முடியும். தாமச, ராஜஸ சக்திகள் உடைய தேவதா ரூபங்களைக் கடந்து சாத்வீக தேவதைகளான உயர் சக்திகளிடம் வரம் வேண்டினால் மிகவும் அரிதான சக்தி வாய்ந்த வரன்கள் பெறலாம். அதற்குக் கடுமையான தவம் செய்ய வேண்டும்.

புருஷார்த்தர்கள் வேண்டி தன்னைக் குறித்துத் தவம்செய்யும்

---

* அவதாரங்கள் ஏன் என்பதற்குக் குறிப்பாக விளக்கங்கள் இல்லை. இங்கு தரப்பட்டுள்ள விளக்கம் நூலாசிரியரின் கருத்தாகும் பிரமாணங்கள் எடுத்தாளப்பட்டுள்ளன

** 1. ஸ்ரீமத் பகவத்கீதை (4.12) 2. ஸ்ரீமத் பகவத்கீதை (7.22,23)

பக்தனுக்கு ஒரு நிலைக்குப் பிறகு காட்சி தந்து அந்த கடவுளர்கள் 'விமோசனம்', 'பதவி' என்ற அருள் முறையில் சாதகன் கேட்கும் வரத்தை தந்தே ஆகவேண்டும். சிவன், பிரம்மா, பார்வதி, லக்ஷ்மி, சூரியன் போன்ற கடவுள்கள் அதிக சக்தியும் அதிக வரமளிக்கும்திறனுடையவர்கள். இவர்களைக் குறித்துத் தவம் செய்து வேண்டிய வரங்களைப் பெற்று வலிமை பெற்றுப் பலர் திகழ்ந்தார்கள். இதில் நாரதர், அனுமார், சண்டிகேசுவரர், நந்திகேசுவரர், ப்ரகலாதன் போன்றவர்கள் அருமையான பல வரங்கள். சிரஞ்சீவித்துவம் எனும் என்றும் இறவாத வரம் கூடப் பெற்றவர்கள். இவர்கள் இந்த வர சக்தி மற்றும் சித்திகளை தனக்கென்று உபயோகம் செய்யாமல் இந்தச் சக்தியினால் உலகுக்கு அருள் செய்கிறார்கள். இதனால் உலகுக்கு நன்மையுண்டு. மேலோன் எதைச் செய்கிறானோ மற்ற மனிதர் அதையே பின்பற்றுகின்றனர். அவன் எதைப் பிரமாணமாக்குகிறானோ அதையே உலகம் அனுசரிக்கிறது. சாதாரண மனிதன் செய்யும் தவறுகள் அதிக நாசத்தை விளைவிக்காது. பலமும், செல்வமும், செல்வாக்கும், தலைமையும், பதவியும் உள்ள மேலோன் ஒருவன் செய்யும் தவறுகள் மோசமான முன்மாதிரியாக அமைந்து அதிக நாசத்தை உண்டாக்கும்.

இதேபோன்று உயர்ந்த வரங்கள் பெற்ற சிலர் கீழ்மையான இயல்புகள் கொண்டு மற்றும் ஐம்பொறிகளின் வசப்பட்டுச் செல்வம், பெருமை, பலம், அதிகாரம் இவற்றினாற் கவரப்பட்டு அகங்காரம் கொண்டு அசுர இயல்பைக் கொண்டு உலகத்தாரை வருத்துவதுண்டு. தர்மத்தை அழித்து அதர்மத்தை வளர்ப்பதுண்டு. சாதுக்களை வருத்தி துஷ்டர்களை ஆதரிப்பதுண்டு. இப்படிச் செய்பவன் உலகிற்குத் தீமைசெய்தவனாகிறான். அவனை அடக்க, அவனைத் தோல்வியடையச் செய்ய, அவனைக் கொல்ல மனிதர்கள் முதல் மற்ற தேவர்கள், சிறு கடவுள்களாலும் முடிவதில்லை. ஏனென்றால் அவன் பெற்ற வரம் துணை நிற்கிறது. வரங்களின் பலத்தால் செல்வமும் பேராசையும் பெருக தீமையான வழியில் செல்லும் அரக்ககுணம் வளர, இந்துக்களின் அடிப்படை தர்மங்கள் ஏதாவது ஒரு வகையில் வன்மையாக மீறப்படுகிறது. தர்மம் குலைய அதர்மம் வளர்கிறது. இந்த மாதிரிச் சமயங்களில் உலகத்தைக் காப்பாற்றும் தொழில் கொண்ட விஷ்ணு, அவதாரம் செய்து

* ஸ்ரீமத் பகவத்கீதை (3:21)

அந்த அரக்ககுணம் கொண்டவனை அடக்கி அல்லது வென்று அல்லது கொன்று திரும்பவும் தர்மத்தை நிலைநாட்டுகிறார். அவரால் நினைத்த மாத்திரத்தில் அந்த அரக்கனை வென்று கொல்ல முடியும். ஆனால் அவ்வாறு செய்வதில்லை. ஏனென்றால் அப்படிச் செய்தால்:

1. பிரம்மன் முதலாக மற்ற பரிவார தேவதைகள் வரையிலான தெய்வங்களின் "அருள்" மற்றும் 'பதவி' ஆகிய வரம் தரும் அதிகாரத்தை அவமதித்து மீறியதாகும். அவர்கள் நிலையில் உள்ள இறை சக்தி வீணாகக் கூடாது.

2. கடவுளர்களின் வரங்கள் மீறப்பட்டால், சாதாரண இயல்புடைய மக்களுக்கு உலகத்தில் தாங்கள் வேண்டி வணங்கும் தேவதைகள் கடவுள்கள் மீது உள்ள நம்பிக்கை சிதறிவிடும். "யார் யார் எந்த வடிவில் கடவுளை நம்பிக்கையுடன் வணங்குகிறார்களோ, அந்த வடிவில் வேண்டிய வரம் அளிப்பவன் இறைவன் என்பது இந்து மதத்தின் அசைக்க முடியாத நம்பிக்கை. இந்த நம்பிக்கை சிதறி விட்டால் 'தர்மம் நிலைக்காது', நம்பிக்கையே வாழ்வின் அடிப்படை இந்த நம்பிக்கையை இறைவன் காக்கிறான்.

3. ஒருவன் தான் பெற்ற வரங்களைத் தீய வழியில் உபயோகம் செய்யக் கூடாது. ஒருவன் எவ்வளவுதான் முயன்று பலவித வரங்களைப் பெற்றாலும் அந்த வரங்கள் மீறப்படாமல் அவனைத் தண்டிக்க கடவுளின் அவதார விசேஷம் மூலம் முடியும் என்ற எச்சரிக்கையும், தர்ம வழியில் செல்பவர்களைக் காக்க தெய்வம் முந்தி வரும் என்ற நம்பிக்கையும் மக்களிடம் குறையாமலிருக்க வேண்டும்.

இந்தக் காரணங்களால்தான் 'அவதாரம்' என்பது செய்யப்படுகிறது. இந்த அவதாரங்களில் நிகழ்ந்தவற்றைத்தான் நம் புராணங்களும் இதிகாசங்களும் விரிவாகச் சொல்லுகின்றன. இந்த அவதாரங்களில் இறைவன் உலகில் மனிதன் எப்படி வாழ வேண்டும் என்பதை வாழ்ந்து காட்ட, தன் உலக அவதார வாழ்க்கையே உதாரணமாகக் காட்டியதாகக் கூடச் சொல்லலாம்.

மாணவன்: நீங்கள் விவரித்த யாரும் வெல்ல முடியாதபடி வரங்கள் பெற்று அசுர குணம் அடைந்து அதர்மங்கள் செய்தவனை இறைவன்

---

* ஸ்ரீமத் பகவத்கீதை (1:21.22) 4:11)

தன் அவதாரம் மூலம் வென்றதை உதாரணம் காட்டி விளக்க முடியுமா?

குரு: முடியுமே! இரண்யகசிபு என்ற அரக்கன் மனிதர்கள், தேவர்கள், கடவுளர்கள், விலங்குகள் எதுவும் தன்னைக் கொல்லக் கூடாது. தன் வீட்டிற்கு உள்ளேயோ, வெளியிலேயோ, இரவிலோ, பகலிலோ, எந்த ஆயுதத்தாலோ உயிருள்ள எந்த பொருளாலோ, உட்கார்ந்திருக்கும்போதோ, படுத்திருக்கும்போதோ தான் இறக்கக் கூடாது என்ற யாரும் எந்த வகையிலும் அவனைக் கொல்ல முடியாத வரத்தை 'பிரம்மனிடம்' வேண்டிப் பெற்றான். இதனால், செல்வமும், பலமும் பெருக. ஜகத்தை வெல்ல ஆசையும், கோபமும் கொண்டு உலகை வருத்தினான்.

பிரம்மன் தந்த வரத்தின் மகிமையால் அவனை யாரும் கொல்ல முடியவில்லை. மூவுலகையும் வென்று தானே கடவுள் என்று அறிவித்துவிட்டு அதர்ம வழியில் எல்லோரையும் இரண்யகசிபு வருத்தினான். தன்னை வழிபட மறுத்து 'நாராயணன்' என்ற ரூபத்தில் இறைவனை வழிபட்ட தன் மகன் பிரகலாதனையே, மலையிலிருந்து உருட்டி விட்டும், தீயில் பொசுக்கியும், நீரில் அமிழ்த்தியும் கொல்ல முயன்றான்.

தன் பக்தன் பிரகலாதனைக் காக்கவும் இரண்யகசிபுவைக் கொன்று தர்மத்தை நிலை நாட்டவும் விஷ்ணு 'நரசிம்மமாக' வடிவெடுத்து அவனை அழித்தார்.

பிரம்மாவிடம் பெற்ற வரத்தை மீறாமல், இரண்யகசிபு கொல்லப் பட்டான். நரசிம்மரூபம் பாதி மனிதன் (உடல்) பாதி சிங்கம் (தலை) விலங்குமல்ல மனிதனுமல்ல; பிறக்கவில்லை தூணில் தோன்றியது. இரணியனை வீட்டுக்கும் உள்ளேயும் இல்லாமல் வெளியேயும் இல்லாமல் வாசற்கால்படியிலும், கீழேயுமில்லாமல் நடுவில், ஆசனமில்லாமல் தன் துடை மேற்சாய்த்து வைத்து, ஆயுதமில்லாத, உயிரில்லாத ஆனால் வளர்ச்சி பெறும் தன் நகங்களால் இரணியன் வயிற்றை இரவுமில்லாத பகலுமில்லாத சந்தி, சாயங்கால நேரத்தில், கிழித்து ரத்தம் சிந்த வைத்து வதம் செய்தார். பக்தன் பிரகலாதனைக் காப்பாற்றி அரசபதவியும், அரக்கனின் மகன் ஆனாலும் தன் மகன் போன்று 'வாத்சல்ய' கருணையைக்காட்டி தன் பக்தர்களில் முதன்மையானவன் என்ற

பெருமையையும் தந்தார். இதுதான் அவதார விசேஷம். பிரம்மனின் வரம் எந்த வகையிலும் மீறப்படவில்லை. பிரம்மனின் வரம் தரும் உரிமையும் காப்பாற்றப்பட்டது. பிரம்மனின் மேல் வரம் வேண்டி வணங்குபவர் மனதில் உள்ள நம்பிக்கை சிதைக்கப்படவில்லை, வரங்கள் துஷ்பிரயோகம் செய்யக்கூடாது என்ற படிப்பினையும் கிடைத்தது. இதுவே அவதார விசேஷமாகும்.

மாணவன்: எந்த ரூபத்தில் கடவுளை வணங்கினாலும் பலன் ஒன்றே போல் கிடைக்குமா? இதைப்பற்றிய இந்துக்களின் நம்பிக்கை என்ன?

குரு: முன்பே விவரமாக சத்வ, ரஜஸ், தமஸ, ஆன்மீக வழிபாடுகளை பற்றிச் சொல்லியிருக்கிறேன். தேவதைகளையும் சிறிய கடவுளர் களையும் வணங்குபவர் சிறிய அளவிலேயே பயன் பெறுவர்.* சர்வ சக்தி உள்ள ஆறு கலியாண குணங்கள் கொண்ட பரமாத்ம சொரூபத்தைச் சத்வ வழியில் வழிபடுவோர் அதிக பலன் பெறுகிறார்கள். பலனை வேண்டுவோர் பலனைப் பெறுகிறார்கள். இறைவன் மட்டும் வேண்டுவோர் இறைவனை அடைகிறார்கள். நான்கு விதத் தேவைகளுக்காக மனிதன் இறைவனை வணங்குகிறான் என்கிறது இந்து மதம். அவற்றை இறைவன் வழங்குகிறான்.**

1. ஆசையுடையவர் சாதாரண செல்வத்தையும், உலக இன்பங் களையும் வேண்டி இறைவனை வணங்குகின்றனர்.
2. உடல் நலிவுற்றோர் ஆரோக்கியம், வேண்டியும், நோய், சோகம், கஷ்டம் இவற்றிலிருந்து விடுதலை வேண்டியும் கடவுளை வணங்குகின்றனர்.
3. ஞானிகள், பரமாத்மாவின் பெருமை அறிந்து எந்தவிதத் தேவையும் வேண்டாமல் அன்பினால் இறைவனை வணங்குகிறார்கள்.
4. முமுக்ஷுக்கள் எனும் ஞானவேட்கையுடைய சாதகர்கள் ஞானம் வேண்டி கடவுளை வணங்குகிறார்கள்.

இதுதான் இந்துக்களின் அடிப்படை இறை நம்பிக்கை ஆகும்.

மாணவன்: இவ்வளவு விளக்கமாக இந்துக்களின் இறை நம்பிக்கைப் பற்றி யாரும் எனக்கு எடுத்துச் சொன்னதில்லை. இந்துக்களின் இறை

* ஸ்ரீமத் பகவத் கீதை (i) (7.23) (ii) (9:23, 35)
** ஸ்ரீமத் பகவத்கீதை (7:16)

இந்து மதம் ஓர் அற்புதம்

நம்பிக்கை தினசரி வாழ்க்கையோடு இயைந்த ஒன்று என்பதைப் புரிந்து கொண்டேன். பண்டிகைகள், விரதங்கள், திருவிழாக்கள் முதலியவற்றின் விளக்கம் என்ன?

குரு: 'விரதங்கள்' எனப்படுபவை பொதுவாக முதன் நிலை கடவுளர்களைக் குறித்துப் பயபக்தியுடன் சிறப்பாகச் செய்யப்படும் வழிபாடாகும். 'பண்டிகைகள்' பொதுவாகப் புராணக் கதைகளில் வரும் ஒரு நிகழ்ச்சியையோ அல்லது இரண்டாம் நிலை தெய்வங்களின் சிறப்புக்காகவோ கொண்டாடும் வழிபாட்டு முறையாகும். 'திருவிழாக்கள்' பொதுவாக வட்டார வழிமுறையாக (Local customs) ஒரு தலத்தில் உறைந்த கடவுளர்கள் மற்றும் இறையடியார்களைச் சிறப்பித்துச் செய்யும் வழிபாடாகும். திருவிழாக்கள் என்பவை ஒரு குறிப்பிட்ட வட்டாரத்து மக்களை இணைத்து ஒரு குறிப்பிட்ட தெய்வத்தைச் சிறப்பாக வழிபட வழி வகுக்கிறது. தேர்த் திருவிழா, மார்கழி பூஜைவிழா, தெப்பத் திருவிழா, பங்குனி உத்திரவிழா, அறுபத்தி மூவர் திருவிழா இதற்கு உதாரணங்களாகும்.

பண்டிகைகள் முக்கியமாக கோலாகலம். உல்லாசம், கொண்டாட்டம் இவற்றை அடிப்படையாகக் கொண்டு கடவுளர்களைச் சிறப்பித்து, மனிதர்கள் களிக்கப் பின்பற்றப்படுகிறது. பொங்கல் அறுவடை பண்டிகை, தீபாவளிப் பண்டிகை, நவராத்திரிப் பண்டிகை போன்றவை கலைநயமும், பிரேமையும் சந்தோஷமும் வெளிப்பட உறவினர்கள் கூடிப் பழக உதவுகின்றன.

விரதங்கள் என்பவை ஒரு குறிப்பிட்ட தெய்வ வடிவை ஆராதித்துத் தினசரி வாழ்க்கையிலிருந்து மாறுபட்டுக் கட்டுப்பாட்டுடன் சில சௌகரியங்களையும், பழக்கங்களையும் விலக்கி வைத்து உடற் கட்டுப்பாடு மனக்கட்டுப்பாடு வளர்த்து சித்த சுத்தியை வளர்க்கின்றன. பட்டினியிருத்தல், பூஜைகள் செய்தல், லாகிரி வஸ்துக்கள், புலால் உண்பது இவற்றை விலக்குவது போன்றவை கட்டுப்பாட்டையும் ஒழுக்கத்தையும் வளர்க்கின்றன. உதாரணமாக சஷ்டி கிருத்திகை ஏகாதசி, சோமவார விரதம் போன்றவை விரதங்களாகும். விரதங்கள் தனிமனிதருக்கான நம்பிக்கையாகும், திருவிழாக்கள் வட்டாரத்து மக்களை இணைக்கும் நம்பிக்கையாகும், 'பண்டிகைகள்' இந்துக்கள் யாவரையும் இணைக்கும் நம்பிக்கையாகும். இவை, இந்துக்களின் இறை நம்பிக்கையின் அடித்தளமாகும்.

11. இந்துக்களின் வேத நம்பிக்கை
வேதங்கள்

குரு: இந்துக்களின் மதமாகிய ஸநாதன தர்மத்தைக் (என்றும் வாழும் அறம்) கட்டிக்காப்பது, வழிநடத்திச் செல்வது, அடிப்படையாக அமைந்த வேதங்கள் ஆகும். இந்துக்களின் வேத நம்பிக்கையைப் பற்றி உனக்குச் சொல்கிறேன்.

வேதம் என்றால் 'அறிவு' (Knowledge) என்று பொருள். வேதங்கள் நான்கு. அவை (1) ருக் வேதம் (2) யஜுர் வேதம் (3) சாம வேதம் (4) அதர்வண வேதம். வேதங்களைப் பரமாத்மாவின் மூச்சுக் காற்று என்று சொல்வார்கள்.*

மாணவன்: வேதங்கள் வடமொழியான சமஸ்கிருத மொழியில் தானே எழுதப்பட்டுள்ளன?

குரு: தவறு. வேதங்கள் சமஸ்கிருத மொழியில் எழுதப்படவில்லை. உன்னைப் போலவே பலரும் இதுபோலத் தவறாக வேத மொழியையும், சமஸ்கிருத மொழியையும் ஒன்றாக நினைத்துக் குழம்புகிறார்கள்.

மாணவன்: வேதங்கள் சமஸ்கிருத மொழியில் இல்லையா? அது எப்படி?

குரு: மொழிகள் மனிதனின் தேவைக்கேற்ப உண்டாக்கப்பட்டு

---

* சாந்தியோக்கியோபநிஷத் (24:10

வளர்ச்சி பெற்றவை. ஆனால் வேதம், மொழி உண்டாகி அதன் பின் தோன்றவில்லை. வேதங்கள் தானாகவே தோன்றியவை. வேதங்கள் அநாதியானவை. ஜகத் சிருஷ்டிக்கு முன்பாகவே வேதம் இருந்தது. அது ஒலியாக சப்தமாக இருந்தது. வேதம் இறைவனின் மூச்சாக (ஸ்வாசம்) இருக்கிறது. வேதமும் இறைவனும் பிரிக்க முடியாதவை. ஆத்மஞானம் பெற்ற ரிஷிகள் இறைவன் அருளால் 'வேதங்களைக்' கண்டுபிடித்தார்கள், அறிந்தார்கள். ரிஷிகள் வேதங்களை உண்டாக்கவில்லை. அவர்கள் வேதங்களின் 'கண்டுபிடிப்பாளர்கள்' (Discoverors). அவற்றை 'உண்டாக்கியவர்கள்' (Inventors) அல்ல.' உலகில் மொழி தோன்றாத காலத்துக்கு முன்பே இருந்த வேதங்கள் உலக மொழிகளில் எவ்வாறு உருவாகியிருக்க முடியும்? (காஞ்சி மாமுனிவர் மஹாஸ்வாமிகள் உரை)

மாணவன்: இது எனக்குப் புதிய செய்தியாயிருக்கிறது. அப்படி யானால் வேத மொழி எது? சமஸ்கிருத மொழி எது? வேதங்கள் யாவருக்கும் பொதுவானதா?

குரு: வேத பாஷைக்கு சந்தஸ் (காஞ்சிமாமுனிவர் மஹாஸ்வாமிகள் உரை) என்று பெயர். இந்த பாஷையில் ஒலியலைகளின் (சப்தங்களின்) உச்சரிப்புதான் முக்கியமானது. இலக்கணம் இருந்தாலும் அது முக்கியமில்லை. ஆனால், உலகின் எந்த மொழிக்கும் இலக்கணம் அடிப்படை ஆகும். சமஸ்கிருதமும் இலக்கண அடிப்படையால் உண்டான மொழிதான். சமஸ் நன்றாக; கிருதம் செய்யப்பட்ட, அதாவது 'நன்றாக செய்யப்பட்ட' மொழி என்று பொருள். சமஸ்கிருதத்தில் வேதமொழியான 'சந்தஸு'வின் வார்த்தைகள் அதிகமாக உள்ளன. சமஸ்கிருதம் சந்தஸ்ஸிலிருந்து வார்த்தைகளைக் கடன் வாங்கியிருக்கிறது. வேதங்களைப்பற்றிய விளக்க நூல்கள் சமஸ்கிருத மொழியில் அதிகமாக உள்ளன. மற்ற இந்திய மொழிகளில் குறைவாக உள்ளன. ஆனால் வேதங்களின் ஒலியமைப்பை அடிப்படையாகக் கொண்ட 'சந்தஸ்' மொழி வேறு எந்த இந்திய மொழிகளிலிருந்தும் வார்த்தைகளை எடுத்துக் கொள்ளவில்லை. சந்தஸின் மாறாத ஒலித்தன்மை இன்றளவும் காப்பாற்றப்பட்டு வருகிறது. வேத சந்தஸில் ஒலியுடன் கூட இலக்கணமுடையதாகவும் இருக்கிறது. ஒலியே அதன் சிறப்பு. இலக்கணமும் சேர்ந்திருக்கிறது என்பது மேலும் சிறப்பைச் சேர்க்கிறது.

இந்த விவரம் புரியாமல் பலர் வேதம் வடமொழியான சமஸ்கிருதம்;

அதைக் கற்பது வடவராதிக்கத்துக்கு வழிகோலும் என்று தவறாகப் பிரசாரம் செய்கிறார்கள் 'வேதம்' (இந்தியாவிலுள்ள எல்லா மொழியிலிருக்கும்) பொதுவானது.* வேதங்கள் மொழி (பாஷை) பாகுபாட்டைக் கடந்தது. இறைவனின் உருவாக இந்துக்களுக்குக் கிடைத்த சொத்து. மொழி வெறியால் வேதங்களைப் பகைத்து அவற்றை நாம் இழந்தால், அந்த இழப்பு நமக்குத்தான். இதனால் வேதங்களுக்கோ அல்லது வடநாட்டவருக்கோ இழப்பில்லை. வேதங்களின் மொழிக்கும் வடமொழி சமஸ்கிருதம் மற்றும் இந்தி தேவநாகரி, இவற்றிற்கும் வித்தியாசம் தெரியாத சிலர் உண்மையைத் திரிந்து வேதங்கள் தமிழ் மொழிக்கு எதிரானவை தமிழை அழிக்க வந்தவை என்று தவறான பிரசாரம் செய்து தமிழ் மக்கள் மனதில் துவேஷத்தையும் வெறுப்பையும் பெருக்கி வருகிறார்கள். வேதங்கள் எந்த மொழிக்கும் பகையானதல்ல.

மாணவன்: வேதங்கள் ஆரியர் செய்தது என்று சொல்கிறார்களே?

குரு: இதற்கு சரித்திரத்திலோ அல்லது வேறு ஆவணங்களிலோ எந்தச் சான்றுமில்லை. இது ஒரு அனுமானம் தான் இறுதியான முடிவல்ல. இந்த ஆரியம் திராவிடம் என்ற பொய்யான ஒரு கற்பனைக் கதை நம்மை ஆண்ட ஆங்கிலேயர் செய்த பிரித்தாளும் சூழ்ச்சியின் ஓர் அங்கமாகும். வேதங்கள் பாரதத்தில் யாவருக்கும் பொதுவானவையாகவே இருந்து வந்துள்ளன.

சங்கத்தமிழ்ப் புலவர்களும் சேர, சோழ, பாண்டியன் முதல் பல அரசர்களும் அறிவில் தேர்ந்த பல அமைச்சர்கள், வணிகர்கள், தேவாரம் பாடிய அப்பர், சுந்தரர், சம்பந்தர், மாணிக்கவாசகர் மற்றும் பெரியபுராணம் பாடிய சேக்கிழார் என்று பழங்காலத் தமிழர்கள் யாவரும் வேதத்தை அறிந்திருந்தார்கள். (கும்பகோணம் ஸ்ரீ ராஜவேத காவ்ய பாட சாலையில் ஆழ்வார்கள், நாயன்மார்கள் முதலியவர்கள் வேதங்களைப் பற்றிப் பாடியவைகளை சலவைக்கல்லில் பொறித்து வைத்திருக்கிறார்கள்.) பழந்தமிழ்ப் பாடல்கள், கல்வெட்டுகள், சரித்திரங்கள் முதலியவற்றில் தமிழ்நாட்டில் வேதங்கள் தழைத்து இருந்ததைக் குறிப்பிட்டிருக்கிறார்கள்.

மாணவன்: வேதங்கள் எழுதப்படவில்லை, உண்டாக்கப்படவில்லை கண்டுபிடிக்கப்பட்டன என்றீர்களே அது எப்படி?

---

* யஜுர்வேதம் (அத்யாயம் 24 பாடல் 18)

குரு: வேதங்கள் ஒலியை அடிப்படையாகக் கொண்டவை. அவை வானில் நிலைத்திருக்கின்றன. வானம் ஓசையால் (சப்தத்தால்) நிரம்பியது. நான் முன்பு குறிப்பிட்ட ரிஷிகள் இதயத்தில் அந்த ஒலியலைகள் ஒளிர்ந்தன. (ஸ்புரித்தன) அந்த ஒளிர்ந்த வேதங்களை ரிஷிகள் நாம் பயன்படுத்தும் வகையில் 'சந்தஸ்' ஆக வெளிப்படுத்தினார்கள். பிரணவமாகிய 'ஓம்' காரமே* வேதங்களுக்குத் தோற்றுவாய். ஓம் என்பது,

அ காரமாகிய 'அ'

உ காரமாகிய 'உ'

ம காரமாகிய 'ம' மற்றும் 'பிந்து' சேர்ந்து அ – உ – ம; 'ஓம்' என்றாகிறது.

மாணவர்: வானம் வேத சப்தங்களால் நிரம்பியது என்றால் நம்மால் ஏன் கேட்க முடியவதில்லை?

குரு: விண்வெளி ஓசையால் (அதிர்வுகளால்) நிரம்பியது. அது பலவித லயங்களிலும் சுருதியிலும் அதிர்வுகளை எழுப்புகிறது. ஆனால் அவற்றைக் கேட்க நம் காதுகள் சக்தியற்றவை.

மாணவன்: அது ஏன்?

குரு: விஞ்ஞானம் கற்ற உனக்கு இது கூடவா விளங்கவில்லை? நமது செவி 20 ஹர்ட்ஸ் முதல் 20,000 ஹர்ட்ஸ் (Hertz) ஒலியதிர்வு உள்ள ஒலியைத்தான் கேட்க சக்தி வாய்ந்தது. 20 ஹர்ட்ஸ் கீழ்ப்பட்ட ஸ்தாயி ஒலி சப்சானிக் (Subsonic) எனப்படும். 20,000 ஹர்ட்ஸ் மேல்பட்ட ஸ்தாயி சூப்பர் சானிக் (Supersonic) எனப்படுகிறது. அவற்றை நாம் கேட்க முடியாது. வேத ஒலிகளும் நம்மால் கிரகிக்க முடியாது ஒலியதிர்வு ஸ்தாயிகளில் வானில் இதே போன்று நிரம்பியுள்ளன.

ஒலியலைகள் நான்காகக் கணக்கிடப்பட்டுள்ளன. அந்த ஒலியலைகளில் 'பரா' 'பச்யந்தி' 'மத்யமா' என்ற மூன்று ஒலியலைப் பிரிவுகளாக ரிஷிகள் கண்டுபிடித்திருக்கிறார்கள்.* இவைகளைப் பற்றிய குறிப்புகள் தமிழின் முதன்மையான

---

* ஸ்ரீமத் பகவத்கீதை (10:25)

** ருக்வேதம் (1165 45:A)

இலக்கண நூல் தொல்காப்பியத்தில் கூட 'பரை' 'பைச்சந்தி' என்று விவரிக்கப்பட்டுள்ளன. நாம் கேட்கக் கூடிய அதிர்வு ஒலியலைகளை 'வைகரி' என்ற பிரிவில் அடையாளம் காணப்பட்டுள்ளன.

அழிவற்ற உன்னதமான நாதம் 'சப்தப்ரம்ஹும்'* எனப்படும். அது மூலாதாரத்தில் உள்ள சக்தி. தனக்குத் தானே ஆதாரமாகிய பிந்து வடிவானது 'பரா'. நுட்பமான விதையிலிருந்து முளை எழுவதுபோல் அந்த 'பரா' சக்தியிலிருந்து கிளம்பும் நாதம் 'பச்யந்தி'. அந்த பச்யந்தியை யோக சக்தியால் உணரும் யோகிகள் அதையே உலகனைத்துமாக அறிகின்றனர். அந்த சக்தி இதயத்திலிருந்து எழுந்து ஒலிக்கும்போது 'மத்யமா' எனப்படுகிறது.

மத்யமா, சக்தி பிராண வாயுவுடன் சேர்ந்து ஸ்வர (குரல்) வடிவில் தொண்டை, தாடை, வாயின் மேலண்ணம், பற்கள் இவற்றில் மோதி வெளிப்படும் போது 'ஸ்வகரி' இதுதான் மனிதர்கள் புரிந்து கொண்டு உணரக் கூடிய ஒலி வடிவம்.

இந்த வைகரியிலிருந்தே எல்லா எழுத்துக்களும் (அ முதல் க்ஷ வரை) வார்த்தைகளும் பதங்களும், வாக்கியங்களும் தோன்றுகின்றன. மந்திரங்கள், வேதங்கள், சாஸ்திரங்கள் என்ற எல்லா ஒலி வடிவங்களுக்கும் ஆதாரம் வைகரிதான்.

ஆத்ம ஞானத்தாலும் தவ வலிமையாலும் நம்மைவிடத் தம் பொறிகளை மிகவும் தீட்சண்யம் (தீட்டி) செய்து வைத்திருந்த ரிஷிகள் 'பரா' 'பச்யந்தி' 'மத்யமா' என்ற மறைந்திருந்த வேத ஒலிகளைக் கேட்டு நாம் புரிந்து கொள்ளக்கூடிய 'வைகரி' ஒலியலை அதிர்வுகளில் 'சந்தஸாக' வெளியிட்டார்கள். அவையே வேதங்கள். அதனால் தான் தமிழில் வேதங்களுக்கு 'மறை' என்று பெயர். 'மறைந்திருந்த' ஒலிகள் வேதமாக வந்தாலும், அவற்றின் பொருள் மறைத்து இருப்பதாலும், அவற்றின் ஒலித்தூய்மை கெடாமல் அவற்றை அழியாமல் காக்க 'மறைத்து' வைத்ததாலும் வேதங்களுக்கு 'மறை' என்ற தமிழ்ப் பெயர் மிகப் பொருத்தமாக அமைந்திருக்கிறது!

மாணவன்: வேதங்கள் என்பது ஏதோ சாதாரண மற்ற நூற்களைப் போன்றதொன்று என்று நினைத்திருந்தேன். அதில் இவ்வளவு நுண்ணிய விஷயங்கள் உள்ளன என்பது ஆச்சரியமாய் இருக்கிறது!

---

* யோகசிகோபநிஷத் (3வது அத்யாயம்)

குரு: நான் இன்னும் வேதங்களின் விவரங்களைப் பற்றி உனக்கு சொல்லவேயில்லையே. வேதமொழி என்பது எது என்ற ஒரே ஒரு விவரம் தான் நான் சொன்னேன். அதற்கே ஆச்சரியப்படுகிறாயே! இந்துக்களாகிய நாம் எந்த அடிப்படையும் ஆதாரமும் இல்லாமல் வேதங்களின் மேல் மூட நம்பிக்கை வைக்கவில்லை. வேதங்களின் பயன் அவற்றின் சக்தி, அவற்றின் தேவை முதலியவற்றை நன்றாகச் சோதித்துப் பரிசீலித்து, உண்மையை முழுவதுமாக அறிந்து கொண்டபின்தான் நம் இந்து முன்னோர்கள் வேதங்களுக்கு உலகியல் வாழ்வின் உயர்வுக்கு பயன் தருவது என்று முதன்மையான ஸ்தானத்தைத் தந்தார்கள். நம் முன்னோர்கள் முட்டாள்களல்லர். மெய்ஞான விஞ்ஞானிகள் அவர்கள்.

மாணவன்: நீங்கள் சொல்லச் சொல்ல வேதங்களைப் பற்றிய விவரங்களை அறிய வேண்டும் என்று விருப்பம் அதிகமாகிறது. நீங்கள் மேலும் விவரமாகச் சொல்ல வேண்டும்.

குரு: நான் அறிந்தவற்றை நிச்சயமாக உனக்குச் சொல்வேன். வேதங்கள் எப்படி கற்றுத் தரப்படுகின்றன தெரியுமா?

மாணவன்: மற்றக் கல்விகளைப் போன்று புத்தகங்களில் அல்லது பழங்காலத்தில் பனை ஓலைகளில் எழுதி வைத்து மாணவர்களுக்குத் தந்து படிக்கக் கற்றுத் தந்திருப்பார்கள்.

குரு: (சிரித்து) இல்லை. தவறு! வேதங்கள் புத்தகங்களில் எழுதி வைத்து அதைப் பார்த்துப் படித்துச் சொல்லித் தருவதில்லை. வேதம் ‘ஓதுவதில்’ சிறந்த குரு ஒருவர் வேதத்தை தன் நினைவிலிருந்து கொண்டு வந்து வாய் வழியாகச் சொல்ல; அந்த வாய் ‘பாடத்தை’ மாணவர்கள் செவி வழியாகக் கேட்டு திரும்பச் சொல்லி தன் நினைவில் நிறுத்தி மனப்பாடம் செய்கிறார்கள். திரும்பத் திரும்ப சொல்வது கேட்பது திரும்பத் திரும்பச் சொல்வது என்ற முறையில் வேதங்கள் அவற்றின் ஒலியலைத்தன்மை, உச்சரிப்பு மாறாமல் ஓதப்பட்டுக் கற்றுக் கொள்ளப்படுகின்றன. அதனால் சமஸ்கிருதத்தில் வேதங்களுக்கு ‘சுருதி’ (கேட்கப்படுவது) என்று பெயர்; தமிழில் வேதங்களை அவை எழுதாமல் வாயால் சொல்லிக் காதாற் கேட்டுக் கற்பிக்கப்படுவதால் ‘எழுதாக் கிளவி’ என்றும்; வேத பாடங்கள் பலமுறை திரும்பத் திரும்ப ‘ஓதி’ சொல்லப்படுவதால் ‘ஒத்து’ என்றும் அழைக்கப்படுகின்றன. வள்ளுவர் கூட தமது

திருக்குறளில். (குறள் (42:41)

செல்வத்துள் செல்வம் செவிச்செல்வம் அச்செல்வம்
செல்வத்துள் எல்லாம் தலை.

கேள்வியால் (கேட்டலினால்) அடைகின்ற அறிவே செல்வங்களுக்குள் சிறந்த செல்வமாகும். அந்தக் கேள்விச் செல்வம் பிற செல்வங்களிலெல்லாம் முதன்மையானது ஆகும் என்று சொல்லியிருப்பது காதாற் கேட்டுப் பெறும் வேதம் ஓதுதல் என்ற அறிவைப்பற்றியதுதான் ஆகும். இதனால் தான் செவி மூலம் வேதம் கற்பிக்கப்படுகிறது.

மாணவன்: செவிச்செல்வம் என்பதை கல்வி என்று பொருள் சொல்கிறார்களே?

குரு: ஆமாம் செவிச்செல்வம் என்றது ஏட்டுக்கல்வி என்று பொருள் சொல்கிறார்கள். ஆனால் இது தவறு. திருவள்ளுவரின் திருக்குறள் வேதங்களுக்கு ஒப்பானது. திருக்குறள் வேதத்தின் சாரத்தை உள்ளடக்கியது. திருவள்ளுவர் வேதத்தை நன்று அறிந்திருந்து அதைத் திருக்குறளில் வெளிப்படுத்தியிருக்கிறார். ஆனால் இதைப் பலரும் புரிந்து கொள்ளவில்லை. வள்ளுவத்தை சரியான முறையில் ஆராய்ந்தால் இது விளங்கும்.

விஞ்ஞான அறிவு கல்வியறிவு தினம் மாறிவருகிறது. நேற்றையக் கல்விமுறை இன்று மாறுகிறது. இன்றையக் கல்வியறிவு நாளை மேலும் மாறும். ஆகையால் இந்தச் சாதாரண ஏட்டுக் கல்வியை வள்ளுவர் உண்மையான செவிச்செல்வம் என்று சொல்லியிருக்க முடியாது என்றும் மாறாத பயனளிக்கக்கூடிய வேதங்களைத்தான் அது கற்பிக்கும் முறையைக்கொண்டு வள்ளுவர் செவிச்செல்வம் என்கிறார். உபநிஷத்தில், வேதத்தை செவிச் செல்வம் என்றழைக்கப் படும் குறிப்பு இருக்கிறது வேதம் மறக்காமலிருக்க ஒரு 'ஜபம்' செய்வதுண்டு அதன் பொருள் 'ஞாபக சக்தி என்னிடம் நிலைத்திருக்கட்டும்... காதுகளால் நான் கேட்டது' (ஆகிய வேதம்) என்னை விட்டு விலகாமலிருக்கட்டும்.*

மாணவன்: இருந்தாலும், எழுதிவைத்துப் படித்துக் கற்கும்

* (மஹாநாரயணோபநிஷத் (8,9)

முறையினால் அதிகம் பேர் கற்கவும், வேதம் அழியாமலும் காப்பாற்ற முடியாதா? இதனால் என்ன தவறு?

குரு: சொல்கிறேன். எழுதி வைத்துப் படித்தால் பின்காணும் குறைகள் உண்டாகும்.

1. ஒலியலை மாறுதல் உச்சரிப்பு இவற்றை எழுத்தில் எழுதி வைக்க முடியாது. காதால் கேட்டுத்தான் அறிய முடியும்.

2. எழுத்து வடிவம் காலப் போக்கில் மாறுதலுக்கு உள்ளாகும். அப்போது எழுதி வைத்த வேதங்களின் வடிவம் பொருளும் மாறிவிடும்.

3. பொதுவாக மொழி வளர்ச்சியில் பழைய வார்த்தைப் பிரயோகங்கள் அவற்றின் உபயோகம் 200 வருடங்களுக்கு ஒருமுறை வேறுபடுகின்றன. புதிய வார்த்தைகள் சேருகின்றன. எழுதி வைத்த வேதமும் இந்த மாறுதலுக்கு உள்ளாகித் தன் பயனை இழக்கும்.

மாணவன்: இதன் விவரங்களைத் தெளிவாகச் சொல்ல முடியுமா?

குரு: சொல்கிறேன். வேதம் உச்சரிப்பு ஒலியை அடிப்படையாகக் கொண்டது. இநது மத நூல்களின் பாடல் அல்லது செய்யுட்களை மூன்று விதமாகப் பிரிக்கலாம். அவை முறையே,

1. மந்திரங்கள் அல்லது மந்திரப் பாடல்கள்
2. தோத்திரங்கள் அல்லது தோத்திரப் பாடல்கள்
3. பாடற் கதைகள் அல்லது சாதாரணப் பாடல்கள்

'மந்திரங்கள்' ஓரெழுத்தாகவும் இருக்கலாம் ஒரு வார்த்தை ஆகவும் இருக்கலாம். இந்த மந்திரங்கள் ஒலியையே அடிப்படையாகக் கொண்டவை. வார்த்தைக்கோ அல்லது அதன் அர்த்தத்துக்கோ முக்கியத்துவம் இல்லை. ஆனால் சில மந்திரங்கள் ஒலியும், அர்த்தம் விளங்கும் வார்த்தைகளும் சேர்ந்து இருக்கும். மந்திரங்கள் தனியானவையாகவும், சில சமயம் வழிபாட்டுப் பாடல்கள், அல்லது சில கதைப் பாடல்களுடன் இடையே சேர்ந்துமிருக்கும். இந்த மந்திரங்கள் சக்தி வாய்ந்தவை. அவற்றை முறையாக நம்பிக்கையுடன் ஜபம் செய்யும்போது பலனளிக்கின்றன. உதாரணமாக ஓம் எனும் பிரணவம், காயத்திரி மந்திரம், பீஜ மந்திரங்கள், ராம நாம தாரக மந்திரம், திருமூலரின் திருமந்திரம், கந்தர் சஷ்டி கவசம் போன்றவை

மந்திரசக்தி வாய்ந்தவை. இதை முன்பே உனக்கு விளக்கியிருக்கிறேன். அவற்றைப் போன்றே வேதங்கள் மந்திரங்கள் ஆகும்.

'தோத்திரங்கள்' வழிபாடு செய்யும், இறைவனைத் துதித்துப் பாடும் பாடல்கள் ஆகும். உதாரணமாக சஹஸ்ர நாம ஸ்தோத்ரம், அஷ்டலக்ஷ்மி ஸ்தோத்ரம், சிவஸ்துதி, மஹிஷாசுரமர்த்தினி ஸ்தோத்திரம், திருப்பாவை, திருவெம்பாவை, தேவாரம், நாலாயிர திவ்யப் பிரபந்தம் போன்று வேத சூக்தங்கள்.

'கதைப்பாடல்கள்' ஒரு நிகழ்ச்சியையோ, கதையையோ சரித்திரத்தையோ விவரித்துச் சொல்லும்; உதாரணமாக பிருதுவின் கதை, சத்யகாமன் கதை போன்றவை.

வேதங்கள் மேற்கூறிய மந்திரம், தோத்திரம், கதைப் பாடல்கள் என்ற மூன்றையும் கொண்டவை. வேத மந்திரங்களின் சக்தி அதன் உச்சரிப்பிலுள்ளது. உச்சரிப்பு மாறினால் வேதமந்திரம் பலனளிக்காது. நம் இந்து முன்னோர்கள் சரியான வேத மந்திர ஒலியை எழுப்பப் பல ஆராய்ச்சிகள் செய்து நம் உடலில் ஒலிகள் எழும்பும் இடமாக வயிறு, தலை, கண்டம், நெஞ்சு, பல், இதழ், நாக்கு, மூக்கு, வாயின் மேல்விதானம் இவற்றை அடையாளம் கண்டார்கள். நம் வயிற்றிலிருந்து எழும் 'உதானன்' என்ற காற்றை மேற்சொன்னவற்றிற் புகுத்தி வாயினால் வெளிப்படுத்தும் போது எழுத்தோசை பிறக்கிறது. ஸ்வரம், ஸ்தாயி மாத்திரை, காலப் பிரமாணம் என்ற கணக்குடன் தேவையான ஒலி எழும்பும் இடங்களில் காற்றை மாற்றி மாற்றிச் செலுத்தித் தேவையான உச்சரிப்புடன் கூடிய ஒலி வேறுபாடுகளை உண்டாக்க முடியும். வேத மந்திரச் சொற்களைச் சரியான த்வனியில் சொல்ல, மேற்கண்ட நுண்ணிய ஒலிவித்தியாசங்களின் பயிற்சி, கேட்பதால் மட்டுமே பழக்கமாகும். இவற்றை எழுதி வைத்துக் கற்க முடியாது.

நாம் காதால் கேட்கக்கூடிய 'வைகரி' ஒலி அதிர்வு முறையில் வேதங்களை ஓதுவதற்கு வேத எழுத்துக்கள் (அக்ஷரங்கள்) நான்கு நிலைகளில் உச்சரிக்கப்படுகின்றன. அவை,

1. உதர்த்தம் – உயர்த்தி எடுத்து நீட்டிச் சொல்வது – உச்சஸ்தாயி.

2. அநுதாத்தம் – தாழ்த்தி கீழ்ஸ்தாயி உச்சரிப்பு – கீழ்ஸ்தாயி

3. ஸ்வரிதம் – சமமாக ஒலியைச் சொல்வது – சமஸ்தாயி

4. ப்ரிசயம் – விளங்க, சாதாரணமாகச் சொல்வது – சாதாரணஸ்தாயி.

இப்படி ஒவ்வொரு எழுத்து, வார்த்தை, வரிகள், சந்தஸ் என்று ஒலிக்குறிப்புகள் மாறுபடுகின்றன. அந்தந்த அக்ஷரங்கள் உடலின் எந்தப் பகுதியிலிருந்து உண்டாக்கி உச்சரித்தால் சரியான ஒலி (த்வனி) உண்டாகும் என்பது திரும்பத் திரும்பக் காதாற் கேட்டுப் பயிற்சி செய்து, அதைப் பழக வேண்டும். இது ஒரு நுணுக்கமான முழு நேரப் படிப்பு. அதனாற்றான் ஆஸ்ரமத்திலும் வேத பாட சாலைகளிலும் மாணவர்கள் தங்கிக் குருவிடம் வேதங்களைக் கற்கிறார்கள்.

வேத மந்திரங்களை முறையாகச் சொன்னால் நல்ல பலன்கள் விளையும்.தவறாக ஓதுவதால் பலனில்லை. வேதம் ஓதுதலின் பலனாகச் சுற்றுச் சூழலில் காற்று மண்டலம் சுத்தமாகிறது. விலங்குகள், தாவரங்கள் தழைக்கின்றன. ஜீவன்களின் இயல்பில் சாத்வீகம் நிறைந்து மன அமைதி உண்டாகிறது. உடலின் நாடிஸ்தானங்கள் சுத்தமாகி வலுவடைகின்றன. ஆயுள் விருத்தியாகிறது.

ஆனால் வேதம் ஓதும் முறைக்கான விதிகள் மிகவும் கடுமையானவை அவை.

1. வேதங்களைச் சரியான ஸ்வரத்தில் வாய்விட்டு உரக்கச் சொல்ல வேண்டும்.
2. சொற்களின் உச்சரிப்புக்கான காலப் பிரமாணம் தவறாமற் சொல்ல வேண்டும்.
3. வேதம் சொல்லுபவர் சம நிலையில் ஓரிடத்தில் அமர்ந்து சொல்ல வேண்டும்.
4. தலை, ஏனைய உடற் பாகங்களை அசைக்காமல் சேஷ்டைகள் செய்யாமல் நேராய் நிமிர்ந்து அமர்ந்து வேதம் சொல்ல வேண்டும்.
5. வேதத்தை எழுதி வைத்துப் பயிலக்கூடாது. காதாற் கேட்டு மனதில் நிறுத்தி மனனம் செய்து நினைவாற்றல் மூலம் சொல்ல வேண்டும். புத்தகங்களைப் பார்த்து வேதம் ஓதக் கூடாது.
6. வேத மந்திரங்களின் பொருள் உணர்ந்து சொல்ல வேண்டும்.

இப்படிச் சொல்லும் வேத கோஷம் (ஒலி) கேட்பவர்களின் நாடியில் சலனங்களை உண்டாக்கி நல்ல பலன் தரும். சூழ்நிலையிலும் நல்ல மாறுதல் ஏற்படும். மனோமய, விஞ்ஞானமய, ஆனந்தமய கோசங்களில் அதிர்வுகள் வலுப்பட்டு ஆன்மசக்தி பெருகும்.

மாணவன்: நீங்கள் சொல்வது ஆச்சரியமாய் இருக்கிறது. வேதம் ஓதுவதில் இவ்வளவு பயன்களா?

குரு: நான் சொன்னவை அவ்வளவும் சத்தியமானவை. சப்தத்தின் (ஒலியின்) அலைக்கு மிகுந்த சக்தியுண்டு. சரியான ஸ்வரத்திலும், சுருதியிலும் எழுப்பப்படும் ஒலியலை கண்ணாடியைக்கூட உடைக்கக் கூடியது என்று விஞ்ஞானம் நிரூபித்திருக்கிறது. நம் தமிழ் நாட்டிலேயே ஒரு கல்லூரியில் இந்துக்களின் சில மதச் சடங்குகள் மற்றும் மந்திரங்களை ஆராய்ச்சி செய்து அந்த இந்து மத நம்பிக்கைகள் உண்மையானவை என்று நிரூபித்திருக்கிறார்கள். முன்பு பிரிவுபடாத சோவியத் யூனியனிலும் வேதங்களைக் குறித்த ஆய்வுகள் நடைபெற்றன.

1. கோயிலில் இறைவன் உருவுக்கு வேத மந்திரங்கள் சொல்லி பஞ்சாமிருதம் பால் அபிஷேகம் செய்யும் போது காற்றில் நன்மை செய்யும் நெகடிவ் அயான்ஸ் (Ne Ions) எதிர்வினைக் கூறுகள் அதிகமாகின்றன என்பது நிரூபணம் ஆகியிருக்கிறது. (குற்றாலம் சக்தி மகளிர் கல்லூரியில் இந்த ஆய்வு நடந்தது.) இந்த எதிர்வினைக் கூறுகள் மனிதர்களுக்கு நன்மைசெய்பவை ஆகும்.

2. சங்கீத ஒலியைத் தொடர்ந்து கேட்கும் பசுக்கள் அதிகமாகப் பாலைச் சுரக்கின்றன. இந்த ஒலியலைகள் மூலம் தாவரங்கள் செழித்து வளருகின்றன என்பதும் நிரூபணமாகியுள்ளது.

விஞ்ஞானமான இதையெல்லாம் நாம் ஒப்புக்கொண்டால், ஒலியை அடிப்படையாகக் கொண்ட வேதத்தின் பயனைப்பற்றி ஏன் சந்தேகப்பட வேண்டும்?

மாணவன்: மொழிகளின் எழுத்து வளர்ச்சி, மற்றும் கால மாற்றத்தால் எழுதி வைத்த வேதம் மாறுபடும் ஆகையால்தான் எழுதி வைத்துக் கற்காமல் காதால் கேட்டுத்தான் கற்க வேண்டும் என்றீர்களே அது எப்படி?

குரு: நான் முன்பே சொன்னேன் வேத மொழி என்பது ‘சந்தஸ்’ ஆகும். நாம் பேசிப் பழகி உபயோகிக்கும் பாஷையல்ல அது. அதன் ஒலிநயம், பொருள் நயம் மாறாமலிருக்க ‘சந்தஸ்’ வடிவிலேயே அதைக் காக்க வேண்டும். பேசும் மொழி என்றும் மாறாமல் ஒன்றேபோல் இருப்பதில்லை. வருடங்கள் செல்லச் செல்ல அவற்றின் எழுத்து வடிவம் மற்றும் பொருள் மாறுபடுகிறது. பிற மொழிகளின் தொடர்பால் பல புதிய வார்த்தைகள் சேருகின்றன. பல பழைய வார்த்தைகள் பழக்கத்திலிருந்து மறைந்து விடுகின்றன. ஒரே சொல்லின் பொருள், பிரயோகம் உபயோகம் முதலியவையும் மாறி விடுகின்றன. மொழிகளின் எழுத்துச் சிதைவு, உச்சரிப்புச் சிதைவு, பொருட் சிதைவு என்பவை ஏற்பட்டே தீரும். இந்த மாற்றம் தவிர்க்க முடியாதது. வேதங்கள் ஒலியை அடிப்படையாகக் கொண்ட மந்திர சக்தியுள்ளவையாதலால் வேத மொழியான ‘சந்தஸ்’ மொழி மாற்றங்களால் மாறுபடாமலிருக்கவே எழுதி வைக்கப்பட்டு கற்பதில்லை.

மாணவன்: இதற்கு ஆதாரம் என்ன?

குரு: நமது பாரத மொழிகள் யாவும் ஆரம்பத்திலிருந்த வரி வடிவில் இப்போது இல்லை. அவை காலத்தால் மாறுபட்டு மாறியுள்ளன. ஆகையால் உச்சரிப்பும், பொருளும் மாறிவிட்டன. நம் பழந்தமிழ் ‘வட்டெழுத்து’ என்ற வடிவில் எழுதப்பட்டு வந்தது. அதுமாறி விட்டது இன்று அதைப் படித்து நம்மால் புரிந்து கொள்ள முடியாது. இப்போதைய தமிழ் வரி வடிவம் மாறிவிட்டது. நிகழ்காலத்திலேயே ‘ஐ’ என்ற உயிரெழுத்தைச் சார்ந்த உயிர்மெய் எழுத்துக்களை பழைய முறையிலிருந்து புதிய முறையான லை, ணை, னை என்று மாற்றியிருக்கிறோம். வரும் நூற்றாண்டுகளில் இன்னும் மாற்றமடையும். கம்ப்யூட்டர்களில் பயன்படுத்த தமிழ் எழுத்தை வரிவடிவங்கட்கேற்றபடி மாற்ற ஆராய்ச்சிகள் நடந்து வருகின்றன. ஆகையால் நமது தமிழ் மொழியின் தற்கால வரிவடிவமே வரும் காலத்தில் நிச்சயம் மாறும். நமது இன்றைய தமிழ் எழுத்து வழக்கு மறைந்து விடும். இது தவிர்க்க முடியாத மாற்றமாகும். இதே போன்று மாற்றம் உலகின் எல்லா மொழிகளிலும் ஏற்பட்டிருக்கிறது. பழந்தமிழில் ‘நாற்றம்’ என்றால் நல்ல சுத்தமான மணம் என்று பொருள். இன்று அதே ‘நாற்றம்’ என்ற வார்த்தை பொறுக்க முடியாத துர்வாசனை என்ற அர்த்தத்தில் பயன்படுத்துகிறோம். இல்லையா?

மாணவன்: ஆமாம்.

குரு: நீ நல்ல மணமுடைய விலையுயர்ந்த 'செண்ட்' பூசிக்கொண்டு 'கம கம'வென்று நல்ல வாசனையுடன் வரும்போது, நான் பழந்தமிழ் வழக்கில் நல்ல வாசனை என்ற பொருளில் 'நல்ல நாற்றமடிக்கிறதே' என்று சொன்னால், நீ புதுத்தமிழ் வழக்கில் நாற்றம் என்பதைக் கெட்ட வாசனை என்ற பொருளில் 'இந்த குருவுக்கு மூளை கெட்டு விட்டது. நல்ல விலை உயர்ந்த 'சென்ட்' பூசி வந்திருக்கிறேன். மணமான வாசனையை நாற்றம் என்று சொல்கிறாரே?' என்று எனக்குப் பயித்தியம் பிடித்து விட்டதோ என்று சந்தேகப்படுவாய் இல்லையா? (சிரிக்கிறார்)

மாணவன்: (சிரித்து) ஆமாம் குழப்பம் உண்டாகும்.

குரு: அதனால்தான் இந்த மாதிரி மொழி வளர்ச்சி, மாற்றக் குழப்பங்களால் வேதங்களின் ஒலிநயம், பொருள்நயம் தூய்மை கெட்டுவிடக் கூடாது என்று எழுதி வைத்துப் படிப்பதில்லை.

மாணவன்: எழுதி வைப்பதால், ஒலி மற்றும் மொழி வளர்ச்சி மாற்றங்கள் வேதத்தின் தூய்மையைக் கெடுக்கும் என்றால், இதுநாள் வரை அது சிதையாமற் தூய்மைகெடாமல் மனித நினை வாற்றலினால் மட்டும் எப்படிக் காப்பாற்ற முடிந்தது?

குரு: உனது சந்தேகம் சரியானதே. நமது முன்னோர்களான ரிஷிகள், மனிதனின் நினைவாற்றலை வளர்க்க வகை செய்திருக்கிறார்கள். இப்போது விஞ்ஞானத்தில் நினைவு (Memory) என்பதைப் பதிவு செய்தல் (Registration) பாதுகாத்தல் (Retention) திரும்பப்பெறல் (Recollections) என்ற மூன்றுவிதத்தில் பிரிந்துச் சொல்லும் முறை கண்டுபிடிக்கப்பட்டுள்ளது. அதில் திரும்பத் திரும்பப் பதிய வைத்தல் (Repeated Imprint) வலியுறுத்தப்படுகிறது. அதே வழியில் வேத வார்த்தைகளை அதன் வரிசையிற் சொல்வது, ஒன்றோடொன்று இணைத்துச் சொல்வது, பிறகு பிரித்துச் சொல்வது, முன் பின்னாக கோர்த்துச் சொல்வது என்று நினைவிற் பதிய வைக்கவும், நிலை நிறுத்தவும் பின்பு தேவையான போது திரும்பப் பெறவும் என்று பலவித 'பாடமுறைகளை' நமது ரிஷிகள் வகுத்தார்கள். இந்தப் பாடமுறைகளில் கற்கப்படும் வேதங்கள் என்றும் மறக்காது நினைவில் இருக்கும். தேவையான போது தூய்மை மாறாமல் சொல்ல முடியும்.

மாணவன்: அந்த பாட முறைகள் யாவை?

குரு: அந்தப் பாடமுறைகள் தான் 'வேத பாடங்கள்' என்று சொல்கிறோம். அந்தப் பாட முறைகள் அவை பதினொன்று ஆகும்.

1. வாக்கியம்
2. பதம்
3. கிரமம்
4. ஜடா
5. மாலா
6. சிகா
7. ரேகா
8. த்வஜம்
9. தண்டம்
10. ரதம்
11. கணம்

என்பனவாகும்.

மாணவன்: இவற்றை எப்படிச் சொல்ல வேண்டும்?

குரு: அவை இரண்டு வகைப்படும். அவற்றைப் பிரகுருதி மற்றும் விக்ருதி என்று இரண்டு வகையாகச் சொல்லலாம்.

ப்ரகிருதி பாடமுறை: வேதத்தை வரிசை மாறாமல் அப்படியே நேராகச் சொல்லும் 'வாக்கியம்' 'பதம்' 'கிரமம்' ஆகிய மூன்று பாட முறைகள் 'ப்ரகுருதி' என்று அழைக்கப்படுகின்றன. ப்ரகுருதி முறையில் வாக்கியம், பதம், கிரமம் பாடம் செய்யப்டுகின்றன. இவற்றில் வேத பாடங்கள் வரிசை மாறாமல் சொற்கள் நேராக அப்படியே சொல்லப்படுகின்றன.

விக்ருதி பாடமுறை: 'ஜடா' முதல் 'கணம்' வரையிலான எட்டு பாட முறைகள் வரிசை கிரமம் மாற்றிச் சொல்லும் பாடமுறைகள் 'விக்ருதி' என்று பிரிக்கப்படுகின்றன. விக்ருதி முறையில் ஜடா முதல் கணம் வரையிலான எட்டு வேத பாட முறைகளில் வேதங்கள் பாடல்களில் கோக்கப்பட்டும், பிரிக்கப்பட்டும், வரிசை மாற்றியும் சொல்லப்பட்டு மனனம் செய்யப்படுகின்றது. உதாரணமாக 'ஜடா' பாட முறையில் வார்த்தைகள் பின்வரும் விதத்தில் சொல்லப்படுகின்றன. 1, 2,

3, 4, 5 என்ற வரிசைக் கிரமமான வார்த்தைகள் 1,2; 2,1; 1,2; /2,3; 3,2; 2,3; /3,4; 4,3; 3,4; / என்று முன்னும் பின்னுமாகக் கோர்த்துச் சொல்லுவார்கள். கடைசியான 'கணம் பாடமுறை' எட்டு வார்த்தைகள் வரை மாற்றி மாற்றிப் பின்னிப் பிணைத்துச் சொல்வதாகும். மிகவும் கடினமானது. இந்த முறையில் 'பாடமுறை' பயிற்சி பெற்று வேதம் சொல்லுபவர்களைக் கணபாடிகள் என்று அழைப்பார்கள்.

கணம் என்ற கடினமான பாடமுறை கற்று வேதம் சொல்பவர்களை* 'மனிதக் கம்ப்யூட்டர்கள் என்றே அழைக்கலாம். அவர்களது நினைவாற்றல் அதிசயத்தக்கது. 'கணம் பாடிகள்' என்ற பெயர் திரிந்து 'கனபாடிகள்' என்று ஆகிவிட்டது. இதை அறியாமல் நாம் கன பாடிகள்' என்றால் பருத்த உருவம் கொண்ட குண்டானவன் என்று கேலி செய்கிறோம். இது மிகவும் வருந்தத்தக்கது.

மாணவன்: இந்தக் கடினமான முறையில் வேதங்களைக் கற்றுக் காப்பாற்றித் திரும்பக் கற்றுத் தந்து என்று இன்று வரை வேதங்களைக் காப்பது என்றால் அது ஒருவரின் வாழ்க்கையையே முழுவதும் இதற்காகவே செலவழிக்க வேண்டியதிருக்குமே?

குரு: ஆமாம். உலக நன்மைக்காக 'வேத சம்ரஷணம்' வேதங்களைக் காப்பது; என்பது ஒரு முழு வாழ்க்கைப் பணி. அதனால்தான் பழைய கால 'வர்ணாஸ்ரமம்' என்ற பிரிவு முறையில் பிராமணர்கள் என்ற அந்தண வகுப்பாருக்கு வேதம் கற்றல், காத்தல், கற்பித்தல் என்ற வாழ்க்கைப் பணி மட்டும்தான் தரப்பட்டது. அவர்கள் உயிர்வாழ மற்றவர்கள் போல உடலால் உழைத்துப் பொருள் சேர்க்க, நேரத்தை வீணாக்காமல் இருக்க அவர்களுக்குத் தேவையான உணவு, பொருள், உடை முதலியவற்றை மற்ற வகுப்பினர் தந்து வேதங்களைக் காக்கும் கடமையில் உதவினார்கள். அவர்கள் வேதங்களைக் காத்தது தங்களுக்காக மட்டுமல்ல. உலகத்தாரின் நன்மைக்காக. அவர்கள் வேதங்கள் ஓதுவது, யாகங்கள் செய்வது, நற்போதனை செய்வது சாமான்ய உலக வாழ்விலிருந்து விலகி இருந்து வேதத்தைக் கற்பது, அதைப் பாதுகாப்பது, பிறருக்குக் கற்பிப்பது என்ற வாழ்க்கை நெறியைப் பின்பற்றினார்கள். அந்தணர்கள் மட்டுமல்லாமல் மற்றப் பிரிவினரும் வேதம் கற்றனர். வேதம் சொல்வோருக்கு முன்னாளில்

* காஞ்சிமாமுனிவர் மஹாஸ்வாமிகளின் அருள்வாக்கு

இந்து மதம் ஓர் அற்புதம்

அரசர்கள் நிலங்களையும், கிராமங்களையும் வரி தரத் தேவை யில்லாத 'இறையிலி' நிவந்தங்களாக* தானம் தந்து வேதங்களைக் காத்தனர். ஆனால் இன்று அந்தண வகுப்பார் வேதத்தைக் காக்கும் கடமையை விட்டுவிட நேர்ந்துள்ளது வருந்தத்தக்கது.

இப்போது உள்ளதுபோல் ஒலி நயங்களைப் பதிவு செய்து வைக்க அப்போது டேப் ரிக்கார்டுகள் இல்லை. 'வேத வித்துக்கள்' என்று அழைக்கப்பட்ட அந்தணர்களே மனித டேப் ரிக்கார்டுகளாக நன்மை செய்யும் வேதங்களை நினைவில் பதிவு செய்து தூய்மை கெடாமல் இன்றுவரை காப்பாற்றித் தந்திருக்கிறார்கள். அவர்கள் பணி மகத்தானது. நம் இந்து சமுதாயம் இந்த வேதங்களைக் காத்துத் தந்தவர்களுக்கு மிகக் கடமைப்பட்டுள்ளது.

மாணவன்: நான் இதுவரை 'வேத கோஷம்' என்று வேதம் ஓதுதலை ஏதோ புரியாத பொருளில்லாத 'பிதற்றல்' என்று நினைத்திருந்தேன். இன்றுதான் வேதங்கள், அவற்றின் பயன்கள் பற்றித் தெரிந்து கொண்டேன். இந்துக்களின் வேத நம்பிக்கை எவ்வளவு அர்த்தமுள்ளது என்பதைப் புரிந்து கொண்டேன். இதுவரை இந்த உண்மையை அறியாமலிருந்த என் அறியாமையை நினைத்து வெட்கப்படுகின்றேன்.

குரு: நீயாவது வெறும் பிதற்றல் என்று மட்டுமே நினைத்தாய். ஆனால் தங்களைப் பகுத்தறிவுவாதிகள் என்று சொல்லிக் கொள்ளும் சிலர் வேதங்களையும் வேதம் ஓதுதலையும் இழிவாக நினைத்துத் 'தவளை' 'சத்தம்' என்றும் வேதம் ஓதுபவர்களை தப்பளை (தவளை) சத்தம் போடுகிறது' என்றும் நக்கலாகக் கேலி பேசுகிறார்கள். இவர்கள் விஞ்ஞானமும் தெரியாத மெய்ஞானமும் புரியாத, 'மேதாவிகள்' ஆனால் இவர்களது தவறான பிரசாரம் இரண்டு தலைமுறைகளைக் கெடுத்து வழி தவற வகை செய்து விட்டது.

இன்று நாத்திகப் பிரசாரம் செய்பவர்கள் தவறாக, "வேதம் வடமொழி, அது தமிழுக்கு எதிரானது" என்ற பிரசாரம் செய்கிறார்கள். எந்த உலக மொழியிலும் எழுதப்படாத வேதம் எப்படி ஒரு மொழிக்கு சொந்தமாகும்? வேதம் 'உலகப் பொதுமறை' ஆகும். யாவருக்கும் வேதங்கள் சொந்தம்.

---

* காஞ்சிமாமுனிவர் மஹாஸ்வாமிகள் உபதேச அருள்வாக்கு

ஆனால், அவர்கள் செய்யும் நாத்திகப் பிரசாரம் கூட உறுதியான கொள்கைப் பிடிப்பினால் செய்யப்படவில்லை. அவர்கள் செய்வது வெறும் வியாபாரம். செல்வம் சேர்க்கவும், சொத்து சுகம் சேரவும், பதவி கிடைக்கவும் செய்யப்படும் சுய லாப தந்திரம். தங்கள் தனி வாழ்வில் ரகசியமாக சமய வாழ்வைப் பின்பற்றும் இவர்கள் பொது வாழ்வில் நாத்திக வேஷம் போடுகிறார்கள். அவர்களது சுயரூபம் மக்களுக்குப் புரிய ஆரம்பித்து விட்டது. குப்பையைப் போல் ஒருநாள் இவர்களும் மூலையில் ஒதுக்கித் தள்ளப்படுவார்கள்.

மாணவன்: நீங்கள் சொல்வது உண்மைதான். எப்போதுமே மக்களை முட்டாள்களாக நினைத்து ஏமாற்றிக் கொண்டிருக்க முடியாது. பல ஆபத்துக்களைச் சந்தித்து அதிலிருந்து வெற்றிகரமாக மீண்ட இந்துக்கள் இந்தப் புரட்டர்களையும் தோற்கடித்து தங்கள் இந்து மதத்தின் பெருமையை நிலைநாட்டுவார்கள் என்பது நிச்சயம்.

குரு: நான் இனி நான்கு வேதங்கள்,* அவற்றின் பிரிவுகள் அவற்றின் உபயோகம் முதலியவை பற்றிச் சுருக்கமாகச் சொல்கிறேன்.

ருக்வேதம்: முதலில் தோன்றிய ருக் வேதத்தில் இப்போது 1028 பாடல்கள் நம்மிடம் உள்ளது. அவற்றைச் 'சூக்தம்' என்பார்கள். வேத காலக் கடவுளர்களாக இந்திரன், அக்னி, பிராஜபதி, அர்யமான், வாயு இவர்களைக் குறித்துப் பாடப்பட்ட தோந்திரப் பாடல்கள், மந்திரப் பாடல்கள், யக்ஞங்கள் இவற்றின் தொகுப்பு ருக் வேதம் ஆகும்.

யஜுர் வேதம்: இரண்டாவதாக தோன்றியது யஜுர் வேதம். ஒரு விதத்தில் இது ருக் வேதத்தின் தொடர்ச்சியாகும். இதில் ஹோமம், யாகம், யக்ஞம், பலியிடுதல் முதலிய விவரங்கள் உள்ளன.

சாம வேதம்: சாம வேதம் மூன்றாவதாகத் தோன்றியது. இதில் 1549 பாடல்கள் நம்மிடம் உள்ளன. இதைச் 'சாம கானம்' என்றும் சொல்வார்கள். இனிமையான இசையோடு ஒலிக்கும் சாம கானம் கேட்பவர் மனத்தைக் கவரும்.

அதர்வண வேதம்: இதில் மந்திரப் பிரயோகங்கள் அதிகம். இறைவன், கடவுளர்களின் தோத்திரப் பாடல்களுடன் மிகவும் தீய

* உபநிஷத் மஹாத்மியம் (1)

விளைவுகளைத் தரும் துர்தேவதைகளைக் குறித்த மந்திரங்களும் இவற்றில் உள்ளன. ஆகையால்தான் அதர்வணவேதம் தீயவர்கள் கையில் சிக்கக் கூடாது என்று கட்டுப்பாட்டுடன் காக்கப்படுகிறது. இது தவிர பொறியியல், மருத்துவம் போன்றவை பற்றியும் இந்த வேதம் விவரங்கள் தருகிறது.

முதல் மூன்று வேதங்களும் மூன்றுவித தொழில்கள் மற்றும் ஜகத்தில் மூன்று நிலைகளுக்கு பயன்தருபவை.*

1. ருக்வேதம் – உலகம் – 'ஸ்துபதிரா' – 'இறைவன் புகழ்'பாட

2. யஜுர் வேதம் – அந்தரிஷம் – 'க்ரியாபரா' – யஞ்யம் போன்ற கிரியைகள்.

3. ஸாமவேதம் – பிரம்ம லோகம் – 'ஞான பரா' – ஞானத்தைப் புகட்ட.

இந்த வேதங்களைச் சரியாகத் தொடுத்து இப்போது வழக்கில் இருக்கும் 108 சாகைப் (கிளைகள்) பிரிவுகளாக மகரிஷி வியாசர் தொகுத்தார். அதனால்தான் 'வேதம் தந்த வியாசர்' என்ற பெருமை அவருக்குத் தரப்படுகிறது. இந்த நான்கு வேதங்கள் தவிர வேறு சில வித்யாஸ்தானம் (கல்வி முறை) எனப்படும் துறைகளுக்கும் வேதம் என்று பெயர் சேர்த்துச் சொல்லப்படுகிறது. உதாரணமாகப் போர்க்கலையான தனுர்வேதம், மருத்துவக் கலையான ஆயுர் வேதம். இவற்றை மேற்கண்ட நான்கு வேதங்களுடன் சேர்த்துக் குழப்பிக் கொள்ளக் கூடாது. அவை வேறு, வேதங்கள் வேறு.

மாணவன்: வேதத்தின் பிரிவுகள் யாவை? அவை எவ்வாறு வகைப்படுத்தப்பட்டுள்ளன?

குரு: இது மிகவும் விரிவான பகுதி ஆகும். அவற்றைச் சொன்னால் நீ புரிந்து கொள்வதும் கடினம். நான் பொதுப்படையாக வகைப்படுத்தப்பட்டுள்ள பிரிவு முறைகளை மட்டும் சொல்கிறேன். நீ விரிவாக தெரிந்து கொள்ள விரும்பினால் முறையாகப் பயின்றுதான் அறிய வேண்டும்.

உட்கருத்துக்கள்: அவற்றின் பயன், பிரயோகம், உபயோகம் இவற்றைக் கருத்திற் கொண்டு வேதங்கள் ஒவ்வொன்றும் நான்காக வகைப்படுத்தப்பட்டுள்ளன. அவை.

---

* பிரச்னோபநிஷத்

1. சம்ஹிதை: கடவுளர்கள் குறித்த தோத்திரம் மற்றும் மந்திரங்கள், பாடல்கள் பிரிவு இது. இது 10170 பாடல்களைக் கொண்டது.

2. பிராம்மணம்: வைதீகக் கர்மங்கள், யாகம், யக்ஞம் மற்றும் பலிகள் பற்றிய விளக்கப் பிரிவு. யாகங்கள் ஐந்து வகைப்படும். அவை பிரம்மம், தெய்வம், பூதம், பிதிர், மானுடம் என்பவையாகும்.

3. ஆரண்யகம்: மந்திரங்கள் மற்றும் கிரியைகள் (சடங்குகள்) விளக்கப்பிரிவு.

4. உபநிஷதங்கள்: தத்துவம் எனப்படும் கொள்கை விளக்கங்கள். ஆத்மா, கடவுள், உலகம், ஆன்மீகம், ஆத்மசிந்தனை முதலியவைகளின் உட்பொருட்களைச் சுருக்கமாகச் சொல்லும் பிரிவு. உபநிஷதம் என்றால் 'அருகில் அமர்வது' என்று பொருள். குருவின் அருகில் சிஷ்யர்கள் அமர்ந்து கேட்ட தத்துவ விளக்கங்களே 'உபநிஷதங்கள்' எனப்படுகின்றன.

மாணவன்: வேறு எந்த முறையிலாவது வேதங்கள் வகைப்படுத்தப்படுகின்றனவா?

குரு: வேதங்களின் பயன் அவற்றின் அனுஷ்டானம் (பயிற்சி முறை) இவற்றை அடிப்படையாகக் கொண்டு வேதங்களை மூன்று விதமாகப் பிரிக்கலாம். அவை:

1. கர்மகாண்டம்: தனி மனிதனுக்கும், சமூகத்துக்கும் தேவையான பலன்களைப் பெறுவதற்காகச் செய்யப்படும் வேள்விகள், பலி யாகங்கள், யாகம், சடங்குகள், கிரியைகள் இவற்றை விளக்கும் பிரிவு. இவை மேலுலகங்களில் வசிக்கும் தேவர்களான இந்திரன், வருணன், பிராஜபதி முதலியவர்களையும் மற்ற கடவுளர்களையும் குறித்து செய்யப்படுகின்றன.

3. ஞானகாண்டம்: இது இந்துமதத் தத்துவங்களைக் கூறும் பகுதி. மெய்ஞானம் மற்றும் தத்துவ ஆராய்ச்சிகள் விளக்கங்கள், கோட்பாடுகள், விதிகள், விவாதங்கள் முதலியவற்றை அறியலாம்.

மாணவன்: இந்த வேதங்களால் மனிதன் பெறும் பயன் என்ன?

குரு: மனிதர்கள் உலக வாழ்வினால் பெறக்கூடிய சிறந்த பயன்கள் 'புருஷார்த்தங்கள்' எனப்படும். அவை நான்கு ஆகும்.

இந்து மதம் ஓர் அற்புதம்

1. தர்மம் (அறம்)
2. அர்த்தம் (பொருள்)
3. காமம் (இன்பம்)
4. மோட்சம் (வீடு)

உலகியல் வாழ்வுக்குப் பொருளும் இன்பமும் வேண்டும். அவற்றைத் தர்ம வழியில் பெற்று மனிதன் தன் கடமைகளைச் சரிவரச் செய்து வீடு பேறு (மோட்சம்) அடைய வேதங்கள் வழிகாட்டுகின்றன.

பொருள் என்ற செல்வம்; தானியங்கள், கால்நடை, மரங்கள், தாவரங்கள் காடுகள் மூலம் கிடைக்கும். இவை வளரவும், பெருகவும் மழை மற்றும் இதர இயற்கை சக்திகளின் துணை தேவை. அந்தச் சக்திகளைக் கட்டுப்படுத்தி நமக்கு வழங்குபவர்கள் வானுலகத்துத் தேவர்கள் அவர்களுக்கு உணவு மனிதர்கள் யாகம் யக்ஞம் செய்து அக்னியில் சொரியும் 'ஹவிஸ்' ஆகும்.

அதனால் உணவு பெறும் தேவர்கள் நமக்கு மழை பெய்விக்கச் செய்து தானியங்கள், கால்நடைகள், தாவரங்களைப் பெருகச் செய்து உதவுகிறார்கள். மனிதர்களும் தேவர்களும் ஒருவருக்கொருவர் அவரவர்க்குத் தேவையானதைத் தந்து வாழ்கிறார்கள். பொருள்தரும் இந்த யாகம் யக்ஞம் முதலியவற்றை எப்படிச் செய்யவேண்டும் என்பதை வேதங்கள் சொல்கின்றன. மனிதன் உலகியல் வாழ்வு என்று ஒரு பெண்ணைத் தர்மபத்தினியாக ஏற்று மாடு, மனை, புகழ், செல்வம், சந்ததி, இன்பங்கள், போகங்கள் பெற்று வாழ்வது காமம் எனப்படுகிறது.

செல்வத்தையும் உலக இன்பங்களையும் மற்றவர் உரிமைகளைப் பறிக்கா வண்ணம் தர்ம வழியில் அவற்றைச் சேகரிக்கவும், செல்வத்தைக் கொண்டு கர்மவினைகளைக் கடந்து புண்ணியம் சேர்க்கும் வழியை வேதங்கள் சொல்கின்றன.

இவ்வுலக வாழ்வு நீங்கி இறந்தபின் மறுஉலகில் மனிதன் நரகத்தில் உழலாமல் சுவர்க்க வாழ்வைப் பெறவும், ஆன்ம சக்தி பெற்றுக் கடவுளை அடைந்து மீண்டும் பிறவா மோக்ஷம் (வீடு) பெறவும் வேதங்கள் வழியைச் சொல்கின்றன.

உலக வாழ்வை வெறுத்துத் துறவு பூண்டு 'மோக்ஷம்' வேண்டி வாழ்பவர்கள் மற்றும் ஞானமார்க்கமாகிய வேதாந்த மார்க்கத்தில்

இறை நிலையையுணர முயல்பவர்கள் இவர்களுக்கு வேதத்தினால் எந்தப் பயனும் இல்லை. வேத வாழ்க்கை அவர்களுக்கு விதிக்கப்படவில்லை. ஏனென்றால் புருஷார்த்தங்களான தர்ம, அர்த்த காம மோக்ஷம் என்ற உலகியலில் வாழ்பவனுக்கு வேதங்களாற் பயனுண்டு.*

(i) முண்டகோபநிஷத் (3:2:35) (ii) சாந்தோக்யோபநிஷத் (6:11:2) "ஞானமடைந்தவனுக்கு பலன் கொடுக்க ஆரம்பித்த பிராப்த கர்மம் ஒன்றே நிலைக்கும் பலனைத்தராத சான்சித கர்மம் (மிச்சமிருப்பது) அழிந்துவிடும் காமமில்லாதவனுக்கு வேண்டுதல் வேண்டாமை இல்லை ஆகையால் வேதத்தினால் பயனுமில்லை. சாந்தியோக்யோ பிரிவு (6:11,2) (iii) அமிருத பிந்து உபநிஷத் (18) புத்தியிற் சிறந்தவன் அறிவிலும் அனுபவத்திலும் சித்தத்தை வைத்து நூற்களை அறவே தள்ளிவிட வேண்டும்.

12. இந்துக்களின் நம்பிக்கை
II. வேதங்கள் – உபநிஷதங்கள்

மாணவன்: வேதங்களின் பெருமை 'உபநிஷதங்கள்' என்று கேள்விப்பட்டிருக்கிறேன். இந்த உபநிஷதங்கள் என்ற தத்துவப் பிரிவைப் பற்றிச் சொல்ல வேண்டும்.

குரு: உபநிஷதங்களின் தத்துவப் பிரிவே பின்னாளில் வேதாந்தம்: வேதா – வேதத்தின்; அந்தம் – முடிவு; வேதங்களின் முடிவு என்று வந்தன. வேதாந்தங்களின் பெருமையை உலகமே வியந்து போற்றுகிறது. "உபநிஷதங்கள், அஞ்ஞான இருளிலிருந்து மீள உலகிற்கு இந்தியா உயர்த்திப் பிடித்த 'ஒளிவிளக்கு' என்று விவேகானந்தர் போற்றியிருக்கிறார்.

உபநிஷதங்கள் பொதுவான உலக வாழ்வில் வாழ்ந்துகொண்டே எல்லாவற்றிற்கும் முதலும் ஆதாரமுமாகிய 'பிரும்மம்' எனும் கடவுட் தன்மையை அறிந்து கொள்ளவும். அந்த பிரும்மம் பற்றிய ஞானம் பெற்று 'சிரேயஸ்' எனப்படும். ஞானச் செல்வத்தை அடையும் வழியைச் சொல்கின்றன. முண்டோக உபநிஷத்தில்* உள்ள இந்தப் பாடல் உபநிஷதங்களின் நோக்கத்தைச் சுருக்கமாகச் சொல்கிறது. "ஓம்கார பிரணவமே வில் (ஜீவனாகிய) ஆத்மாவே அம்பு; பிரம்மமே அதன் குறி பிரம்மஞானம் பெற பிரணவத்தில்

---

* முண்டகோபநிஷத் (2:2:3)

ஆன்மாவை (தியானத்தால்) நாணேற்றி ஒருமித்த சித்தத்தால் அதை இழுத்து எய்தல் வேண்டும்."

நூற்றுக்கும் மேலான உபநிடதங்கள் உள்ளன. அவற்றில் மிகவும் முக்கியமானவை சிறந்தவை என்று கருதப்படுபவை 12 ஆகும். அவை முறையே:

1. ஈசாவாஸ்யோபநிஷத்
2. கேனோபநிஷத்
3. கடோபநிஷத்
4. ப்ரச்னோபநிஷத்
5. முண்டகோபநிஷத்
6. மாண்டூக்யோபநிஷத்
7. தைத்ரியபனிஷத்
8. ஐதரேயோபநிஷத்
9. சாந்தோக்கியோபநிஷத்
10. பிருஹதாரணியகோபநிஷத்
11. ஸ்வேதாஸ்வதாரபனிஷத்
12. கவுஸ்தகி பனிஷத்

உபநிஷதங்கள் இந்து மதத்தின் கொள்கையை விளக்கும் தத்துவப் பிரிவுகள். இவற்றில் தசோபனிஷத் என்று முதல் பத்து உபநிஷத்துக்கள் மிகவும் முக்கியமானவை. இந்து மத ஆசாரியர்களாலும், கல்விமான்களாலும் இவற்றிற்கு விரிவுரை (பாஷ்யம்) செய்யப்பட்டுள்ளது. சுருக்கமாக தசோபநிஷதங்களின் விவரங்களைச் சொல்கிறேன்.

1. ஈசாவாஸ்யோபநிஷத்: ஈசாவாஸ்யோபநிஷத் எனப்படும் இது சுக்ல யஜூர் வேதத்தைச் சார்ந்தது. 'ஈசாவாஸ்யம்' என்று முதல் சொல் அமைந்திருப்பதால் இதற்கு ஈசாவாஸ்யோபநிஷத் என்ற பெயர் வந்தது. இதில் இறைவன் உலகம் முழுவதும் பரவி இருக்கிறான். மனிதன் செய்யும் கர்மங்கள் இறைவன் பொருட்டே என்று அர்ப்பித்து ஆண்டவனை அடைய வழி சொல்லியிருக்கிறது.

2. கேனோபநிஷத்: இது ஸாம வேதத்தில் வருகிறது. கேன எனும் வார்த்தையில் தொடங்குவதால் கேனோபநிஷத் என்றழைக்கப் படுகின்றது. இதில் ஆத்மாவின் விளக்கம் தர முயற்சி

செய்யப்பட்டிருக்கிறது; தன்னைத் தானே; ஆத்மாவினால் ஆத்மாவை அறிவதே 'ஞானம்' என்று சொல்லப்பட்டிருக்கிறது. அகம்பாவம் பிடித்தலைந்த தேவேந்திரன் மற்ற தேவர்கள், பரம்பொருளை, பிரும்மமாக அறிந்து கொள்ள முடியாத போது, மஹாசக்தியாகிய பார்வதி தேவேந்திரனுக்கு உபதேசம் செய்து பிரும்ம ஞானத்தைப் புகட்டிக் காட்டிய விவரமும் இதில் வருகிறது.

3. கடோபநிஷத்: கிருஷ்ண யஜுர் வேதத்தில் வருவது இது. அதன் 'கட' சாகையைச் சேர்ந்ததாதலால் கடோபநிஷத் என்று பெயர். மனிதன் இறந்தபின் அவன் ஜீவனின் நிலைபற்றி யமதர்மராஜன் நசிகேதனுக்கு உபதேசித்த பகுதி இதில் வருகிறது. கடோபநிஷத்தின் கருத்துக்கள் கீதையில் நிறைய பயன்படுத்தப்பட்டுள்ளன. இதில் ஆத்மாவை உணர வழிகள், ஜீவனின் உடலின், சம்பந்தம் முதலியவை பற்றி வரும் கருத்துக்கள் கீதையிலும் காணப்படுகின்றன. கடோபநிஷத்தில் வரும் 'ஜீவன் என்ற பயணிக்கு உடம்பு தேர், புத்தி தேர் ஓட்டும் சாரதி, மனது என்பது கடிவாளம், இந்திரியங்கள் குதிரைகள் என்ற ஜீவனின் வாழ்க்கைப் பயணம்' பற்றிய உபமானம் மிகவும் பிரசித்தமானது ஆகும்.*

4. ப்ரச்னோபநிஷத்: அதர்வண வேதத்தில் ப்ரச்னோபநிஷத் வருகிறது இதில் ஆறு கேள்விகள் (ப்ரச்னங்கள்) கேட்கப்பட்டு இருப்பதால் ப்ரச்னோபநிஷத் என்ற பெயர் வந்தது. இதில் உலகம் ஜீவன் இறைவன் பற்றிய ஆறு கேள்விகளுக்கு (ப்ரச்னங்களுக்கு) விடை தரப்பட்டிருக்கிறது. (1) மனிதர்கள் உருவானது எவ்விதம் (2) அவர்களைக் காக்கிற தேவதைகள் யார். (3) பிராணன் உடலில் எவ்வாறு வாழ்கிறது. (4) மனிதனின் விழிப்பு நிலை, தூக்க நிலை, ஸ்வப்ன நிலை பற்றிய விளக்கங்கள், (5) ஓம்காரம் என்பதின் உபாசனை எவ்விதம் செய்வது, பலன் என்ன, (6) இறைவனுக்கும் (புருஷன்) மனிதனுக்கு (ஜீவனுக்கும்) என்ன சம்பந்தம் போன்றவை விளக்கப்பட்டுள்ளன.

5. முண்டகோபநிஷத்: அதர்வண வேதத்தில் வருவது இது. முண்டகம் என்றால் மொட்டைத் தலை என்று பொருள் தலையை மழித்து வைராக்கிய வாழ்வு வாழ்பவர்கள் சிறப்பாகப் பயில்வது ஆகையால் 'முண்டகோபநிஷத்' என்று பெயர் பாரதத்தின் அரசாங்கச்

(i) கடோபநிஷத் (3:38) (ii) கீதை (18:61)

சின்னமான மூன்று சிங்கங்களுக்கு கீழே பொறிக்கப்பட்ட 'சத்யமேவ ஜயதே' (வாய்மையே வெல்லும்) என்னும் வாக்கியம் முண்டகோப நிஷத்திலிருந்து எடுக்கப்பட்டது. இந்த உபநிஷத்தை உலகத்தைத் துறந்து துறவிகளாக வாழ்பவர்கள் சிறப்பாகப் பயில்கிறார்கள். இதில் இந்த மனித உடலை 'பிட்பல' மரமாகவும் அதில் வாழும் இரண்டு பறவைகளாக ஜீவாத்மாவும், பரமாத்மாவும் இருப்பதாகவும், உலக வாழ்வு மற்றும் கர்மபலன் என்ற பழத்தை ஜீவாத்மா என்ற பறவை மட்டும் உண்பதாகவும், இறைவனாகிய பரமாத்மா என்ற பறவை அதை வெறும் சாட்சியாகப் பார்த்துக் கொண்டிருப்பதாகவும் உருவகக் கதை வருகிறது.

ஒலியை அடிப்படையாகக் கொண்ட ஓம்காரத்தின் (அக்ஷர பிரம்மம்) அழிவில்லாத தன்மையையும் அதன் வழியாக முக்தியை அடையும் வழியையும் முண்டகோபநிஷத் சொல்கிறது. ஆறு பாகங்களைக் கொண்ட இது மூன்று பகுதிகளாக (முண்டகம்) இருக்கிறது முதற் பகுதி 'பர'வித்தை பிரும்மஞானம் எனப்படும் விளக்கத்தையும் 'அபர' விந்தை எனும் நான்கு வேதங்கள் பற்றிய விளக்கத்தையும் சொல்கிறது. இரண்டாம் பகுதி பிரும்மம்', பிரபஞ்ச சம்பந்தம், பிரும்மத்தை அடையும் வழி இவற்றைச் சொல்கிறது மூன்றாவது பகுதி பிரம்மஞானி மற்றும் ஞானம் பற்றிச் சொல்கிறது.

6. மாண்டுக்யோபநிஷத்: இதுவும் அதர்வண வேதத்தின் பகுதிதான். 'மாண்டூகம்' என்றால் தவளை. வருணபகவான் இந்த உபநிஷத்துக்கு ரிஷியான மாண்டுகரிஷியாவார். பன்னிரண்டே மந்திரங்கள் உள்ள இது மிகவும் சிறிய உபநிஷதாகும். ஆனால் மிகப் பெருமை பெற்றது. இதில் ஆத்மாவளி எனப்படும் (துரியம்) நிலையை ஆன்மீக வழியில் பற்றுள்ளவர்கள் சுலபமாக அடைய 'ஓம்' எனும் அக்ஷர உபாசனையால் முடியும் என்று விவரித்திருக்கிறது. சாதாரணமாகச் சாதகன் விழிப்பு நிலை (ஜாக்கிரமம்) கனவு நிலை (ஸ்வப்னம்) ஆழ்ந்த தூக்க நிலை (ஸுஷுப்தி) இவற்றைப் படிப்படியாகக் கடந்தே ஆன்ம வெளியான துரீய நிலையை அடைய முடியும் என்பது விளக்கப்பட்டுள்ளது.

7. தைத்ரீய உபநிஷத்: யஜுர் வேதப் பிரிவான இது 'சீஷாவல்லி', 'ஆனந்தவல்லி', 'பிருகுவல்லி' என்ற மூன்று பாகங்களைக் கொண்டது. இதில் கர்மானுஷ்டான மந்திரங்கள் அதிகம் சொல்லப்பட்டிருக் கின்றன. முதற் பிரிவான சீஷாவல்லி, மாணவனுக்குக் குரு உபதேசம்

செய்யும் பல பாடல்களைக் கொண்டது. ஆனந்தவல்லியில், முன்பு மனித உடலில் 'ஐந்து கோசங்கள்' என்ற பஞ்ச கோசங்களைப் பற்றி நான் சொன்னேனே அதைப்பற்றிய விவரம் தரப்பட்டுள்ளது. பிருகுவல்லி என்ற மூன்றாவது பிரிவு ஆன்மநிலை உயர்வில் ஆனந்த மயகோசத்தில் ஆத்ம தரிசனம் பெறும் முறையை வருணபகவான் தன் மகனான பிருகுவுக்குப் படிப்படியாக கற்றுத்தந்தது சொல்லப் பட்டிருக்கிறது.

தைத்ரியம் என்றால் ஒருவிதப் பறவை. யாக்யவல்கிய ரிஷி தன் குருவான வைசம்பாயனரின் கோபத்துக்கு ஆளாகி அவர் கட்டளைப்படி தான் கற்ற சுக்ல யஜுர் வேதத்தை அன்னப் பறவையின் உருவெடுத்துக் கக்கியதை மற்ற சிஷ்யர்கள் தைத்ரிய பறவை ரூபம் கொண்டு விழுங்கி சுக்கிலயஜீர் வேதத்தை அறிந்தார்கள். ஆகையால் அதற்கு தைத்திரிய உபநிஷத் என்ற பெயர் வந்தது.

8. ஐதரேயோபநிஷத்: ருக் வேதத்திலுள்ள இதைச்செய்தவர் ரிஷி மஹிதாஸ ஐதரேயர். இதில் ஒரு ஜீவன் கரு உருவிலே உண்டாவதிலிருந்து பிறப்பது, வளர்வது, இறப்பது, மேலுலகங்களில் வாழ்வது பற்றிய விவரங்கள் தரப்பட்டுள்ளன. ஆத்ம சாதனை வழியில் முக்தி பெறுவது பற்றியும் சொல்லப்பட்டுள்ளது.

9. சாந்தோக்யோபநிஷத்: 'சாந்தோக' என்றால் 'ஸாம கானம் செய்பவன்' என்று பொருள். ஸாமவேதத்தில் சாந்தோக்கிய பிராம்மணத்தைச் சேர்ந்த இந்த உபநிஷித்து சாந்தோக்கியோப நிஷத்து என்று பெயர் பெற்றது மிகவும் விரிவான இது பல ரிஷிகளின் உபதேசங்கள் சேர்ந்ததாகும். இதில் இறைத் தத்துவத்தை உணர பல வித்தை (வழிகள்) சொல்லப்பட்டுள்ளன. அஷி வித்தை, ஆகாச வித்தை, மதுவித்தை, சாண்டில்ய வித்தை, பிராண வித்தை, பஞ்சாக்னி வித்தை, தஹர வித்தை என்று பல வழிகளில் இறைவனை உணர வழிகள் சொல்லப்பட்டுள்ளன.

10. பிருஹதாரணியகோபநிஷத்: யஜுர் வேதம் பகுதியான இது ஆறு பிரிவுகளைக் கொண்ட மிகப் பெரிய உபநிஷதம் ஆகும். இது ஆரணியத்தில் (காட்டில்) படிக்கப்படுவதால் 'பிருஹாதாரணிய கோபநிஷத்' என்ற பெயர் வந்தது. இதன் ஆறு பிரிவுகளும் இரண்டிரண்டாக மூன்று காண்டங்களாகப் பிரிக்கப்பட்டுள்ளது.

'மது காண்டம்' முதலாவது. இதில் ஆத்மவிசாரமும், மனிதனுக்குத் தெரிந்த ஒவ்வொன்றையும் இதுதான் ஆத்மாவா என்று பரிசோதித்து, 'நேதிநேதி' (இல்லை) 'ந இதி' 'இது இல்லை' என்று தள்ளிக் கடைசியில் உண்மையான ஆன்மாவை அறியும் முறை சொல்லப் பட்டிருக்கிறது.

இரண்டாவது 'முனி காண்டம்; பகுதியில் யாக்யவல்கியர் என்ற முனிவர் ஸந்நியாசம் பெறச் சென்றபோது தன் மனைவி மைத்ரேயிக்குச் சொன்ன ஆத்மஞானம் பற்றிய உபதேசங்கள் வருகின்றன. ஜனகராஜன் சபையில், அரூணி மற்றும் கார்க்கி என்ற பெண் ஞானி மற்றும் பலர் யாக்யவல்கியரிடம் செய்த ஆத்ம ஞானம் பற்றிய வாதங்கள் முதலியவை வருகின்றன. கடைசியில் 'கிலகாண்டம்' ஆன்ம சாதகர்கள், தேவர்கள், மனிதர்கள், ராக்ஷசர்கள் பற்றிய விவரங்களைத் தருகிறது. இதில் உலகில் வாழவேண்டிச் செய்யப்படும் யக்ஞும் மற்றும் இல்லறத்தார் செய்ய வேண்டிய சடங்கு (கர்மாக்கள்) பற்றியும் கூட சொல்லியிருக்கிறது.

மாணவன்: மலைப்பாய் இருக்கிறது! சுருக்கமாகத் தாங்கள் உபநிஷத்துக்களைப் பற்றி சொன்னவற்றிலேயே பல உயர்வான கருத்துக்கள் கிடைத்தன. இன்னும் விவரமாய் இந்த உபநிஷத்துக் களைக் கற்க ஆவலாயிருக்கிறது.

குரு: இதெல்லாம் ஓரிரு ஆண்டுகளில் எழுதப்பட்டவை அல்ல. பல ஆயிரக்கணக்கான ஆண்டுகள் பல யோகிகளும், முனிவர்களும், ஞானிகளும், கற்றோரும் ஒவ்வொன்றையும் சோதித்துப் பார்த்து, பிறகு மாறாத சத்யங்களைக் கண்டறிந்து எழுதியவை.

இந்த உபநிஷதங்களை உபதேசித்தவர்கள் ரிஷிகளும், பிராம்மண குலத்தாரும் மட்டுமல்ல, பிரம்ம வித்தையை அறிந்த ரிஷிகளல்லாத அந்தணரல்லாத பலரும் உபதேசம் செய்திருக்கிறார்கள் முனிவர்களும் அந்தணர்களும் அவர்களிடம் அடக்கத்துடன் சென்று, வேண்டி உபநிஷதங்களைக் கேட்டிருக்கிறார்கள். உதாரணமாக அசுவபதி என்ற அரசன் அந்தணருக்குச் சொன்ன உபதேசம் சாந்தோக்யோபநிஷத்தில் இருக்கிறது. தாயின் பெயரையே கோத்திரமாகக் கொண்ட ஜபால சத்யகாமர் உபதேசமும் இதிலிருக்கிறது. கௌதமர் எனும் ரிஷி பிராவஹணர் எனும் அரசனிடம் பெற்ற உபதேசமும் இதிலிருக்கிறது. இதுபோன்று பல உதாரணங்கள் இருக்கின்றன. ஆகையால்

உபநிஷத்துகள் எந்த ஒரு குறிப்பிட்ட வகுப்பாருக்கு மட்டுமே சொந்தமல்ல யாவருக்கும் பொதுவானது.

நம் இந்துக்களின் அரிய சொத்து. இவற்றைக் காத்து நாம் பின்பற்றினால் இவை நம்மைக் காக்கும். இவை எந்தக் காலத்துக்கும் பொருந்தும் சத்தியங்களாகும். இந்த உபநிடதங்களின் நேரடி மொழி பெயர்ப்பு மற்றும் விளக்கங்கள் ஆங்கிலம் மற்றும் தமிழ் மொழியிற் கிடைக்கின்றன. அவற்றைப் படித்து நீ விவரங்கள் அறியலாம்.*

* ஸ்ரீராமகிருஷ்ணமடம் மயிலை சென்னை 108 உபநிஷதங்களையும் தமிழ் உரையுடன் பதிப்பித்திருக்கிறது.

ஸ்மிருதிகள்

13. வேதங்களைச் சார்ந்த நூற்கள்

1. வேதாங்கம்

குரு: நான் இதுவரை இறைவன் அருளால் கிடைத்த என்றுமுள்ள வேதங்களைப் பற்றிச் சொன்னேன். இவை 'ஸ்ருதி'யென்று அழைக்கப்படுகின்றன. 'ஸந்தஸ்' என்ற மொழியிலுள்ள வேதங்களை யாரும் அறிந்துக்கொள்ள விளக்கமாக எழுதப்பட்டவை 'ஸ்மிருதிகள்' என்று அழைக்கப்படும் விளக்க நூற்களாகும். இவை ரிஷிகளால் தங்கள் அறிவின் துணை கொண்டு சமஸ்கிருத மொழியில் எழுதப்பட்டவை. 'ஸ்ருதியான' வேதங்கள் தானாக உண்டானவை; 'ஸ்மிருதியான' விளக்கங்கள், எழுதப்பட்டவை.

மாணவன்: வேதங்கள் ஒலியை/சப்தத்தை அடிப்படையாக கொண்டவை. வேத மொழி 'சந்தஸ்' மொழி இலக்கணத்திலடங்காது. வேதங்கள் மந்திரங்கள் ன்று சொன்னீர்களே அப்படி இருக்கும் போது அவற்றிற்கு விளக்கங்கள் எப்படி எழுத முடியும்?

குரு: நான் வேதங்கள்; மந்திரம், தோத்திரம், கதைப் பாடல்கள் இந்த மூன்றுவிதச் சிறப்புக்களைக் கொண்டவை என்றும் சொன்னேன். அதை நீ மறந்து விட்டாய். (சப்த) ஒலியின் அடிப்படையுடன் பொருளும் கூடிய வார்த்தைகள் அடங்கியது வேதங்கள். அதற்கு இலக்கணமும் உண்டு. ஆனால் இலக்கணம் இருந்தே ஆக

வேண்டும் என்ற மற்ற மொழிகளின் கட்டுப்பாடு வேதங்களுக்கு இல்லை. மந்திரங்கள் என்ற வகையில் இலக்கணம் தேவையில்லை. ஆனால் தோத்திரம், கதைப்பாடல்கள் என்பதால் இலக்கணமும் கொண்டவையாகும்.

மாணவன்: இப்போது புரிந்து கொண்டேன். வேதங்கள் ஓதிப் பயன் பெறுவது போல அவற்றை ஆராய்ச்சி செய்தும் பயன் பெறும் வகையில் வேதங்கள் உள்ளன. அத்தகைய ஆராய்ச்சி விளக்கங்களே ஸ்மிருதிகள். சரிதானே?

குரு: சரிதான். இனி மேலே சொல்கிறேன் கேள். வேதம் சார்ந்த நூற்களில்; ஸ்மிருதிகளில் வேதாங்கங்களான தர்ஸனங்கள், வேத உபாங்கங்கள், உபவேதங்கள் மற்றும் ஆகமங்கள் ஆகியவை முக்கிய நூல்களாகும்.

வேதாங்கங்கள்: வேதாங்கங்கள் ஆறு ஆகும். வேத அங்கம்; வேதத்தில் உடல் என்று பொருள்படும். இவை வேதங்களைக் கற்கும் முறை மற்றும் விளக்கங்களை விரிவாகச் சொல்கின்றன. வேதத்தை மனிதனாக உருவகப்படுத்தினால்,

1. சிஷை – எழுத்திலக்கணம் – வேதத்தின் மூக்கு
2. வியாகரணம் – சொல்லிலக்கணம் – வேதத்தின் வாய்
3. திருக்தம் – அகராதி – வேதத்தின் காதுகள்
4. கல்பம் – கர்மானுஷ்டானம் – வேதத்தின் கைகள்
5. சந்தஸ் – பாவிலக்கணம் – வேதத்தின் பாதங்கள்
6. ஜ்யோதிஷம் – சோதிடம் – வேதத்தின் கண்கள்

1. சிஷை: வேதங்களின் ஒவ்வொரு எழுத்தையும் சரியாக உச்சரிக்கும் முறை பற்றிச் சொல்வது சிஷை. உச்சரிக்கும் முறையைச் சொல்லும் (Phonetics) சிஷை முறைப்படி வயிற்றிலிருந்து எழும்பும் காற்றானது சப்தம் எழும் கண்டம், நாசி, மேலண்ணம் என்று எந்த இடத்தின் மூலம் செல்வதால் எந்த ஒலி எழும்பும் என்பதைச் சொல்லி யிருக்கிறது. உடலுக்கு மூச்சுவிட மூக்கு பிரதானமாவது போல வேத பாடங்களின் உச்சரிப்பைச் சொல்லும், எழுத்திலக்கணமாக அமைகிறது.

2. வியாகரணம்: வேதத்திற்கு வாய் போன்று இருப்பது வியாகரணம் எனும் எழுத்திலக்கணம். பதஞ்சலி, பாணினி, வரருசி என்ற

மூவர் வேத வியாகரணம் செய்திருக்கிறார்கள். பாணினி செய்த வியாகரணமே வழக்கில் இருக்கிறது. பதஞ்சலியின் வியாகரண பாஷ்யத்துக்கு 'மஹாபாஷ்யம்' என்ற சிறப்புப் பெயருண்டு. வியாகரணம் என்ற இலக்கணம் 'சூத்ரங்கள்' என்ற சுருக்கமான சில வரிகளில் எழுதப்பட்டு பின் அதற்கு விளக்க பாஷ்யங்கள் எழுதப்பட்டுள்ளன. இலக்கணத்துக்கு அடிப்படை நடராஜ பெருமான் வாசிக்கும் உடுக்கின் ஒலியிலிருந்து உண்டான பதினான்கு எழுத்துக் கோவைகள் ஆகும். அவற்றிற்கு 'மஹேசுவர சூத்திரங்கள்' என்று பெயர். பாணினி இவற்றை அடிப்படையாக வைத்தே இலக்கணம் வகுத்தார் என்பது வழக்கு.

3. நிருக்தம்: நிருக்தம் என்பது அகராதி. இது வேதத்தின் காது என்று சிறப்பித்துச் சொல்லப்படுகிறது. நிருக்தம் தமிழில் நிகண்டு என்று பெயர் பெறுகிறது. நிருக்தம் ஆங்கிலத்தில் எடிமாலஜி (Etimology) எனப்படுகிறது. இதில் ஒவ்வொரு வார்த்தைக்கும் அதன் தோற்றம், வந்த விதம், எதனால் ஏற்பட்டது என்ற விவரங்கள் ஒவ்வொரு எழுத்தாக அலசப்பட்டுத் தரப்படுகிறது. நிருக்தத்தில் வேதத்திலுள்ள அரிய வார்த்தைகளின் விளக்கம் தரப்படுகிறது.

4. கல்பம்: செய்முறை விளக்கமாக அனுஷ்டான முறையான கல்பம் வேதத்திற்குக் கை போன்றது. மனிதன் கர்ப்பத்தில் உருவெடுப்பதிலிருந்து அவன் வளர்ந்து 'வாழ்ந்து' இறந்தபின் உடலை எரியூட்டுவது வரையிலான செய்யப்பட வேண்டிய நாற்பதுவித கிரியைகளை எந்த விதத்தில், எப்படிச் செய்வது, யார் செய்வது, யாரை வைத்துக் கொண்டு செய்வது என்னென்ன பொருட்கள் தேவை, கிரியைகள் எந்தெந்த தேவதைகளைக் குறித்துச் செய்யப்பட வேண்டும், மந்திரங்கள், முறைகள் இவை விளக்கமாகச் சொல்வது கல்பம். கல்பம் பல ரிஷிகளால் எழுதப்பட்டுள்ளது. ஆபஸ்தம்பர், பாரத்வாஜர், போதராயனார், அக்னிவேசர், வைகானஸ்ர், ஸத்யாஷாடர், ஆஸ்வலாயனர், சாங்காயனர், காந்தியாயனர், ஜைமினி முதலானோர் அவர்களில் சிலராவர்.

5. சந்தஸ்: செய்யுளிலக்கணமான 'சந்தஸ்' என்பது வேதப் பாடல்களின் விருத்தங்களை அல்லது பாவிலக்கணங்களைப் பற்றிச் சொல்வது ஆகும். ருக்வேதம், ஸாமவேதம் இரண்டிலும் பாடல்கள் அதிகமுண்டு. அவற்றை வகைப்படுத்தி முறையாகச் சொல்வது 'சந்தஸ் சாஸ்திரம்'. இது வேதத்தின் கால் என்று

சொல்லப்படுகிறது. சாதாரணமாகப் பாடல் நான்கு வரிகளால் பிரிக்கப்பட்டிருக்கும். இதைப் 'பாதம் பிரிப்பது' என்பார்கள். ஒவ்வொரு பாதத்திலும் உள்ள மெய் எழுத்துக்களை விட்டுவிட்டு உயிரெழுத்து மற்றும் உயிர்மெய் எழுத்துக்களைக் கணக்கிட்டு அவற்றின் அடிப்படையில் பாதங்களில் உள்ள அக்ஷரங்களின் (எழுத்துக்கள்) எண்ணிக்கையில் சந்தஸ்கள் பிரிக்கப்படுகின்றன. ஒவ்வொரு எட்டு எழுத்துக்கள் கொண்ட நாலு பாதங்களை உடைய பாடலுக்கு 'அநுஷ்டுப்' சந்தஸ் என்று பெயர்; ஒன்பது அக்ஷரம் உள்ளது 'ப்ருஹதிதசந்தஸ்', பத்து அக்ஷரம் கொண்டது 'பங்க்தி' பதினொரு அக்ஷரம் கொண்டது 'ஜகதி', இருபத்தி ஆறு எழுத்தெண்ணிக்கையை விட அதிகமான எழுத்தெண்ணிக்கையை கொண்டது 'தண்டகம்' எனப்படும். காயத்ரி, உஷ்னிக், திரிஷ்டுப் என்று மேலும் பல சந்தஸ்கள் உண்டு.

6. ஜயோதிஷ்டம்: சோதிடம் (Astrology) எனப்படும் ஜயோதிஷ் சாஸ்திரம் வேதத்தின் பார்வையான கண் ஆகும். சூரியதேவதை, கர்க்கர், பராசரர், நாரதர் முதலிய ரிஷிகள் வராஹமித்ரர், ஆரியபட்டர், பாஸ்கராசாரியார் முதலிய அறிவாளிகள் பலர் ஜோதிடம் பற்றிய பல நூற்களை ஆக்கியிருக்கிறார்கள். வான சாஸ்திரம் (Astronomy) விண்ணிலுள்ள கிரகங்களின் பௌதீகம், ரசாயனம், சுழற்சி, செயற்பாடு இவற்றைப் பற்றிய ஆராய்ச்சியாகும். ஜோதிடம், நவக்கிரகங்கள் எனப்படும் சூரியன், சந்திரன், செவ்வாய், புதன், வியாழன், சுக்கிரன், ராகு கேது, சனி இவற்றின் சுழற்சி அவை மனிதனின் வாழ்விலும் மற்றும் நாடுகள், கண்டங்கள் மற்றும் உலகத்தின் மேல் நன்மை மற்றும் தீமைகளைத் தரக்கூடிய சக்தியுடன் கூடிய ஆட்சியைப்பற்றிய ஆராய்ச்சி சோதிடம் (Astrology) ஆகும்.

தவிர 27 நட்சத்திரங்கள் மேஷம், ரிஷபம், மிதுனம், கடகம், சிம்மம், கன்னி, துலாம், விருச்சிகம், தனுசு, மகரம், கும்பம், மீனம் என்ற பன்னிரண்டு ராசிகள் பிரிவுகளின் கீழ் நிர்ணயம் செய்யப்பட்டு, கிரகங்கள், நட்சத்திரங்கள், திதி இவை குறிக்கப்பட்டு அவைகளின் போக்கு கணக்கிடப்படுகின்றன பலன்கள் சொல்லப்படுகின்றன. ஜோதிட சாஸ்திரத்தினால் புராதன பாரதத்தில் கணிதம் மிகவும் வளர்ச்சியடைந்தது. பஞ்சாங்கம் இதன் கீழ் வருவதுதான். பஞ்சாங்கம் என்பது இந்துக்களின் நாட்காட்டி (காலண்டர்) ஆகும்.

கணிதத்தை அடிப்படையாகக் கொண்ட பஞ்சாங்கம் திதி, வாரம், நட்சத்திரம், யோகம், கரணம் என்ற ஐந்தையும் குறிக்கும். அன்றைய நட்சத்திரம், கிரகநிலை, நேரம் காலம் இவற்றைக் கொண்டு ஜோதிடக் குறிப்புகள் எழுதப்படுகின்றன. சோதிடப் பலன்கள் கணிக்கப்படுகின்றன. இந்துக்களின் கால நிர்ணயம் பஞ்சாங்கத்தினால் அறியப்படுகிறது.

மாணவன்: உபாங்கம் என்ற வேதாங்கங்கள் வேதங்களின் எழுத்திலக்கணம், சொல்லிலக்கணம், பொருளகராதி, பாவிலக்கணம் இவற்றை விளக்கி வேதத்தை முறையாக ஓத உதவுகின்றன. ஜோதிடத்தால் காலம் நேரம் கணித்து வேத யஞ்யங்கள் செய்ய வாழ்க்கையை நடத்தக் கல்பம் உதவுகிறது. இல்லையா?

குரு: ஆமாம். வேதாங்கங்களை முறையாகக் கற்றால் தான் வேதங்களின் பொருளும், பயனும், நுட்பங்களும் விளக்கமாக அறிய முடியும். வேத அறிஞர்கள் மற்றும் வேத ஆராய்ச்சியாளர்கள் மிகவும் கவனத்துடன் பயிலும் பகுதி இதுதானாகும். இந்தப் பிரிவுகளைத் தனித்தனித் துறையாகக் கற்பது என்பதே வேதகாலத்திற்குப் பிற்பட்ட காலத்தில் கலாசாலைகளிலும் வேத பாடசாலைகளிலும் பின்பற்றப்பட்டது. இப்போது பட்டதாரி என்பதற்கு பி.ஏ., பி.காம்., பி.எஸ்ஸி. என்ப பட்டம் அளிப்பது போல், வேத உபாங்கங்களின் துறைகளில் புலமை பெற்றவர்களை (பண்டிட்) பண்டிதர்கள் 'சாஸ்திரி, 'சர்மா' 'ஸ்யோதிஷி' 'சிரோன்மணி' என்ற சிறப்பு அடைமொழியுடன் அழைப்பார்கள். உதாரணமாக "வியாகரணப் பண்டிதர்" என்றால் அவர் வியாகரணம் எனும் இலக்கணத் துறையில் தேர்ந்தவர் என்று பொருள்.

ஸ்மிருதிகள்

14. II வேத உபாங்கம் மற்றும் தர்ஸனங்கள்

குரு: வேத உபாங்கம் என்பது மீமாம்சை, நியாயம், புராணம் மற்றும் தர்ம சாஸ்திரம் ஆகிய நான்கு ஆகும்.

'சந்தர்ஸனங்கள்' என்பது மீமாம்சை, நியாயம் உள்ளிட்ட வைசேசிகம், சாங்கியம், யோகம், வேதாந்தம் என்ற ஆறு ஆகும்.

நான் உனக்கு முதலில் தர்ஸனங்கள் பற்றிச் சொல்லிவிட்டுப் புராணம், தர்ம சாஸ்திரம் இவற்றைப் பற்றித் தனியாகச் சொல்கிறேன். நான் வேதங்களை அனுஷ்டான (பயிற்சி) முறையில் உட்பிரிவுகளாகப் பிரிக்கலாம் என்று உனக்குச் சொன்னது நினைவிருக்கிறதா?

மாணவன்: நினைவிருக்கிறது. கர்ம காண்டம், உபாசனா காண்டம், ஞான காண்டம் என்ற பிரிவுகள் ஆகும்.

குரு: சபாஷ்! நான் கற்றுத் தந்ததை நன்றாக நினைவில் வைத்திருக்கிறாய். அந்த மூன்று பிரிவுகளை அடிப்படையாகக் கொண்ட தர்ஸனங்களைச் சிலர் எழுதியிருக்கிறார்கள். அவர்கள் வேதங்களைத் தங்கள் ஆராய்ச்சியின் மூலம் தங்களின் தத்துவங்களே வேதங்களின் முடிவான கொள்கை என்று நிரூபித்துத் தர்ஸனங்களை எழுதியிருக்கிறார்கள். முடிவான சத்யம் (இறைவன்) ஒன்றுதான்

ஆனாலும் அதை (இறைவன்) 'சந்தர்ஸனங்கள்' ஆறுவித தத்துவ வழிகளில் நோக்குகின்றன.

இந்த சந்தர்சனங்களில் இப்போது பிரம்ம சூத்ர பாஷ்யம் எனப்படும் வேதாந்தமும், யோகமும் வழக்கிலிருக்கின்றன. மற்ற நான்கு தர்ஸன தத்துவங்கள் அதிகமாகப் பின்பற்றப்படுவதில்லை.

தர்ஸனங்கள் உபநிஷதங்கள் மற்றும் வேதத்தின் மற்றைய பிரிவுகளில் வரும் தத்துவங்களை அடிப்படையாகக் கொண்டு எழுதப்பட்டவை. அவை சிறிய, சுருக்கமான, பொருள் பொதிந்த செய்யுள் வடிவில் எழுதப்பட்டவை. அவற்றைச் 'சூத்ரங்கள்' என்பார்கள். அவை மனிதன் உலகம் இறைவன் இவற்றிற்கு இடையேயுள்ள உறவுகளை, அவற்றின் தோற்றம், உபயோகம், இடைப்பட்ட உறவு, லட்சியம், இவற்றை விளக்க முயல்கின்றன.

வேதங்களின் கர்ம காண்டத்தைச் சிறப்பிப்பதாக அமைந்த இரண்டு தர்ஸனங்கள் முதல் பிரிவாகும். அவை,

கௌதமரின் 'நியாயம்' (வேத உபாங்கத்தின் முதற்பிரிவு)

கனதரின் 'வைசேசிகம்'

இவை முறையே விஞ்ஞான நோக்குடன் பௌதிகம் மற்றும் ரசாயனப் பிரிவைச் சார்ந்த விதத்தில் உருவாகியுள்ள பிரகிருதியின் தன்மைகளை ஆராய்நது சொல்கின்றன.

கௌதமரின் 'நியாயம்' பதினாறு பிரிவுகளின் தர்க்க (Logic) ரீதியாக உண்மையான ஞானத்தைப் பெறும் மார்க்கத்தைப் போதிக்கிறது.

கனதரின் 'வைசேசிகம்' பிரகிருதியின் தொகுப்பான ஜகத்தின் சிருஷ்டிகளின் படைப்பை எவ்வாறு நிகழ்ந்தது என்று ஆராய்கிறது. வைசேசிகம் மூல அறிவான ஒன்பது 'திரவ்யம்' பொருட்களான; பூமி, நீர், தீ, காற்று, ஆகாயம், காலம், திசை, ஆத்மா, மனது இவற்றை விவரித்து இவற்றின் மூலம் சிருஷ்டியின் ரகசியங்களை விளக்குகிறது.

– உபாசனா காண்டம் தர்ஸனங்கள்

வேதங்களின் 'உபாசனா' மார்க்கத்தைச் சிறப்பித்து எழுதப் பட்டவை.

இந்து மதம் ஓர் அற்புதம்

இரண்டாம் பிரிவைச் சார்ந்த இரண்டு தர்ஸனங்களாகும். அவை,

கபிலரின் – சாங்கியம்

பதஞ்சலியின் – யோகம்

இவை இரண்டும் தர்க்க ரீதியாக மூலப் ‘பிரகிருதி’ மற்றும் அதன் சக்தியாக ‘புருஷன்’ இவற்றின் தன்மைகளையும், உணர்வு பூர்வமான நுணுக்கமான உட்பிரிவுகள் அவற்றின் விரிவுகள் இவற்றை விளக்குகின்றன. பஞ்சபூதங்கள் அவை பருவுணர்வு மற்றும் நுண்ணுணர்வாகப் பிரிவது, உடலிலுள்ள சக்கரங்கள், நாடிகள், சுவாசத்தின் தன்மைகள், அவற்றால் உடலில் உறைந்துள்ள குண்டலினி சக்தியை மேலெழும்பச் செய்து நமது சிரசிலுள்ள சஹஸ்ர சக்கரம் சேரச்செய்து உண்மையான ஆனந்தம் – ஞானம் பெறுவது முதலிய விவரங்கள் சொல்லப்பட்டுள்ளன.

சாங்கியம், இந்து மதத்தின் மிக முக்கியமான தத்துவப் பிரிவாகும். சாங்கியம், கௌதமரின் நியாயம், கனதரின் வைசேசிகம் இவற்றிலிருந்து மாறுபட்டாலும் சாங்கியம் அவற்றை மறுக்கவில்லை. சாங்கியம் ஜகத்தின் சிருஷ்டி சாதனமாக வைசேசிகம் சொன்ன ஒன்பது காரணங்களை ஏற்கவில்லை. அது ஜகத்தின் விரிவாக புருஷா பிரகிருதி’ (இறைசக்தி மூலக்கரு) என்ற இரண்டின் சேர்க்கைதான், மற்றும் அவற்றின் மாறுபட்ட பலவிதமான சேர்க்கைகளும்தான் காரணம் என்கிறது. உலகின் விரிவுகளை இருபத்து ஐந்து (25) வகையாகப் பிரிக்கிறது. சாங்கிய தத்துவம் ஜகத்தின் இயக்கம் ஒரு கட்டுப்பாடான; ஒழுங்கான, திட்டமிட்ட, இலக்குள்ள காரணத்துடன் கூடியது என்பதை உறுதியாகத் தெரிவிக்கிறது.

‘யோகம்’ என்பது ‘சேர்வது’ என்று பொருள்படும். இது மனிதனின் ஜீவாத்மாவை இறைவனான பரமாத்மாவுடன் ஐக்கியம் (சேர) ஆக வழி சொல்லுகிறது. இதில் இவ்வுலக வாழ்வுக்கு நோயின்றிப் பயிற்சி மூலம் உடலை வலுவாக்குதல், நோய் எதிர்ப்பு சக்தி பெறுதல், ஆரோக்கியம், அறிவைக் கூர்மையாக்குதல், மனச்சாந்தி இவற்றைப் பெற வழி சொல்லி இறந்தபின் இறைவனுடன் சேர வழிமுறை களையும் சொல்கிறது. யோகம் தனி மனித வாழ்வின் அங்கமாகும். இந்தத் தத்துவப்பிரிவு பல ஆயிரக்கணக்கான வருடங்கள் பலரின்

முயற்சியினால் ஆராய்ச்சியினால் வளர்ந்து விரிவடைந்து பதஞ் சலியினால் முறையாகத் தொகுக்கப்பட்டது. இப்போது 'யோகா' (Yoga) என்ற உலகமெங்கும் பரவியுள்ள 'யோகா பயிற்சி' முறையான 'அஷ்டாங்க யோகம்' பதஞ்சலியின் தொகுப்பில் வருகிறது.

மாணவன்: அஷ்டாங்க யோகம் பற்றிய விவரங்கள் சொல்ல முடியுமா?

குரு: 'யோகா' என்றழைக்கப்படும் பதஞ்சலியின் யோகம் மிகப் பிரசித்தி ஆனதால் நீயும் அதனால் கவரப்பட்டுக் கேட்கிறாய் அல்லவா?

மாணவன்: ஆமாம்.

குரு: சொல்லுகிறேன். அஷ்டாங்க யோகம்* என்பது எட்டுப்பகுதிகள் கொண்டது. அஷ்டாங்க யோகம் என்பது யமம், நியமம், ஆஸனம், பிராணாயாமம், பிரத்யாஹாரா, தாரணை, தியானம், சமாதி என்ற எட்டாகும்.

1. யமம்: பின்பற்ற வேண்டிய பத்து அம்சங்கள் ஸத்யம், கள் உண்ணாமை, பிரம்மச்சரியம், தயை பொறுமை, திடம், மித ஆகாரம், பரிசுத்தம், அஹிம்சை, திருப்தி.

2. நியமம்: இதில் பின்பற்ற வேண்டியவை பத்து அனுஷ்டானங்கள் தவம், சந்தோஷதிருப்தி, ஆத்தீகம், தானம், ஈசுவரப்பூஜை, சித்தாந்தப் படிப்பு, அதர்மம் செய்ய அஞ்சுதல், நிச்சய புத்தி, ஜபம், விரதானுஷ்டானம்.

3. ஆஸனம்: முக்கியமான ஆசனங்கள் எட்டு ஸ்வஸ்திகம், கோமுகம், பத்மம், வீரம், சிம்மம், பத்ரம், முக்தம் மற்றும் மயூரம், சுகாசனமும் சேர்ப்பதுண்டு.

4. பிராணயாமம்: மூச்சுப்பயிற்சி, குறிப்பிட்ட அளவு வலது நாசியால் மூச்சை இழுத்து (பூரகம்) அதைக் குறிப்பிட்ட நேரம் அடக்கி (கும்பகம்) அதை மெதுவாகக் குறிப்பிட்டக் காலப் பிரமாணத்தில் இடது நாசியால் வெளியேற்றுவது (ரேசகம்) என்ற மூன்று நிலைகள்.

* (i) சாண்டில்யகோபநிஷத் அஷ்டாங்க யோகத்தின் விவரங்களைத் தருகிறது. (ii) ஜபால தர்சனோபநிஷத்

5. பிரத்யாஹாரம்: இவை ஐந்து வழிகளாகும். அவை: 1) பொறிகளை வெளியே விடாமல் அடக்குவது, 2) பலனை விரும்பாமல் நித்தியக் கருமங்களைச் செய்வது, 3) எல்லாவற்றிலும் ஆன்மா உறைவதை உணர்வது, 4) வெளியில் நடப்புக்களில் பற்றில்லாதிருப்பது, 5) உடலின் பதினெட்டு மர்மஸ்தனங்களில் மனதை நிறுத்தி யோகம் பயில்வது. அந்த ஸ்தானங்கள் பாதம், கட்டைவிரல், கால் மணிக்கட்டு, முழங்கால், முழங்கால் சந்தி, துடை, அபான த்வாரம், குறி, நாபி, இருதயம், கழுத்து, தொண்டைக்குழு, தாடை, மூக்கு, கண், புருவமத்தி, நெற்றி மற்றும் தலை உச்சி ஆகியவையாகும்.

6. தாரணை: தாரணை மூன்று பாவனைகளைக் கொண்டது. முதலாவது ஆத்மாவை மனதில் நிறுத்துதல், இரண்டாவது (இருதயத்திலுள்ள) தஹராகாசத்தில் வெளி ஆகாசம், அடங்கியதாகச் சிந்தித்தல்; மூன்றாவதாகப் பஞ்சபூத வேதத்தைத் தியானம் (பிருத்வி) பூமியில் பிரம்மா; (அப்பு) நீரில் – விஷ்ணு; (தேயு) நெருப்பில் – ருத்ரன்; (வாயு) காற்றில் மகேச்வரன்; (ஆகாயத்தில்) விண்வெளியில் சதாசிவன் உறைந்திருப்பதாகத் தியானம் செய்வது.

7. தியானம்: இதை இரண்டு விதமாகச் செய்ய வேண்டும் (சகுன) உருவமுள்ள இறைவன் (நிர்க்குண) உருவமில்லா இறைவன் என்று உபாசனைகள் உள்ளன.

8. ஸமாதி: ஆத்மாவை பரமாத்மாவுடன் ஐக்கியம் செய்வது. 'சவிகல்பசமாதி'; 'நிர்விகல்ப சமாதி' என்று இரண்டு வகையுண்டு. நிர்விகல்ப சமாதியில் இறைவனுடன் ஒன்றுபட்டு கலந்திருப்பது முன்னதில் இறைவனை அடைந்தும் விலகி இருப்பது. பிரத்யாஹாரம், தியானம், பிராணாயாமம், தாரணை, தர்க்கம், ஸமாதி என்ற ஆறு* சேர்ந்தது யோகம் என்பது வழக்கு.

மாணவன்: யோகா என்றால் உடலை முறுக்கியும் வளைத்தும் பல்வேறு நிலைகளில் நின்று செய்யப்படும் உடற்பயிற்சி என்று நினைத்திருந்தேன். அஷ்டாங்க யோகம் ன்பது மிகவும் பொறுமையாகப் பின்பற்ற வேண்டிய கடுமையான யோக முறை என்பதை அறிந்தேன்.

ஆசிரியர்: இந்த யோகத்தில் வாழ்க்கையில் எதையும் அதிகமாகாமலும்

* அமிருத நாதோபநிஷத் (1.6)

குறையாமலும், மிதமாகப் பயன்படுத்துவது விதிக்கப்படுகிறது.* மூச்சுப் பயிற்சியின் பிராணாயாமத்தால் மனம் கட்டுப்படும். மனம் கட்டுப்பட்டால், ஆசைகள், கோப தாபங்கள் கட்டுப்படும் உண்ணும் உணவில் ஒரு பகுதி மனமாகவும் ஆகிறது என்பதை ஜகத் தத்துவத்தில் உனக்கு விளக்கியிருக்கிறேன். அதனால்தான் புலால், புளிப்பு, உறைப்பு ஆகிய தாமச, ராஜச குணங்கள் வளர்க்கும் உணவை ஒதுக்கி சாத்விகம் தரும் மரக்கறி உணவு யோகப் பயிற்சிக்கு விதிக்கப்படுகிறது.

ஆஸனத்தால் – நோய் ஒழிகிறது

பிராணாயாமத்தால் – பாவம் போகிறது

ப்ரத்யாகாரத்தால் – உள்முக நோக்கு தோன்றும்

தாரணை – மன திடம் வளர்க்கும்

ஸமாதி – அற்புத அறிவு தரும்

– ஞானமார்க்க தர்ஸனங்கள் தர்ஸனங்களின் மூன்றாவது பிரிவு வேதங்களின் ஞானமார்க்கத்தைச் சிறப்பித்து எழுதப்பட்டவை. இதைச் சார்ந்தவை.

ஜைமினியின் – மீமாம்சை – வியாசரின் – வேதாந்தம் அல்லது பிரம்ம சூத்ரபாஷ்யம்.

இவை வேதங்களின் அடிப்படைத் தத்துவங்களை நுணுக்கமாக ஆராய்ந்து அவற்றின் உண்மைகளைச் சந்தேகமின்றி நிருபணம் செய்கின்றன. தவிரவும் சிறப்பான தத்துவ விளக்கங்கள் தேவைப்படும் இடங்களில் அவற்றை விவரமாகத் தருகின்றன.

மீமாம்சம் என்றால் 'நல்ல விஷயங்களின் ஆராய்ச்சி' என்று பொருள். மீமாம்சை இரண்டு பகுதிகள் கொண்டது. அவை,

மீமாம்சை (வேத உபாங்கத்தின் இரண்டாம் பிரிவு)

1. பூர்வ மீமாம்சை

2. உத்தர மீமாம்சை

---

* (1) சாண்டில்யகோபநிஷத், (2) ஸ்ரீமத் பகவத்கீதை (6:17))

மீமாம்சை வேத மந்திரங்களை ஆராய்ந்து அவற்றின் பொருள் என்ன, அவற்றின் லட்சியம் என்ன என்பதைத் தெரிவிக்கின்றன. “பூர்வ மீமாம்சை”யில் கர்ம காண்டத்தில் வரும் யாகம், யக்யம் முதலிய சடங்குகளின் தேவையை வலியுறுத்திச் சொல்கிறது. “உத்தரமீமாம்சை” ஞான காண்டத்தில் வரும் தத்துவங்களை ஆராய்கிறது.

‘வேதாந்தம்’ என்றால் “வேத அந்தம்” ‘வேதங்களின் முடிவு’ என்று பொருள். பாதராயணர் அல்லது வியாசர் செய்த வேதாந்தத்திற்கு ‘பிரம்ம சூத்ரபாஷ்யம்’ ‘பிரம்ம மீமாம்சை’, ‘சரீரகாரி மீமாம்சை’, ‘வேதாந்த சூத்ரம்’ என்ற பெயர்கள் உண்டு. ‘ஜகத் ஜீவன் பரமாத்மா’ (உலகம் – உயிர்கள் – இறைவன்) இந்த மூன்றின் உறவினைத் தத்துவ ரீதியாக ஆராய்கிறது இது. “பிரும்மம்” என்ற உருவமில்லாத குணமில்லாத இறைத் தத்துவம், ஜீவன் என்ற ஆத்மாவின் தத்துவம்; தோன்றிய ‘பிரகிருதியான’ ஜகத் தத்துவம் இவை பல வழிகளிலும் நுணுக்கமாக ஆராயப்பட்டு ஆத்மாவின் முடிவான லட்சியம் பரமாத்மாவை அடைவதுதான் என்று விளக்கப்பட்டுள்ளது.

இந்து மதத்தின் மூன்று முக்கியப் பிரிவுகளான அத்வைதம் (சங்கரர்). விசிஷ்டாத்வைதம் (ராமானுஜர்), துவைதம் (மத்வர்) இவை தத்தம் கொள்கைகளை வலியுறுத்தி ‘பிரம்ம சூத்திரத்தை’ மேற்கோள் காட்டுகின்றன.

மாணவன்: இவற்றை விரிவாகக் கற்க வேண்டியது அவசியம் என்று உணர்கிறேன். இந்து மதத்தின் வேதாந்தத் தத்துவங்கள் பற்றிய விளக்கமானது இந்தப் பகுதிதான் என்பது புரிகிறது.

குரு: ஆம். இவற்றை விரிவாகக் கற்றுக்கொள்ள நீ தேர்ந்த ஆசிரியர்களை நாட வேண்டும். ஓர் ஆசிரியரிடம் அமர்ந்து படிக்க உனக்கு நேரமில்லை, சமஸ்கிருத மொழி தெரியாது என்றாலும் கவலைப்பட வேண்டாம். நான் விவரம் தந்து ஆறு தர்ஸனங்கள் மற்றும் அவை பற்றி நூற்கள் ஆங்கிலம், தமிழ் மற்றும் எல்லா இந்திய மொழிகளிலும் கிடைக்கின்றன. அவற்றைப் படித்துப் பயன் பெறலாம்.

ஸ்மிருதிகள்

15. III வேத உபாங்கம் : புராணம்

மாணவன்: அடுத்து வேதங்களின் உபாங்கங்களில் எதைப்பற்றி சொல்லப் போகிறீர்கள்?

குரு: புராணங்கள்.

மாணவன்: 'புராணம்' என்றால் என்ன?

குரு: புராணம் என்றால் 'பழமையானது' என்று பொருள். அது கடவுளர்கள், ரிஷிகள், அரசர்கள், நீதிமான்கள், பெரியோர்கள், அரக்கர்கள் இவர்களுடைய சரித்திரத்தைக் கதை வடிவில் தருகிறது. புராணக் கதைகளில் சில பொது நீதிகள், தர்மங்கள் வேத தத்துவங்கள் இவற்றை வலியுறுத்திச் சொல்லும் நிகழ்ச்சிகள் கொஞ்சம் கற்பனை கலந்த கதையாகச் சொல்லப்பட்டுள்ளன.* நான், இந்து மதம் அடிப்படையாகத் 'தர்மத்தை' வலியுறுத்துகிறது என்று சொல்லி அதற்கு விளக்கமளித்தது நினைவிருக்கிறதா?

மாணவன்: இருக்கிறது. 'இந்து தர்மம்' என்பது ஐந்து கட்டுப்பாடுகளை அடிப்படையாகக் கொண்டது. 'புருஷார்த்தங்களான' அறம்,

---

* காஞ்சி மாமுனிவர் மஹாஸ்வாமிகள் அருள்வாக்கு

பொருள், இன்பம், வீடு என்பவற்றை அடையும் முயற்சியில் எந்த மனிதனும் எவருக்கும் தீங்கு விளைவிக்கக் கூடாது; பிறர் உரிமையைப் பறிக்கக்கூடாது; மனதில் பேராசையும் கோபமும் கொண்டு முயற்சி செய்யக்கூடாது; அவன் முயற்சிகளால் அவனும் மேம்பட வேண்டும், உலகமும் மேம்பட வேண்டும்.

குரு: சரியாக நினைவு வைத்திருக்கிறாய்! சபாஷ்!! 'உலகாயத வாழ்வில்' இந்துக்கள் வாழ்வு வேத வழியிலிருக்க வேண்டும். அது 'இந்து தர்ம' கட்டுப்பாட்டுக்கு அடங்கியிருக்க வேண்டும் இதுதான் இந்துக்களின் வாழ்க்கை நெறியாகும். ஆன்மீகத்தில் உயர்வு பெறாத சாதாரண மக்கள், கல்வியறிவில்லாதோர், பாமரர்கள் மற்றும் விதி வசத்தால் மதக்கல்வி பெற வாய்ப்புப் பெறாதோர், வேதங்கள் மற்றும் அதைச் சார்ந்த ஸ்மிருதிகளை நேரடியாகக் கற்றுத் தேர்ந்து இறையுணர்வு பெற வழியில்லை. அத்தகையோரும் சுலபமாகத் தர்மம் என்பது என்ன? என்று அறிந்து இறைவுணர்வு பெற்று வாழ புராணங்கள் உதவுகின்றன.

இந்து மதம் மக்களிடையே வேரூன்றுவதற்கு இந்தப் புராணங்கள் மிகவும் உதவியாக இருந்தன. இருக்கின்றன. வேதகாலக் கடவுளர்களின் வழிபாடுகள் குறைந்து சிவன், சக்தி, விஷ்ணு, ராமன், கிருஷ்ணன் போன்ற கடவுளர்களின் வழிபாடு புராணங்கள் எழுதப்பட்ட காலத்தில் வழக்கத்தில் வந்தது. புராணங்கள் பக்தியோகம் பரவ வகை செய்தன.

மாணவன்: புராணங்கள் வெறும் கட்டுக் கதையல்ல, வேதங்கள் வகுத்த பாதையை எளிதாக யாவரும் சுலபமாகப் புரிந்து கொள்ள இயற்றப்பட்டவை என்கிறீர்கள். அப்படித்தானே?

குரு: ஆமாம். புராணங்களில் வரும் 'வில்லன்களான' அரக்கர்கள் சாதாரணமானவர்கள் இல்லை. தவவலிமையும், ஆன்ம வலிமையும், செல்வமும், வீரமும், செல்வாக்கும், ஆளுமையும், திறமையும், பலமும், சாதுர்யமும், முயற்சியும் கொண்டவர்களாக இருப்பார்கள். எவரும் 'சோதாக்'கள் இல்லை. அவர்கள் புஜபல பராக்கிரமத்தால் மூவுலகையும் வென்று இந்திராதி தேவர்களையும், நவக்கிரகங் களையும், ஈரேழு பதினாறு லோகங்களையும் வென்றிருப்பார்கள். ஆனால் தர்மத்தின் அடிப்படையான ஐந்து கட்டுப்பாடுகளை எந்த வகையிலாவது வன்மையாக மீறியிருப்பார்கள். அப்போது அவர்கள் வழி அதர்மமாகிறது. அதனால் அழிக்கப்படுகிறார்கள்.

தர்மம் நிலைநாட்டப்படுகிறது. தர்ம வழியில் வாழ வேண்டும் என்ற படிப்பினையைப் புராணங்கள் வலியுறுத்துகின்றன.

மாணவன்: புராணங்களை இந்தக் கோணத்தில் நான் சிந்தித்துப் பார்க்கவில்லை. ஏதோ மிகைப்படுத்தப்பட்டுக் கூறப்பட்ட கட்டுக் கதைகள் என்ற எண்ணம் தான் எனக்கிருந்தது.

குரு: உன்னைப்போலவே பலரும் தவறாக எண்ணியிருக்கிறார்கள். நீ புராணக் கதைகள் எதை வேண்டுமானாலும் அலசி ஆராய்ந்து பார்த்தால் அதன் கருவாக இந்து தர்மத்தின் ஐந்து கட்டுப்பாடுகளி லொன்று ஏதாவதொரு விதத்தில் மீறப்பட்டிருக்கும் அல்லது ஏதாவது ஒரு தர்மம் உயர்த்திச் சொல்லப்பட்டிருக்கும்.

மாணவன்: உதாரணங்கள் தந்து விளக்க முடியுமா?

குரு: மிகவும் சுலபமாக ஆயிரக்கணக்கான உதாரணங்கள் சொல்லலாம். (1) இரணிய கசிபு என்ற அரக்கன் தானே கடவுள் என்று கருதி 'எல்லோருக்கும் தீங்கு விளைவிக்கின்றான்; (2) ராவணனும் வாலியும் 'பிறர் உரிமையான மனைவியை அபகரிக்கிறார்கள்; (3) துரியோதனன் 'பேராசையும் கோபமும் கொண்டு' பாண்டவர்களை வருத்துகிறான்; (4) தான, வீர, சூர, கர்ணன் எல்லா நற்குணங்களும் பெற்று தானத்தில் சிறந்தவனானாலும் அதர்மத்துக்குத் துணை போய்த் தன் மேம்பாட்டை இழக்கிறான்; (5) பலி சக்கரவர்த்தி எல்லாச் சிறப்புகளையும் புருஷார்த்தங்கள் நிறைந்து தான் மேம்பாட்டை அடைந்திருந்தாலும், ஆணவத்தால் ஜகத்தையே தனது என்று நினைத்து மற்றவர்களைத் துச்சமாக எண்ணித் தன்னால் எதுவும் செய்ய இயலும் என்ற மமதையால் 'உலகை மேம்படச் செய்யவில்லை.' ஆகையால் இவர்கள் அழிக்கப்பட்டார்கள். ஏனென்றால் எந்தவித வலிமையுமில்லாத சாமான்யன் ஒருவன் செய்யும் தவறு அவனுக்கு மட்டுமே தீங்கு விளைவிக்கும். ஆனால் வலிமையானவன்; செல்வம், செல்வாக்கு, அதிகாரம், பதவி உடையவர்கள் செய்யும் தவறு உலகுக்குத் துன்பமளிக்கிறது.

எல்லா வளங்களும் பெற்று மேம்பட வாழ்பவர்கள் தங்கள் செல்வத்தையும் பலத்தையும் கொண்டு உலகத்தார்க்கு நன்மை செய்ய வேண்டும் அதனால் பிரேயசும் (புகழ்) சிரேயசும் (இறந்த பின் பெறும் நற்பலன்கள்) பெருகும்.

செல்வந்தர்கள் தம்மிடம் உள்ள செல்வம் இறைவனால், பாதுகாத்து வைத்திருந்து நல்வழிகளில் பயன்படுத்தத் தன்னிடம் தரப்பட்டது. தாங்கள் அந்தச் செல்வத்துக்கு 'அதிபதி'யான உரிமையாளன் அல்ல பாதுகாக்கும் 'தர்மகர்த்தா'தான் என்பதை உணர வேண்டும் என்று மஹாத்மா காந்தி அவர்கள் சொன்னது இந்தப் பண்புதான் ஆகும். ஆனால் செல்வச் செழிப்பையும் பலத்தையும் அகம்பாவமும், தன்னலமும் கொண்டு, தவறாகப் பயன்படுத்தினால் மற்ற மனிதர்களுக்கு துன்பம் விளைகிறது. ஆகையால் வலிமையானவன் செய்யும் தவறுகள் மனித சமுதாயத்திற்கு ஊறு செய்யும் என்பதையே புராணங்கள் வலியுறுத்துகின்றன. தர்மம், ஒன்று தான் எல்லாவற்றையும் விட உயர்ந்தது. தர்ம வழியிற் செல்பவனுக்கே இறைவன் துணை நிற்பான் என்பதையும் வலியுறுத்துவது 'புராணங்கள்' ஆகும். புராணக் கதைகளைப் படிப்பதால் கேட்பதால் பாமரரும் வேத தர்ம வழியில் சுலபமாக வாழ்க்கை நடத்த முடிகிறது.

மாணவன்: நீங்கள் தந்த விளக்கம் புரிந்தது. பொய் பேசாத விரதம் பூண்ட அரிச்சந்திர ராஜன் கதையும் புராணம் தானே, சிறு வயதில் காந்திஜி* 'அரிச்சந்திரன் கதையை நாடகமாகப் பார்த்துத் தன் தவறுகளுக்கு "வருந்தி மனம் திருந்தினேன்" என்று அவரே தன் சுய சரிதையில் எழுதியிருக்கிறார்.

குரு: நமது பாரத நாட்டுக் கிராமங்களில் இன்றும் கூட பாரதம் படிப்பது, தர்மராஜன் கதை, திரௌபதி கதை, ராமாயணம், கிருஷ்ணன் பிறப்பு போன்ற பல புராணக்கதைகள் பிரவசனம் (இசைப்பேருரை) போல் சொல்லப்படுகின்றன; நாடகங்கள், வில்லுப்பாட்டு, தெருக்கூத்து முறைகளில் நடத்தப்படுகின்றன. அவை கிராம மக்களுக்கு நற்போதனையும் செய்து பொழுது போக்காகவும் அமைகின்றன. இவை புராணங்களின் வெளிப்பாடுகளேயாகும். இவை உணர்ச்சிபூர்வமாக வடிவமைக்கப்படுகின்றன ஆகையால் படிக்காத பாமர மக்கள் மனதில் ஆழப்பதிகின்றன.

மாணவன்: புராணங்கள் உண்மை நிகழ்ச்சிகளின் விரிவா? இவற்றிற்குச் சரித்திரச் சான்றுகள் உண்டா?

குரு: புராணங்கள் வெறும் கற்பனையல்ல. அவை பல உண்மையான நிகழ்ச்சிகளை ஆதாரமாக கொண்டிருக்கின்றன. ஆனால்

* My experiment with truth - M.K. Gandhi

மிகப் பழைய கால நிகழ்ச்சிகளுக்கும் தற்போதைய நிகழ்காலச் சரித்திரங்களுக்கும் இடையே தொடர்பு விட்டுப் போயிருப்பதால் அவற்றை ஆதாரபூர்வமாக உறுதி செய்ய வழியில்லை. ஆனால் புராணங்கள் நல்வழிப் போதனை செய்கின்றன (Moral Teaching) என்ற அளவில் மிகவும் உதவுகின்றன என்பதை மறுக்க முடியாது. இந்தியாவின் கலாசார ஒருங்கிணைப்புக்குப் புராணங்கள் அடித்தளம் இட்டிருக்கின்றன. (இந்தியாவில் கிராமங்களில் வாழும், பிறப்பால் இந்து அல்லாத பிற மதத்தவரும் கூட ராமாயணம், மகாபாரதம் மற்றும் புராண கதைகளை நன்கு அறிவார்கள். மத நல்லிணக்கத்துக்கு இதொரு எடுத்துக்காட்டாகும்.)

மாணவன்: புராணங்கள் எவ்வளவு இருக்கின்றன? அவற்றில் பிரிவுகள் உண்டா?

குரு: புராணங்கள் நூற்றுக்குமதிகமாக இருக்கின்றன. அவற்றில் 'மஹாபுராணங்கள்' என்று பதினெட்டு புராணங்கள் முக்கியமானவை. இவை தவிர இருபத்தி ஏழு சிறிய புராணங்களும் சிறப்புப் பெற்றவை ஆகும்.

மாணவன்: அந்த மஹாபுராணங்கள் யாவை? அவை யாரைக் குறித்து எழுதப்பட்டுள்ளன?

குரு: பிரம்ம தேவனைக் குறித்து எழுதப்பட்டவை ஆறு மஹா புராணங்கள். அவை பிரம்ம புராணம், பிரம்மாண்ட புராணம், வைவஸ்வத புராணம், மார்க்கண்டேய புராணம், பவிஷ்ய புராணம் என்பன.

விஷ்ணுவைக் குறித்து எழுதப்பட்டவை ஆறு மஹாபுராணங்கள், விஷ்ணு புராணம், நாரத புராணம், ஸ்ரீமத் பாகவத புராணம், கருட புராணம், பத்ம புராணம், வராஹபுராணம் என்பன அவையாகும்.

சிவனைக் குறித்து எழுதப்பட்ட ஆறு மஹா புராணங்கள் மத்ஸ்ய புராணம், கூர்ம புராணம், லிங்க புராணம், வாயு புராணம், ஸ்கந்த புராணம், அக்னி புராணம் என்பவை ஆகும்.

இவற்றில் 'ஸ்ரீமத் பாகவத புராணமும்', 'விஷ்ணு புராணமும்' சிறந்தவையாகக் கருதப்படுகின்றன. இந்த பதினெட்டில் சேராத 'சிவபுராணம்' மற்றும் 'ஹரிவம்ச புராணம்' ஆகிய இரண்டும்கூட

இந்து மதம் ஓர் அற்புதம்

பெயர் பெற்றவையாகும்.

மாணவன்: புராணங்களை எழுதியவர்கள் யார்?

குரு: வேத காலத்திலிருந்தே புராணங்கள் வழக்கிலிருக்கின்றன. பலவற்றிற்கு அவற்றை எழுதியவர்கள் விவரம் தெரியவில்லை. ஆனால் வேத வியாஸர் என்ற பாதராயணர் இந்தப் புராணங்களை முறைப்படுத்திச் சரியாகத் தொகுத்திருக்கிறார் என்று நம்பப்படுகிறது. இந்த வியாஸர் தான் மஹாபாரத காவியத்தையும் எழுதியிருக்கிறார். வேதங்களையும் தொகுத்திருக்கிறார்.

மாணவன்: காவியங்கள், புராணங்கள் இரண்டும் ஒன்றா அல்லது வேறு வேறா?

குரு: இரண்டும் வேறு வேறு. புராணத்தில் எழுதப்பட வேண்டியவை ஐந்து விவரங்கள் ஆகும். அவை 'பஞ்சலஷணம்' என்றழைக்கப் படுகின்றன. முதலில் சிருஷ்டி (ஸர்க்கம்) சிருஷ்டிக்குப்பின் உள்ள தொடர்ந்து சரிதம் (ப்ரதிஸர்கம்) வாழையடிவாழையாக புராண மாந்தர்கள் தலைமுறை விவரம் (வம்சம்) மனிதர்க்கு முன்னோர்களான (மன்வந்திரம்) 'மனு' பிரிவினர் பற்றிய விவரம், புராணங்களில் வரும் அரசர்களின் வம்ச, மரபு முறை விவரங்கள் (வம்சா சரிதம்). இவை ஐந்தும் கொண்டது புராணம்.

இதிகாசங்கள் அவை நிகழ்ந்த காலத்திலேயே வாழ்ந்தவர்களால் எழுதப்பட்டவை. குறிப்பிட்ட அரசகுலம் அல்லது வமிசத்தின் கதை இலக்கியச் சுவையுடன் எழுதப்பட்டவை இதிகாசங்கள் (இப்படி நடந்தவை என்று பொருள்). ராமாயணம், மஹாபாரதம் என்ற இரண்டு இதிகாசங்களும் பாரதநாட்டு மரபுப் பெருமையை உணர்த்துகின்றன. அவை வேதங்களுக்குச் சமமாகக் கருதப்படுகின்றன. ராமாயணத்தை வால்மீகி மஹரிஷியும், மஹாபாரதத்தை பகவான் வியாசரும் எழுதினார்கள். மஹாபாரதத்தை ஐந்தாவது வேதம் என்று சிறப்பித்துச் சொல்வார்கள். கண்ணபிரான் அருளிய 'பகவத் கீதை' மஹாபாரதத்தில் வருகிறது. இந்துக்கள் சிறப்பாகக் கற்கும், 'ஸ்ரீவிஷ்ணுசஹஸ்ரநாமம்' மஹாபாரதத்தில் இருக்கிறது. ராமாயணம் சூரிய வம்சத்தையும் அதில் வந்த ஸ்ரீராமரைப் பற்றியும் சொல்கிறது; மஹாபாரதம் சந்திர வம்சத்து அரசர்களான பாண்டவர்கள் மற்றும் கௌரவர்கள் கதையைச் சொல்கிறது.

சுருக்கமாகச் சொன்னால் ஸ்மிருதிகளான வேதாங்கம் வேத உபாங்கம் முதலியவை வேத தர்மங்களை உபதேசங்களாகவும், வேத கர்மங்களை வழிமுறை விதிகளாகவும் தருகின்றன. புராணங்கள் வேத தர்மங்களைக் கதைகளாகச் சொல்கின்றன. இரண்டும் ஒன்றே. புராணங்களில் ஒரு குறிப்பிட்ட தெய்வத்தைச் சிறப்பித்து அதன் மேல் உள்ள 'பக்தி' உறுதிப்பட வகை செய்கிறது. ஆன்மீக வழியில் முன்னேற இது உதவும் புராணங்களில் உள்ளவற்றை கதைகள் வாயிலாக 'கதாகாலஷேபம்' இசைப்பேருரையாகச் சொல்லும்முறை தமிர்நாட்டில் இருக்கிறது. மஹாராட்டிர மாநிலத்தின் இந்த மரபை தமிழ்நாட்டிற்கு தஞ்சை சரபோஜி மன்னர் அறிமுகப்படுத்தினார்.

ஸ்மிருதிகள்

16. IV வேத உபாங்கம்: தர்ம சாஸ்திரம்

குரு: 'தர்ம சாஸ்திரங்கள்' என்பவை வேத நெறி மாறாமல் மாறிவரும் காலத்திற்கேற்றவாறு சூழ்நிலை, சமூக, சமுதாய மாற்றங்கள், அரசியல், மரபு இவற்றின் தேவைக்கேற்ப வகுக்கப்பட்ட 'சமூகச் சட்டங்கள்' ஆகும். இவைகளும் ஸ்மிருதி (எழுதப்பட்டவை) பிரிவைச் சார்ந்தன. இவை 'தர்மஸ்தானம்', 'வித்யாஸ்தானம்' என்ற இருபிரிவிலும் அடங்கும்.

மாணவன்: ஸ்மிருதிகள் ஏன் எழுதப்பட்டன? அவற்றின் நோக்கம் என்ன?

குரு: வேதங்களை அடிப்படைத் தத்துவங்கள் (Ethics) என்றால் தினசரி வாழ்வில் வேத வழி வாழ்க்கை வாழ வகுக்கப்பட்ட சட்ட விதிகள் (Laws) ஸ்மிருதிகள். நமது அரசாங்க அரசியல் சட்டம் தேவைக்கேற்றபடி மாறுதல் செய்யப்பட்டுப் புதுச் சட்டங்கள் இயற்றப்பட்டுச் சேர்க்கப்படுவது மற்றும் தேவையில்லாதவற்றை விட்டு விடுவது போலத்தான் இந்துக்களின் தர்ம சாஸ்திரம் – சட்டங்கள் மாற்றப்பட்டு வந்துள்ளன. இந்தஸ்மிருதிகள் சுருதி (வேதத்துக்கு) விரோதமில்லாமல் இயற்றப்பட வேண்டும் என்பது பொது விதியாகும். ஏனென்றால் சுருதிக்கு விரோதமானது பிராமணமாகாது* என்பது இந்து மதத்தின் அடிப்படையாகும்.

---

* ப்ரம்ஹ வித்யோப நிஷத்... சுருதிக்கு விரோதமானவற்றை (அஸத்யங்களாக) தள்ள வேண்டும். அவை ஸத்யமாகா

மாணவன்: தர்ம சாஸ்திரங்கள் மாற்றப்பட முடியாத நிலையான சட்டங்களில்லை என்றால் அந்தப் புதிய மாற்றங்களைச் செய்ய யாருக்கு அதிகாரம் இருக்கிறது?

குரு: யார் வேண்டுமானாலும் தர்ம சாஸ்திர ஸ்மிருதிகளை மாற்றி புதிய ஸ்மிருதிகளை எழுத முடியாது. ஆன்ம வலிமையும், தவ வலிமையும் கொண்டவர்கள், வேதங்களை நன்றாக அறிந்தவர்கள், சாஸ்திரங்களில் சந்தேகமில்லாமல் தெளிவான பயிற்சி உடையவர்கள், மற்ற சான்றோர்களால் திறமையும் தகுதியும் உள்ளவர் என்று ஒப்புக் கொள்ளப்பட்டவர்களே புதிய ஸ்மிருதிகளை எழுத முடியும். இதில் ஸ்மிருதி எழுதுபவரின் பிறப்பு, குலம், இனம், ஜாதி என்ற பேதங்கள் பார்க்கப்படுவதில்லை. தகுதி ஒன்றுதான் அளவுகோல். இப்படித் தர்ம சாஸ்திர சட்டங்களை ரிஷிகள், சான்றோர்கள் மற்றும் அரசர்கள் எழுதியிருக்கிறார்கள்.

மாணவன்: தர்ம சாஸ்திரங்களில் என்ன சொல்லியிருக்கிறது? அவை இயற்றப்பட வேண்டிய காரணம் என்ன?

குரு: 'ஸ்ருதி' எனப்படும் வேதங்கள் 'ஸ்மிருதி' எனப்படும் வேதம் சார்ந்த நூல்கள் உலகில் மனிதன் பின்பற்ற வேண்டிய நியமங்களை (தர்மங்கள்) ஆங்காங்கே சொல்கின்றன. ஆனால் அவை சுலபமாக புரியும்படி ஒரே தொகுப்பாக இல்லை. அவை பொதுப்படையான நீதிகளைச் சொல்லுகின்றன. சமூக சமுதாயங்கள், கால, தேச, நிலை வர்த்தமான மாற்றங்களுக்குத் தகுந்தவாறு தனிமனிதன் வாழ்விலும் தன் உறவினர் சுற்றுவட்ட உறவுகளுடனும், வெளியே சமுதாய வாழ்விலும் கடைப்பிடிக்க வேண்டிய விதிகள், சட்டதிட்டங்கள் முறைகள் இவற்றை வேத வழிக்கு மாறாத வகையில் தொகுத்துத் தருபவை இந்து தர்ம சாஸ்திரங்களாகும்.

மாணவன்: வேதாங்கங்களில் ஒன்றான கல்பத்தில் தான் அனுஷ்டான முறைகள் சொல்லப்பட்டிருக்கின்றதே? திரும்பவும் தர்ம சாஸ்திரம் என்று தனியாக ஏன் எழுதப்பட்டது?

குரு: நீ மிகவும் கவனத்துடன் கூர்ந்து நான் இதுவரை சொல்லியவற்றைக் கவனித்துக் கேட்கிறாய் என்பது உனது கேள்வி யிலிருந்து தெரிகிறது. நல்லது! உண்மையாகவே உனக்கு இந்து மதம் பற்றி அறிந்து கொள்ளும் ஆர்வமிருப்பது வெளிப்படை யாகவே தெரிகிறது!

கல்பத்தில் இவை முறைப்படுத்தி செய்முறைகளை விரிவாகச் சொல்லவில்லை. மனிதனின் வாழ்வில் தினசரி பின்பற்ற வேண்டிய சாதாரண தர்மங்கள், சமூக நன்மைக்காகப் பின்பற்ற வேண்டியவை, உலக நன்மைக்காகச் செய்யப்பட வேண்டியவை போன்ற விசேஷ தர்மங்கள் சடங்குகள், வழிமுறைகள், யஞ்யங்கள், யாகங்கள், கர்மாக்கள் என்று பலவற்றை வேதங்கள் சொல்கின்றன.

'கல்பத்தில்' ஆபஸ்தம்பர், கௌதமர் முதலிய ரிஷிகள் இவற்றைச் சுருக்கமாகச் சூத்ர (சிறிய பாக்கள்) வடிவில் எழுதியிரக்கிறார்கள். ஆனால் அவற்றை எல்லோரும் புரிந்து கொள்ளும்படி விரிவாகச் 'சூத்ரங்களை' விளக்கமாக 'சுலோக' (செய்யுட் பாக்கள்) வடிவில் முறையாக தர்ம சாஸ்திரங்கள் தருகின்றன. மனிதனின் நடத்தையை (conduct) முறைப்படுத்தித் தருவது தர்ம சாஸ்திரம். அது மனிதன் கருவில் உருவாவதிலிருந்து இறக்கும் வரை, பிறகு எரியூட்டுவது வரை வாழ்க்கையின் ஒவ்வொரு நிலையிலும் செய்ய வேண்டியவற்றை விரிவாக, விளக்கமாக நுணுக்கமாக ஆராய்ந்து தருகிறது. அதனால் தான் 'ஸ்மிருதி' என்றால் பலர் தர்ம சாஸ்திரங்களையே குறிப்பிட்டுச் சொல்வார்கள். இந்த சாஸ்திரங்களைக் கற்றவர்களைத் தான்' சாஸ்திரிகள் என்றழைக்கிறோம்.

மாணவன்: தர்ம சாஸ்திரங்களை எழுதியவர்கள் யார் யார்? எவ்வளவு ஸ்மிருதிகள் இருக்கின்றன?

குரு: ஸ்மிருதிகள் நூற்றுக்கணக்கில் உண்டு. அதை எழுதியவர்கள் பெயராலே சில ஸ்மிருதிகள் பெயர் வழங்குகிறது. சில காரணப் பெயர் கொண்டு வழங்குகின்றன. பதினெட்டு ஸ்மிருதிகள் முக்கியமானவை. அவை: மனுஸ்மிருதி; பராசர ஸ்மிருதி; யாக்யவல்கிய ஸ்மிருதி; கௌதம ஸ்மிருதி; ஹாதிர ஸ்மிருதி; யமஸ்மிருதி; விஷ்ணு ஸ்மிருதி; சங்கர ஸ்மிருதி; விகிதஸ்மிருதி; பிருஹஸ்பதி ஸ்மிருதி; தக்ஷ ஸ்மிருதி; ஆங்கிரஸ ஸ்மிருதி; பிரதேச ஸ்மிருதி; ஸம்வர்த்த ஸ்மிருதி; அசன ஸ்மிருதி; அத்ரிஸ் ஸ்மிருதி; ஆபஸ்தம் ஸ்மிருதி; சதாபத ஸ்மிருதி ஆகியவை ஆகும்.

இப்போது வழக்கிலுள்ளது, நமது அரசாங்க இந்து வாழ்க்கைச் சட்டங்களில் பின்பற்றப்படுவது மனு ஸ்மிருதியாகும்.

இவற்றைத் தவிர பதினெட்டு உப ஸ்மிருதிகள் உண்டு. அவற்றை

எழுதியவர்கள் ஜபாலி, நாசிகே தவ்ஸ்கந்தர், வௌகாஷ், காச்யபர், வியாசர், சந்தனு, ஜனகர், வியாகரர், காத்யாயனர், ஜாதுகர்ணயர், கபிஞ்ஜலர், போதாயணர், காணாதர், விஸ்வாமித்திரர், ஸ்டீபைனஸர், கோபிலர் ஆகியவர்கள் ஆவர்.

ஸ்மிருதிகளைப் பின்பற்றி வாழ்பவன்தான் இந்து எனப்படுவான் என்ற கட்டாயம் இல்லை. பல தர்ம விஷயங்கள் ஸ்மிருதிகள் வற்புறுத்தாமல் அந்தந்த பிரதேச மரபுப்படி, வழக்கப்படி பின்பற்றுவதற்கு அனுமதிக்கப்பட்டுள்ளன.

மாணவன்: ஸ்மிருதிகளில் வழக்கத்திலிருந்து அது மாற்றப்படாமல் ஆனால் காலத்துக்குத் தகுந்தபடி தேவைக்கேற்றபடி புதிய அனுஷ்டானங்கள் பின்பற்றப்பட்டதற்கு உதாரணங்கள் உண்டா?

குரு: நிறைய இருக்கின்றன. அதிலொன்று வேதகாலத்தில் சில யஞ்யங்கள் யாகங்களில் உயிர்ப்பலி தருதல் வழக்கத்திலிருந்தது.* உதாரணமாக 'அஸ்வமேத யாகம்'. இதில் குதிரையைப் பலியாகத் தருவார்கள். இன்னும் இதுபோன்ற பல யாகங்களில் உயிர்ப்பலி ஒப்புக் கொள்ளப்பட்டிருந்தது. புத்தர் காலத்திற்குப் பின்பு, சங்கரர், ராமானுஜர் போன்ற மதாச்சாரியார்கள் காலத்திற்குப் பின்பு வரை கூட உயிர்ப்பலி யாகங்களில் இருந்தது. மத்வாச்சாரியார் என்பவர் இந்த உயிர்ப்பலி தேவையில்லை. மாவினால் மிருகங்கள் போன்ற உருவம் செய்து அவற்றில் மந்திரங்கள் மூலம் பிராணன் ஸ்தாபிதம் செய்வித்து (பாவனை செய்து) பலி கொடுக்கலாம் என்ற வழக்கத்தை இன்றையிலிருந்து எழுநூறு ஆண்டுகள் முன்பு கொண்டு வந்தார். இந்த பலிமுறை ஸ்மிருதிகளில் இல்லாதது. ஆயினும் மத்வர் ஆரம்பித்து வைத்த உயிர்ப் பலி இல்லாத மாவு பலியாக, யஞ்ய முறை எல்லாராலும் ஒப்புக் கொள்ளப்பட்டுப் பின்பற்றப்படுகிறது.

சாஸ்திர விஷயங்களில் வீட்டில் பெண்கள் பின்பற்றும் மரபுகளும் (கிருஹ்ய சூத்ரம்) மற்றும் சில சடங்குகள் அதைச் செய்விக்கும் தொழிலாளர்கள் பின்பற்றும் மரபு வழியில் அனுமதிக்கப்பட்டுள்ளன. வீடு கட்டும் கொத்தனார், தச்சன், சிலை செய்விக்கும் ஸ்தபதி

* இஷ்ட பூர்த்திக்காக பிராணிகளை பலியிடுதல் வேதகாலத்தில் பின்பற்றப்பட்டது (ஆஸ்வலாயன கிருஹசூத்ரம் 1 அத்யாயம் 12 காண்டிகை 1

இந்து மதம் ஓர் அற்புதம்

இவர்கள் மரபு வழியாகச் செய்து வரும் அனுஷ்டான சடங்குகளும்* கூட ஸ்மிருதிகள் எனும் தர்ம சாஸ்திரம் அனுமதிக்கிறது.

இந்து மதத்தில் உயர்குலத்தோர் வகுத்ததுதான் சட்டம் தாழ்ந்த குலமாக கருதப்படுபவர்களுக்கும், பெண்களுக்கும் இந்து மதத்தில் எந்தவித உரிமையும் அதிகாரமும் என்றும் இருந்ததில்லை, என்று சிலர் வாதிடுகிறார்கள். அது தவறு என்பது தினசரி வாழ்க்கையில் பின்பற்றப்படும் சட்டதிட்டங்களான தர்ம சாஸ்திரத்தில் பெண்களாலும், சாமான்யர்களாலும் பின்பற்றப்பட்டு வரும் சாஸ்திரங்கள் கூட மதிக்கப்பட வேண்டும் என்று வலியுறுத்தியிருப்பது அவர்களுக்கும் பொதுவாழ்வில் சம உரிமை உண்டு என்பது தெரிகிறதல்லவா?

நாம் இப்போது பின்பற்றும் அரசியல் சட்டம்கூட ஒரு விதத்தில் ஸ்மிருதி போன்றதுதான் இந்து சாஸ்திர சம்பந்தப்பட்ட சில மரபுகளை நாம் காலத்துக்கு ஒவ்வாதது என்று மாற்றியிருக்கிறோம் அல்லவா? உதாரணமாக 16 வயதுக்குட்பட்ட பெண்களின் ('பால்ய விவாகத்') திருமணத்தை 'சாரதா' சட்டம் நீக்கிவிட்டது இறந்த கணவனுடன் அவன் மனைவியும் அவன் உடலோடு எரிக்கப்படும் 'ஸதி' முறை ராஜாராம் மோகன்ராயால் நிறுத்தப்பட்டது. இருதார மணம் தண்டனைக்குரியதாக மாறிவிட்டது. அதேபோன்று கணவனை இழந்த விதவைகள் மறு திருமணம் வழக்கத்தில் வந்து விட்டது

மாணவன்: ஸ்மிருதிகள் தனியாக உண்டானவையல்ல. அவை ரிஷிகளாலும் சான்றோர்களாலும், சாமான்யர்களாலும் வேதத்தை அடிப்படையாக வைத்து, மனிதனின் வாழ்க்கை முறைக்காக எழுதப்பட்ட சட்ட திட்டங்கள். அவைகளை காலத்திற்கு ஏற்றபடி மாற்றும் மாறுதல்கள் வேதத்தை அடிப்படையாகக் கொண்டவையாக இருக்க வேண்டும். ஸ்மிருதிகள் மனித வாழ்வை முறைப்படுத்தும் எல்லாவற்றையும் சட்டமியற்றி வற்புறுத்தவில்லை; தேவைக்கேற்றபடி அந்தந்த பிரதேச மரபு வழக்கமுறைகளும் கருத்தில் கொண்டு இந்துக்கள் அவற்றைப் பின்பற்ற ஸ்மிருதிகள் அனுமதி தருகின்றன இல்லையா?

குரு: ஆமாம். ஸ்மிருதிகளைப் பின்பற்றி வாழ்வது வேதம்

---
* (i) ஆகம சில்ப சாஸ்திரம், (ii) காஞ்சி மாமுனிவர் மஹாஸ்வாமிகள் அருளுரை

காட்டும் வழியிற் செல்வதாகும். அதனால் இந்து தர்மங்களைத் தவறாது பின்பற்றும் ஓர் இந்துவின் வாழ்வு முழுமை பெறுகிறது. அவன் புருஷார்த்த சிறப்புகளான தர்மம், அர்த்தம், காமம் மற்றும் மோக்ஷத்தை நிச்சயம் பெறுவான். மதச்சடங்குகளில் ஸ்மிருதிகளிடையே அதிகமாக வேறுபாடில்லை. குறிப்பிட்ட ரிஷிகள் அல்லது பிரிவுகளைப் பின்பற்றுவர்கள் மரபு வழியாகப் பின்பற்றும் 'சம்பிரதாயம்' (நடைமுறை மரபு) காரணமாகச் சடங்குகளில் கொஞ்சம் மாறுபடலாம். ஆனால் பொது வாழ்க்கை முறை சட்டங்கள் ஸ்மிருதிகளில் மாறுபடுகின்றன. அவை எழுதப்பட்ட காலத்திலிருந்த சூழ்நிலை, வளர்ச்சிகள், தேவைகள் இவற்றிற்கேற்ப ஸ்மிருதிகள் மாறுபடுகின்றன. அந்தக் காலக் கட்டத்தில் அவை தேவைப்பட்டன. ஆனால் இன்றைய நடைமுறையில் அவை தேவையில்லை. ஒதுக்கப்பட்டுவிட்டன.

இந்து மதம் மட்டுமே இதைப்போன்று காலத்திற்குத் தேவையான முறையில் மதச்சட்டங்களை மாற்றுகிறது என்று நினைக்காதே. மற்ற மதங்களிலும் (இந்து மதத்திலுள்ள ஸ்மிருதி போன்ற) அவர்களது நடைமுறைச் சட்டதிட்டங்கள் மாற்றப்பட்டு நடைமுறைப் படுத்தப்பட்டுள்ளன.

ஆனால் இந்த வேறுபாட்டைப் புரிந்து கொள்ளாமல் இந்து மதத்தைக் கேலி செய்பவர்களும் எதிர்ப்பவர்களும் இந்த ஸ்மிருதிச் சட்டங்களைக் கேலி செய்தும் குறை கூறியும் அவை காலத்துக்கு ஒவ்வாதவை ஆகையால் இந்து மதமே தவறானது என்று வாதிடுகின்றனர். அவர்கள் உதாரணம் காட்டும் வழக்கத்தில் இல்லாத தர்ம சாஸ்திர ஸ்மிருதிகள் மட்டுமே இந்து மதத்தின் பிரதான நூல்களில்லை என்பதை அவர்கள் மறந்து விடுகிறார்கள். ஸ்மிருதிகளை மட்டும் மேற்கோள் காட்டி இந்து மதத்தைக் கேலி பேசும் நாத்திக வாதிகளுடன் வாதம் செய்யும்போது தர்ம சாஸ்திர ஸ்மிருதிகளைப் பற்றிய உண்மையான உபயோகத்தை ஆணித்தரமாக எடுத்துச் சொல்வது நமது கடமையாகும்.

17. உபவேதங்கள் : வித்தியாஸ்தானங்கள்

குரு: தர்மம் (அறம்) பற்றிய போதனைகள் எதுமில்லாமல், மனிதனின் அறிவாற்றலை வளர்க்கும் வித்யை (படிப்பு/கல்வி) பற்றி மட்டும் சொல்பவை, "வித்யாஸ்தானங்கள்" என்றழைக்கப்படும், உபவேதங்கள் ஆகும். அவை மருத்துவம், போர்க்கலைகள், நுண்கலைகள், அரசியல் இவற்றைக் கற்பிக்கின்றன.

மாணவன்: உப வேதங்கள் உலகியல் அறிவை வளர்க்க உதவுகின்றன. நம் அறிவியல் வளர்ச்சி, கலாச்சாரம், நாகரீகம் மற்றும் பண்பாடு இவற்றை வளர்ப்பவையாகவும் சொல்லலாம் அல்லவா?

குரு: ஆம். சொல்லலாம். உப என்றால் துணை கூடுதல் என்று பொருள். உபவேதங்கள் நான்கு, அவை முறையே:

1. ஆயுர் வேதம் – மருத்துவம் (Medicine)

2. தநுர் வேதம் – போர்க்கலை (Defence)

3. காந்தர்வ வேதம் – நுண்கலைகள் நளின கலைகள் (Arts)

4. அர்த்தசாஸ்திரம் – அரசியல் கலை. (Polity)

இவை நான்கும் உலகில் மனிதன் வாழ உபயோகமாகும் பிரிவுகளாகும். நான்கு புருஷார்த்தங்களில் அர்த்தம், காமம், தர்மம் மூன்றையும் பெற உடல் உழைப்பு தேவை. தவிர ஆன்ம

சாதனைக்கு உடல் நல்ல உரமுடையதாக, ஆரோக்கியமானதாக இருக்க வேண்டும். அதற்கு உபவேதங்கள் வழி சொல்லுகின்றன.

உடலைப் பிணிகளிலிருந்து காப்பாற்றிப் பாதுகாப்பது ஆயுர்வேத மருத்துவம். உடலை எதிரிகளின் தாக்குதல்களிலிருந்து, காப்பாற்ற வழிசொல்வது தநுர் வேதம். உடலின் ஆறு இந்தியரியங்களான கண், காது, மூக்கு, நாவு, ஸ்பரிசம், மனம் இவை இன்பம் பெற நளின கலைகள், சொல்வது காந்தர்வ வேதம். மனிதர்கள் தத்தம் கடமைகளைச் செய்தும் உரிமைகளைப் பெற்றும் குழப்பமில்லாமல் இணைந்து வாழும் அரசமைப்பைச் சொல்வது அர்த்த சாஸ்திரம்.

மாணவன்: இந்த உபவேதங்கள் வேதங்களின் சம்பந்தமுள்ளவையா? அல்லது தனியாக வளர்ந்த பிரிவுகளா. இவை இந்து மத சம்பந்தமானவையா?

குரு: உபவேதங்கள் இந்துக்களின் நான்கு வேதங்களிலிருந்து தோன்றி வளர்ந்தவை தான். இவை மதம் என்று கட்டுப்பாட்டின் கீழ் வராவிட்டாலும் வேத வாழ்வு முறை சம்பந்தமுள்ளவைகளாக உள்ளன. ஆனால் இவை அறத்தை வலியுறுத்துபவை அல்ல ஆன்மீக வாழ்வும், உலகாயுத வாழ்வும் இயைந்ததாக இந்து மதம் அமைந்துள்ளது. மற்ற மதங்களில் ஆன்மீகமும், உலகியல் வாழ்வும் மதவாழ்வும் பிரிக்கப்பட்டு அமைந்துள்ளன. அதனாலேயேதான் பொருளியல் வாழ்வு (Materialism) வல்லரசு அதிகாரம் (Super power Hegonomy) அரசியல் குழப்பங்கள் (Political Anarchy) ராணுவப் போட்டி (Arms Race) முதலிய விரும்பத்தகாத விளைவுகள் எழுந்துள்ளன. ஆனால் உபவேதங்கள் காட்டும் வழி சமாதான சுகவாழ்வு, நன்மை செய்யும் ஆட்சி முறை (Welfare state) ஆகியவற்றிற்கு அடித்தளம் அமைக்கிறது.

1) ஆயுர்வேதம், ருக் வேதம் மற்றும் அதர்வண வேதங்களிலிருந்து வளர்ந்தது.

2) தநுர் வேதம், யஜுர் மற்றும் அதர்வண வேதங்களிலிருந்து வளர்ந்தது.

3) காந்தர்வ வேதம் ஸாம வேதத்திலிருந்து வளர்ந்தது.

4) அர்த்த சாஸ்திரம் பொதுவாக ருக், யஜுர், சாம வேதங்களின்

அம்சங்களைக் கொண்டிருந்தாலும் அதர்வண வேதத்திலிருந்துதான் வளர்ந்தது.

II ஆயுர் வேதம்

தேவர்களும், அசுரர்களும் அமிருதம் வேண்டிப் பாற்கடலைக் கடைந்தபோது மஹாவிஷ்ணு 'தன்வந்தரி' அவதாரம் எடுத்து அமிருத கலசத்தைக் கையில் ஏந்தி வந்தார். அந்தத் தன்வந்தரி தான் தேவர்களுக்கு மருத்துவர் ஆவார். அவரிடமிருந்து தோன்றியது ஆயுர்வேதம் என்பது வழக்கு.

மனித உடல், கபம் பித்தம் வாதம் என்று மூன்று தாதுக்களினால் அமைக்கப்பட்டது. கபம் என்பது கோழை; பித்தம் என்பது பித்த நீர்; வாதம் என்பது காற்று (வாயு). இவை மூன்றும் சரியான விகிதத்தில் உடலில் இயங்கும்போது உடலின் நாடிகள் சரியாக இயங்கி உடல் ஆரோக்யத்துடனிருக்கிறது. மனிதன் உண்ணும் உணவுப் பொருட்கள் கபம் பித்தம் வாதம் இவற்றின் இயல்புகளைக் கொண்டவை. அவற்றை சரிவிகிதமாக உட்கொள்ளாமல் நாவின் ருசிக்கு அடிமையாகிக் கண்டபடி உண்ணும் போது உடலின் கபம் பித்தம் வாதம் இவற்றின் சமநிலை மாறி வியாதி உண்டாகிறது. ஆகையால் கபம் பித்தம் வாதம் இவற்றை மீண்டும் உடலில் சமநிலைப்படுத்தினால் ஆரோக்கியம் மீட்கப்படும் என்பது ஆயுர்வேத தத்துவம். அதற்கு மூலிகைகள், தாதுக்கள் (உப்புக்கள்) மணிகள் (நவமணிகள் உலோகம்) முதலியவற்றை உபயோகித்துப் பஸ்மம், எண்ணெய், லேஹ்யம், தைலம், அரிஷ்டம் (டானிக்) முதலியவற்றைச் செய்து தேவைக்கேற்றபடி மருத்துவ முறையில் 'மணி மந்திர ஔஷதம்' என்று இயற்கை தாதுக்கள், இறையருள், மூலிகை மருந்து என்ற மூன்றும் முக்கியமான பங்கு வகிக்கின்றன. திருக்குறளில் மருந்து எனும் 95ஆம் அதிகாரத்தில் சொல்லப்பட்ட மருத்துவமுறை ஆயுர்வேதத்தை ஒத்திருக்கிறது.*

---

* திருக்குறள்:

மிகினும் குறையினும் நோய் செய்யும் நூலோர்
வளிமுதலா எண்ணிய மூன்று (மருந்து 941)

உற்றான் அளவும் பிணியளவும் காலமும்
கற்றான் கருதிச் செயல் (மருந்து 949)

மாணவன்: ஆயுர் வேதத்தில் வெறும் மருந்துப் பிரயோகம் மட்டும் தான் சொல்லப்பட்டிருக்கிறதா?

குரு: இல்லை. இதில் சஸ்திர சிகிச்சை (Surgery) சர்ஜரியும் இருந்தது. சரகர், சுக்ருதர் என்ற இரு ரிஷிகள் ஆயுர்வேதத்தில் சஸ்திர சிகிச்சை பற்றிய விவரங்களை எழுதியிருக்கிறார்கள். 'சரகஸம்ஹிதை' 'சுக்ருத சம்ஹிதை' இரண்டும் ஆயுர்வேத நூற்களாகும். இவைகள் தவிர வாக்பாடர் எழுதிய 'அஷ்டாங்க ஹிருதயம்' என்ற நூலும் முக்கியமானது ஆகும்.

உலகில் முதன்முதலாக சர்ஜரி எனப்படும் சஸ்திர சிகிச்சை இந்தியாவில் தான் தொடங்கியது. இது என்சைக்ளோபீடியா பிரிடானிகா நூலிலேயே குறிப்பிடப்பட்டுள்ளது. இது தவிர செயற்கை உறுப்பு பொருந்துவது (Artificial Limbs) உடல் உறுப்புகளை சீரமைக்கும் அழகு சிகிச்சை (Plastic Surgery) உறுப்பு மாற்றம் (Transpantation) என்ற எல்லாப் பிரிவு மருத்துவ முறைகளும் ஆயுர்வேதத்தில் இருந்தன. சண்டை விபத்து இவற்றில் மூக்கை இழந்தவர்களுக்கு உடலின் வேறு பாகத்திலிருந்து சதையை அறுத்தெடுத்து மூக்கை அமைந்த பிளாஸ்டிக் சர்ஜரி முறைக் குறிப்புகள் இந்துமத நூற்களில் காணப்படுகின்றன. ஆயுர்வேதத்தில் உயர்ந்த, சிறந்த சிகிச்சை 'காயகல்பம்' இது வயதினால் சக்தியிழந்த உடலின் நரம்புகள், திசுக்கள், தசைகள், எலும்பு மற்றும் தோல் எல்லாவற்றையும் மீண்டும் புதுப்பித்து இளமை பெற்று நெடுங்காலம் வாழ வழி செய்கிறது. மூலிகைகள், தாதுக்கள், விஷங்கள், உப்புகள் இவற்றை உபயோகித்துத் தமிழ்நாட்டில் சித்தர்களால் வளர்க்கப்பட்ட சித்த வைத்திய முறையும் இதே போன்றதுதான். ஆயுர்வேதத்தின் கிளைகளாக ரசாயனம் (Chemistry) தாவர சாஸ்திரம் (Botany) உடற்கூறு இயல் (Physiology) பிராணியியல் (Zoology) பூமியியல் (Geology) ஸ்படிக இயல் (Crystallography) என்று எல்லாம் இந்தியாவில் வளர்ச்சி பெற்றன.

II தநுர் வேதம்

ஆயுதங்கள் என்ன என்ன வகைப்படும் அவற்றை எப்படி உபயோகிப்பது என்பதைக் கூறுவது 'தநுர் வேதம்', வேத கால ஆயுதங்களில் 'தநுஸ்' எனப்படும் வில் சிறந்த ஆயுதமாதலால் இந்த ஆயுதம் பற்றிய பகுதி 'தநுர் வேதம்' என்ற பெயர் பெற்றது. அதுவே எல்லா ஆயுதங்கள் பற்றிய பிரிவுக்கும் வழங்கலாயிற்று.

ஆயுதம் என்பது அதிகாரத்தின் சின்னமாகவும் எதிரிகளிடம் சண்டையிட உபயோகமாகும் 'சஸ்திரம்' ஆகவும் உபயோகமாகிறது. அரசன் கையில் அதிகாரத்தைக் குறிக்கக் கையில் ஒரு 'தண்டம்' (கோல்) உண்டு. அதன் பெயர் தான் 'செங்கோல்', தண்டத்தைக் கையிற் பிடித்துத் தவறு செய்தவர்களைத் திருத்த, அடக்க, கண்டிக்க அரசன் சொல்லும் ஆணைதான் "தண்டனை" என்று பெயர் பெற்றது. சில மனிதர்கள் தங்கள் குண சுபாவத்தினால் தவறு செய்பவர்களாக இருப்பார்கள். அவர்களை அடக்கி வைத்துக் கண்டிப்பதால்தான் சமூக கட்டுப்பாடு நிலைக்கும் என்பதைக் கருத்திற் கொண்டு நாட்டை அடக்கி ஆளும் பணியை சத்திரியர் என்ற வகுப்பினருக்குத் தந்தார்கள்.

மற்ற தேசத்தவர் அல்லது எதிரிகள் பகை கொண்டு நாட்டைத் தாக்கினால் காத்துக் கொள்வதற்குக் கற்பிக்கப்பட்ட கலைதான் 'தநுர் வேதம்'.

மாணவன்: சத்திரியர்கள் மட்டும்தான் இந்தப் போர்ப் பயிற்சி பெற்றார்களா?

குரு: அப்படியில்லை. மற்றவர்களும் கற்றிருந்தார்கள். பரசுராமர், துரோணர் அசுவத்தாமா போன்ற அந்தணர்களும் போர்க் கலையில் சிறந்து விளங்கினார்கள். ஆனால் போர்க்கலை என்பதைச் சிறப்பாகப் பயின்று நாட்டை எதிரிகளிடமிருந்து காப்பாற்றுவது, காவல், குற்றவாளிகளைப் பிடித்துத் தண்டிப்பது போன்ற பணிகளில் சத்திரியர்கள் ஈடுபட்டார்கள். போரில் அஸ்த்ரம் 'சஸ்த்ரம்' ஆகியவை உபயோகப்படுத்தப்பட்டன.

மாணவன்: அஸ்த்ரம் சஸ்த்ரம் என்பவை என்ன? இவை இரண்டும் ஒன்றா வேறு வேறானவைகளா?

குரு: 'அஸ்த்ரம் சஸ்த்ரம்' இரண்டுமே ஆயுதங்கள் தான். 'சஸ்த்ரம்' என்பது ஆயுதத்தை ஏந்துபவன் தன் பலம், சக்தி, சாமர்த்தியம், திறமை இவற்றுடன் தான் ஏந்திய ஆயுதத்தின் உபயோகம், அதன் சக்தி மற்றும் வாகு இவற்றைத் திறம்பட உபயோகித்துச் சண்டையிட்டுக் கையாளும் ஆயுதங்கள் ஆகும். கையில் ஏந்தி உபயோகிப்பவை, கையால் எறிந்து தாக்குபவை, கையில் ஏந்தித் தாக்கித் திரும்பப் பெறுபவை என்று மூன்று வகைப்படும். கத்தியை

கையில் ஏந்துவது; வேல் எறிவது; சங்கிலியுடன் இணைந்த இருப்புக் குண்டு எறிந்துதாக்கி திரும்பப் பெறக் கூடியது. சாஸ்திரங்களில் பலவுண்டு அவற்றில் சில; பாணங்கள், கத்திகள், தோமரங்கள், முசுண்டிகள், சக்ரம், கதையஷ்டி, பட்டஸம், சக்தி, உல்முகம், பிராசம், பரச்வதம், நிஸ்திரிம்சம், பல்லம், பரிகம், முத்கமம், பிண்டி, பாலம் ஆகியவையாகும்.*

'அஸ்த்ரம்' என்பது மந்திர சக்தியின் துணையோடு பிரயோகிக்கப்படும் அதிக சக்தியும் அதிக அழிவையும் உண்டாக்கும் ஆயுதங்கள் ஆகும். இந்த அஸ்திரங்களை அதிகமாக வில்லில் பூட்டிப் பிரயோகம் செய்தார்கள். அதனால் தான் 'தநுசு'க்கு (வில்)ப் பெருமை அதிகம். அஸ்திரங்கள் இலக்கு நோக்கி எறியப்படுபவை ஆகும்.

மாணவன்: இந்த அஸ்திரங்கள் மந்திரப் பிரயோகம் செய்து எய்த போது பெரும் அழிவை உண்டாக்கின என்பது உண்மையா?

குரு: ஆம் உண்மைதான். ஏனென்றால் வேத ஒலி நன்மைகள் செய்வது என்பது விஞ்ஞானபூர்வமாக உறுதியாகியிருக்கிறது. அதேபோல் ஒலியை ஆதாரமாகக் கொண்டு சலனங்கள் மற்றும் அதிர்வுகள் உண்டாக்கக் கூடிய ஆயுதங்கள் இருந்திருக்க வேண்டும். அவை அதிக அழிவைத் தருவதாக இருந்தன என்பதை வேதங்களிலும், புராணங்களிலும் பல இடங்களில் விவரிக்கப் பட்டுள்ளன. நாம் இன்றைய நவீன ஆயுதங்கள் செலுத்த பௌதீக பார்முலாக்கள் (விதிகள்) உபயோகம் செய்வது போல, 'மந்திரங்கள்' அஸ்திரங்கள் செலுத்தும் ஃபார்முலாக்களாக இருந்திருக்க வேண்டும். ஆனால் அந்த விவரங்கள் நமக்குக் கிடைக்கவில்லை. அழிந்து விட்டன.

மாணவன்: மந்திர சக்தி கொண்ட அஸ்திரங்கள் யாவை?

குரு: பலவகை அஸ்திரங்கள் குறிப்பிடப்பட்டுள்ளன. அவற்றின் விளைவுகள் மிகவும் பயங்கரமானவை. சில அஸ்திரங்கள் புகையையும் தீப்பிழம்புகளையும் எழுப்பும்; சில எல்லா உயிர் வகைகளையும் கொல்லும்; சில நீர்நிலைகள் வற்றும்படி வெப்பம் உண்டாக்கும்; சில மனிதர்களை வருத்திக் கர்ப்பத்திலிருந்த கருவைக் கூடக் கொன்றுவிடும் விஷம் கொண்டிருந்தன. தற்போது பயன்படும் அணு ஆயுதங்கள் இத்தகைய விளைவுகளை உண்டாக்குகின்றன.

---

* ஸ்ரீமத் பாகவதம்

அஸ்திரங்கள் இன்று பயன்படுத்தும் அணுகுண்டு (Atom Bomb) ரசாயன குண்டு (Biological warfare) நுண்ணுயிர் அழிவுப் போர்முறை போன்ற அணு ஆயுதங்களுக்கு இணையானவை ஆகும். பிரம்மாஸ்திரம், நாராயணாஸ்திரம், பாசுபதாஸ்திரம், வருணாஸ்திரம், ஆக்நேயாஸ்திரம், கருடாஸ்திரம், நாராசம், சூலம், சக்தி, வஜ்ராயுதம் என்று பல அஸ்திரங்கள் இருந்தன.

மாணவன்: தநுர் வேதத்தில் வேறு என்ன சொல்லப்பட்டிருக்கிறது?

குரு: அரசன் தலைநகரில் கோட்டை கட்டி அதனுள் வசிக்க வேண்டும். அந்தக் கோட்டை 'துர்கம்' எனப்படும். அது பலமாக இயற்கை அரண். செயற்கை அரண்களால் காக்கப்பட வேண்டும். கோட்டை அமைப்பதில் சாஸ்திர பூர்வமாக திசை, வடிவம், அளவுகள், அமைப்புகள் எல்லாம் நிர்ணயிக்கப்பட்டிருக்கின்றன. 'வியூகம்' எனப்படும் வடிவ அமைப்பால் கோட்டைகள் அமைக்கப்பட வேண்டும். உதாரணமாக மதுரையில் கோட்டை சுருண்டிருக்கும் பாம்பின் (நாகம்) வடிவிலும், தஞ்சையில் சிறகை விரித்த கருடன் பறவை (காருடம்) வடிவத்திலும் அமைக்கப் பட்டுள்ளன.

படை வகைகள்: ரதம், யானை, குதிரை, காலாள் (ரதகஜதுரக பதாதி) என்ற நான்கு வகைப் படை அமைப்பது அரசர்களுக்குக் கற்றுத் தரப்பட்டது. அதைச் சதுரங்க சேனை என்பார்கள். இதை அடிப்படையாக வைத்துச் சதுரங்க விளையாட்டு இந்தியாவில் பிறந்தது இதுவே மேனாடுகளில் பரவி 'செஸ்' (Chess) என்ற இந்நாளை ஆட்டமாகப் பிரசித்தி பெற்றுள்ளது.

சேனைத் தலைவர்களில் ரதன், மஹாரதன், சேனாபதி என்ற பல வகைத் தலைவர்கள் சேனைக்கு உண்டு. சேனைகளை 'வியூகமாகப் பலவித வடிவ அமைப்பில் எதிரி சுலபமாக ஊடுருவ முடியாதபடி அமைக்கும் பயிற்சி படைகளின் எண்ணிக்கை கணக்கிடுதல் முதலியவை இந்தப் பிரிவில் வரும். வியூக அமைப்புகளைப் பற்றி மஹாபாரதத்தில் பல குறிப்புகள் வருகின்றன.*

போர்முறை: தர்மயுத்தம் என்று தனக்கு சமமான அந்தஸ்துள்ள எதிரியுடன் போரிடும் முறை வழக்கிலிருந்தது. தேரில் செல்லும்

---

* கருடவியூகம், சந்திரவியூகம், மகரவியூகம், கிரௌஞ்சவியூகம், வச்சிரவியூகம், மண்டலவியூகம், கூர்மவியூகம், பத்மவியூகம், சகடவியூகம் (மஹாபாரதம்).

படை அதிகாரி தேரில் வரும் எதிரிப்படை அதிகாரியுடன் போரிட வேண்டும். காலாள் – காலாளுடன், யானைப்படை – யானைப் படையுடன், குதிரைப்படை – குதிரைப்படையுடன் மோதும். நிராயுதபாணியுடன் போர் செய்யக் கூடாது. சரணாகதி அடைந்தவர்களை விட்டுவிட வேண்டும். பயந்தவனை விட்டுவிட வேண்டும். சம பலம் கொண்டவனுடன்தான் போரிட வேண்டும் என்ற கட்டுப்பாடு வலியுறுத்தப்பட்டது.

ஆயுத வகைகள்: சஸ்திர ஆயுதங்கள் மூன்று வகையாகப் பிரிக்கப்பட்டுள்ளன. 'முக்தம்' கையிலிருந்து எறிந்து தாக்கும் ஆயுதங்கள் என்பவை, கட்டாரி, வாள், அம்பு போன்றவை. 'அமுக்தம்' என்பவை கையில் பிடித்துக் கொண்டு தாக்கும் ஆயுதங்கள் ஈட்டி, வாள், வேலாயுதம், கதை, சூலம், வேல் போன்றவை. தேவையான போது கையிலிருந்து எறிந்தும் இவற்றைப் பயன்படுத்த முடியும். 'முக்தாமுக்தம்' என்பவை கையைவிட்டு எறிந்து தாக்கித் திரும்பிப் பெறக்கூடிய ஆயுதங்கள் பாசம், அங்குசம், சக்கரம் போன்றவை.

அஸ்திரங்கள் உபயோகப்படுத்தினால் அவற்றைத் திரும்ப பெற முடியும். அஸ்திரப்பிரயோகம் செய்தவன் திரும்ப அதைப் பெற வேண்டும் என்ற சட்டம் இருந்தது. அஸ்திரப் பிரயோகம் கடைசியாகத்தான் செய்ய வேண்டும் என்பது போர்விதி. மல்யுத்தம் எந்தவித ஆயுதமுமில்லாமல் கைகளால் செய்யப்படுவது. குத்துச் சண்டையும் இதே போன்றது தான். இதுவும் யுத்த முறையில் சேர்க்கப்பட்டது.

III காந்தர்வ வேதம்

மனிதனின் மனதைக் கவர்ந்து அவனுடைய படைப்புத் திறனுக்குச் சான்றாக அமைந்து, பொழுதுபோக்காகவும், உல்லாசமும் உற்சாகமும் தருவது சங்கீதம், நாடகம், நாட்டியம் ஆகிய கலைகள் ஆகும். அவைதான் 'காந்தர்வ வேதம்' என்று அழைக்கப்படுகின்றன. உயர் பிறப்புக்களான தேவர்களில், கந்தர்வர்கள் ஒரு வகுப்பினர் ஆவர். அவர்கள் இயல், இசை, நாடகம் இவைகளில் தேர்ச்சி பெற்றவர்கள் மற்றும் இந்தக் கலைகளுக்கு அதி தேவதைகளான அவர்கள்

பெயரால் நமது மனம் கண்கள், காதுகள் ஆகியவற்றிற்கு இன்பம் அளிக்கும் கலைகள் 'காந்தர்வ' வேதம் என்று பெயர் பெற்றன.

மாணவன்: இயல், இசை, நாடகம் என்ற நாட்டியம், சங்கீத நாடகம் தவிர வேறு எந்தெந்தக் கலைகள் காந்தர்வ வேதத்தில் அடங்கும்.

குரு: லலித கலைகள் (Finearts) யாவுமே காந்தர்வ வேதத்தில் சேர்ந்தவைதான்.* நிழலாட்டம், பொம்மலாட்டம், கரகாட்டம் மற்றைய கிராமியக் கலைகளான தெருக்கூத்து, மயிலாட்டம், ஒயிலாட்டம் என்று எல்லாமே இதில் சேருகிறது. பிரமிக்க வைப்பது, சாமர்த்தியம், சாகஸம், விசித்ரம், இனிமை, திறமை, அழகுணர்ச்சி, மனத்தை மயக்கும் கவர்ச்சி, உன்னதம் இவற்றை வெளிப்படுத்தும் கலைகளை அறுபத்தி நான்காக 'ஆய கலைகள் அறுபத்தி நான்கு' என்று பிரித்திருக்கிறார்கள். இவையும் காந்தர்வ வேதத்தைச் சார்ந்ததே. இவை கல்வியின் கடவுளான சரஸ்வதி தேவியின் அருளாற் பிறந்தவை கந்தர்வர்களால் வளர்க்கப்பட்டவை என்பது இந்து மத நம்பிக்கை.

நான்கு வேதங்களில் ஒன்றான சாம வேதம் கேட்க மிகவும் இனிமையானது. சாம வேதப் பாடல்கள் ஓதப்படுவது 'சாம கானம்' என்று சொல்வார்கள். ஸப்தஸ்வர சங்கீதத்திற்கு மூலம் சாம கானம் தான். சாம கானம் கடவுளர்களுக்குப் பிரியமானது கீதையில் கண்ணன் 'வேதங்களில் நான் ஸாம வேதமாக இருக்கின்றேன்'** என்று அதன் இனிமையான பாடல் முறையைச் சிறப்பித்துச் சொல்கிறார். சிவனுக்கும், சக்திக்கும் கூட ஸாம கானம் மிகவும் பிரியமானது. ராவணன் மமதையில் கைலாச மலையைத் தூக்க முயற்சித்த போது சிவன் தன் காற் கட்டை விரலால் அதை அழுத்த, ராவணன் மலையின் கீழ் அகப்பட்டு நசுங்கியபோது தன் கைகளையே உடைத்து வீணையாக்கி தன் நரம்புகளால் தந்தி அமைத்துச் சாம கானம் செய்து தன் தவறைப் பொறுத்தருள வேண்டியபோது, சிவன் சாம கானத்தால் சந்தோஷப்பட்டு ராவணனை விடுவித்தார் என்று சாம கானத்தைச் சிறப்பித்துச் சொல்லப்படுகிறது. சக்திக்கு 'சாமகானப்பிரியை' என்று வாழ்த்து உண்டு. காந்தர்வக் கலையான சங்கீதம் அவ்வளவு சிறப்பானது.

---

* காஞ்சி மாமுனிவர் மஹாஸ்வாமிகளின் அருளுரை

** ஸ்ரீமத் பகவத்கீதை (10:32)

இசையான சங்கீதம் முறைப்படுத்தப்பட்டது. நாரத ரிஷி 'ஸரிகமபதநி' என்ற ஏழு ஸ்வரங்களை (சப்தஸ்வரம்) வைத்துச் சங்கீதம் அமைத்தார். ராகம், தாளம், சுருதி மாறாமல் பாடப்படுவதுதான் சங்கீதம். பறவை மற்றும் கால்நடைகள் இயற்கையாக எழுப்பும் ஒலிகளிலிருந்து சப்தஸ்வரம் அமைக்கப்பட்டது. ஸ – ஷட்ஜம் – மயிலின் கூவல் ஒலி; ரி ரிஷபம் காளையின் (ரிஷபம்) உறுமல்; க – காந்தாரம் ஆடு போடும் சத்தம்; ம – மத்யமம் – க்ரௌஞ்ச பக்ஷியின் கூவல்; ப – பஞ்சகம் – குயிலின் கூவல்; த – தைவதம் – குதிரையின் கனைப்பு; நி – நிஷாதம் – யானையின் பிளிறல். இவையே 'சரிகமபதநி' என்று சப்தஸ்வரங்களாக அமைந்தன.

சங்கீதத்தை முறையோடு பாடும் போது அதிலேயே லயித்து இனிமையால் நம் மனம் தன் வயமிழந்த இன்பம் பெறுகிறது. அதையே இறைவனுக்கு அர்ப்பணம் செய்தால் ஆத்ம அனுபவம் பெற முடியும் என்பது சங்கீதத்தின் லட்சியமாகும். முறையாகப் பயிலப்பட்டு, ராகங்களின் நுணுக்கங்களைச் சங்கீத சாதகம் செய்து பயின்று தவறில்லாமல் பாடப்படும் அல்லது இசைக்கப்படும் சங்கீதம் ஒரு மனிதனை இறையுணர்வு நிலைக்கு உயர்த்தும் அதுவே 'நாதப்பிரம்மம்' எனப்படுகிறது. வேதத்திற்கு இணையான நிலையை சங்கீதம் வகிக்கிறது. ஏனென்றால் வேதம் (ஓங்கார) நாதத்திலிருந்து பிறக்கிறது, சங்கீதமும் (அந்தர்) நாதத்திலிருந்து பிறக்கிறது வேத மற்றும் புராண கால ரிஷிகளும் மற்றும் பலரும் சங்கீதத்தில் சிறந்திருந்தார்கள். சங்கீதத்திற்குத் தேவதை பிரம்மனின் மனைவியான கலைவாணி (சரஸ்வதி) அவள் வீணையை இசைப்பதாக சித்தரிக்கப் படுகிறது. மற்றும் நாரதர், தும்புரு, பதஞ்சலி, நந்தி பகவான், அனுமான், ராவணன், அகஸ்தியர், பரதர் ஆகியோர் சங்கீத நிபுணர்கள். முறைப்படி சங்கீத ஆராதனை செய்பவர்கள் வேறு எந்த யோகமும் பயிலத் தேவையில்லை. அவர்களுக்குச் சுவர்க்க யோகமும் முக்தியும், பிரம்மானந்தமும் தாமாகவே வந்தடையும்.* சமீப காலத்தில் தென்னாட்டில் வாழ்ந்த சங்கீத மும்மூர்த்திகளான, ஸ்யாமாசாஸ்திரிகள், தியாக ராஜர் மற்றும் முத்துசுவாமி தீக்ஷிதர் ஆகியவர்களே இதற்குச் சான்றாகும் அன்னமாச்சாரியார் புரந்தரதாசர், துகாராம், சூர்தாஸ், ஊத்துக்காடு வேங்கட சுப்பையர் மற்றும் கபீர், மீரா போன்றவர்களின் வாழ்க்கையே சங்கீதத்தின்

* அமிருத பிந்து உபநிஷத் (17)

இந்து மதம் ஓர் அற்புதம்

மேன்மைக்குச் சான்றுகளாகும்.

வாய்ப்பாட்டுடன் இணைந்து வாசிக்கப்படும் வாத்திய வகைகள் நான்கு வகையாகப் பிரிக்கப்பட்டுள்ளன.

'தந்த்ரீவாத்யம்' இதில் நாண் எனும் கம்பியை இணைத்து அவற்றை ஊக்கி, ஒலியெழுப்பப்படுகிறது. வீணை, ருத்ரவீணை, யாழ், தம்புரா போன்றவை தந்த்ரீ வாத்யங்கள் ஆகும். (பின்னாளின் உருவாக்கப்பட்ட பிடில், சிதாரும் இந்த வகையைச் சார்ந்தவையே).

'ரந்திர வாத்யம்' என்றால் துளையுடன் கூடிய வாத்யம். இதில் வாயினால் அல்லது கையால் காற்றை உட்செலுத்திக் கணக்காக அமைக்கப்பட்ட துளைகளைக் கை விரல்களால் திறந்தும் மூடியும் சங்கீத ஒலி எழுப்பப்படுகிறது. குழல், புல்லாங்குழல் (நாயனம், கிளாரினெட், ஷெனாய், ஹார்மோனியம்) போன்றவை ரந்திர வாத்தியங்கள்.

'சர்ம வாத்தியம்' என்றால் தோலால் ஆனவை என்று பொருள். தோலாலான வாத்தியங்களை கை விரல்களால் அடித்தோ அல்லது குச்சிகளால் தட்டியோ ஒலியெழுப்புகிறோம். சர்ம வாத்தியங்கள் லயம் எனப்படும் தாள வாத்தியங்களாகும். மிருதங்கம், கஞ்சிரா, மேளம், தவில், உடுக்கு முதலியவை 'சர்ம வாத்தியங்கள்'.

'லோஹ வாத்யம்' என்பது உலோகத்தால் செய்யப்படுவது. அதைத் தட்டித் தாளம் எழுப்பப் பயன்படுத்தலாம். ஜால்ரா, மணி, மோர்சிங், சேமங்கலம் முதலியவை லோஹ வாத்தியங்கள்.

இவைகள் தவிர மண்ணினால் செய்யப்படும் கடம், மத்தளம், உலோகம், தோல் இணைத்துச் செய்யப்படும் பஞ்சமுக வாத்தியம் என்று பல வகை வாத்தியங்கள் உண்டு.

தாளம் எனும் லயத்திற்கு அதிபதி நந்திகேசுவரர். நடராஜர் ஆனந்தத் தாண்டவமாடும் போது விஷ்ணு மத்தளம் வாசித்ததாக வழக்குண்டு.

நாட்டியம் நாடகம் என்ற இரண்டும் ஒரே பிரிவைச் சேர்ந்தவை. நாட்டியத்தில் நடனமாடுபவர் பேசுவதில்லை. தன் கை கால்களை அசைத்து, தாளத்துக்குத் தகுந்தபடி ஆடி, பாட்டிற்குத் தகுந்தபடி முகத்தில் பாவம், கைகளினால் 'முத்திரைகள்' என்று கைகளால்

ஆடலின் பொருளை உணர்த்துகிறார்கள். நாட்டியத்தில் கண்கள், முகம், கைகள் மூலமே நவரசம் எனப்படும் ஒன்பது பாவங்களைக் காட்டி உணர்ச்சிகளை வெளிப்படுத்துகிறார்கள். நவரசங்கள் என்பவை அற்புதம், சிருங்காரம், ரௌத்ரம், பயம், பீபத்சம், ஹாஸ்யம், கருணா, வீரம், சாந்தம் என்ற ஒன்பது ஆகும். இறைவனுக்குப் படைக்கப்படும் பூஜை முறையில் சங்கீதம், நாட்டியம் என்ற உபசாரங்கள் இணைக்கப்பட்டுள்ளன.

நாட்டியத்தை 'நிருத்யம்' என்பார்கள். பதஞ்சலி, பரதர் முதலிய ரிஷிகள் நாட்டிய சாஸ்திரம் செய்திருக்கிறார்கள். வேத காலத்திலிருந்தே பின்பற்றப்படும் மேடையமைப்பு, ஒலியமைப்பு, மேடையலங்காரம், பாட்டு முறை இவற்றை ஒட்டி இன்றும் ஆடப்படும் நடன வகை கேரளத்தின் 'கதகளி' நடன வகையாகும். ஆண்கள் ஆடும் நடனம் 'தாண்டவம்' என்றும் பெண்கள் ஆடுவதை 'நாட்டியம்' என்றும் அழைக்கிறார்கள்.

நாடகம் என்பது நடித்துக் காட்டப்படுவது. அதில் கதை சொல்வது, பாடல் இசை, நடனம் ஆடுவது, நடிப்பது என்ற மூன்றும் அடங்கும். நாடக மேடையமைப்பு பாத்திரங்கள் அமைப்பு, நாடகம் நடத்தும் முறை போன்ற விவரங்கள் விளக்கமாகப் பல நூற்களில் சொல்லப்பட்டிருக்கின்றன. வேத கால நாடகங்களில் கதையைச் சொல்லி நாடகத்தை நடத்துபவன் 'சூத்ரதாரி' என்றழைக்கப்பட்டான். நடிப்பவர்கள் 'நடன்' எனப்பட்டனர். நாடகத்திலும் நவரசங்கள் உபயோகமாகின்றன. மேடை நாடகக் கலை பின்னாளில் ஹர்ஷன் மற்றும் நரசிம்ம பல்லவன் போன்ற அரசர்களின் காலத்தில் சிறப்படைந்திருந்தது. அந்த அரசர்களே பல நாடகங்களை எழுதி அரங்கேற்றியிருக்கிறார்கள்.

ஓவியம், சிற்பம், சிலைகள் செய்வது என்ற நுண்கலைகள் கூட காந்தர்வ வேதத்திற் சேர்ந்தவை ஆகும். வீடு மற்றும், நகர நிர்மாணம், 'வாஸ்து சாஸ்திரம்' எனப்படும். சிற்பங்கள் செய்வதில் இந்து முன்னோர்கள் மண், மரம், தக்கை, தோல் மற்றும் கல்லினால் சிற்பங்கள் செய்வதில் தேர்ச்சி பெற்றிருந்தனர். சோழர் கால உலோக வார்ப்புக் கலை உன்னதம் உலகப் புகழ் பெற்றது.

இந்து மதம் ஓர் அற்புதம்

IV. அர்த்த சாஸ்திரம்

பொருளாதாரம் (Economics), அரசியல் (Politics), ராஜ நீதி (Government), வியாபாரம் (Business), வெளிநாட்டு ராஜரீக உறவு (Foreign affairs), காவல் (Security), ராஜ தந்திரம் (Diplomacy), பாதுகாவல் (Military), உளவு (Intelligence), செய்தி போக்குவரத்து (Communication), வரி விதிப்பு (Taxes), வரி வசூல் (Tax Collection), வருமானம் (Income), செலவினங்கள் (Expenditure), திட்டமிடல் (Planning), ஏற்றுமதி இறக்குமதி (Export-Import), சுங்கம் (Customs), குடியுரிமை (Immigration), வர்த்தகம் (Trade), சட்டம் (Law), நிதி (Finance), தண்டனை (Punishment), உரிமைகள் (Rights), கடமைகள் (Duties), நிர்வாகம் (Administration), மந்திரிசபை (Ministry), ஆலோசனை சபை (Advisoty Board) என்று பல்வேறு அரசாட்சியைப் பற்றிய துறைகளைப் பற்றிச் சொல்வது அர்த்த சாஸ்திரம். அர்த்த சாஸ்திரம் என்பது 'பொருளியல்' ஆகும்.

மனிதர்கள் பெற வேண்டிய புருஷார்த்தங்களில் 'அர்த்தம்' செல்வம் இரண்டாம் இடத்தைப் பெறுகிறது. உலகியல் வாழ்வு நடைபெறப் 'பொருள்' தேவை. மக்கள் யாவரும் தத்தம் தேவைக்கேற்றபடி, சக்தியின்படி பொருள் சேர்க்க, வாழ்வு வாழ, ஒழுங்கான சமூகக் கட்டமைப்பு வேண்டும். அதுதான் ராஜ்யம். அதை நிர்வகிப்பது அரசாங்கமென்ற அமைப்பு. அதற்குத் தலைமை தாங்குபவன் அரசன். ஆகையால் 'அர்த்தம்' என்ற பொருளினால் 'அரசாங்கம்' அமைவதால் 'அர்த்தசாஸ்திரம்' என்ற பெயர் வந்திருக்கிறது. ஆனால் அது பொருளியல் பற்றி மட்டும் சொல்லாமல் அரசாங்க அமைப்பு முறையையும் சொல்கிறது.

மாணவன்: ஒழுங்கான அரசியலமைப்பு வேத காலத்திலிருந்தே வந்திருக்கிறது இல்லையா?

குரு: இன்று அரசியலமைப்பு முறைகள், அதன் தத்துவத்தில் தாங்கள் தான் முன்னோடிகள், சிறந்தவர்கள் என்று பீற்றிக் கொள்ளும் வெள்ளையர்கள் மற்றைய ஐரோப்பியர்கள் நாகரீகம் என்பது என்னதென்று அறியாமல் நாடோடிகளாய்க், காட்டுவாசிகளாய்ப் பரதேசிகளாய் அலைந்து கொண்டிருந்த காலத்திலேயே இந்துக்கள் நாகரிகம் உன்னத நிலையடைந்து, அரசியலமைப்புத் தத்துவங்கள் சமுதாயச் சட்டங்கள் முதலியவை சிறப்பாகப் பின்பற்றப்பட்டு வந்தன. (சமீபத்திய ஆய்வுகள், நாலாயிரம் ஆண்டுகளுக்கு

முன்பு தோன்றிய 'எகிப்து மற்றும் சுமேரிய நாகரீகங்கள் முதலில் தோன்றியவை என்ற ஐரோப்பியக் கருத்து தவறு பத்தாயிரம் ஆண்டுகளுக்கு முன்பே இந்துக்களின் நாகரிகம் தோன்றி, நகரமைப்பு, குடிநீர் வடிகால் அமைப்புகள் சிறந்திருந்தன என்பதைத் தெளிவுப்படுத்துகின்றன.) இத்துறைகளில் இந்தியாவே ஐரோப்பிய தேசங்களுக்கு முன்னோடியாகும்.

மாணவன்: அர்த்த சாஸ்திரம் எதைப் பற்றி என்பதைப் புரிந்து கொண்டேன். அது சொல்வது என்ன? அதை எழுதியவர் யார்? அதன் சிறப்பு என்ன என்பவைகளை விளக்கிச் சொல்ல வேண்டும்.

குரு: இந்துக்களின் வாழ்க்கை முறையில் தர்மம் முதலிடம் வகிக்கிறது என்பது உனக்குத் தெரியும். வேதகாலத்தில் தர்மத்தை அடிப்படையாகக் கொண்ட அரசமுறை வலியுறுத்தப்பட்டது. வேத உபாங்கங்களில் மனு, யாக்ய வல்கியர் முதலியோரால் தங்கள் தர்ம சாஸ்திரங்களில் அரசியலமைப்பு, அரசன், மந்திரி முதலியவர்களின் கடமைகள், வர்ணாஸ்ரம தர்மம் முதலியவை தரப்பட்டுள்ளன. இவற்றை அடிப்படையாகக் கொண்டு எழுதப்பட்ட அர்த்த சாஸ்திரம் தர்மத்தை வலியுறுத்தவில்லை. கட்டுப்பாடான அரசியலமைப்பு அதன் தேவைகள் முதலியவற்றை உலகியலுக்கு ஏற்றபடி தருகிறது. இதனால் தர்மத்துக்குப் புறம்பான விதிகள் கூட அர்த்த சாஸ்திரத்தில் அனுமதிக்கப்பட்டிருக்கின்றன.

உதாரணமாக 'சத்யம்வத' உண்மையே பேசு என்பது வேத வாக்கியம் ஆனால் அர்த்தசாஸ்திரத்தில் எதிரி நாட்டு மன்னனைத் தனிமைப்படுத்தி வெல்லுவதற்காக 'சாம, தான, பேத, தண்டம்' என்ற முறைகளில்; பேதமென்று பிரிப்பதில் எதிரி நாட்டு நண்பர்களை 'மித்ரபேதம்' செய்து பிரிப்பதற்கு உண்மைக்கு மாறாகப் 'பொய்' சொல்லிக்கூட அரசன் தன் நிலையை பலப்படுத்திக் கொள்ளலாம் என்பது வலியுறுத்தப்பட்டுள்ளது. இதைப்போன்று பல 'தர்மங்கள் மீறப்படுவது அரசனுக்கு அனுமதிக்கப்பட்டிருக்கிறது. ராமன் பரதனுக்குச் செய்யும் உபதேசம், மஹாபாரதத்தில் பீஷ்மர் தர்ம புத்திரருக்குச் செய்யும் 'அரசாளல்' பற்றிய உபதேசம், முதலியவை புகழ் பெற்றவை, அரசனின் கடமைகளை பற்றிச் சொல்லும் விஷ்ணு குப்த சாணக்கியனின் 'அர்த்த சாஸ்திரத்துக்கு' இவை முன்னோடிகளாகும். இதே போன்று ராஜரீகம் பற்றிய பல புத்தகங்கள் முன்பே எழுதப்பட்டிருக்கின்றன.

இந்து மதம் ஓர் அற்புதம்

நீதிமானான அரசர்கள் அர்த்த சாஸ்திரத்தை விட, தர்மத்தை வலியுறுத்தும் ஸ்மிருதிகளைப் பின்பற்றுவதில் பெருமை கொண்டிருந்தார்கள். உதாரணமாக மனுநீதி தர்மச் சோழன் மனு ஸ்மிருதி நீதியின்படி மாறாமல் அரசாண்டவன். இதைத்தன் கீர்த்தியாகக் கல்வெட்டுகளில் பொறித்திருக்கிறான்.* இனி அர்த்தசாஸ்திரத்தில் என்ன சொல்கிறது என்பதைச் சுருக்கமாகச் சொல்கிறேன்.

அரசனின் தகுதி :

அரசனுக்கு வரைமுறையற்ற அதிகாரமோ முறையற்ற இன்ப நுகர்ச்சிகளோ கூடாது. அடிப்படை தர்மங்களையும், சாஸ்திரங் களையும் மக்கள் உரிமைகளையும் மீற அரசனுக்கு அதிகாரமில்லை. காலத்திற்கேற்றபடி சாஸ்திர சட்டங்களில் கற்றோரின் கருத்தைக் கேட்டுக் கொஞ்சம் மாறுதல்கள் செய்து சட்டமியற்றலாம். ஆனால் அவற்றை அடியோடு ஒழிக்கக் கூடாது.

அரசமுறை :

அரசன் அரசவை அமைத்து மந்திரிமார்கள், அமாத்யர், குலகுரு, புரோஹிதர் இவர்களின் ஆலோசனைகளைக் கேட்டு அவற்றைப்பின் பற்றி அரசாட்சி செய்ய வேண்டும். அரசன் தனக்குப் பின்னால் அரசாளத் தகுதியும், படிப்பும், பண்பும், தர்மமும் நிறைந்தவனையே இளவரசாக நியமிக்க வேண்டும். கொடுங்கோலாட்சி கூடாது. வரி வசூலிப்பது மக்களை வருத்தாமல் வண்டானது பூவிலிருந்து தேனெடுப்பது போலவும், சூரியன் பூமியிலிருந்து நீரை உறிஞ்சி மேகமாக்கிப் பூமிக்கே மழையாய்ப் பொழிவது போலவும் வரி வசூலித்து, அதை மக்கள் நலத்துக்குச் செலவழிப்பது, அரசனின் கடமைகள் ஆகும்.

அரசன் கடமை :

அரசன்** தன் நாட்டில் குற்றம் செய்பவர்களைத் தகுந்த தண்டனை தந்து தண்டிக்க வேண்டும். வேற்றரசர்கள் படை எடுத்து வந்தால்

---

* காஞ்சி மாமுனிவர் மஹாசுவாமிகள் அருளுரை)
** திருக்குறளில் பொருட்பால் பகுதியில் உள்ள அரசமைப்பு பற்றிய பகுதிகளை ஒப்பு நோக்கவும்.

அவர்களை எதிர்த்து வென்று தண்டித்துத் தன் நாட்டைக் காப்பாற்ற வேண்டும்.

தன் நாட்டில் நடப்பவற்றை ரகசியமாக ஒற்றர்களைக் கொண்டு தெரிந்து கொள்ள வேண்டும். யார் சொல்வதையும் உடனே நம்பிவிடாமல் பரிசோதித்தே ஏற்றுக் கொள்ள வேண்டும். தன் உறவினர்கள், நண்பர்கள், மந்திரிமார்கள், அரச சபையினர், அதிகாரிகளை உளவாளிகளைக் கொண்டு கண்காணிக்க வேண்டும்.

வெளிநாட்டுக் கொள்கை, தன் ராஜ்யத்தைப் பெரிதாக ஆக்குதல், அந்நிய நாட்டைக் கைப்பற்றல் இவற்றைச் செய்ய முதலில் சாம – சமாதான வழி, தான செல்வத்தைத் தந்து கவர்வது, பேத – அந்நாட்டு ராஜாவின் நண்பர்களை மித்ர பேதம் செய்து தனிப்படுத்தி வெல்வது என்று எல்லாம் முயற்சி செய்து கடைசியாக – தண்ட – தண்டனை – போரிடுவது என்பதைக் கைக்கொள்ள வேண்டும்.

அரசன் தான் வென்ற நாட்டின் கலாசாரம், பெருமைகளை, அழியாமற் காப்பாற்ற வேண்டும். ஜெயித்த ராஜ்ஜியத்தை தோற்ற அரசனிடமோ அல்லது அவன் பிள்ளைகள், உறவினர் அல்லது தேர்ந்த அதிகாரி வசம் ஒப்புவித்து அவனிடமிருந்து வருடத்துக்கு ஒருமுறை கப்பம் வசூலிக்கலாம். ஜெயித்த நாட்டின் பாதுகாப்பு மற்றும் வெளிநாட்டுக் கொள்கை, வென்ற நாட்டின் அதிகாரத்தில் இருக்க வேண்டும்.

அரசுக் கொள்கை

அந்நிய நாட்டுக் கொள்கைகள் ஆறாகப் பிரிக்கப்பட்டுள்ளன 'ஷாட்டுண்யம்' எனப்படும் அவை,

ஸந்தி	–	நட்பு உடன்படிக்கை (Peace treaty) சமாதானம் செய்தல்
விக்ரஹும்	–	விரோத நாடுகள் (Enemy) சண்டை செய்தல்
ஸ்தானம்	–	நடுநிலை நாடுகள் (Nonaligned) கூட்டுச்சேரா நாடுகள். நடுநிலை வகித்தல்.
யானம்	–	உபத்திரவ நாடுகள் (Trouble) தொல்லை தருபவை விழிப்புடன் கவனிக்க வேண்டும்.
ஸம்ரச்யம்	–	வலிமைநாட்டு கூட்டு ராணுவ

இந்து மதம் ஓர் அற்புதம்

உடன்படிக்கை (Treaties) உதவி கோரி உடன்படிக்கை செய்தல்.

த்வைதி பாவம் – எதிரியின் நட்பு நாட்டுடன் உடன்படிக்கை (Diplomacy) அரசியல் சூழ்ச்சி மூலம் எதிரியின் எதிரியை நண்பனாக்கிக் கொள்வது.

ஓர் அரசன் சில நாடுகளுடன் நிரந்தர நட்பும், சிலவற்றுடன் நிரந்தரப் பகையும், சிலவற்றை நடுவுநிலை வகிக்க வற்புறுத்தியும், சிலவற்றுடன் சமாதான சமயத்தில் சண்டையில்லாவிட்டால் தொந்தரவு தந்தும், வலிமையான நாட்டுடன் நட்பு உடன்படிக்கையும், எதிரியைச் சார்ந்த நாடுகளுடன் தலையீடில்லா கொள்கை, உறுதிபெற்ற எதிரி நாட்டைத் தனிப்படுத்தியும் வெளிநாட்டுக் கொள்கைகளை வகுக்க வேண்டும்.

அரசின் அம்சங்கள்: ராஜ்யம் என்பது ஏழுவித பிரிவுகளைக் கொண்டிருக்க வேண்டும். அவை,

ஸ்வாமி – அரசன்
அமாத்ய – மந்திரி
ஸஹ்ருத் – நண்பர்கள்
கோச – கஜானா
ராஷ்ட்ரம் – குடிமக்கள்
துர்க – கோட்டை
பல – ராணுவம்

இப்போது ராணுவத்தில் பின்பற்றப்படும் படைப்பிரிவுகள் அமைப்பைப் போன்றே பாரதத்தில் படைப்பிரிவுகள் அமைக்கும் வழக்கம் வேத காலத்திலிருந்தே வழக்கத்திலிருந்தது. இப்போதைய ராணுவப் பதவிகளான ஜெனரல் போன்று ரதர்கள் என்ற பதவிகள் இருந்தன. இப்போது டிவிஷன் என்றழைக்கப்படும் வீரர்களின் எண்ணிக்கையில் அமைந்த ராணுவப் பிரிவு போன்றது தான் மஹாபாரத காலத்தில் 'அக்ரோனி' என்பது. இதில் ரதங்கள் 21,870, யானைகள் 21,801, குதிரைகள் 65,610, காலாட் படை 1,09,350 இருந்தன.

இன்னும் விவரங்களைச் சொல்லிக் கொண்டே போகலாம். ஆமாம்

நான் உபவேதங்கள் பற்றிச் சொல்லிக் கொண்டு வரும்போது நீ குறுக்கிட்டு எந்தக் கேள்வியும் கேட்கவில்லையே, ஏன்? உனக்கு சந்தேகம் எதுவும் வரவில்லையா?

மாணவன்: நீங்கள் சொல்லிய மருத்துவம், போர்க்கலை, லலித கலைகள், அரசியல் சாஸ்திரம் என்ற உபவேதங்களைப் பற்றிய விவரங்கள் எனக்கு முற்றிலும் புதியவை. வேதம் முதலிய தர்ம நீதிப் புத்தகங்கள் பற்றிக் கொஞ்சம் பள்ளியில் படித்திருக்கின்றேன். சாணக்யர் 'அர்த்த சாஸ்திரம்' எழுதினார். சந்திரகுப்தர் மௌரியருக்கு அரசமைத்துத் தந்தார். நந்தர்களைப் பழி தீர்த்தார் என்பது தான் சரித்திரப் பாடம் சொல்கிறது. மற்ற விவரங்களைக் கேட்க வியப்பா யிருக்கிறது. இந்து மதம் கடவுட் கொள்கை மற்றும் தத்துவம் தவிர உலகியற் கலைகளில் எவ்வளவு உன்னதம் பெற்றிருந்தது! ஆனால் அவை ஏன் வலுப்பெறவில்லை? இன்று பயன் தரவில்லை?

குரு: இந்தப் பெரியகுறை தோன்ற, நமது தவறான கல்விக் கொள்கை மற்றும் வெளிநாட்டு ஆங்கிலக் கல்வி மோகம்தான் காரணம். நவீன யுகத்து முன்னேற்றங்களைச் சொல்லும் பள்ளிக் கல்வியில், நமது முன்னோர்கள் பாரதத்தில் பின்பற்றிய அரசியல், விஞ்ஞானம், கலைகள், மற்றைய பிரிவுகளில் அறிந்திருந்த விஷயங்கள் பற்றி ஒன்றுமே கற்றுத் தருவதில்லை. பாரதத்தின் பழைய உலகியற் கல்வியை இந்து மதக் கல்வி என்று தவறாக நினைத்து ஒதுக்கித் தள்ளிவிட்டார்கள். ஆன்மீகத் தத்துவத்தில் மட்டுமல்ல அறிவியல் மற்றும் உலகியல் துறைகளிலும் பாரதம் உலகுக்கு வழிகாட்ட முடியும். இதை நாம் உணர்ந்தும் ஒப்புக் கொள்ளத் தயங்கினால் நஷ்டம் நமக்குத்தான், இந்து மதத்திற்கல்ல. ஆன்மீக வழியிலும் உலகாயுத வழியிலும் இந்துக்கள் தொடாத துறை எதுவுமேயில்லை. இன்று வியாபார உலகில் பேசப்படும் மேலாண்மை (Management) என்பது புதிய சிந்தனை என்று போற்றப்படுகிறது. ஆனால் இவற்றைப்பற்றி இந்துமத நூற்கள் பலவற்றின் முன்பே சொல்லப் பட்டிருக்கிறது. உதாரணமாக மேலாண்மை பற்றித் திருக்குறளில் வள்ளுவர் பல பாக்களை யாத்திருக்கிறார்.* பதஞ்சலி யோக சூத்திரமும் மேனேஜ்மெண்ட்** பற்றிய குறிப்புகளைத் தந்திருக்கிறது.

---

* திரு. டி.ஆர். கள்ளபிரானின் 'வெற்றிக்கு வழிகாட்டும் மேலாண்மை' புத்தகம் இதை வெளிப்படுத்துகிறது.

*** முன்னாள் தமிழகக் காவல் துறைத் தலைவர் திரு. கே. ரவீந்திரன் IPS. DGP (Rtd) பதஞ்சலியின் யோக சூத்திரங்களை ஆராய்ந்து மேலாண்மை பயிற்சியளிக்கிறார்

இந்து மதம் ஓர் அற்புதம்

அறிஞர்கள் சிலர் மட்டுமே இவற்றை ஆராய்ச்சி செய்து வருகிறார்கள். ஆனால் இவற்றைப் பற்றி விரிவாக ஆராய்ச்சி செய்து உலகுக்கு எடுத்துச் சொல்வாரில்லை. இவற்றைப் பற்றி அறிந்த அறிஞர்கள் தாங்களறிந்தவற்றைப் பரப்ப முயற்சியும் செய்வதில்லை. உலகம் நமது வேதாந்த தத்துவங்களினால் பயன்பெறுவது போலவே மற்றத் துறைகளிலும் இந்து மதத்தின் மேன்மையை உணர்ந்து போற்றிப் பின்பற்றும் வழிவகைகளை நாம் கட்டாயம் செய்தேயாக வேண்டும். சமூகத்தால் உயர்நிலை பெற்றுச் சிறந்திருக்கும் அறிஞர்கள், ஆய்வு செய்து அவற்றை இன்றைய சமுதாயத்திற்கு உதவும் வகையில் தந்துதவ வேண்டும் என்பதை எனது வேண்டுகோளாக முன் வைக்கிறேன்.

18. ஆகமங்கள் கலைகள்
சில்ப சாஸ்திரம், வாஸ்து சாஸ்திரம் அறுபத்தி நான்கு கலைகள்

குரு: ஆகமங்கள் (சகுண) உருவ வடிவில் அமைந்த இறைவனை வணங்கித் துதிக்க எழுப்பப்படும் ஆராதனை இடங்கள் (கோயில்கள்) அமைப்பு. ஆராதனை செய்யும் வழிமுறைகள் இவற்றைச் சொல்லுகின்றன.

மாணவன்: எல்லா தெய்வங்களுக்கும், இந்த ஆகம வழிபாடு முறை பொதுவானதா?

குரு: இல்லை. வெவ்வேறு தெய்வ வடிவங்களுக்கு வேறுவேறு வகையான ஆகமங்கள் உள்ளன.

மாணவன்: இந்த ஆகமங்கள் எதை விளக்குகின்றன?

குரு: ஆகமங்கள் வணங்கப்படும் தெய்வத்தின் வடிவம், குறியீடு, பீஜமந்திரங்கள், தந்திர தத்துவம், யந்திரம், வழிபாட்டு மந்திரங்கள், வாகனங்கள், ஆராதனை வழிமுறைகள் இவற்றைத் தருகின்றன. ஆகமங்கள் பின்வரும் பிரிவுகளை உள்ளடக்கியவை.

1. தத்துவம் : தெய்வ உருவ அமைப்பு முதலியன.

2. யோகம் : கட்டுப்பாட்டு விதிகள்

3. கட்டுமானம் : கோயில் நிர்மாண முறை, உபதெய்வங்கள், பரிவார தேவதைகள் அமைப்பு முறை.

4. ஆராதனை முறை : பூஜை, திருவிழா, சடங்கு விதிமுறைகள்.

மாணவன்: ஆகமங்கள் தனியாக ஏற்பட்டவையா அல்லது வேதங்களின் தொடர்பு உண்டா? அவைகளின் சிறப்பு என்ன?

குரு: ஆகமங்கள் தனியாக வளர்ந்தவையல்ல. அவை வேதங்களின் சம்பந்தமுள்ளவை. ஸ்மிருதிகளிலிருந்து தோன்றியவை. அவை வெவ்வேறு வகையான மூர்த்திகளின் கோயில்களின் அமைப்பு முறை, பிரதான மூர்த்தி உருவம், பரிவார தேவதைகள் உருவம் முதலியன அமைப்பு முறை, மற்றும் கர்ப்பகிரஹம், கோபுரம், மண்டபங்கள், சுற்றுகள் அமைக்கும் வாஸ்து சாஸ்திரம் முதலியவற்றைச் சொல்கின்றன.

தேவதா (ரூபங்கள்) பிரதிஷ்டை முறை, அமைக்க வேண்டிய யந்திரங்கள், சக்கரம், சக்தியேற்றும் முறை, தினசரி 'ஷோடசோபசார பூஜை' விதிகள், ஆறுகால பூஜை முறை விவரங்கள், தேவதா பிரீதி முறைகள், பலி விவரங்கள், மூர்த்திகளைத் தொட்டுப் பூஜை செய்யும் அர்ச்சகர்களுக்கு இருக்க வேண்டிய தகுதி, மந்திரயோகம் என்று விவரமாகச் சொல்கின்றன.

மேலும் உற்சவங்கள், குடமுழுக்கு, (கும்பாபிஷேகம்) மற்றும் யாகசாலை அமைப்பு, செய்ய வேண்டிய யாகங்கள் என்று பல விவரங்கள் ஆகமங்கள் தருகின்றன.

மாணவன்: இவ்வளவு நுணுக்கமான விவரங்கள் கோயில்கள் அமைக்க ஏன் தேவைப்படுகின்றன?

குரு: இந்தக் கோயில்கள் வெறும் கட்டிடங்களல்ல. அவை மனிதனின் நாடிச் சலனங்களை நல்வழிப்படுத்தும், நன்மையைத் தரும் சக்தி கேந்திரங்கள். நம் முன்னோர்கள் கோயில்களை மெய்ஞானம் வளர்க்கவும், (விஞ்ஞானத்தையும் இணைத்து) கோயிலுக்கு வரும் இந்துக்கள் பயனடையும் அமைத்திருக்கிறார்கள். இந்துக் கோயில்களில் மூர்த்தி கடவுளின் சிலை; தீர்த்தம் அங்கு அமைந்த குளம்,

சுனை, ஆறு போன்ற நீர் நிலைகள்; தலம் அந்த கோயிலமைந்த ஊரின் சிறப்பு என்று ஏதாவதொரு வகையிலாவது பெருமை பெற்றிருக்கும். அவையெல்லாம் மிகவும் சக்தியும் நன்மைகளையும் அளிக்குமிடங்களாக இருக்கும். உதாரணமாக இந்துக்கள் கங்கை நீரைப் புனிதமாகக் கருதுகிறார்கள். விஞ்ஞான ஆராய்ச்சியின் வழியாக கங்கை நதி நீர் மற்ற ஆறுகளின் நீரைவிட அதிக நாட்கள் கெட்டுப் போகாமலும், அதில் பாக்டீரியா நுண்ணுயிர்கள் பெருகாமலும் இருப்பது உறுதி செய்யப்பட்டிருக்கிறது! இதையே இந்துக்கள் புனிதம் என்கிறார்கள்.

முன்பே நான் தெய்வச் சிலைகளுக்கு அபிஷேகம் செய்யும்போது காற்றில் நெகடிவ் அயான்கள் (எதிர்வினைக் கூறுகள்) பரவி அங்கு கூடியிருக்கும் பக்தர்களுக்கு நன்மை செய்கின்றன. இது விஞ் ஞானப் பரிசோதனை மூலம் நிரூபணம் ஆகியிருக்கிறது என்பதைச் சொல்லியிருக்கிறேன். அதேபோல் யந்திரங்கள் மற்றும் தந்திரமுறை வழிபாடு கோலங்கள் முதலியவையும் கோயில்களில் செதுக்கப்பட்டும், வரையப்பட்டுமிருக்கும்.* அவற்றைக் காண்பதாலும், அவற்றின் அருகில் நின்று ஜபம் முதலியவை செய்வதாலும், மன அமைதி, ஆன்மீகபலம் முதலியவை அதிகமாக வளர்கின்றன.

ஆகவேதான் கோயிலில் உள்ள பல்வேறு சிலைகள் மற்றும் சிற்பங்கள் வடிவமைப்பதில் கடுமையான சட்ட திட்டங்கள் பின்பற்றப்படுகின்றன. அவற்றின் உயரம், அகலம், வடிவம், தோற்றம், அமைப்பு ஆயுதங்கள், யந்திர அளவுகள், தந்திர மற்றும் மந்திர பூஜை முறைகள் எல்லாமே சரியாகக் கணிக்கப்பட்டு நிர்ணயிக்கப் பட்டுள்ளன.

கடவுளின் சிலைகள் நான்காக* வகைப்படுத்தப்படுகின்றன.

1. ஸ்வயம் வ்யக்தா – கடவுளருளால் தானாகத் தோன்றியவை 'சுயம்பு' என்று பெயர் பெறும்.

2. தெய்விகா – தேவர்களால் ஸ்தாபிக்கப்பட்டு வழிபாடு செய்யப்பட்டவை.

---

* சென்னையின் புறநகர்ப் பகுதியில் நங்கநல்லூரில் ஸ்ரீராஜராஜேஸ்வரி கோயிலில் யந்திரங்கள் அமைக்கப்பட்டுள்ளன.

** வைச்னவ ஆகமம்

3. சித்தா – ரிஷிகள், சித்தர்களால் அமைக்கப்பட்டவை.

4. மானுஷ்யா – மனிதர்களால் அமைக்கப்பட்டு வழிபடப்படுபவை.

இவை யாவற்றையும் கற்றுத்தருவது ஆகமங்கள் மற்றும் வாஸ்து சாஸ்திரமாகும். உதாரணமாக தேவதாரூபங்கள் 'உக்ர'தேவதை 'சௌமிய தேவதை' என்ற முறையில் கோபத்துடனும், சாந்தத்துடனும் இருப்பவை என்ற பிரிவு உண்டு. எப்போதும் கிராமங்களில் உக்ரதேவதை சிலைகள் கிராமத்திற்கு வெளியே பார்ப்பது போலவும் சௌமிய தேவதைகள் (பெருமாள் போன்றவை) கிராமத்தை நோக்கி பார்ப்பதாகவும் அமைப்பார்கள்.

இவற்றை உருவாக்கும், கட்டும், கலைஞர்கள், ஸ்தபதிகள் எனப்படுவர். அவர்கள் பரம்பரையாக இக்கலையைப் பயின்றவர்கள். அவர்கள் காந்தர்வ வேதம், ஆகமம் மற்றும் வாஸ்து சாஸ்திர நிபுணர்கள், வடமொழியையும் நன்கு கற்றிருப்பார்கள்.

மாணவன்: இவற்றிற்கு ஆதாரமான நூற்கள் யாவை?

குரு: அதர்வண வேதத்தை அடிப்படையாகக் கொண்ட நூல் இருக்கிறது 'ஸ்தாப்தய சஸ்த்ர வேதம்' என்ற பெயரில் வாஸ்து சாஸ்திரம் மற்றும் ஸ்தபதிகளின் கருவிகள் மற்றும் உபகரணங்கள் போன்ற விவரங்கள் இதில் உள்ளன. இதில் சில்ப சாஸ்திரமும் அடங்கும். தேவர்களின் சிற்பியான விசுவகர்மாவும், அசுரர்களின் சிற்பியான மயன் என்பவரும் கரை கண்டவர்கள். வாஸ்து மற்றும் சில்பசாஸ்திரத்தில் சாரஸ்வதீயம், ப்ரகாசா, மானசாரம், வாத்கவித்யா என்று பல நூற்களில் சில்பசாஸ்திரம் பற்றி இருக்கினற்ன.

மாணவன்: ஆகமங்கள் எவ்வளவு வகைப்படும்?

குரு: ஆகமங்கள் நூற்றுக்கு மேலாக இருக்கின்றன. அதில் முக்கியமான மூன்று பிரிவுகள் பின்வருமாறு:

1. பஞ்சராத்ர ஆகமம்
2. சிவாகமம்
3. சக்தி ஆகமம்

பஞ்சராத்ரம்: விஷ்ணுவை குறித்துச் சொல்பவை. இவற்றில் 'விஷ்ணு

சம்ஹிதை' முக்கியமானது.

சிவாகமம்: இது சிவனைக் குறித்து எழுதப்பட்டவை. அவற்றில் இருபத்தெட்டு (28) நூற்கள் உள்ளன.

சக்தியாகம்: சக்தி பார்வதியைக் குறித்து எழுதப்பட்டவை. இவற்றில் இருபத்தேழு நூற்கள் முக்கியமானவை. இவற்றில் தந்திர வழிபாட்டு முறையும் அடங்கும். 'மண்டலம்' எனும் கோலங்கள், 'யந்திரங்கள்' என்ற உலோகத் தட்டில் எழுதப்பட்ட மந்திரக் கோலங்கள் குறியீடுகள் இவற்றில் அடங்கும்.

மாணவன்: 'ஸ்மிருதி' நூற்களில் காலத்திற்கேற்ற மாறுதல்கள் ஏற்பட்டது போல ஆகம சாஸ்திரங்களில் மாறுதல்கள் ஏற்பட்டு உள்ளனவா?

குரு: பாரதத்தில் வேத கால வாழ்க்கை நெறி திரும்பவும் ஏற்பட்டுப் புதிய ஸ்மிருதிகள் உண்டாகலாம். ஆனால் ஆகம சாஸ்திரங்களில் அதிகமாக இனி மாறுதல்கள் உண்டாக வழியில்லை என்றுதான் நினைக்கிறேன். ஏனெனில் நம் முன்னோர்கள் கோயில் அமைப்பு வாஸ்து சாஸ்திரம் மற்றும் ஆகம அமைப்புகள் எல்லாவற்றையும் சரியாகக் கணித்து மாற்றங்கள் தேவையில்லாத சிறந்த மரபினை வகுத்துத் தந்திருக்கிறார்கள்.

ஆனால் அவற்றின் உட்பொருள் ரகசியங்கள் குறித்து நமக்குச் சரியான ஞானம் இல்லை. விரிவான விஞ்ஞான பூர்வமான ஆராய்ச்சிகள் செய்தால் ஆகமங்கள் மற்றும் வாஸ்து சாஸ்திரத்தின் ரகசியங்களை வெளிப்படுத்தி மனித குலத்துக்கு நன்மை செய்யலாம்.

மாணவன்: இதை எந்த அடிப்படையில் சொல்கிறீர்கள்?

குரு: உதாரணமாக, கோயில் கட்ட கல் உபயோகமாகிறது. சுற்றுப்புற மதில்கள், அலங்காரச் சிலைகள், கட்டடம், கர்ப்பக் கிருகம், வழிபாட்டுச் சிலை மூர்த்தி, பரிவாரச் சிலை மூர்த்திகள் யாவும் கல்லினால் செய்யப்படுகினற்ன. ஆனால் இவையாவும் ஒரே விதமான கல் அல்ல. வேறுவேறு வகைக் கற்கள் உபயோகப்படுத்தப் படுகின்றன.

இன்றைய விஞ்ஞானத்தில் கல் வகைகள் பற்றிய படிப்பு பெட்ராலஜி

(Petrology) மற்றும் புவியியல் (Geology) ஆகும். நவீன விஞ்ஞானம் தோன்றி அதிகபட்சம் நானூறு ஆண்டுகள் தான் ஆகின்றன. அதில் ரசாயனம், பௌதீகம், எக்ஸ்ரே (X-Ray) அடிப்படைப் படிகவியல் (Crystallography) என்ற பல துறைகளின் அடிப்படையில் மிகவும் உறுதி வாய்ந்த கற்களாகக் கிரானைட் (Granite) சைனைட் (Synite) சார்னகைட் (Charnockite) முதலிய கல் வகைகள் வகைப்படுத்தப்பட்டுள்ளன. கற்கள் உருவாகும் முறை, அவற்றிலுள்ள கனிமக் கூறுகள், உருவான காலத்திலிருந்து இன்று வரை ஏற்படும் சிதை மாற்றங்கள் (Erosion, Attrition) இவற்றைக் கருத்திற் கொண்டு கற்களின் உறுதியை, (Hardness) நிர்ணயம் செய்கிறார்கள்.

இந்து ஸ்தபதிகள் பல ஆயிரம் ஆண்டுகளுக்கு முன்பிருந்தே இந்த விஞ்ஞான அறிவியல் உதவிகள், உபகரணங்கள் இன்றிக் கற்களை 'உளிகளால்' தட்டி அவற்றின் சப்த வேறுபாடுகளை இனங்கண்டு கடவுள் சிலாமூர்த்தங்களைச் செய்ய 'யௌவன சிலா' (யுவக் கற்கள்), சுற்றுப்புற பரிவார தேவதைகள் சிலைகள், அலங்காரச் சிலைகள் செய்ய 'விருத்தாசிலா' (கிழவயதுக் கற்கள்) தளம், மதில் போன்றவை அமைக்க 'பாலசிலா' (குழந்தை வயதுக் கல்) என்று கல்லின் உறுதி, கல்லின் வகை, கல்லின் உபயோகம் இவற்றின் அடிப்படையில் கோயில் கட்டப் பலவகைக் கற்களைத் தேர்ந்தெடுக்கிறார்கள். கற்களைக்கூட 'ஆண் கல்' 'பெண் கல்' 'அலிக்கல்' என்று வகைப்படுத்துவதுண்டு. எந்தெந்த கடவுள் மூர்த்தங்களுக்கு எந்த எந்த வகைக் கல் உபயோகப்படுத்த வேண்டும் என்ற நெறிமுறை இன்றும் பின்பற்றப்படுகிறது.

'ஸ்தபதிகள்' இன்றைய காலப் பொறியாளர் (Engineer)களுக்கு ஒப்பிடலாம். அவர்களது மேற்பார்வையில் 'சிற்பிகள்' சிலை வடித்தல், அழகான தூண்கள், மாடங்கள் மற்றும் புடைப்புச் சிற்பம் முதலியவற்றைச் செய்கிறார்கள். சாதாரண கட்டுமானப் பணியில் ஈடுபடுவார்கள் 'கல்' தச்சர்கள் எனப்படுகிறார்கள்.

ஸ்தபதிகள் உறுதியானதாக கடவுள் சிலை செய்யத் தேர்ந்தெடுக்கும் கற்கள் இப்போது வகைப்படுத்தப்பட்ட கிரானைட், சைனைட், மார்பிள் முதலிய கற்களாகும். அவர்கள் இது உபயோகப் படாது என்று ஒதுக்கும் கற்கள் அதிகமாக சிதை மாற்றங்கள் உள்ள உறுதியில்லாத கற்களாக இருக்கும். இவை சில்ப சாஸ்திரப்படிச் செய்யப்படுகின்றன. ஆனால் அவை இன்றைய புதிய விஞ்

ஞான முறைப் பிரிவுகளுக்குச் சரியாக இருக்கினற்ன. ஆகையால் ஸ்தபதிகளின் கற்கள் தேர்வு முறை ஒரு வகையில் விஞ்ஞான பூர்வமானதுதான். அதற்குச் சான்று காலத்தை வென்று பல நூற்றாண்டுகள் ஆகியும் இன்னும் உறுதியாக நிற்கும் நமது தென்னிந்திய – குறிப்பாகத் தமிழ்நாட்டு கற்கோயில்கள் தான். ஸ்தபதிகள் இந்தக் கால விஞ்ஞானப் படிப்புப் படிக்கவில்லை. ஆகம, வாஸ்து சாஸ்திரம் கற்று அனுபவம் மூலம் அறிவில் தேர்நது பணி செய்கிறார்கள். அவர்கள் வகைப்படுத்தும் கல்வகைப் பிரிவும் இன்றைய விஞ்ஞான ஆய்வின் வகைப்படுத்துவதும் ஒத்திருக்கிறது. முறையாக விஞ்ஞான பரிசோதனைகள் மூலம் ஆகம சில்ப, வாஸ்து சாஸ்திரங்களை ஆராய்ந்தால் இந்துக்களின் அறிவியல் திறமை புலப்படும்.

எகிப்தில் பிரமிடுகளின் அமைப்பு முறையைப் பற்றிப் பல ஆராய்ச்சி செய்து பிரமிடுகளின் அளவுகள் மற்றும் அதன் கூம்பு வடிவம், அதன் கீழ் வைக்கப்படும் பொருட்கள் சிதை மாற்றம் ஏற்பட்டுக் கெட்டுப் போகாமல், காப்பாற்றுகிறது என்று நிரூபித்திருக்கிறார்கள். அதே போன்று விரிவான ஆராய்ச்சி இந்துக்களின் கோயில்கள், சாஸ்திரங்கள், சடங்குகள் இவற்றைக் குறித்தும் செய்யப்படவேண்டும். ஆனால் யார் செய்கிறார்கள்?

மாணவன்: நீங்கள் சொல்வது முற்றிலும் உண்மை. நமது பாரதத்தின் நாகரீகம், கலாச்சாரம், பண்பாடு, கலைகள் யாவும் கோயில்களையும் இறையுணர்வையும் நடுவாகக் கொண்டு வளர்ந்தவைதான். அவற்றின் விஞ்ஞான பூர்வமான ஆராய்ச்சி பல புதிய கண்டுபிடிப்புகளுக்கு வழிவகுக்கலாம். மத சம்பந்தமான தர்ம ஸ்தானம், கல்வியை போதிக்கும் வித்யாஸ்தானம் மற்றும் வாஸ்து, சில்ப, ஆகமக்கலைகள் தவிர வேறு கலைச் சிறப்புகள் ஏதேனும் இந்து மதத்தால் வளர்ந்துள்ளதா?

குரு: நான் அவற்றையெல்லாம் விவரித்துக்கொண்டே போனால் நமது சம்பாஷணை முற்றுப்பெறாமல் மாதக் கணக்கில் வளர்ந்துக் கொண்டே போகும். மதம், தத்துவம், கலைகள், இலக்கியம் தவிர வேறு பல துறைகளிலும் இந்துக்கள் முன்னேற்றமடைந்திருந்தார்கள். அவற்றை 'அறுபத்தி நான்கு கலைகளாக' வளர்த்தனர். அவற்றில் சில இப்போதில்லை. மறைந்துவிட்டன. மிஞ்சிய கலைகளைப் பொழுதுபோக்காகவும் (Hobbies) தொழிலாகவும் (Livelihood)

இந்து மதம் ஓர் அற்புதம்

இருவழிகளிலும் பயன்படுத்தலாம், பயன்படுகின்றன.

மாணவன்: நானும் அறுபத்தி நான்கு கலைகள் என்று கேள்விப் பட்டிருக்கிறேன். ஆனால் அவை என்னவென்று விவரம் தெரியாது. நீங்கள் அவற்றைப் பற்றிச் சொல்ல வேண்டும்.

குரு: (சிரிக்கிறார்). இதுவரை மிகவும் கவனமாகக் கனமான (Heavy) விஷயங்களைப் பற்றி கேட்டுக் களைத்துப் போயிருப்பாய். அதற்குக் கொஞ்சம் ஓய்வு தந்து உல்லாசமான ஆர்வத்தைத் தூண்டும் எளிய செய்திகள் (Lighter subjects) பற்றி அறிய ஆர்வம் காட்டுகிறாய் போலிருக்கிறதே!

மாணவன்: (சிரித்து) அப்படித்தான் வைத்துக் கொள்ளுங்களேன். நான் முடிந்தவரை உங்களிடமிருந்து அதிகமாக விஷயங்களைத் தெரிந்து கொள்ள விரும்புகிறேன். ஏனென்றால் நான் புரிந்து கொள்ளும்படி எளிமையாகப் பொறுமையுடன் இந்து மதம் பற்றிய ஞானத்தை வேறு யாரும் சொன்னதில்லை.

குரு: அது என் கடமை. நாம் விவாதம் செய்து வரும் 'இந்து மதம்' என்ற தலைப்புக்கு நேரிடையாகத் தொடர்பு இல்லாவிட்டாலும், இந்துக்கள் வளர்த்த துறைகள் என்ற வகையில் அறுபத்தி நான்கு கலைகள் பற்றி உனக்குச் சொல்கிறேன். கவனமாகக் கேள்.

கல்வியைச் சார்ந்த கலைகள் Educational Arts

1. நீதி அறிவு — Junior / Jurisprudence
2. சட்ட அறிவு — Law
3. கால நிர்ணயம் — Honography
4. சரித்திர அறிவு — History
5. மருத்துவ அறிவு — Medicine
6. விஷ முறிவு சிகிச்சை — Study of poisons
7. காதற் கலை அறிவு/காமசூத்ரம் — Sexology
8. யோகம் — Yoga
9. மொழியறிவு — Language Studies
10. பன்மொழித் தேர்ச்சி — Linguistic Studies
11. இலக்கணம் — Grammar
12. லாப நஷ்டக் கணக்கு முறை — Accounting & Auditing
13. எழுத்துக் கூட்டல் — Phonetics

14. பிறர் மனம் அறிதல்,
ஆறுதல் சொல்லல் — Psychiatry & Counselling

கலை மற்றும் நுண்கலை — **Arts/Fine Arts**
15. நாடகம் நடிப்பு — Drama, Acting
16. கவிதை புனைதல் — Poetry
17. நடனம் ஆடுதல் நாட்டியம் — Dance
18. அலங்காரம் செய்தல் — Decoration
19. வீணை தந்தி வாத்யம் — String Instruments
20. புல்லாங்குழல் (காற்று வாத்யம்) — Wind Instruments
21. மிருதங்கம் தோல் வாத்யம் — Percussion Instruments
22. கவர்ச்சிக் கலை — Make up/Beautician
23. மயங்கச் செய்யும் கலை — Showmanship
24. கையெழுத்துக் கலை — Drawing/Lettering
25. கைரேகை பார்த்தல் — Palmistry
26. சோதிடம் — Astrology
27. சொல்திறன் வாய் சாதுர்யம் — Public Speaking/Mimicry
28. சிலை வடித்தல் — Sculpture
29. சாமுத்ரிகா லட்சணம் — Face Reading/Body Language
30. கண் பயிற்சி — Observation/Tracking

சமயம் — **Religion Skills**
31. வேத நடைப் பயிற்சி — Veda And Rituals
32. சமய நெறி அறிவு — Theology
33. புராணங்கள் அறிதல் — Story Telling & Mythology

விஞ்ஞானம் — **Science**
34. மருத்துவ ஆராய்ச்சி — Medical Research
35. தாதுக்கள் பற்றிய அறிவு — Metallurgy Inorganic Chemistry
36. மண்வளம் அறிதல் — Study of Soil Chemistry
37. நவமணிகள் தேர்வு — Gemology
38. தங்கம் சோதிக்கும் அறிவு
நகைகள் செய்தல் — Goldsmith/Gold standarisation

விளையாட்டு — **Sports**
39. தேரோட்டம் பயிற்சி — Charioteering

40. யானையேற்றம்	Elephant Riding
41. குதிரை ஏற்றம்	Horse Riding
42. மல்யுத்தப் பயிற்சி	Wrestling
43. மிருகம்/பறவை வசியம்	Animal/Bird Taming & Training
44. சத்தத்தைக் கொண்டு அறியும் பயிற்சி	Tracking in Hunting/War/ Sonography
45. பல வித்தை தேர்ச்சி	Multi Sports Skills
பொறியியல்	**Engineering**
46. யுத்த தளவாடங்கள் அமைத்தல்	Ordinance/Arms Manufacturing
47. எறியும் பயிற்சி	Throw/Trajectory Studies
ராணுவம்	**Defence Studies**
48. படைகளை வழிநடத்துதல்	Army Drills/Defence Tactics
49. யுத்த ஆயுதங்களை வசீகரித்தல்	Field Intelligence
அமானுஷ்யத் திறமை	**Metaphysical Skills**
50. இந்திரியக் கட்டுப்பாடு	Control of Senses
51. வசீகரிக்கும் கலை	Hypnotism
52. சகுனமறிதல்	Extra Sensory Perception (ESP) / Study of omens
53. பேய்களை ஏவுதல்	Black Magic
54. ஒரு பொருளை இன்னொன்றாக மாற்றுதல்	Alchemy
55. காற்றில் நடத்தல்	Levitation
56. ஆகாயத்தில் நடந்து செல்லல்	Walking in Sky
57. ஆகாயத்தில் பறந்து செல்லல்	Astral Travel/Air travel
58. கூடுவிட்டுக் கூடு பாய்தல்	Transmigration of Soul
59. தானே மறைதல் கண்கட்டு வித்தை	Camouflaging/Teleportation
60. நெருப்பில் நடத்தல்	To Walk on Fire
61. நீர் மேல் நடத்தல்	To Walk on Water
62. அதிசயமாய்ப் பொருட்களை வரவழைத்தல்	Magic/Materialising Objects
63. மறைந்தவற்றைக் காணல்	Clarivoyance

64. ஆத்மாவை இயக்குதல்   Metaphysics

மாணவன்: அமானுஷ்யத் திறமைகளான காற்றில் நடத்தல், பறத்தல், கூடுவிட்டுக்கூடு பாய்தல் போன்றவை தவிர மற்ற கலைகள் இன்றும் இருக்கின்றன. அமானுஷ்யத் திறமைகள் உண்மையிலேயே அடைய முடியுமா?

குரு: இது சர்ச்சைக்குரிய கேள்வி. ஏனென்றால் இதுபோன்ற பல செயல்கள் இன்று விஞ்ஞான உபகரணங்கள் மூலம் செய்து வருகிறோம். சில செய்யக்கூடியதாகவும் வருங்காலத்தில் விஞ்ஞானம் இவற்றை வளர்க்கும் என்றும் சொல்லப்படுகிறது. விஞ்ஞானக் கதைகள் சைன்டிபிக் பிக்ஷன் (Science Fiction) என்று நான் மேலே சொன்ன அமானுஷ்ய திறன் கொண்டவர்களைப் பற்றிக் கதைகள் இன்று பல நாவல்கள், சினிமா என்று வருகின்றன. பின்னொரு நாளில் அவை சாத்தியமாகலாம் என்றும் நம்பப்படுகிறது.

விண்வெளிப் பயணம் முதலியவை முதலில் கதைகளாகச் சென்ற நூற்றாண்டில் வந்தன. இன்று உண்மையாகவே விண்வெளிப் பயணம் நடக்கிறது. அதைச் சிலரே செயலில் செய்கின்றனர். அதைப் போன்றது தான் அறுபத்து நான்கு கலைகளில் உள்ளடங்கிய அமானுஷ்யத் திறமைகள் அவற்றை நம் இந்து முன்னோர்கள் பின்பற்றியிருக்க வேண்டும். 'அஷ்டாங்க' சித்தியோகம் மற்றும் சக்தி வழிபாட்டு முறைகளில் ஒருவர் முன்னேற்றம் அடையும் போது அஷ்டமாசித்திகள் (எட்டு திறமைகள்) கிடைப்பதாகச் சொல்லுகிறார்கள். அவை அமானுஷ்ய திறமைகளாகும். இந்தச் சித்திகளை அடைந்தவர்களைத்தான் சித்தர்கள் என்கிறோம்.

சாதாரண மனிதர்களால் செய்யமுடியாத காரியங்களைச் சித்தர்கள் மிகவும் எளிதாகச் செய்து காண்பிப்பார்கள். அவைகளும் அமானுஷ்யத் திறமைகள்தான் ஆங்கிலத்தில் இதுபோன்ற திறமை படைத்தவர்களை 'மிஸ்டிக்ஸ்' (Mystics) என்கிறார்கள்.

மாணவன்: சித்தர்களைப்பற்றி நானும் கேள்விப்பட்டிருக்கிறேன். சித்தர்கள் மற்றும் அஷ்டமாசித்திகள் பற்றிய விவரங்களைச் சொல்லுங்களேன்.

குரு: கடவுளைக் கண்டு ஞானம் பெற்றுத் தெளிந்தவர்கள் சித்தர்கள் எனப்படுகிறார்கள். அவர்கள் சமயக்கட்டுப்பாட்டிற்குள் நிற்காமல்

ஆன்மிகத் தத்துவத்தில் சிறந்து சர்வசமய சமரச சன்மார்க்க நோக்குடையவர்கள். இவர்கள் ஆன்மயோகத்தால் மூப்பையும் மரணத்தையும் வென்று 'காயசித்தி' பெற்றவர்கள். வடநாட்டில் எண்பத்து நான்கு சித்தர்களும் தென் நாட்டில் 'பதிணென் சித்தர்கள்' (பதினெட்டு) சித்தர்களும் வாழ்ந்திருக்கிறார்கள். இவர்கள பெற்ற 'அஷ்டமாசித்திகள்'.

அணிமா	–	அணுவைப் போல் சிறியதாக ஆவது
மகிமா	–	(மேரு) மலையைப் போல் பெரிதாவது
இலகுமா	–	காற்றைப்போல் இலேசாவது
கரிமா	–	பொன் போன்று பளுவாவது (அடர்த்தி அதிகமாதல்)
பிராப்தி	–	எல்லாவற்றையும் ஆளும் தன்மை
வசித்துவம்	–	எல்லோரையும் வசப்படுத்துவது
பிரகாமியம்	–	கூடுவிட்டுக் கூடு பாய்தல்
ஈசத்துவம்	–	விரும்புவதையெல்லாம் செய்து முடிக்கும் திறமை

மாணவன்: 'கரிமா' பொன் போன்று பளுவாதல் என்றால் என்ன? புரியவில்லை.

குரு: உலோகங்களில் பொன் (Gold) மிகவும் அடர்த்திச் செறிவுள்ளது. ஆகையால் சிறிய அளவேயிருந்தாலும் அதன் எடை அதிகமாக இருக்கும். உதாரணமாக ஒரு அடி நீளம் ஒரு அடி அகலம் ஒரு அடி ஆழமுள்ள ஒரு கன அடி சதுரமான தங்கத்தின் எடை எவ்வளவு இருக்கும் தெரியுமா?

மாணவன்: நூறு அல்லது இருநூறு கிலோ இருக்கலாம்.

குரு: தவறு. கிட்டத்தட்ட ஒரு டன் (1000 கிலோ) எடையிருக்கும்!

மாணவன்: அடேயப்பா!

குரு: அந்தப் பொன் போன்று உடலைப் பாரமாக்குவது கரிமா எனப்படுகிறது.

மாணவன்: புராணத்தில் கூட மிகவும் பலம் உள்ள பீமன் ஒரு

கிழக்குரங்கைப் போல் உருமாறி அமர்ந்திருந்த அனுமனின் வாலை அசைக்கக்கூட முடியவில்லை என்று படித்திருக்கிறேன். அதுதான் கரிமா சித்தி என்று தெரிகிறது.

குரு: ஆம் அதுதான் 'கரிமா' சித்தி. சித்தர்களைப் போன்றே இந்துக்களின் அறுபத்தி நான்கு கலைகளில் உள்ள அமானுஷ்யத் திறமைகளைச் சிலர் பெற்றிருந்தனர். ஆனால் அவை பற்றிய விவரங்களை மறைத்து ரகசியமாக வைத்துக் காலப் போக்கில் அவை மறைந்து விட்டன. இவை பற்றி அதர்வண வேதத்தில் விவரங்கள் இருந்திருக்கினற்ன. ஆனால் அவை நமக்கு கிடைக்கவில்லை. ராணுவம் மற்றும் அரசாங்க ரகசியங்கள் 'சைப்பர்' (Cypher) (Secret - Code) சீக்ரெட் கோட்முறை உபயோகித்துச் சாதாரணமாகப் படிக்கும் போது ஒன்றாகவும் ரகசிய முறையில் எழுத்துக்களை இணைத்துப் பார்த்தால் உண்மையான அர்த்தம் வேறாகவும் வரும்படி எழுதுகிறார்கள். அந்த சீக்ரெட் கோட்டின் தந்திரம் 'கீ' (Key) தெரியாவிட்டால் உண்மையான ரகசியம் புரியாது. அதுபோன்றே அதர்வண வேதத்தில் அமானுஷ்யத் திறமைகளின் ரகசியம் எழுதப்பட்டிருக்க வேண்டும்.

அதுபோன்றே நம் இந்து முன்னோர்கள் அதர்வண வேதத்தின் தந்திரம் தெரிந்து அமானுஷ்யத் திறமைகளை அறிந்து கொண்டு பயின்று உபயோகப்படுத்தியிருக்க வேண்டும். அந்தத் தந்திர எழுத்து முறை விவரங்கள் தவறானவர்கள் கையில் கிடைக்கக் கூடாது என்று மறைத்து வைத்திருக்க வேண்டும். வருங்காலத்தில் யாராவது ஒருவர் அந்த ரகசியங்களை அறியும் சாதனை செய்யலாம். அதுவரை வேதங்களையும் வேதம் சார்ந்த நூல்களையும் காப்பாற்றி நம் சந்ததியினருக்கும் தரவேண்டும். இந்த கடமை நம்மைச் சார்ந்தது.

மாணவன்: நீங்கள் சொல்வது போல அவை மறைவான ரகசிய அர்த்தங்களைக் கொண்டது என்பதற்கு என்ன ஆதாரம்?

குரு: தமிழ்நாட்டுச் சித்தர்கள் எழுதிய ஞானப் பாடல்கள் மற்றும் சித்த மருத்துவப் பாடல்கள் சில படிக்கப் பயித்தியக்காரத் தனமாகவும், மிகவும் எளிமையாகவும் தோன்றும். அவற்றைச் சரியாகப் பதம் பிரித்து அர்த்தம் பார்த்தால் மிகவும் உயர்வான தத்துவங்கள் சொல்லப்பட்டிருக்கும். இதே போன்றுதான் இந்திய மருத்துவ நூற்களின் சூத்திரங்களும் எளிதாகப் புரியாது. 'நைடதம்'

இந்து மதம் ஓர் அற்புதம்

என்று தமிழ் நூலின் பாக்களின் பொருள் உணர்வது சுலபமல்ல. 'நைடதம்' பாடம் படித்தவர்கள் இன்று மிகவும் குறைவு.

தொல்காப்பியத்திலேயே வேதங்கள் ஓதும் முறை அவற்றின் பொருள் உபயோகம் முதலியவற்றைச் சொல்லும்போது, எழுத்ததிகாரம் 102ஆம் சூத்திரத்தில், வேதங்களில் 'வைகரி' என்ற ஒலிகளின் நம் காதுகள் கேட்கும் ஒலியின் தன்மையை மட்டும் கூறுகிறேன். 'அந்தணர்களிடம் மறைத்த' 'பரை, பச்சந்தி, மத்திமை' என்று ரகசியம் மற்றும் யோகிகள் மட்டுமே உணரக்கூடிய ரகசிய ஓசைகள் பற்றிய விளக்கங்கள் சொல்லப் போவதில்லை'* என்று எழுதப்பட்டிருக்கிறது. வேதங்கள் மற்றும் வேதம் சார்ந்த நூல்கள் இன்னும் பல ரகசியங்களைக் கொண்டவை என்பதற்கு முதன்மையான தமிழ் நூலான தொல்காப்பியம் தரும் சாட்சி போதாதா? இன்னும் எட்டுப்பாட்டு, புறநானூறு முதலியவற்றிலும் வேதங்கள் பற்றிச் சொல்லப்பட்டுள்ளது. அவை உண்மையானால் அமானுஷ்யத் திறமைகள் மட்டும் ஏன் பொய் என்று சொல்ல வேண்டும். நமக்குத் தெரியாத புரியாத விளக்க முடியாதவை உலகில் பல உள்ளன. அவற்றில் அறுபத்தி நான்கு கலைகளில் வரும் அமானுஷ்யத் திறமைகளும் ஒன்றாகும்.

மாணவன்: தொல்காப்பியத்திலேயே வேதங்கள் பற்றிய விவரங்கள் வருகின்றன என்றால் வேதங்கள் தமிழுக்கு எதிரானவையல்ல. நம் தமிழ் நாட்டில் நம் முன்னோர்கள் வேதங்களை ஓதி வந்தார்கள் என்பது நிரூபணமாகிறதல்லவா?

குரு: பாரதத்தில் தமிழ், தெலுங்கு, மராட்டி, ஹிந்தி, காஷ்மீரி, ஒரியா என்று எந்த மொழி பேசுபவரானாலும் இந்துக்களுக்கு நான்கு வேதங்கள் பொதுவானவை. முன்பே உனக்குச் சொல்லியிருக்கிறேன். வேதங்கள் சமஸ்கிருதமோ அல்லது வேறு எந்த வடமொழியிலோ எழுதப்படவில்லை. வேதங்களின் மொழி 'சந்தஸ்' ஒலியை ஆதாரமாகக் கொண்டது. அதனால்தான் தமிழில் வேதங்களை 'பொதுமறை' என்று சிறப்பித்து அது உலகில் யாவருக்கும் பொதுவானது என்று அழைத்தார்கள்.

ஆனால் தங்களின் சுயநலத்துக்காக அரசியல் வியாபாரம் செய்யச்

---

* நான்குவித ஒலி (பேச்சு)கள் உண்டு. மூன்று ஒலிகள் மறைந்திருப்பவை நான்காவது மக்கள் பேசுபவை (ருக்வேதம் 1:164.45)

சிலர் தேவையில்லாத ஆரியம் தமிழ் என்ற சர்ச்சையைக் கிளப்பி விட்டு மக்களைத் திசை திருப்பி வருகிறார்கள். வேதங்கள் தமிழுக்கு எதிரியாயிருந்தால் தமிழ் சமயக்குரவர்கள் 'அப்பர், சுந்தரர், சம்பந்தர், மாணிக்கவாசகர்' நால்வரும், பெரியபுராணம் தந்த சேக்கிழாரும், ராமாயணம் தந்த கம்பரும், ஆழ்வார்களும் 'வள்ளுவம்' தந்த திருவள்ளுவரும், தமிழ் மூதாட்டி ஔவையாரும் மற்றும் நூற்றுக்கணக்கான தமிழ்ப்புலவர்களும் தமிழறிஞர்களும் தங்கள் எழுத்துக்களில் நான்கு வேதங்களைச் சிறப்பித்துச் சொல்வார்களா? சேர, சோழ, பாண்டியன் என்ற தமிழக வேந்தர்களும், பல அரசர்களும், தலைவர்களும், அறிஞர்களும் வேதங்கள் செழிக்க பாடுபட்டிருக்கிறார்கள். வேதங்கள் தமிழுக்கு எதிரானது, அழிக்க வந்தது என்றால் அவற்றை ஆதரிக்கத் தமிழர்களான இவர்கள் முயற்சி செய்வார்களா? வேதங்கள் மொழி சர்ச்சைக்கு அப்பாற்பட்டது. எந்த மொழியினருக்கும் பொதுவானது.

மாணவன்: வேதங்கள் எந்த மொழி பேசினாலும் இந்துக்களுக்குப் பொது என்பது புரிந்தது. ஆனால் அவற்றில் பலவித மார்க்கங்கள் சொல்லப்படுகின்றன. இதில் எதைப் பின்பற்றுவது? இவ்வளவு நூற்களில் எவற்றைப் படித்துத் தெரிந்து கொள்வது?

குரு: உன் இயல்புக்குத் தகுந்த முறையில் உனக்குப் பிடித்த உன் மனதுக்கு ஒப்புதலான மார்க்கத்தை நீ தேர்ந்தெடு. அதன் மேல் நம்பிக்கையுடன் விடாமல் முயற்சி செய்து அதைப் பின்பற்று. உனக்குத் தேவையானது தானாகவே உன்னை வந்தடையும். உனக்கு வழிகாட்டச் சரியான குரு தானாகவே உனக்கு அமைவார். இந்துமதத்தின் அசைக்க முடியாத நம்பிக்கை 'கேட்டவர்க்கு கேட்டபடி கிடைக்கும்'. இதையேதான் பைபிளில் 'தட்டுங்கள் திறக்கப்படும், கேளுங்கள் கொடுக்கப்படும்' என்றும், திருக்குரானில் 'இறைவனது வாசல் என்றும் திறந்தே இருக்கிறது' என்றும் சொல்லப்படுகிறது.

இதுவரை நான் விவரம் தந்த இந்துமத நூற்களையும் ஏனைய விளக்க நூற்களையும் தேடிப்படிக்க உன்னால் முடியாவிட்டால் 'பிரஸ்தான்த்ரயம்' எனப்படும் மூன்று நூற்களைப் படித்தால் நீ இந்து மதத்தின் தத்துவங்களைத் தெரிந்து கொள்ளலாம். நான் இதுவரை சொன்னது இனி சொல்லப் போவதும் இந்த நூற்களின் தொகுப்பே. நானாக எதையும் புதியதாய்க் கண்டுபிடித்துச் சொல்லவில்லை.

இந்து மதம் ஓர் அற்புதம்

ஓரிரு விளக்கங்களை உனக்கு நான் என் வழியில் நிர்ணயித்துச் சொல்லியிருக்கிறேன். அவ்வளவு தான்.

'பிரஸ்தான்த்ரயம்' எனப்படும் மூன்று ஆதார நூல்கள் 1. உபநிஷதங்கள். 2. பிரம்ம சூத்ர பாஷ்யம் எனும் வேதாந்தம், 3. கீதை, கீதையை வேதத்தின் சாரம் என்பார்கள். திருமால் ஸ்ரீ கிருஷ்ணராக அவதரித்து அர்ச்சுனனுக்கு உபதேசித்த கீதையைப் பற்றி உனக்குச் சொல்ல வேண்டியதில்லை. உலகப்புகழ் பெற்ற கீதையைப் பற்றி ஆயிரக்கணக்கான நூற்கள் எல்லா மொழியிலும் கிடைக்கின்றன. நீயே அவற்றைப் படித்துக் கீதையைப் புரிந்து கொள்ள முடியும் என்பதால் கீதையைப் பற்றி நான் உனக்கு விவரம் தரவில்லை. கீதை, நமது வேதங்கள் மற்றும் தர்மங்களின் சாரமாகும். மேல்நாடுகளில் இந்துக்கள், இந்துமதம், வேதங்கள் இவற்றைப்பற்றி அறியாதவர்கள் கூடக் 'கீதை'யைப் பற்றி அறிந்திருக்கிறார்கள். நான் இதுவரை உனக்குச் சொல்லியவற்றையே திரும்பச் சொல்ல வேண்டியிருக்கும்.

இதுவரை நான் உனக்குச் சொன்ன இந்துமத வேதாந்தத் தத்துவங்கள் கீதையிலிருப்பதுதான். ஒவ்வொரு இந்துவும் கீதையை வாழ்நாளில், ஒருமுறையாவது ஆழ்ந்து படிக்க வேண்டும். தமிழிலும் கீதையின் விளக்க உரை நூற்கள் பல கிடைக்கின்றன.

உண்மையாகவே இந்து மதத்தை உள்ளபடி அறிந்து பயன்பெற நினைப்பவர்கள் இந்து சமய நூற்களில் சிலவற்றையாவது கட்டாயம் வீட்டில் வைத்திருக்க வேண்டும். இவற்றை திரும்பத் திரும்பப் படிப்பதானாலேயே ஞானம் சிறக்கும்.

1. (வால்மீகி) ராமாயணம் / கம்பராமாயணம்
2. மஹாபாரதம்
3. ஸ்ரீமத் பாகவதம்
4. கீதை
5. திவ்வியப்பிரபந்தம்
6. தேவாரம்
7. திருவாசகம்
8. பெரியபுராணம்
9. திருவெம்பாவை
10. ஔவையாரின் நீதி நூல்கள்
11. உபநிடதங்கள் (உரை)
12. திருக்குறள்
13. திரு அருட்பா
14. சித்தர் பாடல்கள்
15. திருவிளையாடற் புராணம்

ராம் பிரகாஷ்

இவை யாவும் தமிழிலேயே கிடைக்கின்றன. நல்ல உரையாசிரியர் எழுதிய உரையுடன் கூடிய மூல (original) நூற்களைப் படிப்பது பயன்தரும். ஆன்மீக வழியில் நாட்டம் உண்டாகும்.

19. இந்துக்களின் நம்பிக்கை கர்மவினை, விதி

குரு: இதுவரை நான் இந்துமத நூற்கள் ஜகத் ஜீவன், பரமாத்மா பற்றிய தத்துவங்கள் முதலியவற்றைச் சொன்னேன். இனி இந்துக்களின் ஏழு அடிப்படை நம்பிக்கைகளை சொன்னேனே அவை பற்றி விவரம் தருவேன். முதலில் கர்மவினை பற்றிப் பேசுவோம்.

கர்ம வினை பற்றி உனக்கு என்ன தெரியும்?

மாணவன்: ஒருவருக்கு எதிர்பாராத கஷ்டங்களோ, நஷ்டங்களோ ஏற்பட்டால் 'கர்மவினை யாரை விட்டது பாவம், விதி அனுபவிக்கிறான்' என்று மற்றவர்கள் சொல்லக் கேட்டிருக்கிறேன். ஆகையால் விதி எனப்படும் கர்மவினை கஷ்டம் கொடுக்கும், துன்பத்தைத் தரும் என்று அறிகிறேன்.

குரு: "நீ சொன்னதில் பாதிதான் உண்மை"

மாணவன்: "அது எப்படி?"

குரு: கர்மவினை துன்பம் மட்டும் தருவதில்லை. ஒருவன் வாழ்நாளில் எதிர்பாராமல் கிடைக்கும் அதிர்ஷ்டம், பெறும் இன்பங்கள், மகிழ்ச்சி மற்றும் நல வாழ்வுக்கும் கர்மவினைதான் காரணம்.

மாணவன்: அது எப்படி?

குரு: ஒருவன் எதிர்பாராத அதிர்ஷ்டத்தில் சுகம் அடைந்து இன்பமாக வாழும் போது பொதுவாக மக்கள் என்ன சொல்கிறார்கள்?

மாணவன்: "அவனுக்கென்ன கொடுத்து வைத்தவன். அனுபவிக்கிறான்" என்கிறார்கள்.

குரு: ஆகவே 'அனுபவிப்பது' என்பது துன்பம், இன்பம் இரண்டுக்கும் பொதுவானது என்று தெரிகிறதல்லவா? ஒருவனின் வாழ்வில் அவனுடைய சொந்த முயற்சி இல்லாமல், காரணம் தெரியாமல் திட்டமிடப்படாமல் எதிர்பாராமல் வரும் இன்ப, துன்பங்களுக்குக் காரணம் ஒருவனின் கர்மவினையாகும். அதையே 'விதி' என்கிறோம்.

மாணவன்: கர்மவினை என்பது என்ன? அதன் விளைவு என்ன?

குரு: ஒரு மனிதனின் வாழ்வு, எண்ணம், பேச்சு, செய்கை என்று மூன்று விதமாக நடைபெறுகிறது. அப்படி இயங்கும்போது அது கர்மமாகிறது (செயற்பாடு). அந்த செயற்பாட்டின் (கர்மம்) விளைவு 'வினை' ஆகிறது. சுவரின் மேல் எறிந்த பந்து அடிபட்டு மீண்டும் திரும்புவதுபோல் நமது கர்மங்கள் உண்டாக்கும் விளைவுகள் தான் 'கர்மவினை' ஆகும். மனிதன் நல்ல கருமங்கள் செய்தால் நல்ல கருமவினையான புண்ணியமும், தீய கருமங்கள் செய்யும் போது தீய கர்மவினையான பாவமும் விளைகின்றன.

ஒருவன் வாழ்வில் சேர்ந்த கருமவினைகளினால் அவன் இறந்தபிறகு அவன் விதிக்கேற்றபடி மறுஜனனம் உண்டாகிறது.

மாணவன்: அப்படியானால் மனிதன் தான் எதுவும் செய்யாமல் சும்மா இருந்துவிட்டால் கர்ம வினை உண்டாகாது இல்லையா?

குரு: 'மனிதன் எந்த வேலையும் செய்யாமல் செயல்களை நிறுத்திப் பேசாமல் வாயை மூடிக்கொண்டிருந்தாலும் அவனது மனதின் எண்ணங்களை நிறுத்த முடியாதே? எண்ணங்களினால் கருமம் செய்து வினை உண்டாகும். அதைத் தடுக்க முடியாது. 'யாரும் ஒரு வினாடி கூட செயலாற்றாமலிருக்க முடியாது.' ஒவ்வொரு உயிரும் தன் குணவிசேஷத்தால் தன்னையறியாமல் கர்மம் செய்யும்.*

---

* ஸ்ரீமத் பகவத் கீதை (3:5.6)

மாணவன்: கருமவினை உண்டாகாமல் கர்மம் செய்வது எப்படி? எது தீய கருமம்? எது நல்ல கருமம்?

குரு: கீதையில்* கண்ணன் 'பலனை எதிர்பாராமல் நான் செய்கிறேன், என்ற அகம்பாவமில்லாமல், செய்கின்ற கர்மமும் பலனும் இறைவனுடையது என்று இறைவனிடம் எல்லாவற்றையும் சமர்ப்பித்து (கிருஷ்ணார்ப்பணம்) வாழ்ந்தால் கர்மவினை உண்டாகாது' என்ற உறுதி தருகிறார். இதுவே கர்மவினை உண்டாகாமல் வாழும் வழி. மனிதன் கர்மங்களைச் செய்தேயாக வேண்டும். ஆனால் அதை வினைகள் சேராதவாறு காப்பாற்றிக் கொள்ளலாம்.

நான் முன்பு சொன்ன இந்து தர்மங்களான ஐந்து விதிகளை மீறாமல், வேதங்கள் சொல்லும் வழி மாறாமல், தன்னலம் இல்லாமல் செயயப்படும் கருமம் நற்கர்மமாகப் புண்ணியமாகிறது. தன்னலத்துடன் கூடிய வேத வழிக்கு முரணான, இந்து தர்மக் கோட்பாடான ஐந்து கட்டுப்பாடுகளை மீறிச் செய்யும் கருமம் தீய கருமமான பாவமாகிறது.

மாணவன்: பொதுநலம் வேண்டி, தன்னமில்லாமல் ஒருவன் செய்யும் தீய கருமம் புண்ணிய கருமமாகுமா? அல்லது பாவமாகுமா?

குரு: இது சங்கடமான கேள்வி. ஏனென்றால் யாரோ ஒருவன் உலகுக்கு மிகவும் தீமை செய்கிறான் என்று அவனைக் கொன்றுவிட்டு நல்ல கருமம் செய்தேன் என்று சொல்ல முடியுமா? முடியாது. ஏனெனில் சாதாரண தர்மமாக அந்தந்தக் காலத்திற் பின்பற்றப்படும் சட்டதிட்டத்தின் வழியில் வாழ்க்கை நடத்த வேண்டும். எந்த ஸ்மிருதியும் தேச சட்டமும் ஒருவனைக் கொல்வது மூலம் பெரிய அளவில் தர்மம் காக்கப்படுவதாக, உலகம் நன்மையடைவதாகச் சொல்வதில்லை. ஆகையால் இதுபோன்ற கருமமும் தீய கருமம்தான். புண்ணிய கருமம் ஆகாது. தன்னலம் என்பது சேரும்போது தான் கருமம் தீயகருமமாகிறது. ஆனால் ஆபத்துக் கால தர்மங்கள் என்று சில அனுமதிக்கப்படுகின்றன. ஒரு மனிதனின் வாழ்வுக்கு அடிப்படை 'உயிர்' என்பதால் உயிர் போய்விடும் என்றளவில் ஆபத்து வந்தால் அப்போது மட்டும் ஒருமுறை உயிரைக்காத்துக் கொள்ளத் தர்மத்தை மீறலாம்.** உஷஸ்தி என்ற ரிஷி ஒரு சமயம்

* ஸ்ரீமத் பகவத் கீதை (3:5:6) (11:55) (12:10:11)

** சாந்தோக்யோநிஷத் (1:10:1)

தன் மனைவியுடன் பயணம் செய்யும்போது எங்கும் உணவு கிடைக்காமல் வருந்தி இளைத்துப் பசியால் உயிர் போகும் நிலையையடைந்தார். வழியில் ஒரு யானைப்பாகன் கொள்ளைத் தின்று பசியாறிக்கொண்டிருந்தான். உணவில்லாமல் உயிர் போகும் நிலையில் உஷஸ்தி அந்த யானைப்பாகன் தின்று எச்சிலான கொள்ளை வாங்கி உண்டார். ஆனால் அவன் குடித்து மிச்சமிருந்த தண்ணீரை ஏற்றுக்கொள்ள மறுத்தார். "என் உயிர் போகும் நிலையில் எச்சமான கொள்ளைத் தின்றால் தான் உயிர் தரிக்கும் என அதை நான் தின்றது, பிறர் எச்சிலை உண்ணக்கூடாது என்பதை மீறிய 'ஆபத்துக் காலதர்மம்' ஆனால் குடித்த தண்ணீரின் எச்சத்தை நான் ஏற்றுக்கொண்டால் அது பாவமாகும் என்றார்."

இதேபோன்று போர்புரிவதைத் தொழிலாகக் கொண்டு தாய்நாட்டைக் காக்கும் எண்ணத்துடன் படையில் சேர்ந்து, போரில் தன் தாய்நாட்டைக் காக்க எதிரியைக் கொல்வது தீய கருமம் ஆவதில்லை. இது விசேஷ தர்மம் ஆகிறது. கீதையில் கண்ணன் எதிரிகளைக் கொன்று புகழ்பெறுவாயாக என்று அர்ச்சுனனுக்குச் சொல்கிறான்.* இந்த வித்தியாசங்களைப் பெரியோர்களிடம் கேட்டு அறிந்துகொள்ள வேண்டும். தாமாகவே விபரீதமான விளக்கங்களைக் கற்பனை செய்துகொள்ளக்கூடாது.

மாணவன்: கர்மவினைகளில் வித்தியாசம் உண்டா? எவ்வளவு வகை கர்மங்கள் உண்டு?

குரு: பாவமான தீய கர்மவினை, புண்ணியமான நற்கர்மவினை இரண்டையும் சேர்த்தே கர்மா அல்லது விதி என்று அழைக்கப்படுகிறது. இந்தக் கர்மா மூன்று வகைப்படும்.

1. ஆகாமியகர்மம்: இவை இந்த ஜென்மத்தில் நாம் சேர்க்கும் தீய கர்மவினைகள்.

2. பிராரப்த கர்மா: சென்ற ஜென்மத்தில் சேர்த்த கர்மவினைகள்

3. சஞ்சித கர்மம்: புதுப்பிறவி எடுத்த ஜீவனின் முந்தைய பல பிரிவுகளில் மிச்சமிருக்கும் அனுபவிக்க வேண்டிய கர்மவினைகள். ஒவ்வொரு பிறவி முடியும் போதும் நிறைவேறாத சங்கல்ப ஆசைகள்

---

* ஸ்ரீமத் பகவத் கீதை (2:37) (11:34)

ஜீவனுடன் செல்கின்றன. அந்த ஜீவன் சேகரித்த புண்ணிய பயனைக் கொண்டு சுவர்க்கத்தில் போகம் அனுபவித்து, புண்ணியம் தீர்ந்தவுடன் ஜீவன் புதுப்பிறவி எடுக்கிறது. ஆனால் புத்தியில் மாயையால் உறைந்த ஆசையானது முற்றிலும் தீருவதில்லை. ஏனெனில் அவைகள் மனதில் தோன்றும் எந்த ஆசைகளாக இருப்பினும் புத்தியில் உறுதியுடன் 'சங்கல்பித்த' ஆசைகளாகும். ஆகையால் அவை சஞ்சித கர்மமாக ஜீவனுடன் வருகின்றன. பாமரத்தனமாக வழக்கில் இதையே 'பாவமூட்டை' என்கின்றனர்.

மாணவன்: அப்படியானால் ஒருவன் வாழ்க்கையில் இந்த மூன்று வகை கர்மங்களும் சேர்ந்தே பலன் தருகிறதா?

குரு: ஆமாம். ஒருவன் ஒரு குற்றம் செய்து நிரூபிக்கப்பட்டுத் தண்டனை பெறும்போது அந்த குற்றம் நான்கு அல்லது ஐந்து சட்டப்பிரிவுகளின் கீழ்த் தனித்தனியாகத் தண்டனை பெறத் தகுதியாகிறது. அந்த தண்டனைகள் யாவும் இணைக்கப்பட்டு, அனைத்து சட்டப்பிரிவின் கீழ்வரும் தனித்தனி தண்டனைகளை ஒரே சமயத்தில் அனுபவிக்கிறான்.

அதேபோன்று பிறவி எடுத்தவன் பிராரப்த கர்மமாகிய முன் பிறவியின் வினைகள் மற்றும் சஞ்சதி கர்மமாகிய மற்றைய முந்தைய பிறவிகளில் சேர்த்துள்ள, முற்பிறப்பில் தீராத வினைகளையும் சேர்த்து புதுப்பிறவியில் அனுபவிக்கிறான்.

மாணவன்: இவற்றைச் சற்று விளக்க வேண்டும். இந்த கருமங்களை வராமல் தடுக்கவோ அல்லது சுலபமாகத் தீர்க்கவோ வழியிருக்கிறதா?

குரு: ஒருவன் இறந்து அவன் புதுப்பிறவி எடுக்கும்போது அவன் முந்தைய ஜன்மங்களின் கர்ம வினைகளுக்கேற்பப் பிறவியை அடைகிறான். சென்ற ஜென்மத்தில் சேர்த்த பாவ புண்ணியக் கர்ம வினைகள் பிராரப்த கர்மம் ஆகும். அவகைள், அதற்கு முந்தைய ஜென்மங்களில் மீதமிருக்கும் சஞ்சித கர்மத்துடன் சேர்த்து ஒருவனின் விதியாக மாறுகிறது. கடந்த ஜென்மத்துப் பிராரப்த கர்மத்தை யாவரும் அனுபவித்தே தீர வேண்டும். மாற்ற முடியாது. முந்தைய ஜென்மங்களது சஞ்சித கர்மத்தை ஒருவன் தவம் செய்வதின் மூலம் தீர்க்கலாம். தியானம், யோகம், தவம் ஆகிய மூன்றும் சஞ்சித கர்ம வினை தீர்ப்பதில் மிகுந்த பலனளிப்பவை ஆகும்.

பிராரப்த கர்மம் பிறப்பிலேயே பலன் கொடுக்க ஆரம்பித்துவிடுகிறது. இதை மாற்ற முடியாது. நல்லதோ கெட்டதோ அனுபவித்தே ஆகவேண்டும். இதுவே ஒருவனின் புதுப்பிறவியில் பிறக்கும் குலம், இனம், சூழ்நிலை, பெற்றோர், உற்றவர்கள், நண்பர்கள், செல்வம், குணம், போக்கு, வெற்றி, தோல்வி இவற்றை உருவாக்குகிறது.

இந்தப்பிறவியில் நாம் சேர்க்கும் கர்ம வினைகளான 'ஆகாமி கர்மா' இனி வரும் பிறவிகளில் தான் பிராரப்த கர்மா மற்றும் சஞ்சித கர்மங்களாக உருவெடுக்கும். ஒருவர் முயன்றால் ஆகாமி கர்மம் உண்டாகாமல் தடுக்கலாம். அதற்குத் தர்மத்துடன் கூடிய வேதவழி வாழ்க்கையும், கர்ம பலனை இறைவனிடம் சமர்பித்து வாழும் வாழ்வும் தான் வழி.

மனிதன் ஆசைகளே 'கருமமாக (வினை) உருவெடுக்றிது. மனிதன் எதை உறுதியாக நினைக்கிறானோ அதுவாகவே ஆகிறான். இதை 'சங்கல்பம்' என்கிறார்கள். ஒருவன் மனதைக்கட்டுப்படுத்தினால் ஆசைகளையும் அடக்க முடியும். கருமவினை குறையும்.

மாணவன்: மனிதனின் முந்தைய பிறவிகளின் கர்மவினைகளுக்கும் அவனது வாழ்வுக்கும் உள்ள தொடர்பை கொஞ்சம் விளக்கிச் சொல்லுங்களேன்.

குரு: ஒரு மனிதன் இறக்கும் போது அவனது ஆத்மா, அகங்காரம், பிராணன் இவற்றுடன் அனுபவ ஞான அறிவு கூடிய லிங்க தேகம் உடலை விட்டுப் பிரிகிறது. அந்த ஜென்மத்தின் ஆகாமிய கர்ம வினைகள் பிராரப்த கர்மமாக மாறி அதுவும் முந்தைய ஜென்மங்களின் தீர்க்கப் படாமலிருக்கும் சஞ்சித கர்ம வினைகளும் அந்த லிங்க தேகத்துடன் செல்கின்றன. முந்தைய ஜென்மத்துப் பாவ புண்ணிய பலன்களுக்கேற்ப அந்த ஆத்மா சுவர்க்கத்திலோ அல்லது நகரத்திலோ அல்லது வேறு உலகங்களிலோ வசித்து விட்டு அந்தப் பலன்கள் ஒரு பகுதி தீர்ந்த பிறகு மீதமிருக்கும் வினைக்கேற்ப புதுப் பிறவி எடுக்கிறது.

'உலக சமுதாய சேவாசங்கம்' என்ற நிறுவனத்தை நிறுவி புதுமுறையில் 'குண்டலினி யோகம்' மற்றும் 'காயகல்பம்' ஆசனங்களும் சேர்ந்த 'மனவளக்கலை' என்ற யோக வாழ்வு முறையைப் பரப்பி வரும் வேதாத்திரி மஹரிஷி அவர்கள் ஆசைகளான கர்மங்களே

இறைவனுக்கும் மனிதனுக்கும் இடையில் நிற்கிறது என்பதற்கு ஒரு கதை சொல்வார். ஒருவன் ஒரு ஞானியிடம் சென்று "நான் இறைவனைக் காண விரும்புகிறேன்" என்றான் அதற்கு ஞானி "பார்க்கலாம் சுலபமானது தான்" என்று சொல்லி அவனிடம் ஒரு காகிதமும் பேனாவும் தந்து "நீ இறைவனைப் பார்க்கும் முன் உலகில் நீ அனுபவிக்க வேண்டும் என்று நினைத்திருக்கும் நிறைவேறாத ஆசைகளை வரிசையாக எழுது" என்றார். அவனும் ஒரு நீண்ட பட்டியலை எழுதித் தந்தான். ஞானி அந்த காகிதத்தைக் கையில் எடுத்துக் கொண்டு சொன்னார் "உனக்கும் கடவுளுக்கும் இடையே இந்த ஆசைகள் அளவுதான் இடைவெளியிருக்கிறது. இந்த ஆசைகளெல்லாம் நீ நினைத்தவை, அவை நிறைவேறியே தீர வேண்டும். சரியான காலம் கனிந்துவரும் போது அந்தந்த ஆசைகள் நிறைவேறியே தீரும். இந்த ஆசைகள் எல்லாம் தீர்ந்து மிச்சமில்லாமல் போனால் நீ இறைவனைக் காணலாம், அடையலாம்." ஆகவே தன்னலத்துடன் கூடிய ஆசைகள்தான் கர்மத்துக்குக் காரணம் என்று புரிகிறதல்லவா?

ஒருவனது பிராரப்த சஞ்சித கர்மங்கள் விதியாக வடிவெடுத்து அவன் வாழ்வின் போக்கை நிர்ணயிக்கின்றன. விதி என்பது கர்ம வினையால் விதிக்கப்பட்டது. அதாவது ஒருவனது பிறப்பு, வாழ வேண்டிய 'சூழ்நிலை, அனுபவிக்க வேண்டிய இன்ப துன்பங்கள் இவையாகும். புதுப்பிறவியில் மூன்று வித அடிப்படைச் சுதந்திரம் ஒவ்வொருவனுக்கும் உண்டு. இதில் எல்லா ஜீவன்களும் சமம்.

1. ஒரு ஜீவன் தன் ஐம்புலன்களின் வழியே உலக இன்பங்களை அனுபவித்துக் கடவுளுணர்வோ, மோட்ச நினைவோ இல்லாமல் விதிவழி வாழ்ந்து, மேலும் கர்மவினைகளைச் சேர்த்து, இறந்து மற்றொரு பிறவி அடையலாம்.

2. ஒரு ஜீவன் விதிவழியில் தன் வாழ்க்கைப் போக்கை உணர்ந்து தானாக தர்ம வழியே புருஷார்த்தங்களாகிய அறம், பொருள், இன்பம் பெற்று முயற்சி செய்து தனது கர்ம வினைகளை அழித்து மோட்சத்துக்கு முயலலாம் அல்லது ஒரு நல்ல மறு ஜன்மம் பெற வழிவகுக்கலாம்.

3. உலகியல் வாழ்வை வெறுத்துத் துறந்து கடவுளை மட்டும் வேண்டி, ஞானம் பெற்று விதிவழிவந்த பிராரப்த கர்மத்தை

அனுபவித்து,* தவத்தின்மூலம் சஞ்சித கர்மத்தை அழித்து, மேலும் புதிதாக ஆகாமிய கர்மங்களைச் சேர்க்காமல் தவநெறியில் வாழ்ந்து மோட்சமடையலாம். ஒருவனது கர்ம வினைகள் தீர்ந்தால் விடுதலையான மோட்சம் கிடைக்கும்.

ஒரு ஜீவன் மோட்சமடையாமல் கர்மாவினையால் மீண்டும் மீண்டும் பிறந்து இறந்து பிறந்து வாழ்வதைத் தான் 'சம்சாரம்' என்கிறது இந்து மதம். இதுதான் இந்துக்களின் கர்மவினை நம்பிக்கை.

மாணவன்: இந்தக் கர்மாவாகிய விதி உலகத்திற் பிறந்த ஜீவன்கள் யாவற்றிற்கும் பொதுவானதா?

குரு: ஆம். எல்லா ஜீவன்களுக்கும் பொதுவானதுதான். மிகவும் உயர்ந்த ஆன்மீக நிலையையடைந்த ஞானிகள், மகான்களான, ராமகிருஷ்ணர், மீரா, ரமணர், கபீர்தாஸ் போன்றவர்கள் கர்மாவின் கடுமையைக் குறைத்து வாழக்கூடிய வலிமை பெற்றவர்கள். ஆனால், அவர்கள் கூட இதை விரும்பாமல் தங்கள் பிராரப்த கர்மங்களின் வினையை மனம் உவந்து அனுபவித்தார்கள்.

ஆனால் இந்த உண்மை தெரியாமல் நாத்திகர்ள், "ஆ! பெரிய மகான்!! ஞானி!!! தன்னுடைய வியாதியையும் கஷ்டத்தையும் தீர்க்க முடியலே, மத்தவங்களுக்கு வழி சொல்ல வந்துட்டாங்க" என்று கேலி செய்கிறார்கள். ஆனால் இத்தகைய மகான்கள் தன்னலத்துடன் செயல்படுவதில்லை என்பது இந்த நாத்திகர்கள் உணரவில்லை.

ஞானியானவன் கர்மத்தளையிலிருந்து விடுபட்டவன். ஆனாலும் உலகியல் வாழ்வு பாதிக்கப்படாமல் நடைபெறுவதற்காக மற்றவர்கள் பற்றுடன் செய்யும் கர்மத்தை ஞானிகள் பற்றில்லாமல் செய்கிறார்கள்"** ஏனென்றால் ஞானிகள் செயலாற்றுவதை விட்டு விட்டால் மற்றவர்களுக்கு குழப்பமும் மனக்கலக்கமும் உண்டாகும் ஆகையால் ஞானிகள் தாங்களும் பிராரப்த கர்மவினையைப் பற்றின்றி அனுபவித்துக் கொண்டு மற்றவர்களையும் விதிப்படி வாழ வலியுறுத்துகின்றனர்.

---

* 'தத்துவ ஞானம் தோன்றிய உடனேயே பிராரப்த கர்மம் மறைத்து விடாது' நாதபித்து உபநிஷத் (22)

** ஸ்ரீமத்பகவத்கீதை (3:25-26)

மாணவன்: இந்தக் கர்மா நம்பிக்கை எல்லா மதங்களிலும் இருக்கிறதா?

குரு: இல்லை. எல்லா மதங்களும் மறு ஜன்மம் மற்றும் அதற்குக் காரணமான கர்மவினை இவற்றில் நம்பிக்கை கொள்ளவில்லை. குறிப்பாக மேலை நாட்டு மதங்களான, யூத மதம், கிறிஸ்துவம், இஸ்லாம் முதலியவை கர்மவினை எனும் "கர்மா" பற்றி நம்பிக்கை இல்லாதவை. இந்து மதம் மற்றும் பாரதத்தைச் சார்ந்த ஜைன, புத்த மதங்கள் கர்மவினை மற்றும் மறு ஜன்ம நம்பிக்கை கொண்டவை.

மாணவன்: கர்மவினை என்பது உண்மையாகவே உள்ளது. ஒரு ஜீவனின் கர்மங்கள் கர்மவினையை உண்டாக்கி அது அந்த ஜீவனின் மறு ஜன்மம் வாய்க்கக் காரணமாகிறது என்று எப்படி நம்புவது? எதைக் கொண்டு இதை நிரூபிக்க முடியும்?

குரு: நல்ல கேள்வி சரி, இதைப் பற்றி சிந்தித்துப் பார்ப்போம், கர்மவினை இல்லை என்றால் உலகில் பிறப்பவர்களின் வாழ்க்கை ஏன் ஒன்று போல் அமைவதில்லை? உயர்வு தாழ்வு என்ற தராதரம் ஏன் உள்ளது? இது கடவுளின் ஓரவஞ்சையான ஒரு ஜீவனை சுகமான வாழ்க்கை வாழச் செய்து மற்றொரு ஜீவனைத் துன்பத்தில் உழலச் செய்யுமாறு படைப்பது கடவுளின் முன் யாவரும் சமம். அவர் எந்த உயிர்க்கும் தேவையில்லாமல் துன்பம் தருவதில்லை; கடவுள் கருணை உள்ளவர், அன்பே உருவானவர் என்ற எல்லா மதங்களின் கோட்பாடும் அடிபட்டுப் போகிறதே? ஒரு ஜீவன் துன்பப்பட மறு ஜீவன் இன்பமடையக் காரணம் என்ன?

மனிதர்களில் பலவித வேறுபாடுகள் குணங்கள் தராதரங்கள், மாறுபாடுகளைக் கண்ணெதிரே காண்கிறோம், இல்லையா? ஒரே பெற்றோருக்குப் பிறந்து ஒரே சூழ்நிலையில் வளர்ந்த சகோதரரிடையே மாறுபாடுகள் வாழ்க்கையில் வேறுபாடுகள் எதனால் வருகின்றன?

ஒரே நேரத்திற் பிறந்தவர்களிடையே அல்லது இரட்டையராகப் பிறந்தவரிடையே சோதிட சாஸ்திரப்படிக் கூட ஒரே ஜாதக பலன் அமைய வேண்டும். இவர்கள் ஒன்றே போல வாழ்க்கை முறை அமைந்தவர்களாக வாழ வேண்டும். வேறுபாடு இருக்கக் கூடாது. ஆனால் நடைமுறையில் அவர்கள் வாழ்க்கை முறை முற்றிலும்

வேறுபட்டதாய் இன்ப துன்பங்கள்; அனுபவங்கள் மாறுபட்டதாய் இருக்கக் காண்கிறோம். இது எதனால் ஏற்பட்டது?

மற்ற எல்லா மதங்களும் இந்தக் கேள்விகளுக்கு தரும் பதில் விதி ஃபேட் (Fate) 'கிஸ்மத்' (Kismat) கடவுள் படைத்த வரம் என்றுதான் பதில் சொல்கின்றன. ஆனால் அந்த விதி எந்த அடிப்படையில் எழுந்தது? ஏன்? என்ற கேள்விகளுக்கும் விடை அளிப்பதில்லை. பதில் சொல்வதில்லை.

மனித ஜீவன்களின் வாழ்க்கையில் மறுபிறவி இல்லையென்றால், ஒரு ஜீவன் தனது கர்மத்தின் வழியாகச் சம்பாதித்த சுகமோ துக்கமோ அனுபவிக்கும் விதிதான் கர்மவினை என்பது இல்லையென்றால் நம்மைப் படைத்துக் காத்து, ரட்சிக்கும் இறைவன் வேண்டுமென்றே தன் மனம் போன போக்கில் சிலருக்கு வாழ்க்கை முழுவதும் துன்பம் அடையும்படி ஏழையாக அல்லது வியாதிக்காரனாக அல்லது செவிடு, ஊமை, குருடனாக, குறையுள்ளவனாகவும் வேறொருவனுக்கு செல்வம், நல்ல வாழ்க்கை இன்பம், புகழ் உள்ளதான விதியை (Fate) கிஸ்மத்தை (Kismat) நிச்சயிக்கிறானா?

இறைவன் யாவருக்கும் சமமாக நீதி செய்கிறான்; வேண்டுபவர் வேண்டாதார் என்பது இறைவனுக்கில்லை* என்று எல்லா மதங்களும் ஒப்புக்கொள்ளும்போது, இறைவன் மேற்சொன்ன ஓரவஞ்சனையைச் செய்வானா?

இறைவனின் படைப்பிலே ஓர் ஒழுங்கு இருக்கிறது, கணக்கு இருக்கிறது, சமன் இருக்கிறது, நியதி இருக்கிறது எனும் போது, அவனது உன்னதமான படைப்பான மனிதனின் வாழ்க்கையை மட்டும் தாறுமாறாக, ஒரு வரம்புக்கு உட்படாத விதியைக் கண்டபடி இறைவன் மாற்றி எழுதுவானா?

இந்தக் கேள்விகளுக்கு உலகத்தின் வேறு எந்த மதங்களும் சரியான பதில் தருவதில்லை. விளக்கங்கள் தருவதில்லை. இந்துமதம் மட்டும்தான் ஜீவன்களுக்கிடையேயான வாழ்க்கை வித்தியாசங்கள் அவர்களது முந்தைய பிறவிகளில் அந்த ஜீவன்கள் சேர்த்த பாவ, புண்ணிய கர்மவினையினால் உண்டான விதி. ஆகவேதான் மக்கள் ஒரே நாளில் பிறந்திருந்தாலும், ஒரே நேரத்தில் அல்லது இரட்டைக்

---

* ஸ்ரீமத்பகவத்கீதை (9:29)

குழந்தையாக, சேர்ந்து பிறந்திருந்தாலும் அவர்கள் வாழ்க்கை ஒன்றே போல் அமைவதில்லை, கர்மவினையினால் மாறுபாடுகிறது என்ற விளக்கம் தருகிறது.* பூமியானது விதைகளுக்கு தக்கபடி வேறு வேறு வகையான செடிகளை உண்டாக்குவது போல ஈசுவரன் அவரவர் கர்மத்துக்கு தக்கபடி ஜன்மத்தைக் கொடுக்கிறான் அதில் வேண்டியவர் வேண்டாதவர் என்ற வித்தியாசமோ பேதமோ இல்லை.**

மாணவன்: ஆமாம். உண்மைதான். காரணமின்றிக் காரியமில்லை என்பது உலகப் பொது விதி. மனிதனின் வாழ்க்கை முறைகளின் வேறுபாடு, கர்ம வினையான கர்மாவினால் மட்டுமே ஏற்பட முடியும் என்பதைப் புரிந்து கொண்டேன்.

குரு: நீ சரியாகப் புரிந்து கொண்டு விட்டாய். கர்மவினை ஜீவன்களால் உண்டாக்கப்படுகிறது. இறைவன் தருவதல்ல. இதுவே இந்து மதத்தின் அடிப்படை நம்பிக்கை.

மாணவன்: எனக்கு ஒரு சந்தேகம். இந்த ஜன்மத்தில் நான் எப்படி இருக்கிறேனோ என்ன வாழ்வு வாழ்கிறேனோ அது எனது முந்தைய ஜன்மங்களின் கர்மவினையினால் நிச்சயிக்கப்பட்டது. அதாவது போன ஜன்மத்தில் நான் சேர்த்த 'ஆகாமி' கர்மங்களும் முந்தைய 'சஞ்சித' கர்மங்களுமே எனது இந்த ஜன்மத்து வாழ்க்கையை நிச்சயிக்கினற்ன இல்லையா?

குரு: ஆமாம். உனது குணங்கள், பிறப்பு, வாழும் சூழ்நிலை, உன் வாழ்வின் தரம், வாய்ப்புகள், தோல்விகள் இவற்றின் போக்கை உனது முன் ஜன்ம கர்ம வினைகளின் உருவமாக விதி நிர்ணயிக்கிறது.

மாணவன்: அப்படியென்றால் இந்த ஜன்மத்தில் நான் செய்யும் தவறுகளுக்கு நான் எப்படிக் காரணமாவேன்? விதிதான் காரணம் இல்லையா?

குரு: நீ சொல்வது தவறானது. விதி யாரையும் நல்லது செய்யவோ அல்லது தீமை செய்யவோ தூண்டுவதில்லை. விதி உனது இந்த ஜன்மத்து வாழ்க்கைச் சூழலுக்குத்தான் காரணமாகிறது. உனது

---

* பக்ஷபாதமும் கொடுமையும் (பிரம்மத்துக்கு) இறைவனுக்குக் கூறுதல் ஒவ்வாது. அவரவர் புண்ணிய பாவத்தைப் பொறுத்து பலன் வந்தது. பிரம்மசூத்ரம் (21:34)

** முண்டகோபநிஷத் (17)

இந்த ஜன்ம வாழ்வில் நீ எடுக்கும் முடிவுகளுக்கும் நடவடிக்கைக்கும் நீதான் பொறுப்பு. விதி காரணமாகாது, உனது மதி தான் காரணமாகும்!

மாணவன்: அப்படியானால் இந்த ஜன்மத்தில் நான் முயற்சி செய்து, கடமைகள் ஆற்றி ஏன் வாழ வேண்டும்? வினைகளை ஏன் வளர்க்க வேண்டும். எதுவும் விதிப்படி என்று முயற்சியின்றி சும்மா இருந்துவிடலாமே? அப்போது புதிய கர்மம் தோன்றாது அல்லவா? எது விதி எது மதி என்று எப்படி வேறுபடுத்துவது?

குரு: இந்த நல்ல கேள்வி உன்னிடமிருந்து வரும் என்று எதிர்பார்த்தேன். இதே கேள்வியைத்தான் மற்ற மதத்தினரும் இந்துக்களிடம் கேட்கிறார்கள். நம்மிற் சிலர் 'கர்ம வினையாவது வெங்காயமாவது எல்லாம் பொய்புரட்டல்' என்று கேலி செய்கிறார்கள். 'இந்த கர்மா நம்பிக்கை இந்துக்களைச் சோம்பேறிகள் ஆக்கிவிட்டது. இந்துக்கள் விதியின் மேற் பழிபோட்டு வேதாந்தம் பேசித் திரிகிறார்கள்,' என்று பலர் குறற்ம் சாட்டுகிறார்கள். இது தவறாகப் புரிந்து கொண்டதால் வந்த குழப்பமாகும். முன்பே சொன்னேன் மனிதனால் வினையாற்றாமல் இருக்க முடியாது அது மனித இயல்பு ஆனால் சரியான செயல்கள் வழியாக ஒருவன் முன் வினைகளைக் குறைக்கலாம்.

ஒருவனது கர்மவினைகள் விதியாக உருவெடுத்து அவனது பிறப்பு, சூழ்நிலை, இன்பதுன்பங்கள், வாய்ப்புகள் இவற்றின் "போக்கை" நிர்ணயிக்கின்றன. அதாவது ஓர் எல்லையை வகுக்கின்றன. இதை மாற்ற முடியாது. ஆனால் அந்த எல்லைக்குள் ஒருவன் தனக்களிக்கப்பட்டவைகளைக் கொண்டு மதியினால் வாழும் "வாழ்க்கைச் சுதந்திரம்" கட்டுப்படுத்தப்படுவதில்லை. ஒருவனது எண்ணம், சொல், செயல்களுக்கு அவனே எஜமானன். இதைக் கர்மவினையோ விதியோ கட்டுப்படுத்துவதில்லை. 'சரிகமபதநி' என்ற ஏழு சுவரங்களின் மேல்தான் ராகங்கள் அமைய வேண்டும் என்பது விதி. அந்த சுவரங்களைக் கொண்டு நீ புதுப்புது ராகங்களை அமைப்பதிலோ, உன் கற்பனைத்திறன், பாவம், மனோதர்மம் இவற்றைக் கொண்டு சங்கீதம் இசைப்பதோ உன் சுதந்திரம். ஏழு ஸ்வரங்கள் மாறாது. இதுவிதி, அதன் மேல் சங்கீதத் திறன் புலமையை வளர்ப்பது உன் சுதந்திரம்.

இதை மேலும் விளக்க ஒரு சுவையான சிறுகதை சொல்கிறேன்

கேள். ஒருவன் ஒரு ஞானியின் அருகில் சென்றமர்ந்தான். "எனக்கு விதி, மதி இவற்றின் விளக்கம் புரியவில்லை எது விதி? எது மதி?" என்று கேட்டான். ஞானி அவனிடம், "நீ எழுந்து நில்" என்று பணித்தார். அவன் எழுந்து நின்றான். ஞானி, "உனது ஒரு காலை உயரத் தூக்கு" என்றார் அவன் தனது ஒரு காலை உயரத் தூக்கி மடித்து மற்றொரு காலில் நின்றான். ஞானி, "இப்போது இன்னொரு காலையும் உயரத் தூக்கு" என்றார். கேள்வி கேட்டவன், "அது எப்படி முடியும் கீழே விழுந்து விடுவேனே" என்றான். உடனே ஞானி, "அதிகபட்சம் உன்னால் ஒரு காலைத் தான் உயரத் தூக்கி நிற்க முடியும். இரு காலையும் தூக்கிக் கொண்டு நிற்க முடியாது என்பது விதி. அப்படி இருகாலையும் ஒன்று சேர தூக்கிக் கொள்ள முயற்சித்தால் கீழே விழுந்து விடுவோம் என்று அறிந்திருக்கிறாயே அதுதான் மதி" என்றார். கேள்வி கேட்டவன் புரிந்து கொண்டான்.

மாணவன்: இதைச் சற்று விவரமாக சொல்லுங்களேன்.

குரு: சீட்டாடத்தில், நான்கு பேர் ஆடினால் யாவருக்கும் சமமாக பதின்மூன்று சீட்டுகள் கிடைக்கின்றன. இந்த ஜகத்தில் யாவருக்கும் சரிசமமான பிறப்பு வாய்ப்புப் போன்றது இது. ஒருவனுக்கு வரும் சீட்டுக்கள் மேல் அவனுக்குக் கட்டுப்பாடு இல்லை. நல்ல சீட்டுகளாகவும் வரலாம், மோசமான சீட்டுகளாகவும் இருக்கலாம். அவற்றை ஆட்ட ஆரம்பத்தில் மாற்ற முடியாது. இதுவே உன் விதி, (பிறப்பு சூழ்நிலை). இனிச் சீட்டாட்டத்தில் நீ ஆடும் திறம், நிர்ணயம் செய்யும் உரிமைச் சுதந்திரம் உன்னுடையது. நீ ஆட்டத் திலிருந்து விலகலாம் அல்லது ஆட்டத்தின் போக்கில் சீட்டுக்களை மாற்றலாம், நிராகரிக்கலாம், தேவையானதை எடுத்துக் கொள்ளலாம். நீ மோசமாக விழுந்த சீட்டுக்களைக் கொண்டு உனது ஆட்டத் திறமையால் வெற்றியடையும்படி அவற்றைத் திறமையாக மாற்றி ஆடி வெற்றி பெறலாம் அல்லது நல்ல சீட்டுக்களாக வந்ததை திறமையில்லாமல் ஆடிக் கெடுத்துத் தோல்வியடையலாம். ஆட்ட சுதந்திரம் உன்னுடையது.

அது போன்றதுதான் மனிதனின் விதியும், வாழ்க்கையும், முதலில் மாற்ற முடியாத விதியின் போக்கு என்ற சீட்டுகளைக் கொண்டு துவங்கும் வாழ்வு, உனது மதி, சொல், செயல், எண்ணம் இவற்றை அமைக்கும் வாழ்க்கை முறையினால் உன் விதியின் கடுமையைக் குறைத்து வாழ்வின் வெற்றி பெறவோ அல்லது தவறாக வாழ்ந்து

வினைப்பயன் பெருக்கித் துன்பத்தில் உழலும்படி வாழ்வில் தோல்வியடையவோ வாழக் கூடிய சுதந்திரம் உன்னுடையது.

மாணவன்: விதி, மதி பற்றி டாக்டர் ராதாகிருஷ்ணன் சொல்லிய விளக்கம் மிகவும் அருமையானது. அப்படியானால் விதியை மதியால் மாற்றலாம் என்கிறீர்கள்.

குரு: மாற்றுவதென்ன? விதியை மதியால் வெல்லலாம் என்றே சொல்கிறேன்! ஆனால் அதற்குக் கடும் முயற்சி, கட்டுப்பாடான வாழ்க்கை, கடவுள் பக்தி தவம் ஆன்ம சக்தி மற்றும் இறையருள் வேண்டும். உன் சக்திக்கேற்ற முயற்சிகள் விதியை முழுமையாக வெல்ல முடியாமற் போனாலும் அதன் கடுமையைக் குறைக்கலாம். புதிதாக கர்மவினைகள் சேராமற் பாதுகாத்துக் கொள்ளலாம். இதையேதான் பகவான் ராமகிருஷ்ணர் பச்சை நெல் மீண்டும் முளைக்கும். அதை வறுத்து விட்டால் மீண்டும் முளைக்காது. மனிதன் ஞானத்தால் தன் விதியை வறுக்க வேண்டும் என்பார். இங்கே வறுபடுவது சான்சித கர்மாவும், ஆகாமி கர்மாவும்தான் பிராரப்த கர்மம் வாழ்வதால் தீர்ந்து விடுகிறது. ஞானமடைந்த ஒருவனுக்குப் பலன் கொடுக்க ஆரம்பித்துவிட்ட பிராரப்த கர்மம் ஒன்றே நிலைக்கும் பலனைத்தராத மிச்சமிருக்கும் சஞ்சித கர்மம் அழிந்து விடும். அதற்கோர் அழகான விளக்கம்* இருக்கிறது வில்லிலிருந்து விடுபட்ட அம்பு தான் குறியைச் சென்றடையும் வில்லில் பூட்டிய விடுபடாத அம்பு பலனற்றுப் போகும். அதுபோலவே ஞானியின் 'சஞ்சித கர்மம்' பலனற்று அழியும்.

மாணவன்: அதற்கு என்ன வழி?

குரு: ஓர் இந்துவுக்கு அடிப்படை இந்து தர்மங்களை மீறாத வாழ்க்கை முறை, எண்ணம், பேச்சு, செயல்கள் மூலம் உலகில் யாருக்குமே, எதற்குமே துன்பம் தராமலிருத்தல், பயன், கருதாமல் பிறருக்குப் பணி செய்தல், தவம் ஆகியவைதான் வழி.

மாணவன்: ஒருவன் மோட்சமடைய கர்மவினை தடை செய்யும் இல்லையா?

குரு: ஆமாம். கெட்ட கருமங்களால் வரும் பாவம் நல்ல கருமங்களால் வரும் புண்ணியம் ஆகிய இரண்டுமே மனிதனின் ஆசையால் உண்டாகின்றன வளர்கின்றன. அவற்றை விதியாக

---

* சாந்தோக்யோபநிஷத் (6:11.2)

இந்து மதம் ஓர் அற்புதம்

அனுபவித்துத் தீர்க்கப் பிறவிகள் கிடைக்கின்றன. புண்ணியம், பாவம் என்ற இரு விதிப்பயன்களில்லாத, நானென்ற அகங்காரம் நீங்கிய, இறைவனே சரண் என்று அர்ப்பணித்த, மனித வாழ்வே மோட்சத்துக்குரியது. 'புண்ணியத்தால் பாவமும் போகத்தால் புண்ணியமும் நாசமானால் முக்தி கிடைக்கும்'.*

'தவமும், தானமும், நேர்மையும் அஹிம்சையும், பொய்யாமையும் கைக்கொண்டு வாழ்வை நடத்த வேண்டும்.'** மீண்டும் வினைப்பயன்களை உண்டாக்காது என்பது இந்துக்களின் நம்பிக்கை, இறைவன் ஒருவன்தான் கர்ம பந்தத்தில் கட்டுப்படாத சுதந்திரம் உள்ளவன், மற்ற ஜீவன்கள் யாவும் கர்ம பலனுக்குக் கட்டுப்பட்டவர்கள்தான்.***

மாணவன்: கோயிலுக்குப் போதல், கூட்டு வழிபாடு, மதச் சடங்குகளைச் செய்தல் முதலியவை கர்மவினையைக் குறைக்குமா?

குரு: நீ கூறிய யாவும் மனிதனுக்குச் சித்த சுத்தியைத் தந்து அவனைத் தூய்மைப்படுத்தும். மற்றபடி ஒருவன் தனது கர்ம வினையைக் குறைக்க, ஆன்மீக முன்னேற்றம் பெற, தியானம், தவம், பக்தி, யோகம், தூய்மையான வாழ்க்கை, சமூக சேவை, பிறருக்கு உழைத்தல், தியாகம், இறை நம்பிக்கை இவைதான் வழி. வேறு எந்தக் குறுக்கு வழியும் இந்து மதத்தில் கிடையாது. அரசியலமைப்பில் குற்றம் செய்தவர்களுக்கு 'பொது மன்னிப்பு' (Amnesty) வழங்குவது போல, 'இன்று நீங்கள் கோயிலுக்கு வந்ததால் உங்கள் கர்மவினைகள் யாவும் இன்றோடு தீர்ந்தன. இனி நீங்கள் இன்று முதல் "சுத்த முக்த ஜீவர்கள்" உங்கள் பாவங்கள் யாவும் தொலைந்தன கர்மங்கள் தீய்ந்தன. புண்ணியம் சேர்ந்து விட்டது" என்று யாரும் மற்றவர்களின் கர்மவினையைப் போக்கி பொது மன்னிப்புத் தர முடியாது. உனது கர்மவினையை நீதான் அனுபவிக்க வேண்டும். உனது ஆன்மீக முன்னேற்றத்திற்கு நீதான் முயற்சி செய்ய வேண்டும். இதுவே இந்து மதத்தின் கர்மாவைப் பற்றிய இறுதியான முடிவு.

---

* சாந்தோக்யோபநிஷத் (11:1:2)
** சாந்தோக்யோபநிஷத் (17:1:4)
*** ஸ்ரீமத் பகவத்கீதை (3:22.25)

20. இந்துக்களின் நம்பிக்கை- மறு ஜென்மம்

குரு: மறு ஜென்மம் (மறுபிறவி) என்பது ஒவ்வொரு உயிருக்கும் உண்டு என்ற நம்பிக்கை இந்து மதத்தில் மட்டுமே உள்ள சிறப்பான நம்பிக்கையாகும். ஜைன, பௌத்த மதங்களும் மறு ஜென்மம் என்பதில் நம்பிக்கை கொண்டுள்ளன. ஆனால் மற்ற மேலை நாட்டு மதங்கள் மறு ஜன்ம நம்பிக்கை இல்லாதவை.

மாணவன்: அவற்றின் நம்பிக்கைகள்தான் என்ன?

குரு: மேலைநாட்டு மதங்களில் மனிதனுக்கு ஒரே ஒரு ஜன்மம்தான் உண்டு. அவன் இறந்த பிறகு மீண்டும் பிறப்பதில்லை என்கின்றன. அதேபோல் பறவைகள், விலங்குகள், நீந்துவன, பறப்பன முதலிய உயிரினங்களும் ஒருமுறை பிறந்து இறக்கின்றன. அவை மனிதனின் வாழ்க்கை உபயோகத்திற்காகப் படைக்கப்பட்டவை என்று நம்புகின்றன. மனிதனும் இந்த உயிர்களும் இறந்த பிறகு 'எடர்னல் ஸ்லீப்' (Eternal Sleep) என்று ஆழ்ந்து அமைதியில் உறங்கும் என்றும் கடவுள் தீர்ப்பு சொல்லும் நாளில் ஒரு தேவதை குழலூதிச் சத்தமெழுப்பி அவற்றை எழுப்ப, இறைவன் உயிர்களின் பாவ புண்ணியத்திற்கேற்ப சொர்க்கமோ, நரகமோ அடைந்து அங்கு நிலையாக வசிக்கத் தீர்ப்புத் தருகிறான் என்று அவை சொல்லுகின்றன.

இந்து மதம் ஓர் அற்புதம்

மாணவன்: இந்துக்களின் நம்பிக்கை எந்த விதத்தில் மாறுதலானது?

குரு: இந்து மதத் தத்துவத்தின்படி ஒரு சிறு புழுவின் உயிருக்கும், பெரிய யானையின் உயிருக்கும், மனிதனின் உயிருக்கும் வித்தியாச மில்லை. எல்லா உயிர்களும் சமம்தான். ஆனால் அவைகளின் நிலைகளில் பேதம் வித்தியாசமுண்டு. ஜீவன்களின் பாவ புண்ணியத்திற்கேற்பத் தாழ்ந்த நிலைப் பிறப்பாகிய புழு பூச்சி விலங்குகள் போன்றவையும் உயர்ந்த நிலை பிறப்பாகிய மனிதப் பிறப்பும் வாய்க்கின்றன. இந்து மதத் தத்துவத்தின்படி பிறப்புகள் ஏழு நிலையாக பிரிக்கப்பட்டிருக்கின்றன. அவை தாவரங்கள், நீர் வாழ்வன, ஊர்வன, பறவை, விலங்கு, மக்கள், தேவர் ஆகியவைகளாகும்.

"அரிது அரிது மானிடராய்ப் பிறப்பதரிது" என்ற பாடல் ஒன்று உண்டு. இந்துமதக் கொள்கைப்படி அந்தந்த ஜன்மங்களில் சேரும் கர்மவினைக்கேற்ப மறு ஜன்மம் வாய்க்கிறது. அதில் உயர்ந்த நிலைப் பிறப்பாகிய மனிதப்பிறவி அவன் தன் கருமங்களை அழித்து இறையருளான மோட்சம் பெறுவதற்காகக் கொடுக்கப்பட்டது.

மாணவன்: மனிதனாகப் பிறந்த ஜீவன் திரும்பவும் மனிதனாகத்தான் பிறப்பான் என்ற கட்டாயம் இல்லை.* அதேபோல் கீழ்நிலைப் பிறப்பு வாய்ந்தால் திரும்பவும் கீழ்நிலைப் பிறப்புதான் என்பதில்லை. அதன் கர்மவினைக்கேற்ப உயர் பிறவிகள் கிடைக்கும் என்றாகிறது இல்லையா?

குரு: ஆம்.

'இந்த உலகில் இறப்பதற்கு முன்பே ஒருவன் ஆன்ம ஞானம் பெற முயற்சி கூடச் செய்யவில்லையானால் பின்பு ஸ்தாவர ஜன்மங்களின் சரீரத்தை அடைகிறான்' என்பது உபநிஷத்துக்களில்** சொல்லப்பட்டிருக்கிறது.

மாணவன்: ஏழு வகை பிறப்புகளிலும் ஜீவன் ஒன்றே என்றால் உயிர்வதை செய்வது தவறல்லவா?

குரு: ஆம். உண்மைதான். அதனாலேதான் இந்து தர்மத்தில்

---

* ஸ்ரீமத் பகவத்கீதை (16:20)
** கடோபநிஷத் (6:4)

எந்த உயிரையும் கொல்லாமை, அஹிம்சை, புலால் உண்ணாமை முதலியவை வலியுறுத்தப்படுகின்றன.* நான் விஷ்ணுவின் பத்து அவதாரங்கள், டார்வினின் பரிணாமக் கொள்கையை ஒத்து இருப்பதை முன்பே சொன்னேன் நினைவிருக்கிறதா?

மாணவன்: உயிர்களின் படிப்படியான நிலைகளின் வளர்ச்சி டார்வின் விதிப்படி நீரில் தோன்றி நிலத்தில் மனிதனாக வளர்ச்சி பெறுவது வரை சொல்கிறது. தசாவதாரங்களும் மீன், ஆமை, வராகம், சிங்க மனிதன், மனிதன் என்றே அமைந்துள்ளன.

குரு: ஆம். அதேபோன்று ஒரு ஜீவன் புல்லாய்ப், புழுவாய், பூச்சியாய், விலங்காய் ஏழு நிலைகளில் ஆயிரக்கணக்கான ஜன்மங்கள் எடுத்து ஆன்மீகத்தில் உயர உயர மனிதப் பிறவி கிட்டுகிறது என்பது இந்து மத நம்பிக்கை.

மாணவன்: ஜீவன் இவ்வுலக வாழ்வை முடித்தவுடனே மறுபடியும் பிறக்கிறதா?

குரு: இல்லை. இந்த உலக வாழ்வு ஒரு பிறவியில் முடிந்தவுடன் அவனது லிங்கதேகம் உடலை விட்டு நீங்குகிறது. அந்தப் பிறவியில் சேர்ந்த பாவம், புண்ணியம் இவற்றின் அளவிற்கேற்ப நரகத்திலோ சுவர்க்கத்திலோ தன் கர்ம வினையின் ஒரு பகுதியைக் கழிக்கிறது.** பிறகு அதன் கர்மாவுக்கு ஏற்றபடி அமையும் சூழ்நிலையில் தன் பிராரப்த கர்மம் மற்றும் சன்ஜித கர்மத்தைக் கழிக்க மீண்டும் பிறக்கிறது. அது மனித ஜன்மமாகத்தான் இருக்கும் என்பதில்லை.

மாணவன்: இந்தச் சுவர்க்கமும் நரகமும் எங்கிருக்கின்றன? அவை யாவை?

குரு: நமது பூமிக்கு மேலே உள்ள ஆறு லோகங்கள் புண்ணியம் செய்தவர்கள் வாழ்வது, பூமிக்குக் கீழான ஏழு உலகங்கள் பாவம் செய்தவர்கள் வாழ்வது. ஜகத் பற்றிய விவரங்கள் தரும் போது இதை உனக்குச் சொல்லியிருக்கிறேன். ஆனாலும் மீண்டும் நினைவு படுத்துகிறேன். புண்ணிய லோகங்கள் ஏழு; அவை, (1) பூலோகம்,

---

* புலால் உண்ணாமை என்பது கட்டாயமான சட்டதிட்டமாக இந்துமதம் வரையறுக்கவில்லை. புலால் உண்ணாமை என்ற ஜைனமதத்தின் சட்டம் பின்னாளில் இந்துமதத்தில் ஏற்றுக் கொள்ளப்பட்டது.

** ஸ்ரீமத்பகவத் கீதை (9:21)

(2) புவர் லோகம், (3) சுவர்க்கலோகம், (4) மஹர்லோகம், (5) ஜனோ லோகம், (6) தபோலோகம், (7) சத்யலோகம். இவை வரிசையாக ஒன்றைவிட ஒன்று சிறந்தவை. புண்ணியம் செய்த ஜீவர்கள் புண்ணியக் கணக்குத் தீரும் வரை தங்கள் தரத்திற்கேற்ப இங்கே வசிக்கிறார்கள். பிறகு மறுபிறவி அடைகிறார்கள்.

நமது பூமிக்குக் கீழே உள்ள ஏழு லோகங்கள் பாவம் செய்தவர்கள் தண்டனை பெறும் நரகம் ஆகும். அவை: 'அதல லோகம்', 'விதல லோகம்', 'கதல லோகம்', 'ரசாதல லோகம்', 'தலாதல லோகம்', 'மகாதலம்', பாதாளம்' என்பவை. இவை ஒன்றுக்கொன்று வரிசையாகக் கீழான இயல்புடைய துன்பம் தரக்கூடியவை. பாவங்கள் அதிகம் செய்த ஜீவன்கள் தரத்திற்கேற்ப இவைகளில் வசித்துத் தண்டனையைக் கழித்துவிட்டு மீண்டும் பிறக்கின்றன.

மாணவன்: இந்த உலகங்கள் உண்மையில் இருந்தால் நம் கண்ணுக்கு ஏன் தெரிவதில்லை. விண்வெளியில் கோள்களில் சென்றவர்கள் கூட இது போன்ற எதையும் காணவில்லை. சக்தி மிகுந்த டெலஸ்கோப் முதலியவையும் இவை இருப்பதை நிரூபிக்கவில்லையே?

குரு: இதற்கு நான் 'அனுமானம்' (Instinct) மூலம்தான் பதில் சொல்ல முடியும். 'காரணம்' (Cause) சொல்ல முடியாது. காரணம் என்பது காலம் (Time) என்ற கட்டுப்பாட்டுக்கு உட்பட்டது. அனுமானம் என்பது காலக்கட்டுப்பாடு மற்றும் நிரூபணத் தீர்வை சொல்ல முடியாததாகும். மிகவும் கவனமாகக் கேள். நாம் வசிப்பது நீளம் (Length) அகலம் (Breadth) ஆழம் (Depth) முப்பரிமாணமுள்ள உலகம். ஆகையால் நமது அனுபவம், செயல்கள் மற்றும் பார்வை பரிமாணங்கள் யாவும் முப்பரிமாண வடிவில்தான் நம்மால் புரிந்து கொள்ள முடியும். மூன்றுக்கு மேற்பட்ட பரிமாணங்களை நாம் அனுமானிக்கலாம். ஆனால் அவற்றை நிரூபணம் செய்ய முடியாது. ஆன்மிகத்திலும் சரி முன்னேறிய விஞ்ஞானத்திலும் சரி 'அனுமானம்' என்பது உபயோகிக்கப்படுகிறது. புண்ணிய லோகங்களும், நரகலோகங்களும் வேறு பரிமாணங்களில் நிலைப்பவை நமக்குத் தெரிவதில்லை.

மாணவன்: இந்த முப்பரிமாணம் என்பதைக் கொஞ்சம் சுலபமாகப் புரியும்படி விளக்க முடியுமா?

குரு: சரி சொல்கிறேன் (i) நீளம் என்ற ஒரே பரிமாணம் என்பது முன்னே செல்வது பின்னே வருவது என்ற வகையில் அமையும், செயற்பாடு, உதாரணம் புகை வண்டி முன்னே பின்னே செல்லும் அதனால் பக்கத்தில் நகர்வது மேலே கீழே செல்வது என்பது முடியாது.

(ii) நீளம், அகலம் என்ற பரிமாணம், முன்னே பின்னே அக்கம் பக்கம் என்று நீளமாகவும் அகலமாகவும் அமையும். உதாரணம் கப்பல்.

(iii) முன்னே பின்னும் செல்ல முடியும் பக்கவாட்டிலும் செல்ல முடியும். முன்பின், அக்கம்பக்கம், மேல்கீழ் என்ற நீள, அகல ஆழ செயல்பாடுகள் முப்பரிமாணம் உதாரணம்: விமானம் அதன் மூன்று நிலையிலும் இயங்கக் கூடியது.

ஒரு பரிமாண செயற்பாடாகிய நீளம் மற்றும் உள்ள உயிரினங்கள் மற்ற இரண்டு பரிமாணங்களையும் புரிந்து கொள்ள முடியாது. அதே போன்று நீள அகலம் என்ற இரண்டு பரிமாணத்திலிருக்கும் உயிர்கள் ஆழம் என்ற மூன்றாவது பரிமாணத்தை அனுமானிக்கலாம். ஆனால் புரிந்து செயல்பட முடியாது. ஆனால் நீளம் அகலம் ஆழம் என்ற மூன்று பரிமாணத்தில் இயங்கும் நாம் பூமியில் மூன்று நிலைகளிலும் இயங்க முடியும். நாம் முப்பரிமாண நிலையில் இருக்கிறோம். ஆனால் நான்காவது, ஐந்தாவது, ஆறாவது என்று பரிமாணங்கள் இருந்தால் அவற்றை நாம் புரிந்துகொள்ள முடியாது. ஆனால் அனுமானிக்க மட்டுமே முடியும். ஸ்ரீமத் பாகவத புராணத்தின்படி ஜகத்தில் பத்துவிதப் 'பரிமாணங்கள்' வரை உள்ளன என்ற கருத்தும் இருக்கிறது.

இந்து மதம் சொல்லும் ஏழு உயர் லோகங்களும், தாழ்ந்த ஏழு லோகங்களும் வேறு பரிமாணத்தில் இயங்குபவையாக இருக்க வேண்டும். நம்மால் அவற்றை கற்பனை செய்யவோ, காணவோ முடிவதில்லை.

மாணவன்: நீங்கள் சொல்வது அதிசயமாக உள்ளது!

குரு: இதில் அதிசயமானது எதுவும் இல்லை. இப்போதைய நமது நவீன விஞ்ஞானத்தில் காலம் நேரம் (Time) என்பதை நான்காவது பரிமாணமாக முடிவு செய்து ஆராய்ச்சிகள் செய்து

வருகிறார்கள். காலச்சுவர் (Time Barrier) என்பது விண்வெளி விஞ்ஞான பரிசோதனையில் முக்கிய பங்கு வகிக்கிறது.

மாணவன்: இது உண்மையா?

குரு: ஆம். இது ஒப்புக்கொள்ளப்பட்ட அறிவியல் உண்மை. இந்தச் சகாப்தத்தின் தலைசிறந்த விஞ்ஞானி, ஐன்ஸ்டீனின் ரிலேடிவிடி தியரி (Relativity Theory) காலம் (Time) வேகம் மற்றும் வெளி (Distance) என்ற நான்காவது பரிமாணத்தின் அனுமானம் செய்த விஞ்ஞான சாதனை ஆகும். இயற்கையின் நியதிகளான விண்வெளி, காலம், ஒளி, இருப்பு, ஒலி முதலியவற்றை இணைத்து யூனிஃபிகேஷன் தியரி (Unification Theory) என்ற ஒன்றை அனுமானிக்க ஐன்ஸ்டின் செய்த முயற்சிகள் முற்றுப் பெறவில்லை.

இதேபோன்றுதான் இந்துக்கள் நம்பும் ஏனைய சுவர்க்க நரக உலகங்கள் நாம் புரிந்துகொள்ள முடியாத வேறு பரிமாணங்கள் கொண்டவை. நம் அறிவியல் சாதனங்களான ரேடார்கள், ரேடியோ டெலஸ்கோப் முதலியவற்றால் அவற்றை நாம் 'காண' முடிவதில்லை. இரண்டு பரிமாண உலகில் வாழ்பவன் மூன்றாவது பரிமாணத்தைப் 'பார்க்க' 'உணர' அனுபவிக்க முடியாததைப் போன்று முப்பரிமாணமான நம்மாலும் ஸ்வர்க்க நரகங்களை 'அறிய' முடியாததால் அவை பொய்யென்று ஆகிவிடாது.

மாணவன்: உங்கள் விளக்கம் மிகவும் சர்ச்சைக்குரியது அல்லவா?

குரு: ஆம். சர்ச்சைக்குரியதானாலும் 'இருக்கலாம்' என்று யாவரும் ஒப்புக் கொளள்க் கூடியவை! வானகத்தின் கீழ் நாம் 'அறிய' முடியாத பல அதிசயங்கள் உண்டு இல்லையா? ஸ்வர்கலோகங்களும் நரகலோகங்களும் அப்படித்தான்.

மாணவன்: ஆம் நிரூபணமாகாவிட்டாலும் ஒப்புக்கொள்ளக் கூடியவை.

குரு: சரி, இனி உன் சந்தேகங்களைக் கேள்.

மாணவன்: ஜீவர்களின் பாவ புண்ணியங்களைக் கணக்கெடுத்து நீதி செய்வது யார்? இறைவனா?

குரு: இல்லை. முன்பே நான் சொல்லியிருக்கிறேன். 'ஜகத்தின்

வாழ்க்கைச் சுழற்சியில் இறைவன் நேரடியாக சம்பந்தப்படுவதில்லை.'* அதற்குத் தனியாகக் (குறைந்த) சக்தியுடைய கடவுளர்களும் தேவதைகளும் உள்ளனர். அவர்கள் தேவர்கள் முதலியோர் ஆவர். 'மனிதனுக்குத் தேவையான மழை முதலிய இயற்கை நியதிகளை தேவர்கள் தந்து உதவ; தேவர்களுக்கு உணவான 'ஹவிசை' மனிதர்கள் யாகங்கள் வழியாகத் தேவர்களுக்குத் தர ஒருவரை ஒருவர் சார்ந்து வாழ்கிறார்கள். வாழ்விப்பது அவர்கள் பணி.**

அதே போன்று மனிதனின் கர்மவினையைக் கணக்கிட்டுப் பாவ புண்ணிய கணக்குப் பார்த்து நீதி செய்பவர் தர்ம தேவதை எனப்படும் யமன் ஆவான். இவன் சூரிய தேவதையின் மைந்தன். நீதி வழுவாதவன். இவன் வசிக்கும் இடம் யமலோகம். அவனது உதவியாளர்கள் கிங்கரர்கள், ஜீவன்களின் கர்மவினைக் கணக்கை வைப்பவன் சித்ர குப்தன். யமன் ஒரு ஜீவனின் ஆயுட்காலம் முடிந்ததும் உடலிலிருந்து ஜீவனைப் பிரிக்கிறான். பாவ புண்ணிய நிர்ணயம் செயது சுவர்க்க லோகமோ நரக தண்டனையோ அளிக்கிறான் என்பது இந்துக்கள் நம்பிக்கை.

மாணவன்: இது எல்லா ஜீவன்களுக்கும் பொருந்துமா?

குரு: அநேகமாகப் பொருந்தும். ஆனால் ஆன்மீகத்தில் மிகவும் உயர்ந்த நிலையடைந்து கர்மவினை தீர்ந்து மோட்சமடைபவர்கள் தன்னிச்சையாகவே ஆத்மாவை உடலிலிருந்து பிரித்து இறைவனை அடைகிறார்கள். யமனுடைய சம்பந்தம் இவர்களது இறப்பில் இல்லை எனும் நம்பிக்கை உள்ளது. முக்தியடைபவர்களின் தூதுவர்கள் வைகுண்டத்திலிருந்து வருவதாக வைஷ்ணவர்களும், பரமசிவனின் சிவ கணங்கள் கைலாயத்திலிருந்து வருவதாகச் சைவர்களும்; முக்தியடைந்த ஆன்மா இறைப்பெருவெளியில் பரமாத்மாவுடன் கலந்து விடுவதாக அத்வைதிகளும் யோகிகளும் சொல்கிறார்கள். 'காயசித்தி' என்ற உடல் அழியா நிலை பெற்ற சித்தர்கள் உயிருடன் சமாதியில் புகுந்து உடலை மறைத்து சூக்கும உருவில் வாழ்வார்கள் என்றொரு நம்பிக்கையும் இருக்கிறது.

மறு ஜன்மம் என்ற சம்சாரச் சுழற்சி இல்லாததால் சொர்க்கம், நரகம் என்ற அனுபவங்கள் இவர்களுக்கில்லை.

---

* பிரம்மசூத்ரம் (2:1:36)

** ஸ்ரீமத் பகவத்கீதை (3:101112)

மாணவன்: சாதாரண ஜீவன்கள் உலகில் இறந்த பிறகு, அது என்ன ஆகிறது? அதன் அனுபவம் என்ன என்பதைப் பற்றிய இந்து மத நம்பிக்கை என்ன?

குரு: ஜீவன் உடலை விட்டுக் கிளம்புவது பற்றிய விவரத்தை உனக்குச் சுருக்கமாகச் சொல்கிறேன். இருதயத்தில் நான்கு நாடிகள்* இருக்கின்றன. ஜீவனின் இவ்வுலக வாழ்க்கையின் தன்மை பாவ புண்ணிய சேர்க்கை மற்றும் குணம் இவற்றிற்குத் தகுந்தபடி அதை நான்கு நாடிகளில் ஒன்றின் வழியாக ஜீவன் உடலை விட்டுச் செல்கிறது. புண்ணியம் அதிகம் செய்து புண்ணியலோகம் செல்லும் ஜீவன் 'ரமா' எனும் நாடி வழியாக வெளியேறுகிறான். பாவத்தினால் பாவ லோகங்களுக்குச் செல்பவனின் ஜீவன் 'அரிமா' எனும் நாடிவழியாக வெளியேறுகிறது. மரண காலத்தில் ஒருவன் நினைக்கும் நிலைக்கேற்ப பிறவி பெறுபவன் 'இச்சா' நாடி வழியாக வெளியேறுகிறான். மோக்ஷம் (வீடு) பேறு பெறுபவன். 'அபுனர்ப்பவா' எனும் நாடி வழியாக வெளியேறி மோட்ச லோகம் செல்வான.

இருதயத்திலுள்ள நூற்றியோரு நாடிகளின் மத்தியில் 'இடை' எனப்படும் இடது நாடி 'பிங்களை' எனப்படும் வலது நாடி நடுவில் 'ஸுஷும்னா' நாடி உள்ளது அவையே ஜீவனை பரம்பொருளில் லயிக்கச் செய்வது என்றொரு விளக்கமும் உண்டு.*

மாணவன்: நீங்கள் சொன்ன உலகங்களுக்குச் செல்லும் ஜீவன் என்னவாகிறான்? என்ன செய்கிறான்?

குரு: இது மிகவும் விரிவாகப் பதில் சொல்ல வேண்டிய பகுதி. பலவகையான மாறுபட்ட சித்தாந்தங்கள் இருக்கின்றன. யஜுர் வேதத்தின் 'கடோபனிஷத்' பகுதியில் நசிகேதன் என்ற அந்தணச் சிறுவனுக்கு யமதர்மராஜன் செய்த உபதேசம் மற்றும் விஷ்ணுவைக் குறித்து எழுதப்பட்ட கருடபுராணம் இவையிரண்டிலும் நீ கேட்ட கேள்விகளுக்கு விரிவாக, விவரமாகப் பதில் இருக்கிறது. அவை தனியாக விவாதிக்க வேண்டிய மிகவும் விரிவான விஷயங்கள், மறு ஜென்மம் நம்பிக்கை என்ற நமது சம்பாஷணையில் எடுத்துக் கொள்ள முடியாது.

மாணவன்: அடிப்படையான கருத்துக்களையாவது நீங்கள் தயை கூர்ந்து சொல்லத்தான் வேண்டும்.

---

* ஸுபாலோபநிஷத் (11வது கண்டம்)

** ஷீரிகோபநிஷத் (12.15)

குரு: மிகவும் அடம்பிடிக்கிறாய்! சுருக்கமாகச் சொல்கிறேன்.

1. இறையருளால் ஞான குருவின் வழியாக ஞானம் பெற்றுக் கர்மவினை தீர்த்த இறைவனைச் சரணடைந்த ஜீவன் (மனிதன் மட்டுமல்ல விலங்குகள், பறவைகள் கூட) மோட்சத்தை அடைகின்றன. முக்தியடைந்த ஜீவன்களுக்கு மறு ஜன்மம் இல்லை. மோட்சமடைவதில் தேவையான மார்க்கம் மற்றும் பித்ருயான மார்க்கம் என்று இரண்டு உண்டு.* ஆன்மீகத்தில் ஓரளவு முன்னேற்றம் பெற்று ஆனாலும் முற்றிலும் தகுதியை அடையாதவர்கள் இறந்த பின் சந்திரலோகம் சென்றடைந்து வாழ்ந்திருந்து தங்கள் முக்திக்கு முயற்சி செய்யத் தகுந்த சூழல் உள்ள வீட்டில் பிறக்கிறார்கள். இது 'பித்ருயான மார்க்கம்' 'தூம(புகை) வழி.'

   தேவயானத்தில் ஆன்மீகத்தில் முழுமையடைந்தோர் இறந்து சூரியலோகம் சென்று வசித்துப் பின் பிரம்மலோகம் செல்கிறார்கள். அங்கு தங்கள் இஷ்ட தெய்வ வழிபாடு செய்து முக்தியடைகிறார்கள். அவர்கள் திரும்பி ஜன்மமெடுப்பதில்லை. இதுவே 'கிரம' முக்தி எனப்படும். 'ஒளி வழி.'

2. பாவ புண்ணியமான கர்மவினை உள்ளவர்களுக்கு மறு ஜன்மம் என்பது உண்டு. அவர்கள் திரும்பவும் மனித ஜன்மாவாகப் பிறப்பதோ அல்லது வேறு உயிரினமாகப் பிறப்பதோ அவர்களது கர்மவினையைப் பொறுத்தது.**

3. தனக்கென்று உள்ள வாழ்நாளை முழுவதுமாக வாழ்ந்து விதிப்படி மரணமடையாமல் தானாகவே தற்கொலை செய்து கொள்பவர்கள் அந்த வாழ்நாள் முடியும் வரையிலும் பைசாசம் (பிசாசு) என்ற அருவ நிலையில் துன்பத்தை அனுபவிக்கிறார்கள்.***

4. ஐந்துவித பஞ்சமா பாவங்களான பிரம்மஹத்தி கொலை; ஸுராபானம்; மதுவருந்துதல்; ஸ்வர்ணஸ்தேயம்; திருட்டு; குருகல்ப கமனம் – பிறர் மனைவியுடன் விபசாரம் இந்தக்

---

* சாந்தோக்யோபநிஷத் (10:7)

** ஸ்ரீமத் பகவத்கீதை (18:5, 6)

*** ஈசாவாஸ்யோபநிஷத் (2)

குற்றங்கள் செய்பவர் மற்றும் அவருடன் நெருங்கிய சிநேகிதம் செய்பவர்களது கர்மவினை மிகவும் கொடியது. நீண்ட காலம் அந்த ஜீவன் நரகத்தில் தண்டனை பெற்று வாழ்ந்து கீழான பிறவியை அடையும்.

5. தனது குல தர்மப்படித் தாய் நாட்டைக் காக்கவும், தர்மத்தை நிலைநாட்டவும் ஏற்படும் அறப்போர்களில் எதிரியைக் கொல்பவன் கர்மவசப்படுவதில்லை. இத்தகைய போரில் இறப்பவன் வீர சுவர்க்கம் அடைகிறான்.*

6. மறு ஜன்மம் என்பது மீண்டும் மோட்சத்துக்கு முயற்சி செய்ய தரப்படும் சந்தர்ப்பமாகும். இவைதான் மறு ஜன்மம் பற்றிய முக்கியமான நம்பிக்கை.

ஜீவன் முக்தர்கள் என்பவர்கள் பிரம்ம ஞானமடைந்து பிரம்மமாகவே மாறிவிட்டார்கள். அவர்கள் இறந்த பிறகு அவர்கள் ஜீவன் எங்கும் செல்வதில்லை. அவர்கள் உடலிருந்த இடத்திலேயே பிரம்ம ஐக்யமாக நிலைத்து வருகிறார்கள். இதை 'சத்யோ முக்தி' என்பார்கள்.**

மாணவன்: ஜீவன்களைப் படைத்து அதற்குப் பிறப்பு வாழ்க்கை கர்மபந்தம் இறப்பு மீண்டும் கருமபந்தத்தினால் பிறப்பு என்ற சம்சார, சுழற்சி ஏன் விதிக்கப்பட்டிருக்கிறது?

குரு: நீ கேட்ட இந்தக் கேள்வியைத்தான் உலகில் பிறந்த யாவரும் இன்றுவரை கேட்டுக் கொண்டிருக்கிறார்கள்! ஆனால் அதற்குச் சரியான விளக்கமோ, பதிலோ எந்த மதமும் இதுவரைத் தரவில்லை. நம் அறிவிற்கு எட்டாத பல புதிர்களில் இதுவும் ஒன்று. இந்து மதத்தில் மட்டும் இது பரமாத்மாவின் 'மாயா லீலை' (விளையாட்டு) என்று விளக்கம் இருக்கிறது.*** சாதாரண மக்கள் கூட "அவன் (இறைவன்) ஆட்டுவிக்கிறான். நாம் ஆடுகிறோம்"**** ".... இறைவன் உயிர்களையெல்லாம் உடல் எனும் யந்திரத்திலேற்றி மாயையினால் ஆட்டிக்கொண்டு அவைகளின் உள்ளத்திலிருக்கிறான்.") என்பார்கள். அவன் (இறைவன்) ஏன் ஆட்டுவிக்கிறான் என்பதற்கு யார் பதில் சொல்ல முடியும். "அவன் ஆட்டுவித்தால் ஆடாதோர் யாரோ?!"

* ஸ்ரீமத் பகவத்கீதை (2:37)
** சாந்தோக்கியோபநிஷத் (15:6)
*** பிரம்மசூத்ரம் (2:1:33, 34)
**** ஸ்ரீமத் பகவத்கீதை (18:61)

மாணவன்: இந்து மதத்தில் ஜீவன்கள் செய்யும் பாவங்களை மன்னித்து மறு ஜன்மமடைவதை நிறுத்த யாருக்காவது அதிகாரம் இருக்கிறதா?

குரு: யாருக்கும் இல்லை. ஒரு ஜீவனின் ஆன்ம முன்னேற்றத்தில் அது செய்யும் கருமங்களுக்கு அதுவே பொறுப்பாகும். இதில் வேறு யாரும் பங்கு போட்டுக் கொள்ளவோ அல்லது மன்னிக்கவோ, கூட்டவோ குறைக்கவோ முடியாது. ஒருவரிடம் 'பாவ மன்னிப்புக்' கேட்பதால் செய்த பாவங்கள் தொலைந்துவிடும் என்பது போன்ற குறுக்கு வழிகள் இந்து மதத்தில் இல்லை. ஆனால் தான் செய்த தவறுகளுக்காக சில சடங்குகள் செய்து, கடவுளிடம் 'பிராயசித்தம்' வேண்டும் முறை இந்த மதத்தில் உண்டு. அதுவும் மிகவும் வயதானவர்கள் மற்றும் இறக்கும் தருவாயிலிருக்கும் சிலரும்தான் இதுபோன்ற சடங்கு தன் திருப்திக்காகச் செய்ய அனுமதியுண்டு. அது சித்த சுத்தியைத் தந்து மன அமைதியைத் தரும். இறைவன் ஒருவன்தான் தானாகவும் ஞான குருவின் வழியாகவும் ஒருவனின் கர்மவினைகளையும் பாவங்களையும் போக்க அதிகாரம் உள்ளவன்.

மாணவன்: அப்படியானால் பிராமணர்கள், குருக்கள், பூசாரிகள், மடாதிபதிகள் முதலியோர் கூட ஒருவனுக்குப் பாவமன்னிப்புத் தர அதிகாரமில்லாதவர்களா? இந்து மதத்தில் இவர்களின் நிலை என்ன?

குரு: ஒரு ஜீவனுக்கும் இறைவனுக்கும் இடையே இடைத்தரகர்கள் இந்து மதத்தில் அனுமதிக்கப்படுவதில்லை. அதனால்தான் கூட்டு வழிபாட்டு முறை, அதற்கான சடங்குகள் முதலியவை இந்து மதத்தில் அதிகம் இல்லை. கோயிலில் தெய்வங்களுக்குச் செய்யும் ஆராதனை, திருவிழா முதலியவை கூட பொதுப்பணியேயன்றி கூட்டு வழிபாட்டு முறை அல்ல. அவற்றில் கலந்து கொண்டுதான் தீர வேண்டும் என்ற கட்டுப்பாடும் இந்துக்களுக்கு இல்லை.

நீ சொன்ன பிராமணர்கள், குருக்கள் முதலியவர்கள் ஸ்மிருதிகளின் வழியில் ஹோமம், யாகம், பூஜை, வழிபாடு, தானம் முதலியவற்றை முறையாகச் செய்ய பயிற்சி பெற்றவர்கள். இவற்றைச் செய்ய விழையும் 'கர்த்தா' (காரணமானவன்)விற்கு உதவி செய்பவர்கள், அவர்கள் இறைவனுக்கும் ஓர் இந்துவுக்கும் இடையேயான இடைத்தரகர்கள் அல்ல. பெரியவர்களும், துறவிகளும், மடாதிபதிகளும் தங்கள்

அருளால் ஒருவன் நன்மைகள் பெற ஆசீர்வதிக்க மட்டுமே முடியும். தவசிகள் தங்கள் தவ பலத்தால் சில அமானுஷ்ய அசாதாரண வரங்கள், சாபங்கள் தரச் சக்தியுள்ளவர்கள். அவர்கள் கூட இறைவனுக்கும் மனிதனுக்கும் இடையிற் புகுந்து பாவ மன்னிப்போ சுவர்க்கமோ பெற்றுத் தர முடியாது. பூதவுடலுடன் சுவர்க்கம் சென்று வாழ ஆசைப்பட்ட திரிசங்கு எனும் இஷ்வாகு குல அரசனை என்ன முயன்றும் தன் தவவலிமையால் சுவர்க்கம் புக உதவ விசுவாமித்திரர் முயன்றும் முடியவில்லை என்று படித்திருப்பாய். இந்து சாஸ்திரங்கள் யாவற்றிலும் மனிதனின் ஆன்மீக முன்னேற்றத்திற்கு "தன் முயற்சி" என்பதே வலியுறுத்தப்படுகிறது. விஷ்ணுவின் பூரண அவதாரமான ஸ்ரீ கிருஷ்ணன் கூட தனக்கு பிரியமான நண்பனான பார்த்தனுக்கு ஆன்மீகத்தில் முன்னேற பல யோகங்களை உபதேசித்து வழிமுறைகளைச் சொல்லி அருச்சுனனைப் பின்பற்றச் சொல்கிறான் 'உன் முயற்சியில் விரும்பியதைச் செய்' என்று கட்டளையிடுகிறான். "நான் கடவுளின் அவதாரம், வா உனக்கு எந்த முயற்சியுமில்லாமல் மோட்சமளிக்கிறேன் ஆன்மீக உயர்வைத் தருகிறேன் என்று சொல்லவேயில்லையே?"*

சாதாரணமாக கோயில்களில் அர்ச்சனை செய்யும் குருக்கள் கூட ஆகம சாஸ்திர விதிகளின்படி, யார் வேண்டுமானாலும் கருவறையில் நுழைந்து இறைவன் உருவைத்தொட்டு அர்ச்சனை முதலியவை செய்ய முடியாது என்பதால், அர்ச்சனை முதலியவற்றைப் பக்தர்கள் சார்பாகச் செய்கிறார்களேயன்றி அர்ச்சனை செய்பவர்களுக்காக அவர்கள் வேண்டிக் கொள்வதில்லை. தனது கோரிக்கைகளையோ வரங்கள் வேண்டுதலையோ அர்ச்சனை செய்விப்பவன், தானாகத் தான் செய்ய வேண்டும்.

நாம் இருவரும் மறு ஜன்மம் என்பதைப் பற்றிப் பேசிக் கொண்டிருந்தோம். நமது சம்பாஷணை திசை திரும்பி விட்டது. ஆனாலும் நாம் இதுவரை விவாதித்தவை இந்துக்களின் மறுபிறவி நம்பிக்கைக்கு வலுவூட்டும் ஆதாரங்கள்தான்.

மாணவன்: இன்னுமொரு சந்தேகம். இந்து மதத்தில் ஒரு குருவிடம் சரணடைந்து அவரிடம் நம்பிக்கை வைத்து மோக்ஷத்துக்கு முயல்வது என்ற முறை வலியுறுத்தப்படுகிறது. அந்தக் குருகூட ஒருவனின்

* ஸ்ரீமத் பகவத்கீதை (18:63)

கர்மவினையை மாற்றி மறுஜன்மமில்லாத மோட்சம் தர முடியாதா? அந்தக் குரு கூட இறைவனுக்கும் மனிதன் சிஷ்யனுக்கும் இடையே வருவதில்லையா?

குரு: உன் அறிவு மிகவும் கூர்மையானது! பாராட்டுகிறேன். உன் கேள்விகள் அர்த்தம் பொருந்தியவையாய் உள்ளன.

இந்து மதத்தில் இரண்டு வித குருக்கள் உண்டு. கல்வியறிவைத் தந்து பல கலைகளைக் கற்றுத் தரும் 'ஆசார்யர்கள் அல்லது ஆசிரியர்கள்'. ஏட்டுக் கல்விக்கு மட்டும் குருவாகிறார்கள். ஆத்ம ஞானத்தைத் தந்து சீடனின் ஆன்மீகப் பயணத்தை வழிநடத்துபவர் "ஞான குருவாகிறார்" ஞானகுரு என்பவன் தன் ஆத்மாவை அறிந்து 'ஸத்' எனும் பரம்பொருளை அறிந்தவன் இதற்குப் பிரும்ஹஞானம் என்று பெயர்.

ஞான குருவுக்கு மூன்று லட்சணங்கள் உண்டு. அவை ஸ்மாரக, தாரக, வாரக என்பார்கள்.

1. ஸ்மாரக – 'ஸத்'யத்தைஸ்மரிப்பது

2. தரக – (ஆத்ம ஞானத்துக்கு) விரோதமானதை விலக்குவது

3. வாரக – தானும் நிலைபெற்று பிறரையும் (ஸத்தில்) நிலைபெறச் செய்வது.

ஞான குருவிடம் சீடன் பணிந்தும், கேட்டும், பணிவிடை செய்தும் (பிரும்ம) ஞானத்தைப் பெற வேண்டும்.* ஞானகுருவைப் பெற்ற சீடன் பிரும்ம ஞானம் பெறுகிறான்.

ஞான ஆசிரியர்களில் மூன்று வகையான பிரிவு உண்டு. (பிரும்ஹலித்யோபநிஷத்)

1. (ஞான) வழியைக் காட்டுபவர் "சோதகர்"

2. (ஞான) லட்சியத்தை அடையும் வரை உடனிருப்பவர் "போதகர்"

3. (ஞான) வழியைக் காட்டி உடனிருந்து தத்துவத்தைக் காட்டி மோக்ஷத்தை அடைவிப்பவர் "மோக்ஷர்"

---

* (i) ஸ்ரீமத் பகவத்கீதை (4:34), (ii) சாந்தோக்கியோபநிஷத் (6:14:2), (iii) முண்டகோபநிஷத் (2:2:6), (iv) பிரும்மஹசூத்ரம் (4.1.5)

ஞான குருக்கள் ஆன்ம பலம் நிறைந்தவராய், சீடனுக்குச் சரியாக வழிகாட்டுபவராய் அமையலாம். ஆனால் சில சமயம் தகுதி இல்லாதவர் கூட ஞான குருவாய் அமைவதுண்டு. ஒரு சீடனின் நம்பிக்கையையும், திட சித்தத்தையும், முயற்சியையும் பொறுத்துத் தானாகவே இறையருள் அந்த குருவின் வழியாகக் கூட பிரும்ம ஞானமாகச் சீடனுக்குக் கிடைக்கும். ஞான குரு இடைத் தரகரல்ல இறைவனுக்கும் சீடனுக்குமிடையே இணைப்புப் பாலமாக அமைகிறார். ஆனால் சில சமயம் தகுதி இல்லாதவர் கூட ஞான குருவாய் அமைவதுண்டு. ஒரு சீடனின் நம்பிக்கையையும், திட சித்தத்தையும், முயற்சியையும் பொறுத்துத் தானாகவே இறையருள் அந்த குருவின் வழியாகக் கூட பிரும்ம ஞானமாகச் சீடனுக்குக் கிடைக்கும். ஞான குரு இடைத் தரகரல்ல இறைவனுக்கும் சீடனுக்கு மிடையே இணைப்புப் பாலமாக அமைகிறார். குரு தன் சீடனின் கர்மவினையை அழிப்தில்லை. ஆனால் சீக்கிரம் குறைக்க வழி காண்பிப்பார். சீடன் பிராரப்த கர்மத்தை அனுபவித்தே ஆக வேண்டும். குரு சீடனின் சான்சித கர்மத்தைத் தவம் மூலம் அழிக்க வழி காண்பிப்பார். ஆகாமிய கர்மம் ஏற்படாமலிருக்கவும் வகை சொல்வார். சீடனுக்காகக் குரு வழி காண்பித்து இறையருள் கிடைக்கத் துணையாக இருக்கவும் முடியும், மற்றபடி சீடன் தன் முயற்சியினால் மட்டுமே கடவுளை அடைய வேண்டும். இது 'ஸாதனமார்க்கம்' எனப்படுகிறது. அது மூன்று வகையானது.

1. பிபீலிகா ரீதி (எறும்பு மார்க்கம்): விடாமுயற்சியுடன் எறும்பு ஆகாரத்தைச் சேமித்து அனுபவிப்பது போல சீடன் தொடர்ந்து ஸாதனை மூலம் யோகத்தை அடைவது.

2. பக்ஷிரீதி (பறவைமார்க்கம்) பறவை பழத்தைக் கொத்திக் கொண்டு பறப்பது போன்றது யோகத்தை வேகமாகப் பயில்வது இதில் முயற்சி நழுவி விடலாம்.

3. மார்க்கட ரீதி (குரங்கு மார்க்கம்) குரங்கு ஆகாரத்தை கவ்விக் கொண்டு தாவுவது போன்றது. சாதனை இடை நிலைகளைத் தாண்டி முயல்வது. இதில் கவனம் சிதறி சாதனை பாழாகலாம்.

மாணவன்: மறுபிறவி உண்டு என்பதை விஞ்ஞான பூர்வமாக நிரூபிக்க முடியுமா?

குரு: இன்றுவரை விஞ்ஞான பூர்வமாக மறு ஜென்மம் உண்டு என்பது நிரூபிக்கப்படவில்லை. ஆனால் இந்துக்களின் நம்பிக்கையான மறுஜென்மம் என்பது மூடநம்பிக்கையல்ல, உண்மையானதாக இருக்கலாம். ஆராய வேண்டிய தத்துவம் என்று விஞ்ஞானிகள் கருத ஆரம்பித்திருக்கிறார்கள். இது பற்றிய சோதனைகள் ஆரம்பித்திருக்கிறார்கள்.

மாணவன்: எதை ஆதாரமாக வைத்து இதைச் சொல்கிறீர்கள்?

குரு: விஞ்ஞானத் தேடலுக்குப் புலப்படாத கண்ணுக்குத் தெரியாத மனம், உள்மனம், புத்தி, அறிவு இவற்றின் சக்தி மகத்தானது. பல மர்மங்கள் நிறைந்தது. இதுவரை முழுவதுமாக அறியப்படவில்லை என்பதை விஞ்ஞானம் நம்புகிறது. மனிதனின் 'மூளை' செயற்படும் விதம் அதன் ரகசியங்களைக் கூட விஞ்ஞானத்தால் இன்னமும் முற்றிலுமாக கண்டுபிடிக்க முடியவில்லை என்பதை விஞ்ஞானிகள் ஒப்புக் கொள்கிறார்கள்.

மனம், ஆழ்மனம், இவற்றின் திறமைகளான மனோவசியம் (ஹிப்னாடிசம்) மனதினால் செய்திப் பரிமாற்றம் (டெலிபதி) வருவதை முன்னமே அறிதல் (இ.எஸ்.பி.), மனவலிமையால் பொருட்களை மாற்றுவது, அசைப்பது, (கைனோஜெனிக் எனர்ஜி) இவை பற்றி உலகில் பல பல்கலைக் கழகங்களில் ஆராய்ச்சிகள் நடந்து வருகின்றன. அதில் மனிதன் ஆழ்மனது மிகவும் சக்தி வாய்ந்தது என்றும் அதில் மேற்கூறிய சக்திகள் புதைந்துள்ளன என்றும் கண்டுபிடித்திருக்கிறார்கள். இந்த ஆழ்மனதை இயக்கும் செயலில் சிலர் முந்தைய ஜன்மத்து நினைவுகள் சிலவற்றை நினைவு கூர்ந்து சொன்னதைப் பதிவு செய்து ஆராய்ந்தார்கள். அவர்கள் முடிவில் அறிந்தது.

1. சிலர் சிறுவயதிலேயே மேதைகளாக (ப்ராடிஜி) கணிதம், கலைகள், சங்கீதம் முதலியவற்றில் நாற்பது ஐம்பது வருட சாதனைக்குப்பிறகு பெறும் நிபுணத்துவத்தைப் பெற்றிருக்கிறார்கள். இது எப்படி என்று தெரியவில்லை. முன்பே அவர்கள் இந்தப் புலமை பெற்றிருக்கிறார்கள். அது தொடர்கிறது. இது முன் ஜென்ம தொடர்பு என்றுதான் அனுமானிக்க முடியும்.

2. இறந்தவர்கள் என்று மருத்துவரால் உறுதி செய்யப்பட்டவர்கள் திடீரென்று உயிர் பெற்று எழுந்து தாங்கள் 'இறந்த பின்'

பெற்ற அனுபவங்களைச் சொல்லி, மறு ஜென்மம் உண்டு என்பதை உறுதி செய்தார்கள். இது பற்றிய ஆராய்ச்சிகள் தொடர்கின்றன.

3. சிலர் தாங்கள் வாழும் இடம், சூழ்நிலை, உறவு போன்றவைகளுக்கு மாறுபட்ட தாங்கள் சென்றிராத இடங்கள், பெயர்கள் உறவினர்கள் சம்பவங்கள் முதலியவற்றை முன் ஜென்மத்தில் கண்டதாகச் சொல்லியதைத் தீரவிசாரித்து ஆராய்ந்ததில் அவை உண்மைதான் என்று உறுதி செய்யப்பட்டன. பாராசைகாலஜி (Para Phychology) என்ற பிரிவின் கீழ் இதைப்பற்றிய ஆராய்ச்சிகள் தொடர்கின்றன.

மேற்சொன்ன குறிப்புகள்தான் இந்துக்களின் மறு ஜென்ம நம்பிக்கைக்கு விஞ்ஞான பூர்வமாகக் கிடைத்துள்ள சான்றுகளாகும். நீ அறிவின் தாகத்தோடு கற்க வேண்டும் என்று தணியாத ஆசையும் முயற்சியும் உடையவனாக இருக்கிறாய் என்பது தெளிவாகத் தெரிகிறது. இல்லாவிட்டால் இது நாள் வரை என்னிடம் இந்து மதம் பற்றிய தத்துவங்களைப் பற்றி விவரமாக கேட்டுக் கொண்டிருக்க மாட்டாய்.

உனக்கு எச்சரிக்கையுடன் கூடிய புத்திமதியைத் தர விரும்புகிறேன். 'பழைமையானது' என்பதால் எதையும் குப்பை என்று ஒதுக்கிவிடாதே. விஞ்ஞானப் புதுமை என்பதால் எதுவும் சரியானது என்று நம்பிவிடாதே. திறந்து மனதுடன் எதையும் அலசிப்பார். சில இந்துமதச் சடங்குகளோ கொள்கைகளோ தத்துவமோ காலத்துக்கேற்றவாறு இல்லாமலிருக்கலாம். அதனால் இந்து மதமே செல்லரித்துப் போனது என்று எண்ணாதே, நேற்றைய விஞ்ஞான உண்மைகள், நம்பிக்கைகள் பல இன்று உண்மையல்ல என்று தகர்ந்து விட்டன. இன்றைக்கு சரியென்று ஒப்புக் கொள்ளப்பட்ட விஞ்ஞான உண்மைகள் நாளை தவறென்று நிரூபிக்கப்படலாம்.

எல்லாவற்றையும் பரிசோதனைச் சாலையில் விஞ்ஞான முறைப்படி நிரூபிப்பது என்பது முடியாது. சிலவற்றிற்கு நிரூபணமே கிடைக்காது. ஆனால், முழு மனதுடன் நம்பிக்கை வைத்து ஒப்புக் கொண்டால் பயன் தருவதை உணரலாம். 'மனிதனுக்கு சுலபமாகப் புரிபடாத நுண்மையான, ஆன்மீக விஷயங்களில் ஒருவன் அவனது 'அறிவு' சொல்வதை விட 'இதயம்' சொல்வதையே நம்பிப் பின்பற்ற வேண்டும்

என்று ஓர் உபநிஷத வாக்கியம் அறிவுறுத்துகிறது.* 'இந்து மதத்தின் தத்துவங்கள், நம்பிக்கைகள் யாவற்றையும் பரிசோதனை செய்து 'உண்மை என்ற முத்திரை' தரும் அளவிற்கு விஞ்ஞானம் இன்னும் வளரவில்லை என்பதே எனது அசைக்க முடியாத நம்பிக்கை. உண்மையான மெய் ஞானம், தத்துவம் இவற்றை விஞ்ஞானம் என்ற அளவு கோலால் அளக்க முயற்சிக்காதே.

மாணவன்: நீங்கள் சொல்வது ஒப்புக் கொள்ளக் கூடிய உண்மை. விஞ்ஞானத்தால் எல்லாவற்றையும் விளக்க முடியாது. முன் ஜன்ம நினைவுகள் மனிதனின் உடலில் தங்குகின்றனவா? தங்கினால் எங்கே உள்ளன?

குரு: முன் ஜன்ம நினைவுகள் மனிதனின் ஆழ்மனதில் தங்குகின்றன. அவற்றின் தாக்கம்தான் மனிதனுக்கு மனிதன் மாறுபடும் மனப்போக்கிற்குக் காரணமாகின்றன. அவனது நடத்தைக்கும், அறிவின் திறனுக்கும், சில அமானுஷ்ய விளக்க முடியாத சக்திக்கும் காரணமாகின்றன.

மாணவன்: நம் முன் ஜன்ம நினைவுகள் ஆழ்மனதில் படிந்திருந்தால் நம்மால் ஏன் அவற்றை உணர முடிவதில்லை.

குரு: மனிதனின் மனது இரு பகுதிகளைக் கொண்டது உலகின் தாக்கத்தை இந்திரியங்கள் வழியாகப் பெற்று இன்பமோ, துன்பமோ அடைந்து அனுபவங்களைப் பெறும் வெளிமனம் ஒன்று. இது நம்முடைய தினசரி வாழ்வுக்கு உபயோகமாகிறது.

முன் ஜன்ம நினைவுகளும் அனுபவங்களும் தங்கியிருக்கும், இந்த ஜன்மத்து வாழ்வில் பெறும் படிப்பினைகளைச் சேமிக்கும் உள்மனம் இரண்டாவது ஆகும்.

ஹிப்னாடிச மனோவசியம் முறையில் சிறிது அளவும், ஆழ்ந்த தூக்க நிலையில் சிறிது அளவும், மிகவும் உயர்ந்த நிலை, ஆன்மீக நிலை (துரியம்) தியானத்தில் அதிகமாகவும் உள் மனதில் புதைத்துள்ள ரகசியங்களை அடையலாம். ஆனால் இது மிகவும் கடினம். இறைவனால் உருவாக்கப்பட்ட 'மாயை', மறதி என்ற திரை மூலம் உள்மனதையும் வெளிமனதையும் பிரிக்கிறது. நம்மால் இந்த

---

* கேனோபநிஷத்

மாயத்திரையை விலக்கி நம் முன் ஜன்ம அனுபவங்களை அறிய முடிவதில்லை.

மாணவன்: இதற்கு ஆதாரம் ஏதேனும் இருக்கிறதா?

குரு: நான் திரும்பவும் கீதையிலிருந்துதான் மேற்கோள் காட்ட வேண்டும். கண்ணன் அர்ஜுனனிடம் 'நீ இந்த ஒரு ஜன்மத்தில் மட்டும் இருப்பவனல்ல. இதற்கு முன் ஆயிரக்கணக்கான ஜன்மங்களை எடுத்திருக்கிறாய். ஆனால் அவற்றை நீ அறிய மாட்டாய். உனக்கு அவை பற்றிய நினைவில்லை. நானும் பல ஜன்மங்கள் எடுத்துள்ளேன். ஆனால் நான் அவற்றைப் பற்றி அறிவேன்* என்கிறார். இதை விளக்குவதாக உபநிஷத்திலும் விவரம் வருகிறது. 'கர்ப்பத்திலிருக்கும் போது ஜீவன் முன் ஜன்மத்தை நினைக்கிறான் புண்ணிய பாவங்களை உணர்கிறான். பிறந்த உடனேயே விஷ்ய மாயையின் வாயுவால் தொடப்பட்டதும் முன் பிறப்புகளையும் புண்ணிய பாவ கர்மங்களையும் மறக்கிறான்.'

சில சித்தர்கள் தங்கள், மற்றும் தங்களைச் சார்ந்தவர்களின் முன் ஜன்மங்கள் பற்றி அறியும் ஆற்றல் பெற்றிருந்தனர். திபெத்தில் பின்பற்றப்டும் 'லாமாயிசம்' என்ற லாமாக்களின் (புத்த) மதத்தில் கூட மறு ஜன்மம் பற்றிய நம்பிக்கைகள் உண்டு. இப்போதைய தலைமை லாமாவான தலாய் லாமா தானே தனது முந்தைய ஜன்மத்தில் தலைமை லாமாவாக இருந்ததாகவும் இந்த ஜன்மத்தில் அடையாளம் காணப்பட்டு மீண்டும் தலைமை லாமாவாக இருப்பதாகவும் சான்றுகளுடன் தனது சுயசரிதையில் 'தி ஸ்கை அஃபோவ்' (Sky Above)இல் எழுதியிருக்கிறார்.

நான் முன்பே குறிப்பிட்டதுபோல் சிலர் இந்த ஜன்மத்தில் போன ஜன்மத்து நினைவுகளையும் வாழ்ந்த இடம் உறவினர்கள் முதலியவற்றை அடையாளம் சொல்லி அவை உண்மை என்று நிரூபிக்கப்பட்டு 'பாராசைகாலஜி' (Para Psychology) என்ற பிரிவின் கீழ் ஆராய்ச்சிகள் நடைபெறுகின்றன.

மாணவன்: மறதி எனும் மாயத் திரையினால் முன் ஜன்ம நினைவுகள் மறைக்கப்பட்டதும் நன்மைக்குத்தான். இல்லாவிட்டால் நமது இந்த ஜன்ம நினைவுகளும் முன் ஜன்ம நினைவுகளும் சேர்ந்து

* ஸ்ரீமத் பகவத்கீதை (4:5)

வாழ்க்கையைக் குழப்பி நாசமாக்கி விடும்!

குரு: சரியாகச் சொன்னாய்! இறைவன் மனிதனுக்குக் காட்டியுள்ள கருணைகளில் இந்த முன் ஜன்ம மறதி என்ற மாயத் திரையும் ஒன்று.

மாணவன்: ஜன்மம் இறப்பு ஜன்மம் என்ற சுழற்சி எப்போது முடிவடையும்?

குரு: ஜீவன் தன் வினைகளை முற்றிலும் அழித்து ஆன்மீக நிலையில் உயர்ந்து, இறைவனைச் சரணடையும்போது இறைவன் அருளால் மோக்ஷம் அல்லது முக்தி கிடைக்கிறது. முக்தியடைந்த ஆன்மாவுக்கு மறு ஜன்மம் என்ற சம்சார சுழற்சியில்லை. பிறவி பந்தத்திலிருந்து விடுதலை பெறுகிறது.

இந்த மோட்சமாகிய வீடு பேற்றை பிறர் யாரும் தரமுடியாது. தனி மனிதன் தன் முயற்சியினாலும் இறையருளாலும் மட்டுமே பெற முடியும்.

இது நடைபெறாத வரையில் ஜென்மங்கள் தொடரும் என்பது இந்துமத நம்பிக்கை.

21. இந்துக்களின் நம்பிக்கை : மோக்ஷம்

மாணவன்: மோக்ஷம் என்பது என்ன?

குரு: ஜீவாத்மா தன் வினைகளை அறுத்துக் குறைகளற்ற (சுத்த முக்த) ஜீவனாகித் தன்னைப் படைத்த பராத்மாவைச் (இறைவனை) சென்றடைந்து மீண்டும் பிறவாத நிலையை அடைவதே மோக்ஷம் (வீடுபேறு) எனப்படும்.

மாணவன்: மோட்சத்தைத் தருவது யார்? தேவதைகளா? குருவா? இறைவனா?

குரு: தேவதைகளும், கடவுளர்களும் சிறிய பயன்களை இந்த ஜகத்தில் தர மட்டுமே சக்தியுள்ளவர்கள். ஞானகுரு ஆன்மீக வழியைக் காண்பித்து இறைவன் அருள்பெறப் பாலமாக இருப்பவர். 'இறைவன் ஒருவன்தான் மோட்சம் அளிக்க முடியும்.'*

மாணவன்: சுவர்க்கமும் மோட்சமும் ஒன்றா? வேறு வேறானவைகளா?

குரு: இரண்டும் ஒன்றல்ல. வேறுவேறானவை. 'சுவர்க்கபோகம்' 'மோட்சப் பிராப்தி' என்பார்கள். சுவர்க்கபோகம் என்பது நிலையானதல்ல. மாறக்கூடியது. மோட்சமென்பது நிலையாக அடையப் பெறுவது. சுவர்க்கம் என்பது பூமிக்கு மேலேயுள்ள லோகங்களில் ஒன்று. அது தேவர்கள் வாழும் போக பூமி. ஒரு

---

* ஸ்ரீமத் பகவத்கீதை (16:61, 62) (15:5, 6)

ஜன்மம் முடிந்தவுடன் ஜீவன் தான் செய்த புண்ணியங்களான நல்வினைகளில் ஒரு பங்கைக் கழிக்குமிடம், 'அவன் புண்ணியக் கணக்குத் தீர்ந்ததும் சுவர்க்கத்திலிருந்து நழுவித் தன் வினைக்கேற்பப் புது ஜன்மம் அடைகிறான்.'* சுவர்க்கவாசியான தேவர்கள் தவிர மற்றவர்கள் அங்கு நிலையாகத் தங்க முடியாது. தேவர்கள் கூட சாபத்தின்மூலம் கிட்டும் பிறவி, மற்றும் அசுரர்களால் தோற்கடிக்கப் பட்டும் சுவர்க்கத்தைவிட்டுச் சில சமயம் நீங்க வேண்டியதாகிறது. கர்மவினைகள் தீர்ந்த பின் கிடைக்கும் மோட்சத்தில் மீண்டும் பிறவி என்ற சம்சாரச் சுழற்சி நின்று போகிறது,** என்பது இந்துக்களின் நம்பிக்கை. சுவர்க்கம் போன்றே மற்ற ஐந்து லோக வாழ்வும் நிலையானதல்ல. கிரம முக்தியில் ஸத்ய லோகமான பிரம்மலோக மடைந்தவர்கள்தான் மறுபிறவி அடைவதில்லை.***

மாணவன்: மோட்சத்தில் ஆன்மாவுடன் என்னென்ன கூடச் செல்கின்றன?

குரு: மோட்சத்தில் சுத்த ஆன்மா மட்டுமே இறைவனிடம் செல்கின்றது. ஜீவனின் சத்வ, ரஜோ, தமஸ் குணங்கள் பிராணன், லிங்கதேகம் யாவும் அழிந்து போகின்றன. ஆன்மாவின் பதினாறு**** (ஐதரேயோபநிஷத் (3:7) கலைகளும் இந்திரியங்களும் அதன் தேவதைகளிடம் சென்று விடுகினற்ன பற்று நீங்கிய எல்லா கருமங்களும் விக்ஞானமயமான ஆத்மாவும் அழிவில்லா பரம் பொருளுடன் இணைகின்றன.*****

மாணவன்: மோட்சமடைய என்ன தகுதிகள் வேண்டும்?

குரு: ★ ஒருவனின் தாமச ராஜச குணங்கள் விலகி, சத்துவ குணம் நிறைந்திருக்க வேண்டும்.

★ மனம் வெல்லப்பட்டு ஆசைகளற்ற (இந்து) தர்மத்தை ஒட்டிய வாழ்வு வாழ வேண்டும்.

★ உலக இன்பங்களை ஒதுக்கித் தன் வசப்பட்டுப் பொறிகள் அடக்கப்பட வேண்டும்.

---

* (i) ஸ்ரீமத் பகவத் கீதை (2:42:64) (ii) ஸ்ரீமத் பகவத்கீதை (9:20,21))

** ஸ்ரீமத் பகவத்கீதை (8:15)

*** ஸ்ரீமத் பகவத்கீதை (8:16)

**** முண்டகோபநிஷத் (3:2,7)

★ காமம் (விருப்பம்), குரோதம் (வெறுப்பு), மோஹம் (ஆசை), லோபம் (கருமித்தனம்), மதம் (அகம்பாவம்), மாச்சரியங்கள் (பொறாமை) இவை மனதில் இருக்கக் கூடாது.

★ பாவ புண்ணியக் கர்மவினைகள் முழுவதும் நசித்திருக்க வேண்டும்.

★ நான் என்ற அகங்காரம் விலகி ஆத்ம தரிசனம் பெற்றிருக்க வேண்டும்.

★ கடவுளிடம் பரிபூரண மாறாத நம்பிக்கையுடன் சரணடைய வேண்டும்.

★ பரிபூரண ஆத்ம ஞானம் பெற்றிருக்க வேண்டும்.

★ இவை யாவும் இல்லாவிட்டாலும் தானாகவே முன் வந்து உலகின் நல்வாழ்வுக்காக எந்தப் பலனையும் கருதாமல் பெரிய தியாகம் செய்திருக்க வேண்டும்.

மாணவன்: அப்பா! கடவுளைக் காண்பது – அடைவது கஷ்டம் போலிருக்கிறதே?

குரு: இப்போது சாதாரண அதிகாரப் பதவி கொண்டவர்களை சுலபமாகச் சந்திக்க முடிகிறதா? கேவலம் இந்தச் சாதாரண பதவி கொண்டவர்களைக் காண்பதற்கே நாம் பெரு முயற்சி செய்ய வேண்டுமென்றால், சர்வ சக்திமானான இறைவனையே அடைய நாம் கொஞ்சம் கஷ்டப்படக்கூடாதா?

மாணவன்: ஆனாலும் ஆன்மீகப் பாதை மிகவும் கடினம் போலிருக்கிறதே?

குரு: இல்லை. நீ நினைப்பது போன்று இறைவனை நோக்கிச் செல்லும் ஆன்மீகப் பாதை கடினமானதல்ல. இறைவனை அடையச் செல்வமோ, பதவியோ, செல்வாக்கோ சிபாரிசோ, கல்வியோ, சீரோ, சிறப்போ எதுவும் தேவையில்லை. இறைவன் ஒருவன்தான் எல்லாம் என்ற ஞானமும், பலன் கருதாது இறைவனுக்குக்காகச் செய்யும் கர்மமும், இறைவனே எல்லாம் என்று மாறாத உறுதியுடன் கூடிய சரணாகதி அடைந்த எதுவும் வேண்டாத பக்தியும் இருந்தாற் போதும், இறைவனை அடைந்து முக்தி பெறலம் என்பது இந்துக்கள்

நம்பிக்கை. இதற்கு யோக சாதனை* மிகவும் துணை செய்கிறது. யோகத்தில் மந்த்ரயோகம், லயயோகம், ஹடயோகம், ராஜயோகம் என்ற நான்கு உண்டு.

மந்த்ரயோகம்: மாத்ருகா அக்ஷரத்துடன் கூடிய மந்த்ரஜபம் பன்னிரண்டு வருட காலம் பழக வேண்டும். இதில் அனிமா சித்திகள் கிடைக்கும். இது தாழ்ந்த நிலை யோகமாகும்.

லயயோகம்: எப்போதும் விழித்திருக்கும்போதும், உறங்கும் போதும் இறைவனிடமே சித்தத்தை லயிக்கச் செய்து தியானிப்பது.

ஹடயோகம்: யமம், நியமம், ஆஸனம், பிராணாயாமம், ப்ரத்யாஹாரம், தாரணை, தியானம், ஸமாதி ஆகிய அஷ்டாங்கயோகம் பழகுவது.

ராஜயோகம்: மனம் குவிந்த ஒரு முகப்பட்ட நிலையில் செய்யப்படும் ஆன்ம யோகம் இதில் ஆரம்பம், பரிச்சயம், தேர்ச்சி, பூர்த்தி என்று நான்கு நிலைகள் உண்டு.

மாணவன்: அதற்குத் தகுதி பெறுவது எப்படி? எவற்றை நான் கைக்கொள்ள வேண்டும்?

குரு: புதிதாக எதையும் கற்கத் தேவையில்லை. கைக்கொள்ளவும் தேவையில்லை. தற்போதுள்ள கடவுள் நம்பிக்கையை வலுப்படுத்திக் கொண்டு வைராக்கியத்துடன் நம்மிடமுள்ள கெட்ட குணங்களையும், கெட்ட நடவடிக்கைகளையும், அதர்மமான போக்குகளையும் கண்டறிந்து அவற்றை விட்டுவிட்டால் போதுமானது. எஞ்சியுள்ள சாத்வீகக் குணங்கள்தானாகவே வளர்ந்து ஆத்மாவின் உபாதிகளானக் கர்மவினைகளைக் களைந்து முக்திபெறத் தகுதியானவர்களாகி விடுவோம்.

மாணவன்: ஆன்மீகத்தில் முன்னேற முயற்சி செய்பவன் அதை அடைவதற்கு முன் இறந்துவிட்டால் அவன் முயற்சி வீணாகுமா?

குரு: இல்லை. வீணாகாது. கீதை இதைத் தெளிவாகச் சொல்கிறது. ஆன்மீகப் பயிற்சி செய்பவன் அது முற்றுப்பெறாமல் இறந்தால் அல்லது ஆன்மீக முன்னேற்றத்திற்கேற்ப சிறிதளவே முன்னேறியவன் 'பித்ருயாணம்' எனும் வழியில் இந்த உலகில் மீண்டும் தன் ஆன்மீக

* யோகதத்வோபநிஷத்

இந்து மதம் ஓர் அற்புதம்

முயற்சிகளைத் தொடரும் வாய்ப்பு இருக்கும் வகையில் பிறப்பான்.*
பிறப்பிலேயே நற்குணமும், சாத்வீகமும், இறையருளும் பக்தியும்
கூடியவனாக ஆன்மீகப் பயிற்சியில் முன்னேறி அந்த ஜன்மத்தில்
மோக்ஷமடைய நல்ல வாய்ப்பு கிடைக்கிறது.** குடும்பஸ்தனும்
தன் இல்லறக் கடமைகளைச் சரிவர நிறைவேற்றி எல்லாப்
பிராணிகளிடமும் அஹிம்சை பாராட்டினால் ஆன்மீகப் பயிற்சி
மூலம் தவசிகள் அடையும் பிரம்ம லோகத்தை அடைய முடியும்.

இறக்கும்போது ஆன்மீகத்தில் மிகவும் முன்னேறிக் கர்மங்களை
அழித்தவன் 'தேவயானம்' எனும் வழியில் பிரம்மலோகம் அடைந்து
வாழ்கிறான். அவன் உலகில் திரும்பப்பிறப்பதில்லை. தன் இஷ்ட
தெய்வ உபாசனையைத் தொடர்ந்து செய்து படிப்படியாக
முக்தியடைகிறான். இதற்கு 'கிரமுக்தி' என்று பெயர்.

மாணவன்: 'பிதிர்யானம்' 'தேவயானம்' என்பவை பற்றி விளக்க
வேண்டும்.

குரு: யோக சாதனை செய்பவர்கள் முக்தி பெற இரண்டு வழிகள்
(மார்க்கம்) இருக்கின்றன. (1) பித்ருயானம் (2) தேவயானம்.

பிதிர்யான மார்க்கம்: இதை 'இருள் நெறி தூமமார்க்கம்' என்பார்கள்.
யோக சாதனை முற்றுப் பெறாமல் பிரம்ம ஞானமடையாமல்
இறப்பவர்கள் இருள் மண்டலம், இரவு, தக்ஷிணாயன காலம்,
பித்ருலோகம் ஆகாசம் வழியாகச் சந்திரலோகம் சென்று, தன்
யோக சாதனையைத் தொடரும் சூழ்நிலையில் பிறந்து மீண்டும்
முயற்சி செய்து மோட்சம் அடைகிறார்கள்.

தேவயான மார்க்கம்: இதை 'ஒளிநெறி' 'அர்ச்சிராதிகதி' என்பார்கள்.
சிறந்த யோகசாதனை செய்து பிரம்மஞானம் பெறாமல் இறப்பவர்கள்,
அக்கினி மண்டலம், வளர்பிறை, பகல், உத்திராயண காலம்,
தேவலோகம், வாயு மண்டலம், மின்னல், வருணமண்டலம்,
இந்திரமண்டலம், பிராஜபதி மண்டலம் வழியாக 'சத்யலோகம்'
எனும் பிரம்மனின் லோகத்தையடைந்து, மறுபிறவி இல்லாமல்
வாழ்ந்து கல்ப முடிவில் முக்தி பெறுவர். இது கிரம முக்தி
எனப்படும்.

---

* ஸ்ரீமத் பகவத் கீதை (6:4045)
** சாந்தோக்யோபநிஷத்

மாணவன்: இந்து மதத்தில் சொல்லியுள்ள ஆன்மீக வழிமுறைகள் யாவை?

குரு: இந்து மதத்தில் ஒருவன் முக்தியடைய இரண்டு வழிகள் சொல்லப்பட்டுள்ளன. முதலாவது துறவற வழி, இரண்டாவது இல்லற வழி.

துறவற வழியில் ஒருவன் உலகின் நிலையாமையை மனப்பூர்வமாக உணர்ந்து, விரக்தியடைந்து, வைராக்கியம் பூண்டு உலகைத் துறந்து, தன் முக்தியை மட்டுமே வேண்டி வாழ்கிறான். அவனளவில் உலகம் செத்துவிடுகிறது.* அவன் உலகில் இறந்தவன் ஆகிறான். தற்கொலை பாவம் என்பதால் தன் ஆயுட்காலம் முடியும் வரை உயிர்வாழ மட்டும் தேவையானதை உலகிலிருந்து பெற்றுத் துறவியாக வாழ்கிறான்.** அவனது வாழ்வில் உறவு, பந்தம், பாசம் உலகியல் கடமை, என்பது இல்லை. அதே போன்று இன்பம் – துன்பம், பெருமை – சிறுமை, புகழ்ச்சி – இகழ்ச்சி என்ற பேதங்கள் இருப்பதில்லை. எல்லாவற்றையும் சமமாகப் பார்க்கின்றான். யோகம், தவம், ஆன்ம சிந்தனை, இவற்றில் மட்டுமே அவன் வாழ்வு செலவழிகிறது. அவனை நாடி வரும் இல்லறத்தார்க்கு நற்போதனை செய்வதும், தன்னை நாடிவரும் சீடர்களுக்கு வழி காண்பிப்பது என்பது மட்டுமே துறவியின் உலகியல் கடமை. பிரம்மச்சரிய ஆசிரமத்திலிருந்தோ துறவறம் ஏற்கலாம். துறவறத்தில் நான்கு வகையுண்டு. குடீசகர் (குடிசையில் வாழ்பவர்) பஹீதகர் (பல தீர்த்தங்களை நாடி யாத்திரை செய்பவர்) ஹம்ஸர், பரமஹம்சர் என்று நாலு வகையுண்டு.***

இல்லற வாழ்வில் ஒருவன் இல்லறத்தில் இருந்து கொண்டே இல்லறத்தானுக்குரிய கடமைகளை நிறைவேற்றிப் புருஷார்த்தங்கள் எனப்படும் அர்த்தம் (பொருள்) காமம் (இன்பம்) மோக்ஷம் (வீடுபேறு) முதலியவற்றைத் தர்ம (அறம்) வழியிற் பெற்று வாழ்வது என்பது விதிக்கப்பட்டுள்ளது. ஆனால் ஆன்மீக வழியில் தன்னை உயர்த்திக் கொண்டு உயிர்களிடம் அஹிம்சையும் அன்பும் கொண்டு வாழ்ந்து தண்ணீரில் இருந்தாலும் தண்ணீர் ஒட்டாத தாமரை இலையைப் போன்ற உலகியல் வாழ்வு வாழ்ந்தாலும் உலகினால்

* பரமஹம்ஸ பரிவ்ராஜகோபநிஷத்-1)
** காஞ்சி மாமுனிவர் மஹாஸ்வாமிகள் அருளுரை
*** பிக்ஷீ கோபநிஷத் 1

இந்து மதம் ஓர் அற்புதம்

பாதிக்கப்படாமல் வாழ்ந்து மோக்ஷத்துக்கு முயலவேண்டும்.* ஞான, கர்ம, பக்தி மார்க்கத்தில் வழி கிடைக்கும். நான் முன்பே குறிப்பிட்ட கீதையில் உபதேசமான (இல்லறத்தான்) யாரால் உலகம் துன்பமடைவதில்லையோ, உலகினால் (இல்லறத்தான்) யார் துன்பப்படுவதில்லையே அவனே இறைவனுக்குப் பிரியமானவனாகிறான்.**

இல்லறத்தானுக்கு அவன் இயல்பிற்கேற்ப இறைவனை அடைய மூன்று வித யோகங்கள், மோட்ச சாதனங்கள் இந்து மதத்தில் சொல்லப்பட்டுள்ளது. அவைதான்:

1. ஞான யோகம்
2. கர்ம யோகம்
3. பக்தி யோகம்

மாணவன்: ஞான யோகம் என்பது என்ன?

குரு: ஞானயோகம் அல்லது ஞான வழி என்பதில் வேதங்களில் சொல்லப்பட்ட "ஞான காண்டமாகிய" தத்துவ விசாரம் வேதாந்தம் இவை பின்பற்றப்படுகின்றன. இதில் அறிவின் துணை கொண்டு "நான் யார்?" என்ற வினாவிற்கு விடை காணும் தேடல் துவங்குகிறது. "ஜகத்" என்பது என்ன? அதன் தன்மை அறியப்படுகிறது. இறைவன் என்பவன் யார், எது என்ற விசாரம் பிறக்கிறது. ஒவ்வொன்றாகப் பரிசோதித்து இது இல்லை. இது இல்லை. நேதி நேதி என்று ஆராய்ந்து மாறாத பிரம்மமாகிய 'அதைக் காணலாம். சரியான ஞானயோகப் பயிற்சியால் 'ஜீவன்', 'ஜகத்', 'பரமாத்மா' இவற்றின் உண்மையான தன்மையை உணரும் ஞானம் பிறக்கிறது.

பிறகு உருவம் மாறினாலும் வடிவம் மாறினாலும் நிலை மாறினாலும் ஜகத்திலுள்ள ஜீவராசிகள் யாவற்றிலும் ஆன்மாக்கள் உறைவது புரிகிறது. தனது ஆன்மாவும் மற்றொரு ஆன்மாவும் வேறானவையல்ல. எல்லாம் ஒன்றே என்ற சமபாவம் வருகிறது. இந்த ஜீவாத்மா பரமாத்வாவை அடைவதுதான் வாழ்வின் லட்சியம் என்ற உண்மை புரிந்து கொண்டு வாழ்வது ஞான யோகம் ஆகிறது.

---

* ஸ்ரீமத் பகவத் கீதை 12:13:14
** ஸ்ரீமத் பகவத் கீதை 12:15

ஞானம், இந்த ஞான யோக வழியில் முக்தி, என்பது என்ன என்ற விசாரம் செய்வதில்தான் இந்து மதத்தின் முக்கியமான நான்கு சிந்தாந்த முறைகள் பிறந்தன.

மாணவன்: நான்கு இந்துமதச் சிந்தாந்த முறைகள் யாவை?

குரு:

1. சங்கரரின் ... அத்வைதம்
2. ராமானுஜரின் ... வசிஷ்டாத்வைதம்
3. மத்வரின் ... துவைதம்
4. மெய்கண்டாரின் ... சைவத் திருமுறை

சங்கரரின் அத்வைதம்: ஜீவாத்மாவும் பரமாத்மாவும் ஒன்றே. இரண்டல்ல. பரமாத்மாவே ஜீவாத்மாவாகப் பிரிந்தது. அதுதான் பரமாத்மா என்பது அறியாமல் மாயையில் மூழ்கி 'ஜகத்' (உலகு) உண்மை என்பது பொய். உண்மையல்ல (ஜகத்மித்யை). ஜீவாத்மா இதை உணர்ந்து தானேதான் பரமாத்மா "அஹம் பிரம்மாஸ்மி" (நானே பிரம்மம்): தத் (அது .. கடவுள்) துவம் (நீ ஜீவாத்மாவாக) அஸி (இருக்கிறாய்) "தத்வமஸி" என்று உணர்வதே ஞானம். நதிகள் கடலில் கலந்து தனது தனி தன்மையை இழந்து கடலாகவே ஆவது போல ஜீவாத்மா பரமாத்மாவில் கலந்து விடுகிறது.* ஜீவன் தன் தனித்தன்மையை இழந்து பரமாத்வாவில் கரைவதே முக்தி என்பது அத்வைதக்கருத்து.

இதற்கு 'குடாகாசம் – சிதாகாசம்' என்ற உதாரணம் தரப்படுகிறது. ஆகாசம் எங்கும் நிரம்பியது. ஒரு மண்பானையில் உள்ளே உள்ள வெற்றுவெளி 'குடாகாசம்' எனப்படும். பானை உள்ளவரை அதனுள் உள்ள வெற்றிடம் தனியாகத் தெரிகிறது. அந்தப் பானையை உடைத்துவிட்டால் உள்ளே உள்ள ஆகாசம் என்னவாகிறது? அது தனியாக இருக்கிறதா? இல்லை, அது ஆகாசத்துடன் கலந்து விடுகிறது. பானை தனியாக இருக்கும்போது அதனுள்ளே ஆகாசம் அடைபடுவதால் வெளியேயுள்ள ஆகாசம் குறைவதில்லை. அந்தப் பானை உடைந்து குடாகாசம் சிதாகாசத்துடன் கலப்பதால் ஆகாசம் அதிகமாக ஆவதுமில்லை. பானை என்பது தோற்றமே.

* முண்டகோபநிஷத் 111:2:8

அதேபோன்றுதான் ஜீவாத்மா பரமாத்வாவின் உறவு என்பது அத்வைதக் கொள்கை. இதில் இறைவன் ஜீவன் இரண்டும் ஒன்றே. வேதாந்த தத்துவமுறையில் மனிதன் ஆத்ம ஞானம் பெற பின்வரும் முறைகளைப்* பின்பற்ற வேண்டும்.

1. விவேகம் – உண்மைப் பொருளை அறிவது

2. வைராக்கியம் – கர்ம பலத்தியாகத்துடன், விஷயசுகங்களின் நாட்டமில்லாமலிருப்பது

3. சத் சம்பத் – சரியான வாழ்வு முறை சமம், தமம், உபராதி, திதிக்ஷா, சிரத்தா, சமாதான எனும் எண்ணமழிப்பு, செயலழிப்பு, தியாகம், சகிப்பு, நம்பிக்கை, சமன்சீர் என்று முறையே ஆறு கட்டுப்பாடுகளைப் பின்பற்றுவது

4. முமூக்ஷீத்துவம் – முக்தியையே குறிக்கோளாகக் கொண்ட வாழ்க்கை முறை வாழ்வது

ராமானுஜரின் விசிஷ்டாத்வைதம் என்பது சிறப்பான அத்வைதம் என்று பொருள். இதில் ஜீவன் ஜகத் யாவும் அகண்ட பரம சொருபத்தினால் நிரம்பியிருக்கிறது. (ஜீவாத்மா பரமாத்வாவின் விபூதியில் ஒரு கூறுதான்) 'ஜீவாத்'மா 'ஜகத்தின்' இன்பங்களில் மூழ்கி தன் பரமாத்மாவின் அகண்ட ஸ்வருபத்தில் பகுதி என்பதை மறந்து விடுகிறான். இறைவன் என்ற பரமாத்வாவுக்கு ஜீவாத்மாக்கள் எல்லாம் உடலாக அமைகின்றன. ('உடல்மிசை உயிரென கரஞ் தெங்கும் பரந்துளான்' –நம்மாழ்வார்) ஜகத் என்பது பரமாத்வினால் நிரப்பப்பட்டிருந்தாலும் அது நிலையில்லாதது. ஆனால் அதையே உண்மையென்று நம்பி மாயையால் ஜீவன் மயங்குகிறான். ஜகத்தின் சொரூபத்தையும், பரமாத்மாவின் சொரூபத்தையும் அறிந்து ஜீவன் தன்னிலும் இறைவன் உள்ளான், தானும் அவனின் சொரூபத்தில் ஒரு பகுதி என்ற ஞானம் பெற்றுப் பரமாத்மாவை அடைந்து அவன் சேவை செய்ய வேண்டும் என்றறிவதே. ஞானம் என்பது விசிஷ்டாத்வைதக் கொள்கை. இந்த ஞானம் பெற இறைவனிடம் பரபக்தி செய்து, சரணடைய வேண்டும் என்பது ராமானுஜர்

* கடோபநிஷத் 6:5

கொள்கை. இதில் இறைவன் ஜீவன் உறவு என்பது 'பலவானது'.

மத்வரின் துவைதம் என்பது வேறுவேறானது (இரண்டாவது) என்ற பொருள்படும். மத்வரின் துவைதத்தில் பரமாத்மா வேறு. ஜீவாத்மா வேறு. இரண்டும் ஒன்றல்ல, வேறு வேறானவை என்கிறது. பரமாத்மா சுதந்திரமானவர். ஆனால், ஜீவாத்மா சுதந்திரமில்லாத கட்டுப்பட்டது. துவைதம், ஜகத் உண்மையானது. பொய்யல்ல, நித்திய சத்தியமான பரமாத்மா பொய்யான உலகை படைக்கச் சாத்தியமில்லை என்கிறது.

ஜீவாத்மா தனது சுதந்திரமில்லாத நிலையையும் பரமாத்மாவின் பரிபூரண சுதந்தர நிலையையும் உணர்ந்து தான் இறைவனுக்குக் கட்டுப்பட்டவன். இறைவனுக்குச் சேவை செய்து வாழ வேண்டும் என்று அறிவதுதான் ஞானம் என்கிறது 'துவைதம்'. சங்கரர் வேதமேற்கோளான 'தத்வமஸி' நீ அதுவாக இருக்கிறாய் என்று அத்வைதத்தை நிலை நாட்டுவதாகக் காட்டப்படும் உதாரணம் தவறானது என்கிறது துவைதம். இலக்கண வழக்கு முறைப்படிக் குறிக்கப்படாத ஆனால் சேர்த்துச் சொல்ல வேண்டிய 'அ' என்ற (இல்லை எனும் பொருள்படும்) எழுத்தையும் முதலில் சேர்த்து 'அ தத்துவமஸி' நீ – தத் – அது (பரமாத்மா) த்துவம் – நீயாக (ஜீவாத்மாவாக), அஸி இருப்பது அ – இல்லை. 'நீ அதுவில்லை' ஜீவாத்மாவும் பரமாத்வாவும் வேறு வேறு. இரண்டாவது எனப்து துவைதக் கொள்கை.

ஆக சங்கரரின் அத்வைதம் – 'ஒன்றானது' ராமானுஜரின் விசிஷ்டாத்வைதம் 'பலவானது' மத்வரின் துவைதம் 'இரண்டானது' என்று ஜீவ பரமாத்ம தத்துவங்களைச் சொல்லி அவற்றை உள்ளபடி உணர்வதே 'ஞானம்' என்கின்றன.

சைவத்திருமுறைகள் இறைவன் என்பது சிவன். அவன்தான் 'பதி' ஜீவன்கள் 'பசுக்கள்'. இந்த ஜகத்தை உண்மை என்ற 'பாசம்' கொண்டு ஜீவன்கள் வாழ்கின்றன. இந்தப் பாசம் விலகிப் பசுக்களாகிய ஜீவர்கள் பதியை உணர்ந்து சிவபோதம் அடைவதே "ஞானம்" என்று சொல்கின்றன.

மாணவன்: நான்குவிதக் கொள்கைகளும் ஒன்றிலிருந்து ஒன்று மாறுபட்டிருக்கின்றன. சிக்கலான தத்துவங்களாக உள்ளன. விரிவான விளக்கம் சொல்வீர்களா?

குரு: நான் பின்னர் விரிவாக இந்த நான்கு இந்துமதத் தத்துவங்களையும் விளக்குவேன். நீ இப்போது ஞான மார்க்கத்தில் அறிய வேண்டிய 'ஞானம்' என்பது என்னவென்று சங்கரர், ராமானுஜர், மத்வர், சைவத் திருமுறை இவர்களின் அடிப்படைக் கொள்கையைப் புரிந்து கொண்டாற் போதும்.

மாணவன்: நான் இதைப் புரிந்து கொண்டேன். இனிக் கர்மயோகம் பற்றிச் சொல்ல வேண்டும்.

குரு: உலகில் ஜீவன், மனது, வாக்கு, செயல் என்ற மூன்று வழிகளில் ஓயாமல் இயங்கிக் கொண்டே இருக்கும். இதையே கர்மம் என்கிறது இந்து மதம். மனதில் எண்ணப்படும் எண்ணம், வாயால் பேசப்படும் வார்த்தை பேச்சு, கை கால்கள் உடலால் செய்யப்படும் வினை (வேலை)கள் அவற்றின் இயல்புக்கேற்ற பலன்களைத் தருகின்றன. வேதங்களில் சொல்லப்பட்ட கர்மகாண்ட பகுதி மனிதனின் பலவிதக் கர்மங்களின் வகைகள் பெறும் பயன்கள் முதலியவற்றைச் சொல்கின்றது. இந்துமத தர்மமாகிய ஐந்து சட்டங்களின் வழியில் செய்யப்படும் கர்மம் நல்வினையான புண்ணியமாகிறது. அதற்கு மாறாக செயய்ப்படுவது தீவினையான பாவமாகிறது. பாவ புண்ணியமாகிய கர்மவினைகளே மறு ஜன்மம் வரக் காரணமாகிறது. ஆனால் மனிதன் கர்மம் செய்யாமலிருக்க முடியாது. ஆகையால் கர்மமும் செய்து கொண்டு ஆனால் அதன் பலன் ஒரு ஜீவனைப் பாதிக்காமல், அவனது முன் ஜன்ம கர்மவினைகளையும் தீர்த்து முக்தி பெறும் வழியைச் சொல்வதுதான் கர்ம மார்க்கமாகிறது.

மாணவன்: இது எப்படி சாத்தியமாகும்.

குரு: கீதையில் சுருக்கமாக, கர்மம் செய்வது ஜீவனின் கடமை, அதிலிருந்து யாருக்கும் விடுதலை இல்லை. ஆகையால் கடமையைச் செய், ஆனால் அதன் பலனை எதிர்பாராதே. அதை எனக்கு அர்ப்பணம் செய்துவிடு. உனக்குத் தகுதியான பலனை (முக்தியை) நான் தருவேன். அகர்மத்தில் கர்மத்தையும், கர்மத்தில் அகர்மத்தையும் காண்பதே கர்மயோகம் ஆகும் என்கிறது.*

மாணவன்: ஆனால் சரியான கர்மம் எது? எப்படிச் செய்வது? அதை எவ்விதம் கண்டறிவது?

---

* ஸ்ரீமத் பகவத்கீதை (4:16, 18)

குரு: சங்கரர், ராமானுஜர் மற்றும் மத்வர் பின்வருமாறு அடையாளம் காட்டுகிறார்கள்.

கர்மம் என்பது செயல்படுவது, வினையாற்றுவது, அகர்மம் என்பது வினையில்லாத செயலற்ற நிலை ஆகும்.

சங்கரரின் அத்வைதம்: ஆத்மா, அது தங்கியிருக்கும் உடலாகிய பிரகிருதி இவற்றின் இடையேயுள்ள வேறுபாட்டை உணர்ந்து கொள்ளாமல் செய்யும் பணி கர்மம் என்றும், அதன் வேறுபாட்டை அறிந்து செய்யப்படும் பணி அகர்மம் என்றும் சொல்கிறது. பிரகிருதி ஆகிய உடலின் செயல் வேறு; சுத்தமான ஆத்மா எதிலும் சம்பந்தப்படாதது; வெறும் சாக்ஷியாக இருக்கிறது என்பதை உணர்ந்து செயல்படுவது அகர்மம் என்கிறது. இந்நிலையில் செய்யப்படும் கர்மம் கூடப் பலனைத் தராத கர்மமாகிறது. அது ஆத்மாவைக் கட்டுப்படுத்தாது. கர்மவினையை உண்டாக்காது அகர்மத்தில் கர்மத்தைக் காணலாம் என்கிறார் சங்கரர்.

ராமானுஜரின் விசிஷ்டாத்வைதம் கர்மம் என்பது மனம் வாக்கு உடம்பு இவற்றால் செய்யப்படும் தற்றொழில் என்றும், அகர்மம் என்பது ஞானம் என்றும் சொல்கிறது. முறையாகச் சரியாகச் செய்யப்படும் நல்வினை கர்மமாகிறது. அதை மேலும் மேலும் செய்யும்போது அது அகர்மமாக, செம்மையான ஞானமாகிறது. இந்த ஞானம் வந்து செய்யும் வினை திறமையாக அமையும். இங்கு அகர்மத்தில் கர்மம் காணப்படுகிறது என்கிறார் ராமானுஜர்.

மத்வரின் துவைதத்தில் மனிதன் செய்கிற வினைகளுக்குத்தானே கர்த்தா என்று எண்ணுகிறான். ஆனால், அவை யாவும் விஷ்ணுவுடையது ஆகும். தான், வினையைச் செய்பவன் என்ற அகங்காரத்தை நீக்கி, தான் செய்யும் வினைகள் எல்லாம் பரமாத்மாவின் செயல்கள் என்ற எண்ணத்தில் செய்யப்படும் கர்மத்தில் அகர்மத்தைக் காணலாம் என்கிறது. தூங்கும்போதும் எந்தப் புருஷன்* பலவிதமான ஆசைகளை உருவகப்படுத்திக் கொண்டு பிரித்திருக்கிறானோ, அவனே சுத்தன், அவனே பிரும்மம், அவனே அமிருதம் எனப்படுகிறான். அவனிடத்தே உலகங்களெல்லாம் நிலை பெறுகினற்ன. அவனை மீறிச் செய்பவன் எவனும் இல்லை. தூக்கநிலையில் ஜீவன் காணும் கனவில் வினை

* கடோபநிஷத் (5:8)

செய்யாத கர்த்தா நிலையில் அகர்மத்தில் இருக்கிறான். அங்கு நடைபெறும் வினைகள் விஷ்ணுவினுடையது ஆகும். அந்த நிலையிலும் விஷ்ணுவின் வினைகள் நடைபெறுகின்றன என்ற தனது வினையற்ற அகர்மத்திலும் கர்மத்தைக் காண வேண்டும். ஆகையால் மனிதன் தன்னுடைய செயல் என்று எண்ணி ஜீவன் செய்யும் செயல்கள்தான் என்ற அகங்காரம் இன்றிச் செய்யும் செயல்கள் யாவும் பரமாத்மாவினுடையவை என்று உணர்வதே கர்மத்தில் அகர்மத்தையும், அகர்மத்தில் கர்மத்தைக் காண்பது. கர்மம் ஜீவன்களின் கர்மம் என்றும் அகர்மம் என்பது விஷ்ணுவின் கர்மம் என்றும் அறியப்பட வேண்டும் என்கிறார் மத்வர்.

மாணவன்: இதைத் தெளிவாகச் சுருக்கமாகச் சொல்ல முடியுமா?

குரு: சங்கரர், மனிதனின் ஆன்மா வேறு அவனது உடலாகிய பிரகிருதி வேறு. மன மயக்கத்தினாலும் ஆன்மா ஜவனின் செயல்களால் பாதிக்கப்படுகிறது என்ற தவறான நம்பிக்கையாலும், வினையான கர்மா, வினையற்ற கர்மா என்று தோன்றுகிறது. வினையற்றது என்று தோன்றும் அகர்மத்திலும் வினையான கர்மமும், வினையுள்ளது என்று தோன்றும் கர்மத்தில் வினையற்ற அகர்மமும் உண்டு. ஆனால் இவை பிரகிருதியின் செயற்பாடுகளே அன்றி ஆன்மாவை அவை பாதிப்பதில்லை. இதை உணர்ந்து நடத்தப்படும் தொழிலே கர்மவினை உண்டாக்காத கர்மம் என்கிறார்.

ராமானுஜர், சரியாக செய்யப்படும் முறையான நல்வினை ஞானத்தைத் தருகிறது. அந்த ஞானத்துடன் செய்யப்படும் நல்வினை திறமையாகிறது. ஞானம் பெற்றுச் செய்யப்படும் தொழிலே கர்மவினை உண்டாக்காத கர்மம் என்கிறார்.

மத்வர், ஜீவன்கள் செய்யும் வினைகள் கர்மமாகிறது. விஷ்ணுவினால் செய்விக்கப்படும் தொழில் அகர்மமாகிறது. இடையறாது பரமாத்மாவின் வினை தொடர்கிறது. ஆனால் அது பரமாத்மாவைப் பாதிப்பதில்லை. உண்மையில் ஜீவன் செய்யும் தொழில் பரமாத்மாவினதே ஆகும். நாம்தான் செய்கிறோம் என்ற அகங்காரமில்லாமல் இது பரமாத்மாவுக்காக, பரமாத்மாவினால் என் வழியே செய்யப்படுகிறது என்று உணர்ந்து செய்யப்படும் தொழில் கர்மவினையை உண்டாக்காதகர்மம் என்கிறார்.

மாணவன்: பக்தி, யோகம் என்பது என்ன?

குரு: வேதங்களில் உள்ள உபாசனா காண்டமே பக்தி யோகத்துக்கு அடிப்படை, இதில் இறைவனைக் காணக்கூடிய, உணரக் கூடிய சகுண வடிவில் உருவகம் செய்து, அதுதான் பரமாத்மா என்று சரணாகதி அடைந்து, மாறாத உறுதியுடன் தன் வாழ்க்கையை அந்த இறைவனுக்காக அர்ப்பணிப்பது பக்தி யோகமாகும். பக்தன் மற்ற எல்லாவற்றையும் விட்டு விடுகிறான். வேறு எதைப் பற்றியும் அவனுக்குக் கவலை இல்லை. பக்தனுக்குத் தான், மற்றும் தான் பக்தி செய்யும் கடவுள் இந்த இரண்டுதான் உண்மையாகத் தெரியும். இதைத்தான் கீதையில் கண்ணன் 'என்னை யார் யார் எந்த உருவில் வழிபடுகிறார்களோ அந்த உருவில் அவர்களுக்குப் பலனளிக்கிறேன்' என்கிறான்.

அந்த பக்தி நிலையில் வாழ்வின் சிறப்புகளோ, பெருமைகளோ, செல்வமோ, சக்தியோ, பதவியோ, அதிகாரமோ, எதுவும் வேண்டப்படுவதில்லை. பக்தன் தான் அறிந்த வடிவில் இறைவன் தரிசனம், இறைவனின் கருணை, இறைவனின் தொடர்பு, இறைவனுக்குச் சேவை இவையே வேண்டுகிறான். இறைவன் முன்பு பக்தனுக்கு உலகில் மற்றதெல்லாம்துச்சம். அவன் வேறெதைப் பற்றியும் நினைத்துக்கூடப் பார்ப்பதில்லை.*

மாணவன்: பக்தியில் வெவ்வேறு நிலைகள் இருக்கின்றனவா?

குரு: இருக்கின்றன. இறைவனை ஆறுவித பாவனைகளில் பக்தி செய்யலாம்.

மாணவன்: அவை யாவை?

குரு: சொல்கிறேன். (1) மதுரபாவனை; பக்தன் இறைவனைக் காதலனாக எண்ணிப் பக்தி செய்தல். ராதை, மீரா, கண்ணனிடம் மதுரபாவனையில் பக்தி செலுத்தினார்கள். (2) காந்த பாவனை; பக்தன் இறைவனைத் தன் கணவனாகப் பாவனை செய்து பக்தி செலுத்துதல். ருக்மணி மற்றும் ஆண்டாள் கண்ணனைக் காந்த பாவனையில் பக்தி செய்தார்கள். (3) சாந்த பாவனை; பக்தன் இறைவனைத் தன் பெற்றோராய் வரித்தல். பிரகலாதன்,

---

* ஸ்ரீராமகிருஷ்ண பரமஹம்சரின் உபதேசம்.

இந்து மதம் ஓர் அற்புதம்

நாராயணனிடம் சாந்த பாவனையில் பக்தி செய்தான். ஞானசம்பந்தர் சிவனைத் தந்தையாக வரித்தார். ராமகிருஷ்ணர் காளியைத் தாயாக நினைத்துப் பக்தி செலுத்தினார். (4) வாத்சல்ய பாவனை; பக்தன் இறைவனைத் தன் குழந்தையாகப் பாவனை செய்து பக்தி செய்தல். யசோதையின் பக்தி கண்ணனை வாத்சல்ய பாவனையில் கண்டது. சூர்தாசும் அவ்விதமே செய்தார். (5) சக்ய பாவனை; பக்தன் இறைவனைத் தன் நண்பனாகப் பாவனை செய்து பக்தி செய்தல். குசேலர் கண்ணனிடமும்; சுந்தரமூர்த்தி நாயனார் சிவனிடமும் சக்ய பாவனையில் பக்தி செய்தார்கள். (6) தாஸ்யபாவனை; பக்தன் இறைவனை எஜமானாகவும் தன்னை அடிமையாகவும் எண்ணிப் பக்தி செய்தல்; அனுமான், ஸ்ரீராமரிடம் தாஸ்ய பாவ பக்தி செலுத்தினார். அப்பரும் சிவனிடம் தாஸ்ய பாவனை பக்தி பூண்டவர்.

மாணவன்: ஞான மார்க்கம், கர்மமார்க்கம், பக்தி மார்க்கம் என்ற மூன்று வழிகளில் ஜீவன்கள் முக்தியை அடைய முடியும் என்பது இந்துக்களின் நம்பிக்கை இல்லையா?

குரு: ஆமாம்.

மாணவன்: இந்த மூன்று வழிகளில் எது சிறந்தது. ஞானமா? கர்மமா? பக்தியா?

குரு: இந்த மூன்றில் உயர்ந்தது, தாழ்ந்தது என்ற பேதமில்லை. அவரவர் இயல்புக்கேற்ப வழிகளைப் பின்பற்றலாம். அறிவின் மேல் நம்பிக்கையுள்ளவன் ஞான மார்க்கத்தைத் தேர்ந்தெடுக்கலாம்; செயலின் மேல் நம்பிக்கையுள்ளவன் கர்ம மார்க்கத்தையும், இதய பூர்வமான உணர்ச்சி வசப்பட்டவன் பக்தி மார்க்கத்திலும் செல்லலாம்.

எந்த மார்க்கத்தில் சென்றாலும் ஒரு நிலையில் அந்த மார்க்கம் மற்ற இரு மார்க்கங்களையும் உள்ளடக்கியதாக மாறிவிடும். கர்மமும் பக்தியுமில்லாத வெறும் ஞானம் வறட்டு வேதாந்தமாக முடியும். ஞானமும், பக்தியுமில்லாத கர்மம் வெறும் கடமையில் முடிவு பெறும். ஞானமும் கர்மமும் கலக்காத பக்தி வெறும் சடங்காக மூட பக்தியில் முடியும். ஞானம், கர்மம், பக்தி மூன்றும் ஒரு நிலையில் ஒன்று சேர்கின்றன. அப்படிச் சேரும்போதுதான் அவற்றின் முழுமையான பயன் கிடைக்கிறது.

மாணவன்: மூன்றில் சுலபமான வழி எது?

குரு: மூன்று மார்க்கங்களில் சுலபமானது பக்தி மார்க்கம்தான். பாமரரும் அசையாத பக்தியின் மூலம் முக்தி பெறலாம். பக்தி மார்க்கத்தில் சாதகன் பின்பற்ற வேண்டியது, பின்வரும் வழிமுறையில் ஒன்றுதான் ஆகும்.

சாதகன் குட்டிக் குரங்கு தாய்க்குரங்கைப் பிடித்துக் கொள்வது போல் பக்தன் இறைவனைப் பற்றிக் கொள்ள வேண்டும்.* தாய்க்குரங்கு மரத்துக்கு மரம் தாவினாலும் அமர்ந்தாலும், நடந்தாலும், உணவு தேடினாலும், குரங்குக் குட்டி தாயின் உடலைச் சிக்கெனப் பற்றிக் கொண்டு கூடவே செல்லும். 'குரங்குப் பிடியை'க் குட்டி விடுவதே யில்லை! இதேபோல் பக்தனும் இறைவனைக் கெட்டியாகப் பிடித்துக் கொள்கிறான். விடுவதேயில்லை. அப்போது இறைவன் அந்த பக்தனுக்கு அருள் செய்தே தீர வேண்டும். இதில் பக்தனுக்குத் தன் முயற்சி தேவைப்படுகிறது. இறைவனை நாடி விட வேண்டும்.

இரண்டாவது வழிமுறையில், பூனைக்குட்டி தன் தாய்ப்பூனை மேல் நம்பிக்கை வைத்து சும்மாயிருந்துவிடுவதுபோல், பக்தனும் இறைவன் மேல் பரிபூரண நம்பிக்கையில் 'என்னைப் பார்த்துக் கொள்ள வேண்டியது இறைவன் கடமை' என்று இருந்து விடுவான்.** தாய்ப் பூனை பால் கொடுப்பது, பத்திரமான இடத்துக்குப் பூனைக் குட்டியைத் தன் வாயால் கவ்வி எடுத்துச் சென்று பாதுகாப்பது, ஆபத்தில் குட்டிக்காக எதிர்த்துப் போரிட்டுக் காப்பாற்றுவது என்பதைத் தானாகவே செய்யும். பூனைக் குட்டியோ தாய்ப் பூனை மேல் நம்பிக்கை வைத்து சும்மாயிருந்து விடும். இந்த வழிமுறையில் பக்தனைப் பாதுகாத்துக் கொள்ள வேண்டிய கடமை இறைவனைச் சேர்கிறது. பக்தன் "நான் என்னை உன்னிடம் சேர்ப்பித்து விட்டேன்" என்று முழுவதுமாக தன் வாழ்க்கையை இறைவன் கையில் தந்து விடுகிறான். எதுவும் இறைவன் வசம், அவன் விட்ட வழி, வாழ்வோ தாழ்வோ இறைவன் விருப்பம் என்று பக்தி செய்யும் அவனை இறைவன் காப்பாற்றுகிறான். அவன் யோக ஷேமத்தை இறைவன் ஏற்றுக் கொள்கிறான்.***

பக்தி மார்க்கத்தில் நாம் இறைவனை நாடி ஒரு அடி எடுத்து

---

* மர்க்கட கிசோர நியாயம்   ** மார்ஜார கிசோர நியாயம்
*** ஸ்ரீமத் பகவத்கீதை (9:22)

வைத்தால் பக்தனை நோக்கி இறைவன் பல அடிகள் வருவான் என்பது இந்துக்கள் நம்பிக்கை.

மாணவன்: நீங்கள் விளக்கிச் சொன்ன முறைகளில் ஆன்ம வழியில் முன்னேறி பிறவித் தளை எனும் சம்சாரத்திலிருந்து விடுபட்டு இறைவனை அடையும் ஆன்மா பெறும் முக்தி/மோக்ஷம் என்பது என்ன?

குரு: இதில் இரண்டு விதமான கொள்கைகள் உண்டு. முதலாவது நிர்குணப் பிரம்மம் என்ற நிலையில் உருவமும், குணங்களும், இல்லாத பிரம்மத்தில் ஆன்மா கரைந்து விடுகிறது. தனது தனித் தன்மையை இழந்து, பிரம்மத்துடன் கலந்து ஐக்கியமாகிறது என்பது அத்வைதக் கொள்கையாகும். இதை விளக்க ராமகிருஷ்ணப் பரமஹம்சர் கடலின் ஆழத்தை அளக்கச் செல்லும் உப்பு பொம்மை கரைந்து தானும் கடலாக ஆவதுபோல ஆன்மா முக்தியடைகிறது* என்கிறார். இந்த முக்தி நிலையைத் தான் “பிரம்மானந்தம்” “பேரின்பப் பெருநிலை” என்று சொல்வார்கள். இதுவே அத்வைத நிலை முக்தி. சங்கரரின் கொள்கை இது.

இரண்டாவது ‘துவைத நிலை’ முக்தியில் ஆன்மா தன் தனித் தன்மையை இழப்பதில்லை. அது ஆண்டவனை அடைந்து தன் தகுதிக்கு ஏற்ப தராதரத்துடன் (உயர்வு – தாழ்வு) கூடிய முக்தியடைகிறது. இதில் இறைவனின் சேவையே பிரதானமாகக் கருதப்படுகிறது. இதில் பரமாத்மா வேறு, ஜீவாத்மா வேறாகவே இருக்கும். அதேபோல் எல்லா முக்தியடைந்த ஆன்மாக்கள் பெறும் பேரின்பமும் ஒன்றேபோல் இருக்காது. ஆன்மாக்களின் நிலைக்கேற்ப மாறுபடும். மத்வர், ராமானுஜர் முதலிய வைஷ்ணவர்களும் மெய்கண்டார் போன்ற சைவர்களும், சாக்தர்களும் இந்தவிதமான துவைத இறைவனும் ஆன்மாவும் தனிப்பட்டு இருக்கும் முக்தியையே வலியுறுத்துகிறார்கள்.

மாணவன்: மெய்கண்டார் போன்ற சைவர்கள் என்று சொல்கிறீர்களே, சங்கரரைப் பின்பற்றுபவர்கள் சைவர்கள் இல்லையா?

குரு: அநேகமாக யாவரும் சங்கரர் ஸ்தாபித்த மதம் சைவமதம். சங்கரரைப் பின்பற்றுபவர்கள் சைவர்கள் என்றே நினைக்கிறார்கள்.

---

* ஸ்ரீராமகிருஷ்ண பரமஹம்ஸரின் உபதேசம்

சங்கரர் துவைத நிலையில் ஜீவாத்மா பரமாத்மா வேறுபாடு என்பதை அங்கீகரித்து ஞானத்துடன் கூடிய அத்வைத நிலையில் எல்லாம் ஒன்றே. ஆன்மா என்று தனியாக ஒன்றோ பரமாத்மா என்று தனியாக ஒன்றோ இல்லை யாவும் 'பிரும்மம்' என்ற கொள்கை உடையவர். அவர் சைவத்தை மட்டும் வற்புறுத்தவில்லை. சங்கரரின் கொள்கைகளைப் பின்பற்றுவர்களை 'ஸ்மார்த்தர்கள்' என்றே அழைக்க வேண்டும்.* ஸ்மிருதி வழி நடப்பவர்கள் ஸ்மார்த்தர்கள். அவர்கள் சைவர்கள் அல்லர். சைவர்களுக்கு சிவன்தான் பிரதான தெய்வம். வைஷ்ணவர்களுக்கு விஷ்ணுதான் பிரதான தெய்வம். சங்கரருக்கு யாவுமே பிரும்மம். தெய்வம் என்று தனியாக இல்லை. ஆனால் அத்வைதம் அடையாத உலகின் துவைதை நிலையில் அந்தப் பிரம்மத்தை வடிவத்துடன் உள்ளதாக அனுஷ்டிப்பதை சங்கரர் அனுமதிக்கிறார். அதனால்தானே அவரே, விஷ்ணு, சிவன், அம்பிகை, கணபதி, முருகன், சூரியன் இவற்றைப் பூஜை செய்யும் 'ஷண் மதத்தை' ஸ்தாபித்தார்?

மாணவன்: இந்த விவரம் எனக்கு இவ்வளவு நாட்களாக தெரியாது. நான் இதுநாள் வரை சங்கரரின் அத்வைதம் சைவத்தைச் சார்ந்தது என்று நினைத்திருந்தேன்.

குரு: அது தவறு. சங்கரர் சைவத்தையும் வலியுறுத்தவில்லை; வைணவத்தையும் வலியுறுத்தவில்லை. அவர் இறைவனை 'நிர்குண நிராகார பிரும்மமாகத்தான்' பாவித்தார். துவைத் நிலையில் ஷண்மத வழிப்பாட்டை ஆதரித்து அத்வைத நிலையில் ஞானயோக வழியையே அவர் வலியுறுத்தினார்.

மாணவன்: துவைத நிலை முக்தி பற்றி சொல்ல வேண்டும்.

குரு: துவைத நிலை முக்தி பற்றி மேலும் சொல்கிறேன்.

சைவர்கள் கொள்கைப்படி முடிவான இறைவன் சிவன்தான். அவனது வசிப்பிடம் கைலாயம் (கைலாசம்). இங்கு சிவன் தன் சக்தியான உமை (பார்வதி)யுடன் சேர்ந்து இருக்கிறார். சிவ கணங்கள், மற்றும் முக்தியடைந்த அடியார்களான ஆன்மாக்களும் கைலாயத்தில் சிவத் தொண்டு புரிந்து நிலைபெறுகின்றன.

வைஷ்ணவர்கள் கொள்கைப்படி விஷ்ணுதான் ஆறுவித கலியாண

* காஞ்சி மாமுனிவர் மஹாஸ்வாமிகளின் அருளுரை

இந்து மதம் ஓர் அற்புதம்

குணங்கள் கொண்ட முழு முதற்கடவுள். அவர் தன் துணை லக்ஷ்மியுடன் வசிக்குமிடம் பரமபதமான வைகுண்டம் எனப்படும். தன் சக்தியான லக்ஷ்மியுடன் பாற்கடலில் ஆதிசேஷன் மேல் 'அரிதுயில்' கொண்டு இருக்கிறார். இங்கு ரிஷிகள், யோகிகள், தவசியர், முக்தி பெற்ற ஆன்மாக்கள் சேவை செய்ய, விஷ்ணு வசிக்கிறார்.

மாணவன்: வைஷ்ணவர்களும், சைவர்களும் சொல்லும் முக்தியில் வகைகள் உண்டா? வேறுபாடுகள் உண்டா?

குரு: உண்டு. அவர்கள் கருத்துப்படி நான்குவித முக்தி நிலைகள் சொல்லப்படுகின்றன. அவை முறையே 'சாலோகம்', 'சாமீப்யம்', 'சாரூப்யம்', 'சாயுஜ்ஜியம்' என்பவை ஆகும்.

மாணவன்: நான்கு வகை முக்தி நிலைகளை விளக்க வேண்டுகிறேன்.

குரு: 1. 'சாலோகம்' பதவி என்பது முக்தியடைந்த ஜீவன்கள் கைலாயத்திலோ வைகுண்டத்திலோ நிலைபெறும். ஆனால் அவை இறைவனுக்கு அருகிற் சென்று சேவை செய்யும் பேறு பெற்றவை அல்ல.

2. 'சாமீப்யம்' பதவி என்பது முக்தியடைந்த ஜீவன்கள் இறையுலகில் இறைவனுக்கு அருகிற் சென்று சேவை செய்யும் பேறு பெறுகின்றன.

3. 'சாரூப்யம்' பதவி என்பது முக்தியடைந்த ஜீவன்கள் இறைவனைப் போன்றே உருவப் பொலிவைக் கொண்டு இறைவனுக்கு மிக அருகில் நிலைக்கின்றன.

4. 'சாயுஜ்ஜியம்' பதவி என்பது முக்தியடைந்த ஜீவன்கள் இறைவனைப் போன்ற உருவம் மற்றும் சில கலியாண குணங்கள். சக்திகள் முதலியவற்றைக் குறைந்த அளவு பெற்று நிலை பெறுகின்றன. ஆனால் படைப்பது, காப்பது, சம்ஹரிப்பது, முக்தியளிப்பது போன்ற அதிகாரங்கள் இருக்காது. இறைவனாகவே ஆவது போன்ற ஆனால் இறைவனில்லாத நிலை. சாயுஜ்ஜியம் எனப்படும்.

மாணவன்: நிர்க்குணமான இறைவனான பிரும்மத்துடன் ஐக்கியமாவது, வைகுண்டத்திலோ, கைலாயத்திலோ சகுணவடிவுடன்

கூடிய இறைவனின் உலகில் பதவி பெற்று வாழ்வது என்ற இருவித முக்திக் கொள்கைகள் ஒன்றுக்கொன்று முரண்படுகின்றனவே?

குரு: இதில் முரண்பாடு இருப்பது போலத் தோன்றினாலும் சகுணம் – நிர்க்குணம் என்று இரண்டு நிலைகளில் இறைவன் வழிபாடு அனுமதிக்கும்போது இரண்டுவித முக்தி நிலைகள் ஒப்புக் கொள்ளக் கூடியவைதானே? சதுர்யுக முடிவில் ஜகத் அழிந்து தோன்றா நிலையில் இறைவனில் அடங்குகின்றன. மீண்டும் சிருஷ்டி ஏற்படும்போது இவை வெளிப்பட்டு இயங்குகின்றன என்பது இந்துமதக் கொள்கை. அடுத்த சதுர்யுகத்தில் முக்தி பெற்ற ஜீவன்கள் திரும்பவும் பிறப்பதில்லை.

மாணவன்: ஜீவன் முக்தர்கள் என்று சொல்லிக் கேள்விப்பட்டிருக்கிறேன். அவர்கள் யார்?

குரு: மனித உடலில் வசிக்கும்போதே மிக உயர்ந்த பிரும்ம ஞான நிலை பெற்று எங்கும் எதிலும் தன் ஆத்மாவின் தரிசனம் பெற்று அத்வைதமாக நிர்க்குணப் பிரம்மத்தை "தான்" என்று உணர்ந்து வாழ்பவர்கள் 'ஜீவன் முக்தர்கள்' எனப்படுவர். அத்வைத தத்துவத்தில் சங்கரர் 'ஜீவன் முக்தர்' என்ற உயர்ந்த ஆன்மீக நிலை உண்டு என்று ஒப்புக் கொள்கிறார். ஆனால் மற்ற சித்தாந்த வாதிகளான மத்வர், ராமானுஜர் முதலியோர் 'ஜீவன் முக்தர்கள்' என்ற நிலையை ஒப்புக் கொள்வதில்லை. மனித உடலில் வசிக்கும்போதே முக்தி நிலையைப் பெறுவது என்பது முடியாது என்பது அவர்கள் கொள்கை. ஜீவன் முக்தர்கள் என்ற நிலையை சைவம் ஒப்புக் கொள்கிறது.

மாணவன்: மோட்சமடைய ஜாதி குலம் பதவி முதலியவை தடைகளாகுமா?

குரு: இல்லை. முக்தியடைய நீ சொன்ன எவையும் தடையல்ல. முயற்சி செய்யும் யாவரும் இறையருள் பெற்று முக்தியடையலாம். ஆனால் ஜீவனின் வாழ்க்கை முறையையும் அதன் இயல்பையும் கருத்திற் கொண்டு, மூன்று பிரிவாக ஜீவர்கள் பிரிக்கப்படுகிறார்கள். 'முக்தர்கள்' நிச்சயம் முக்தி பெறும் பேறுள்ளவர்கள். 'முக்தா முக்தர்கள்' முயற்சி செய்தால் முக்திபெறக் கூடியவர்கள். 'அமுக்தர்கள்' முக்தி பெறத் தகுதியற்றவர் என்ற மூன்றுவிதப் பிரிவுகள் சொல்லப்படுகின்றன.

இந்து மதம் ஓர் அற்புதம்

மாணவன்: இறக்கும் தருணத்தில் ஒருவன் கடவுளை நினைத்தால் அவன் முக்தி பெறலாம் என்ற நம்பிக்கை இருக்கிறதே, இது உண்மையா?

குரு: ஆம் இருக்கிறது. கீதையிலும் இது சொல்லப்பட்டுள்ளது. யோகிகளுக்கும், ஞானிகளுக்கும் மட்டுமே இது சாத்தியமாகும். மற்ற சாமான்ய ஜீவன்களுக்கு இது பொருந்தாது. சாமான்யர்கள் விஷயத்தில் இது வெறும் மூடநம்பிக்கை. மரண அவஸ்தையில் அவர்கள் மனம் இறைவன்பால் செல்லாது.

மாணவன்: கீதையில் இது சொல்லப்பட்டும் கூட பொய்யாகுமா?

குரு: (கோபத்துடன்) கீதை என்றும் பொய் சொல்வதில்லை. அதன் பொருளை நாம்தான் தவறாகப் புரிந்து கொள்கிறோம். கீதையில் நீ சொல்லும் பகுதி 'அக்ஷரப் பிரம்ம யோகம்' என்ற எட்டாம் அத்தியாயத்தில் ஐந்தாவது சுலோகத்தில் வருகிறது. அதற்கு முந்தைய மற்றும் பிந்தைய செய்யுட்களின் பொருளோடு சேர்த்துப் பார்த்து நீ சொல்லும் பாடலுக்குப் பொருள் கொள்ள வேண்டும். தனியாக ஒரு பாடலை எடுத்து அதன் பொருளைப் புரிந்து கொள்ள முயல்வது தவறு. சாதாரண மனிதர்கள் பற்றி அந்தப் பகுதி சொல்லவில்லை. தன் உடல், உள்ளம், சொல், செயல் யாவற்றையும் முழுவதுமாகக் கடவுளுக்கென்று கொடுத்திருப்பவர்கள் பற்றித்தான் அந்தச் சுலோகம் சொல்கிறது. "அப்படிப்பட்டவர் இறக்கும் தருவாயில் என்னை நினைத்து உயிர் துறப்பவன் என்னை அடைகிறான்" ஒருவன் ஆசைகளை அறவே அகற்றி, பற்றற்று, அஹங்காரம், மமகாரமில்லாமல் இருப்பவன் பிரம்ம நிலைப் பேறு பெற்றவன் அவனுக்கு மோகமில்லை. இறுதிக் காலத்திலாவது. இதில் நிலைத்திருப்பவன் என்னையடைகிறான்* என்றிருக்கிறது. ஆகையால் இது சாமான்ய மனிதர்களுக்குச் சொன்னதல்ல.

மாணவன்: யோகிகள் மற்றும் ஞானிகள் தவிர மற்றவர்களால் இது முடியாது என்கிறீர்களா?

குரு: ஆம் முடியாது. இது என் கருத்து அல்ல. விசிஷ்டாத்வைதம் தந்த ராமானுஜரே அப்படித்தான் சொல்கிறார். இளமையிலிருந்தே மனம் போனபடி உலக இன்பங்களில் வாழ்பவன் இறக்கும்போது

---

* ஸ்ரீமத் பகவத்கீதை (2:71, 72)

இறைவன் நினைவைப் பெற மாட்டான். மரண அவஸ்தையில் இறைவன் நினைவுவராது.

தங்கள் குழந்தைகளுக்கு இறைவன் திருநாமங்களில் ஒன்றை வைத்தால் அவர்கள் பெயரைச் சொல்லும் போது அது இறைவன் திருநாமமல்லவா என்று என்றாவது ஒருநாள் இறைவன் பால் மனம் செல்ல வேண்டும் என்றுதான் இறைவன் பெயரைச் சூட்டச் சொல்லி நம் பெரியோர்கள் சொன்னார்கள்.

சிலர் இறக்கும் தருவாயில் இறைவனின் பெயர்களில் ஒன்றை வைத்துத் தன் மகனைக் கூப்பிட்டால் இறைவனை நினைத்ததாக முக்தி கிடைக்கும் என்று எண்ணம் கொண்டிருக்கிறார்கள். ஆனால் இன்று அர்த்தமில்லாத புதுப் பெயர்களை வைக்கிறோம். இறைவன் நாமங்களில் நல்லதாகப் பெயர் வைத்தாலும் அதை சிதைத்துச் சுருக்கி அழைக்கிறோம். உதாரணமாக: கோதண்டராமன்–கோண்டு, ஸ்ரீராமன்–சீமாச்சு, கிருஷ்ணன்–கிட்டி, ஜெயலக்ஷ்மி–ஜெய்யு, சுப்பிரமணியன்–சுப்பு, விஸ்வநாதன்–விச்சு, விசாலாக்ஷி–விச்சி, சாலாச்சி, காமாட்சி–காமு, பத்மனாபன்–பத்து, நாராயணன்– நாணு, மாரியப்பன்–மாரி, சரஸ்வதி–சச்சு, சுந்தரராமன்–சுந்து, மதுசூதனன்–மது, தாமோதரன்–தாமு, கோபாலகிருஷ்ணன்–கோபு, தேவராஜன் –தேவா இப்படிப் பலப்பல. இறக்கும் தருவாயில் ஸ்ரீராமனும், கிருஷ்ணனுமா நினைவுக்கு வரும்? சீமாச்சுவும், கிட்டியும்தானே நினைவுக்கு வரும்?

மாணவன்: இந்து மதத்தில் இறைவனை அடையும் முக்திக்குக் குறுக்கு வழி எதுவும் இல்லையா?

குரு: இறைவனை அடைய குறுக்கு வழி எதுவும் இந்து மதத்தில் இல்லை. முக்திக்கு மனதில் மாறாத விருப்பம், நம்பிக்கை, முயற்சி இவை வேண்டும். சிலர் தன் மக்கட்குச் சிவன், நாராயணன், முருகன், ராமன், கிருஷ்ணன் என்று கடவுள் பெயரை வைத்து விட்டு, இறக்கும் தருவாயில் மகனைக் கூப்பிட இறைவனை அழைத்ததாகும் என்று தவறாக நம்புகிறார்கள். மகனைப் பெயரிட்டு அழைப்பது இறைவனை அழைத்ததாகுமா? அதனால்தான் 'சாகும் தருவாயில்' சங்கரா! சங்கரா! என்றால் ஆகுமா?" என்று சொல் வழக்கில் இருக்கிறது!

உலகாயதமாக வாழ்பவர்களைப் பற்றி வேடிக்கையாக ஒரு கதை சொல்வார்கள். தெய்வ சிந்தனையும் ஞானமடையும் முயற்சியு மில்லாமல் வாழ்ந்த ஒரு வயதான கிழவன் நோய் வாய்ப்பட்டு இறக்கும் தருவாயில் இருந்தான். சாகும் போதாவது இறைவன் நினைவுடன் சாகட்டும் என்று உறவினர்கள் அருகில் அமர்ந்து இறைவன் நாமத்தை 'கந்தா', 'கடம்பா' 'கார்த்திகேயா' 'முருகா' என்று உரக்கச்சொல்லி அந்தக் கிழவனையும் சொல்லும்படித் தூண்டினார்கள். மரண அவஸ்தையிலிருந்த அவன் திணறிக்கொண்டு "முறு.... முறு என்றான். மகிழ்ச்சியடைந்த உறவினர் 'கா'வையும் சேர்த்து முருகா!" என்று சொல் என்று ஊக்கப் படுத்தினார்கள். அந்தக் கிழவன் தன் சக்தியையெல்லாம் திரட்டி 'முறுகலா தோசை சாப்பிடணும்னு ஆசையாயிருக்கு' என்று சொல்லி உயிரைவிட்டான். தின்று வயிற்றை நிரப்பவே வாழ்ந்தவனுக்கு உயிரை விடும் போதுகூட முருகல் தோசைதான் நினைவிற்கு வந்தது. 'முருகன்' நினைவு வரவில்லை! இறை நினைவாகவே வாழ்ந்தவனுக்குத்தான் இறக்கும்போது இறைவன் நினைவு வரும் மற்றவரெல்லாம் 'முருகல் தோசை' கதைதான்!!*

குரு, மாணவன்: (இருவரும்) ஹஹ்ஹஹ்ஹா (சிரிக்கிறார்கள்).

மாணவன்: அப்படியானால் முக்தி பெற்று இறைவனை அடைய இன்றைய உலகில் என்ன வழி?

குரு: இன்றைய உலகில் கலி காலத்தில் முக்திக்கு சாதனம் பக்தி ஒன்றுதான் என்று ஸ்மிருதிகள் சொல்லுகின்றன. தவிரவும் 'நாம ஜபம்' என்று இறைவனின் பெயரைப் பெருமைகளைப் பஜனை முறையில் உளமுருகி கூட்டுப்பாடலாகப் பாடுவதே கலி காலத்திற்குப் போதுமானது. உடலை வருத்தித் தவம், பெரிய அளவில் யாக யக்ஞம் பூஜை முதலியவை தேவையில்லை என்றும் சொல்லப்படுகிறது.

நாம் வாழும் கலிகாலத்தில் முக்தி பெறச் சுலபமான எந்தவிதமான ஆசாரமோ, விதிகளோ இல்லாமல் சுத்தம் அசுத்தம் என்பது பாராமல் எப்பொழுதும்,

"ஹரேராம ஹரே ராம ராமராம ஹரேஹரே!"

---

* புலவர் கீரன் அவர்கள் சொல்லிய கதை

ஹரேகிருஷ்ண ஹரேகிருஷ்ண கிருஷ்ண கிருஷ்ண

ஹரேஹரே!!

என்ற பதினாறு நாமங்களின் ஜபம்* செய்தலே போதுமானது என்பதாக ஒரு தத்துவம் உண்டு.

மாணவன்: அந்தப் பக்தியை செய்வது எப்படி?

குரு: உனக்குகந்த இறைவன் திருவருளையே இது தான் முழு முதற் கடவுள் என்று நம்பிக்கையோடு ஏற்றுக் கொள்ள வேண்டும். பிறகு குறிப்பிட்ட அந்த உருவக் கடவுளையே உன் மனதிலும் வெளியிலும் என்றும் எப்போதும் நினைவில் இருக்கும்படி நீ பழகினால் பக்தி வழியில் நீ முன்னேறும் வழியை இறைவன் தானாகவே காண்பிப்பான்.

மாணவன்: அப்படிப் பழகுவது எப்படி?

குரு: கடந்த சில நூற்றாண்டுகளுக்குள் வாழ்ந்த பக்தர்களின் வாழ்க்கையை அறிந்தால் உனக்கே புரியும். உதாரணமாக மீராபாய், கிருஷ்ண பக்தி செய்து கடவுளை அடைந்தாள். ராமகிருஷ்ணப் பரமஹம்சர் காளி பக்தர். ஆழ்வார்கள் நாராயண பக்தி செய்தார்கள். நாயன்மார்கள் சிவ பக்தி செய்து முக்தி யடைந்தார்கள்.

மாணவன்: அவர்கள் பின்பற்றிய முறை என்ன?

குரு: அவர்கள் பின்பற்றிய பக்தி வழி, ஆறு நிலைகளைக் கொண்டது. சிரவணம், படனம், மனனம், பஜனம், சாது சங்கம், கைங்கர்ய ஸேவா என்பவை தான் அவையாகும்.

மாணவன்: இவற்றை விளக்க வேண்டும்.

குரு: *சிரவணம்* : இறைநாமாக்களைக் கேட்பது அவரைப் பற்றிய புராணங்களைப் படிக்கக் கேட்பது, பெரியோரிடமிருந்து இறைவன் புகழ்பாடக் கேட்பது.

படனம் : இறைவனைப் பற்றிய பக்தி நூற்களைப் புராணங்களை,

---
* கலிஸந்த ரணோபநிஷத் (1, 2)

வேத விளக்கங்களை ஊன்றிப் படிப்பது, ஓதுவது.

மனனம் : இறைவனை உள்ளத்திலிருத்துவது. அவரைப் பற்றிய ஸ்தோத்திரங்களை மனதிலிருந்துவது, தியானம் செய்வது, ஜபம் செய்வது.

பஜனம் : இறைவனைக் குறித்து அவன் நாமாவளிகளைச் சொல்லிப் பஜனை செய்வது நாம சங்கீர்த்தனம் செய்தல்.

ஸாது சங்கம் : ஒத்தமனமுடைய மற்ற பக்தர்களான ஸாதுக்களின் நட்பை விரும்பிப் பெற்று மற்ற தீய நட்புகளை விலக்கி, ஸாதுக்களுடன் இருத்தல். அவர்களுக்குப் பணி செய்தல்.

கைங்கர்ய ஸேவை : கடவுளுக்காக மற்றும் அவர் பக்தர்கள், உலகிலுள்ளோர் இவர்களுக்காகப் பலன் எதிர்பாராமல் பொதுச் சேவையான உடலால் உழைத்தல்.

மாணவன்: நான் படித்த பக்தர்களின் வரலாற்றில் நீங்கள் சொன்ன ஆறு முறைகளும் பின்பற்றப்பட்டிருப்பது இப்போது புரிகிறது. அப்பர் 'உழவாரத் திருப்பணி' செய்யக் கையில் புல் செதுக்கும் வட்டிலை வைத்திருப்பார். அது கைங்கர்ய ஸேவை; கபீர்நாசர் பக்தர்களுக்கு உணவிட்டு மகிழ்வார். அதுவும் ஸாது சங்கம் வேண்டிச் செய்தது. கனகதாசர், குரு ஆணைப்படி, எருமையையே கடவுளாக வணங்கி எருமை வடிவிலேயே கடவுளை வரவழைத்தார். இது மனனம், நிமாயி எனும் சைதன்யர் நாம பஜனை செய்தார்.

குரு: இதுபோன்ற நூற்றுக்கணக்கான உதாரணங்கள் சொல்லிக்கொண்டே போகலாம். நம் பாரதபூமியில் இறையருட் பெற்ற அருட்செல்வர்கள் பலர் வாழ்ந்தனர். இன்னும் வாழ்கின்றனர். அவர்கள் சென்ற வழியைப் பின்பற்றினாலே போதும், முக்தி பெற வழி கிடைக்கும்.

மாணவன்: இந்துக்களின் நம்பிக்கையில் மீதமிருப்பது உருவ வழிபாடு, நம்பிக்கை மற்றும் மத சுதந்திரம் பற்றியதாகும்.

குரு: இவையிரண்டைப் பற்றியும் நான் தனியாக உனக்கு விளக்கத் தேவையில்லை என்று நினைக்கிறேன். ஏனென்றால் நான் இதுவரை மற்ற நம்பிக்கைகள் பற்றிச் சொன்ன விளக்கங்களிலேயே இவையிரண்டைப் பற்றியும் விளக்கியுள்ளேன்.

மாணவன்: ஆமாம். இந்துக்கள் யாவரும் ஒன்றே போல் வழிபாடு, ஒரே சித்தாந்தத்தைப் பின்பற்ற வேண்டும் என்ற கட்டுப்பாடு இந்த மதத்தில் இல்லை. அவரவர் இயல்புப்படி, நம்பிக்கையைப் பொறுத்துத் தனக்குப் பிடித்த சித்தாந்தத்தையும், கடவுள் வழிபாட்டையும் பின்பற்ற இந்து மதம் அனுமதிக்கிறது என்பதை அறிவேன். இதில் தனிமனித மத சுதந்திரம் அனுமதிக்கப் பட்டிருக்கிறது. அவரவர் விரும்பும் வழியில் தனக்குப் பிடித்த சகுண உருவில் இறைவனை வணங்கவும் இந்துக்களுக்கு அளிக்கப் பட்டிருப்பது போன்று சுதந்திரம் வேறு எந்த மதத்திலும் இல்லை.

குரு: இந்து மத அடிப்படைகளை யாவரும் சரியாகப் புரிந்து கொண்டாலே போதும் சமயச் சண்டைகளும், விரோதமும், காழ்ப்புணர்ச்சியும், மறைத்து யாவரும் ஒற்றுமையுடன் வாழும் 'சமாதான சக வாழ்வு' முறை பிறந்து அமைதி நிலவும், மனிதனின் அகவாழ்க்கைக்கு ஆன்மீக நெறியாகிய 'யோகம்' என்ற தனிமனிதச் சுதந்திரம்; மனிதனின் உலக வாழ்க்கைக்கு புருஷார்த்தங்களாகிய 'அறம், பொருள், இன்பம், வீடு' இவற்றைப் பெற மற்றவர்களின் உரிமைகளை மதித்து நடத்தும் கட்டுப்பாடான 'தர்மத்துடன்' கூடிய உலகத்துடன் இணைந்து வாழும் 'உலகாயத' வாழ்வு முறை இவற்றைத்தான் இந்துமதம் வலியுறுத்துகிறது.

22. இந்து மத ஆசாரியர்கள் மூவர் பணி மற்றும் சைவ சித்தாந்தம்

குரு: நான் இதுவரை உனக்கு விளக்கிய இந்து மத அடிப்படைத் தத்துவங்களைப் புரிந்து கொண்டாயா? ஏதாவது சந்தேகம் இருந்தால் கேள், சொல்கிறேன்.

மாணவன்: தாங்கள் எளிமையாகவும், புரியும் விதமாகவும் சொல்லிய இந்துமதத் தத்துவங்களின் அடிப்படை விளக்கங்கள் என் மனதில் நன்றாகப் பதிந்து விட்டன.

குரு: நல்லது. இந்து மதத்தை மேலும் சிறப்பிக்கும் வகையில் மதப்பணி செய்த மூன்று மதச்சாரியார்கள் பற்றியும் நீ தெரிந்து கொண்டால் தான் உனது இந்து மத ஞானம் முழுமை பெறும்.

மாணவன்: யார் அவர்கள்? அவர்கள் பணி என்ன?

குரு: அத்வைத சித்தாந்தத்தைத் தந்த ஸ்ரீசங்கரர், விசிஷ்டாத் வைதத்தைத் தந்த ஸ்ரீராமானுஜர், த்வைத சித்தாந்தத்தை நிறுவிய ஸ்ரீமத்வர் ஆகிய மூன்று ஆசாரியார்கள்தான் அவர்கள்.

மாணவன்: பாரதத்தில் பல ஆயிரக்கணக்கான இந்துமதப் பெரியோர்கள் தோன்றியிருக்கும் போது இந்த மூவரை மட்டும் நீங்கள் ஏன் குறிப்பிடுகிறீர்கள்?

குரு: பாரதத்தில் பல்லாயிரக்கணக்கான சமயக் குரவர்கள் தோன்றி மகத்தான சமயப் பணியும் சமூகப் பணியும் ஆற்றியிருக்கிறார்கள். அவர்களின் சமயப் பணியும் மிகவும் சிறப்பானது போற்றுதலுக்குரியது. நான் இந்த மூன்று பேரையும் குறிப்பிட்டுச் சொல்வதால் மற்றவர்களை நான் அங்கீகரிக்கவில்லை என்று பொருளில்லை. இவர்கள் மூவரின் பணியும் முக்கியமானகால கட்டத்தில், இந்து மதத்தை உயிர்ப்பித்தன என்பதால் அவர்களைப் பற்றிச் சொல்வேன்.

இவர்கள் மூவரும் தோன்றிய காலத்தில் இந்து மதம் மிகுந்த சோதனைக்கு உள்ளாகிப் புதிய சித்தாந்தங்கள் மற்றும் புதிய மதங்களின் தாக்குதல்களால் கலகலத்துப் போய் நிலை குலைந்திருந்தது. அந்தக் காலக்கட்டத்தில் இந்த மூன்று மதாச்சாரியர்களும் தோன்றிச் சோதனைகளையும், தாக்குதல் களையும் வென்று திரும்பவும் இந்து மதத்தின் உன்னத நிலையை நிலைநாட்டி ஆன்மீக உலகில் பாரதத்தின் பெருமையை உலகில் நிலைநிறுத்த உன்னதமாகத் தொண்டாற்றியிருக்கிறார்கள்.

மாணவன்: இந்தவித சோதனைகளும் தாக்குதல்களும் ஏன் உண்டாகின்றன? மதங்கள் கூட இந்தவித சோதனைகளைச் சந்திக்க வேண்டி வருகிறதா?

குரு: நான் சற்று விளக்கமாக இதற்குப் பதில் சொல்ல வேண்டும். சமூகம், அரசியல், மதம் என்ற துறைகளை எடுத்துக் கொண்டால் எந்த ஒரு தத்துவமும் மூன்று விதமான முக்கியத் தேவைகளை நிரப்ப வேண்டும். அப்போதுதான் அது சமூகத்தின் எல்லா நிலைகளிலும், எல்லோராலும் பின்பற்றப்படும்.

முதலாவது தத்துவ விளக்கம் இரண்டாவது அனுஷ்டானம். மூன்றாவது பிரச்சாரம், தத்துவங்கள், நான் முன்பு விளக்கிய அறிவு, இதயம், மனம் என்ற மூன்று வழியிலும் செல்லும் மூன்றுவிதப் பிரிவு மக்களையும் கவருவதாக, அவர்கள் ஒப்புக் கொள்ளத் தக்கதாக இருக்க வேண்டும். அந்தச் சித்தாந்தத்தின் அனுஷ்டானம்

அதாவது பின்பற்றும் வழிமுறைகள் சுலபமாகவும் அடிமட்டம் வரை ஊடுருவி சாதாரணர்களை நெருங்கியும் இருக்க வேண்டும். மூன்றாவதாகப் பிரசாரம் என்பது தினசரி சாமான்ய வாழ்க்கையில் சமயம் இயைந்ததாக வழிபாட்டு முறைகள், சடங்குகள், குறியீடுகள், தத்துவ விளக்கம் மற்றும் புத்தகங்கள், பேச்சு, பாட்டு, நாடகம், கலைகள் வழியாக சாமான்யர்களைச் சென்றடைந்து அவர்கள் தங்கள், நம்பிக்கையை உறுதி செய்யும் விதத்தில் இருக்க வேண்டும்.

இதில் அரசியல் தலைமையின் ஆதரவும் தேவைப்படுகிறது. மதமும் அரசியல் சித்தாந்தங்களும் இணையாகச் செல்ல வேண்டும். ஆனால் இரண்டும் ஒன்றாக இணைந்தால் விளைவு நாசம்தான். இதுவே உலக சரித்திரம் நமக்கு உணர்த்துவது.

மாணவன்: இதற்கும் நீங்கள் சொன்ன இந்து மத ஆச்சாரியர்களின் பணிக்கும் என்ன சம்பந்தம்?

குரு: அவசரப்படாமல் நான் சொல்வதைக் கேள் விளங்கும். அரசியலின் குறுக்கீடு மதத்தின் அனுஷ்டானத்தில் அதிகம் இருந்தால் அரசியலமைப்பின் தலைவனான அரசன் தன் அதிகாரம் மூலம் தான் நம்புவதே சரி என்று மத அனுஷ்டானங்களில் தலையிடுகிறான். அவனது நம்பிக்கை சரியானதில்லை என்றால் பொது மக்கள் அவனது மத அனுஷ்டானங்களிலிருந்து விலகுகிறார்கள். மதங்களுக்கும் பொது மக்களுக்கும் இடையே பெரிய இடைவெளி உண்டாகிறது. அந்தச் சமயத்திற் தோன்றும் புது மத சித்தாந்தமோ அல்லது புது மதமோ வலுக்கொண்டு வளரும் நிலை ஏற்படுகிறது. பழக்கத்திலிருந்த மதம் மறைகிறது. மக்களிடையே குழப்பம் விளைகிறது.

மாணவன்: ஆமாம். உண்மைதான். சரித்திரம் இதை உணர்த்துகிறது.

குரு: இந்து மதத்திலும், வேதங்களிற் சொல்லப்பட்ட கர்ம காண்டம்தான் சிறப்பானது என்று கருதப்பட்டு வெறும் சடங்குகளான யாகம், யக்ஞம் அதில் ஆடுமாடுகள், 'பசுபலி'யே முக்கியம் என்று ஒரு தத்துவம் வலுப்பெற்று அரசர்களின் ஆதரவு பெற்று வளர்ந்தது. பெரியதாக யக்ஞங்கள் செய்ய முடியாத சாமான்யப் பொது மக்கள் இந்த மத அனுஷ்டாங்களைப் பின்பற்ற முடியாமல் குழப்பமடைந்தார்கள். இந்தக்கால கட்டத்தில்தான் புத்தர் தோன்றி கொல்லாமை (அஹிம்சையை) வலியுறுத்தி புத்த

மதத்தை ஸ்தாபித்தார். புத்தமதத் தத்துவம், அநுஷ்டானம், பிரசாரம் முதலியவை மக்களை சுலபமாகச் சென்றடைந்தன. மக்கள் அதைப் பின்பற்ற ஆரம்பித்தனர். இந்து மதம் தன் முதன்மை நிலையை இழந்தது. அப்போது இந்து மதத்தின் சித்தாந்தம், அனுஷ்டானம், பிரசாரம் இவற்றைச் சரியான முறையில் வடிவமைத்துக் கொடுத்து மக்கள் பின்பற்றி நடக்கும்படிச் செய்யக் கூடிய தலைமை இருக்கவில்லை. புத்தரின் 'சூனிய முக்தி' விளக்கமும் இன்னும் புத்தமதம் சரியாக விளக்கமளிக்காத பல கேள்விகளும் மக்களைக் குழப்பமடையச் செய்தன.

சங்கரர் காலத்துக்கு முன்பு, மனிதர்களைக் கொலை செய்து சித்திகள் அடையும் காபாலிகம், 'இறைவன் என்று ஒன்று இல்லை' என்று நாத்திகம் பேசும். மதங்களும், அறுபத்தி நான்கு வித சமயப் பிரிவுகளும், தோன்றி மக்களைக் குழப்பமடைய செய்தன.

இந்தக் காலகட்டத்தில்தான் சங்கரர் தோன்றினார். யாகயக்ஞ சடங்குகள் செய்யும் 'கர்ம மார்க்கமே' இந்துமதம் வலியுறுத்தும் கொள்கை என்றிருந்த 'மீமாம்சைப்' பிரசாரகர்களை வென்றும், புத்தமதத்தின் ஆதிக்கத்தைத் தடுத்தும், திரும்பவும் இந்துமதம் தழைத்தோங்கும் வகையில் தனது அத்வைதக் கொள்கையை நிறுவி, ஷண்மத ஸ்தாபனம் செய்து, இந்துக்களை வழிநடத்தினார். தனது முப்பத்திரண்டு வயது வாழ்க்கைக்குள் கன்னியாகுமரியிலிருந்து காசுமிரம் வரை பாரதத்தில் பயணம் செய்து மடஸ்தானபங்கள் செய்து, வேதம் மற்றும் வேதம் சார்ந்த பல நூற்களுக்கு உரை எழுதிப் புதியதாக பல நூற்கள் எழுதி, இந்து மதத்தை உயிர்ப்பித்து அவர் செய்த பணி மகத்தானது.

ஷண்மதங்களான செளரம், காணாபத்யம், கௌமாரம், வைணவம், சைவம் என்று ஆறு சமய (ஷண்மத)ப் பிரிவுகள் முறைப் படுத்தப்பட்டன. கௌமாரம் பின்னாளில் முறைப்படுத்தப்பட்ட முருக வழிபாடாகத் தமிழ்நாட்டிலும், சைவம், காஷ்மீரிலும், சைவ சித்தாந்தமாகத் தமிழ்நாட்டிலும், பசவேஸ்வரரின் லிங்காயிதமாகக் கர்னாடகத்திலும், மற்றும் வீர சைவம் என்றும் வளர்ந்தது. ஒரிஸ்ஸா, வங்காளம், மத்தியப்பிரதேசம், பீஹார் மாநிலங்களில் மற்றும் தமிழகம், கேரளாவில் பிரதானமாக சக்தி வழிபாடு சிறக்கவும் அடிகோலியது.

மாணவன்: ராமானுஜரின் விசிஷ்டாத்வைதம் தோன்றக் காரணமாக அமைந்தது எது?

குரு: சங்கரரின் அத்வைத சித்தாந்தப் பிரசாரம் அப்போது சிறந்திருந்த வடமொழியான சமஸ்கிருதத்திலிருந்தது. தவிரவும் ஜீவாத்மா, பரமாத்மா ஒன்றென்ற ஐக்கியமான அத்வைதம், பாமரர்களால் பின்பற்றக் கூடியதாக இருக்கவில்லை. சமஸ்கிருதம், கற்றவர்கள், அரசர்கள் மற்றும் கல்வி கற்றோர், மேட்டுக்குடியினரிடையே மட்டும் பிரசாரம், விவாதம் முதலியவை நடந்ததால் கீழ்த்தட்டு மக்களும், சாமான்யரும் அத்வைதத்தை 'வைதீக மதம்' என்று ஒதுக்கும் நிலை உண்டானது. தவிரவும் புதியதாக ஓர் ஆபத்து இந்து மதத்திற்கு உண்டானது.

மாணவன்: என்ன அது?

குர: இஸ்லாம் மதம்தான் அது. பாரதத்தின் மீது இஸ்லாமியர்களின் படையெடுப்பும், அரசமைப்பும் சாம்ராஜ்ய விஸ்தரிப்பும், இஸ்லாம் மதப் பிரச்சாரமும், மற்றும் கத்தி முனையில் மத மாற்றங்களும், இஸ்லாம் வளரவும் இந்து மதம் பெருமையை இழக்கும் ஆபத்தும் ஏற்பட்டன. இந்தக் காலகட்டத்தில் தோன்றிய ராமானுஜர் தனது விசிஷ்டாத்வைதக் கொள்கை மூலம் இந்து மதத்துக்குப் புத்துயிரூட்டினார். விசிஷ்டாத்வைதப் பிரசாரம் மக்கள் பேசும் மொழியான தமிழ், தெலுங்கு, கன்னடம் மற்றும் கிரந்தம் கூடிய மணிப்பிரவான நடையில் இருந்ததால் பாமரரும் புரிந்து கொண்டு பின்பற்றச் சுலபமாய் இருந்தது. தவிரவும் சாதாரண மக்கள் பின்பற்ற 'பர்ஸனல் காட்' (Personal God) என்ற இஷ்ட தெய்வ ஆராதனை வழி சுலபமாயிருந்தது.

பாரதத்தின் தலையான சமூக சீர்திருத்தவாதி ராமானுஜர் ஆவார். இப்போது சமூக சீர்திருத்தம் செய்வதாக, செய்ததாகப் போற்றப்படுபவர்களால் செய்ய முடியாத புரட்சியை ராமானுஜர் செய்தார்.

மாணவன்: அப்படிப்பட்ட அந்த அரிய புரட்சி என்ன?

குரு: ராமானுஜர், 'தீண்டத்தகாதார்' என்று இந்து மதத்தில் ஒதுக்கி வைத்திருந்த வருணத்தாரைத் 'திருக்குலத்தார்' என்றழைத்து அவர்களும் இந்துமதத்தைப் பின்பற்றும் வகையில் விசிஷ்டாத்வைத

சித்தாந்தம் அவர்களிடையே பரவும்படிச் செய்தார். அவர்களையும் இந்து மதத்தில் ஓர் அங்கமாக இணைத்தார். விலங்குகள் போல் கீழான முறையில் நடத்தப்பட்ட, ஒதுக்கப்பட்ட, ஒரு மனித சமூகத்திற்கு அந்தஸ்தும் அங்கீகாரமும் சமுதாயச் சமன்பாடும் தந்து சிறப்பித்தது அந்தக் காலநிலையில் புரட்சி மட்டுமல்ல. பெரிய அற்புதமாகும். இறைவனை பக்தி செய்யவோ முக்தி பெறவோ பிறப்பு, குலம் ஜாதி என்பவை என்றும் தடையில்லை என்ற கொள்கை வலுப்பட்டது. விசிஷ்டாத்வைதத்தின் பிரசாரத்தாலேதான் வங்காளத்து ராமதாசர், மணிப்பூரில் கிருஷ்ண பக்தி, தமிழகம், கர்னாடகம், ஆந்திரா, மஹாராஷ்டிரம், குஜராத், ராஜஸ்தான், உத்திரப்பிரதேசம், மத்தியப் பிரதேசம் என்று பாரதம் முழுவதும் வைஷ்ணவ வழிபாட்டு முறை வலுவடைந்தது.

மாணவன்: மத்வரின் துவைதக் கொள்கை தோன்றக் காரணமாய் அமைந்தது எது?

குரு: முகமதியர்களின் ஆட்சி தக்காணம் வரை பரவிவிட்டது. துண்டு துண்டாக முகமதிய ராஜ்ஜியங்களும் இந்து அரசர்கள் ராஜ்ஜியங்களும் கலந்து சண்டையிட்டு அத்வைதம் மற்றும் விசிஷ்டாத்வைதத்தின் எதிர்மாறான கருத்துக்களால் கொஞ்சம் குழப்பம் மிகுந்திருந்தது. தவிரவும் மேற்கு நாடுகளிலிருந்து இந்து மதத்திற்கு ஒரு புது அபாயம் உருவாகிக் கொண்டிருந்தது. வேதங்கள், சாஸ்திரங்கள், வேதம் சார்ந்த நூல்கள் இவற்றின் சரியாக விளக்கம் தந்து இஸ்லாம் மற்றும் ஏனைய தத்துவங்களான புத்தம், சமணம் போன்றவற்றின் ஆதிக்கங்களை முற்றிலும் குறைத்து இந்துக்களுக்கு திரும்பவும் தங்கள் மதத்தின் மேல் பிடிப்பும் பெருமையும் உண்டாகச் செய்ய ஓர் உறுதியான மதத் தலைமை வேண்டியிருந்தது. இந்த கால கட்டத்தில்தான் மத்வர் தோன்றினார்.

மத்வர் தனது துவைத சித்தாந்தத்தைப் பரப்ப மூன்று முறை இமாலயம் வரை பாரதத்தில் பயணம் செய்தார். அவர் சமஸ்கிருதம், கன்னடம், மராட்டி, தமிழ் மொழிகளைத் தன் பிரசாரத்தில் பயன்படுத்தினார். புத்த சமண மதங்கள் மற்றும் இஸ்லாமின் செல்வாக்கைக் குறைத்தார்.

'ஆண்டவன் அடிமைகள்' என்று பெண்களைத் தேவதாசிகளாகக் கோயிலில் நடனமாடச் செய்யும் வழக்கத்தையும் வெறுத்து அந்த

மரபை நிறுத்தினார். அவரது காலம்வரை இந்து மதத்தினர் பின்பற்றி வந்த பிராணிகளை யாகங்களில் பலியிடும் வழக்கத்தை நிறுத்தினார். மாவினால் பிராணிகள் போன்ற உருவம் செய்து மந்திரங்கள் மூலம் 'பிராணப் பிரதிஷ்டை' (உயிரூட்டுதல்) செய்து, பலியிடுதல் என்ற சடங்கை உருவாக்கினார். இதனால் புத்த, ஜைன மதங்களின் அஹிம்சை நெறி இந்து மதத்தில் முழுவதும் ஏற்றுக் கொள்ளப்பட்டு, அந்த மதங்கள் வலுவிழந்தன. இந்து மதத்தில் அதுவரை இல்லாதிருந்த கூட்டு வழிபாட்டு முறை பஜனை, சமபந்தி போஜனம், பக்தி இயக்கம் பரவுதல் முதலியவை மத்வரால் உண்டாக்கப்பட்டன. பின்னாளில் கர்நாடகத்தில் தோன்றிய 'தாசர் கூடம்' எனப்படும் புரந்தரதாசர் முதலியவரடங்கிய பக்திப் பாடல் இயக்கம், மஹாராஷ்டிரத்தில் விட்டல பக்தி இயக்கம், வங்காளத்தில் சைதன்ய மஹாபிரபுவின் கிருஷ்ண பக்தி இயக்கம்* ஆந்திரத்தில் ராம பக்தி இயக்கம், கிருஷ்ண தேவராயரின் இந்து ராஜ்ய அமைப்புக்குத் துணையான கோயில்களைக் கட்டுதல், சீரமைப்பு முதலியவற்றிற்கு, மத்வரின் இந்து மதப்பணி அடிகோலியது.

சைவ சித்தாந்தம்: சைவ சித்தாந்தம் சிவனை முழுமுதற் கடவுளாகக் கொண்டு தொடங்கப்பட்டது ஆகும். தமிழ்நாட்டுச் சைவ சித்தாந்தம், கர்நாடகத்து வீரசைவம் காஷ்மீர 'ப்ரத்யாபிஞ் ஜன' சைவம் மூன்றும் சைவ சித்தாந்தத்தின் பிரிவுகளே. சைவ சித்தந்தமும் வீர சைவமும் பரமாத்மா வேறு ஜீவன்கள் வேறு என்ற 'துவைத (இருமை)க் கொள்கையில்' 'சிவனையும்' 'சீவனையும்' தனித்தனித் தத்துவங்களாக வகுக்கின்றன. ஆனால் காஷ்மீர் சைவத்தில் அத்வைதமான வேற்றுமையில்லா சீவனும், சிவனும் ஒன்றே என்ற கருத்தும் பின்பற்றப்படுகிறது.

தமிழ்நாட்டில் சைவ சித்தாந்தத்தின் வளர்ச்சி தமிழ்மொழியியல் வளர்ச்சி, பக்தி இயக்கம் மற்றும் கலை, இலக்கியம் இவற்றின் உன்னத வளர்ச்சியாக பரிணமித்திருக்கிறது. சைவ சித்தாந்தத்தின் அடிப்படை நான்கு வேதங்களானாலும் அதன் விரிவாக்கமாக அறுபத்தி மூன்று நாயன்மார்கள் பக்தி சரிதமும் சமயக்குரவர் அப்பர், சுந்தரர், சம்பந்தர், தேவாரமும், மாணிக்கவாசகரின் திருவாசகமும் சைவத்தை வளர்த்துச் சிறக்கச் செய்தன.

---

* இதுவே இப்போது ஹரே ராமா ஹரே கிருஷ்ணா இஸ்கான் (ISKCON) இயக்கமாக வளர்ந்துள்ளது

அதுவும் பக்தி இலக்கியங்களில் "திருவாசகத்துக் குருகாதார் ஒரு வாசகத்துக்கும் உருகார்" என்று அதன் பக்தி ரசத்தைச் சிறப்பித்துச் சொல்லப்படுகிறது. தென்னாட்டில் ஜைன, புத்த மதங்களின் ஆதிக்கத்தை நீக்கி இந்து மதப் பிரிவான சைவச் சமயம் மேம்படச் செய்தது சைவ சமயக்குரவர்களின் பணியால்தான் சாத்தியமாயிற்று. "தென்னாடுடைய சிவனே போற்றி! எந்நாட்டுக்கும் இறைவா போற்றி!!" என சைவம் தழைத்தது.

பக்தி இயக்கம் தவிர தத்துவ வழியில் முறையான சித்தாந்த விளக்கத்தை அளித்தவர்கள் மெய்கண்ட தேவர், அருள்நிதி சிவாச்சாரியார் மற்றும் உமாபதி ஆகியோராவர். மெய்கண்டாரின் 'சிவஞான போதம்' சைவ சித்தாந்தத்தின் அடிப்படையை விளக்குகிறது. அதைப்போலவே 'ஞான சித்தியார் மற்றும் சிவப்பிரகாசம்' என்ற நூற்களும் ஆதார நூல்களாகும். சிவனை யோக நிலையில் வணங்கி 'உருவமற்ற பரம்பொருளாக' ஜீவன்களை அதில் கலந்து முக்தி பெறும் அத்வைதப் பரமான வழிபாட்டு முறையைச் சித்தர்கள் பின்பற்றினார்கள். சித்தர்களில் பதினெட்டு பேர்கள் பதிணென் சித்தர்கள், அகத்தியர், அகப்பேய் சித்தர், அழுகண்ணர், இடைக்காடர், கருவூரார் காளாஸ்திநாதர், குதம்பை சித்தர், கொங்கணவர், சட்டநாதர், தேரையர், திருமூலர், நந்தி, பத்திரகிரியார், பாம்பாட்டி, புண்ணாகிசர், புலஸ்தியர், பூனைக் கண்ணார், போகர் சிறப்புப் பெற்றவர்கள் அவர்களது பாடல் திரட்டுக்கள் சித்தர் ஞானக்கோவை, பதிணென் சித்தர் ஞானக்கோவை அவை தத்துவ விசாரமும், எளிமையும் ஆழ்ந்த கருத்தும் கூடியவைகளாகச் சிறப்புப் பெற்றவை. அவர்களின யோக சித்தாந்தம். சித்த மருத்துவ முறை, அஷ்டமா சித்திகள், குண்டலினி யோகம் அமானுஷ்ய சக்திகள், சித்துகள், கன்கட்டு வித்தைகள், யோக சாதனைகள் முதலியவை ரகசியங்கள் பொதிந்தவைகளாய்ப் பிரமிப்பையும் ஆச்சரியத்தையும் அளிப்பவையாகும்.

சைவ சித்தாந்தத்தில் சிவன் தான் முழு முதற் கடவுள் அவர் அருவம், அருவுருவம், உருவம் என்ற மூன்று வடிவம் கொண்டவர் அவர் என்றுமுள்ளவர் (நித்தியர்) எங்கும் நிறைந்தவர் (சர்வவியாபகர்) பாசங்களற்றவர் (அநாதிமலர்) எல்லாம் அறிபவர் (சர்வஞ் ஜ்யர்) எல்லாம் செய்பவர் (சர்வ கர்த்தா) ஆனந்த மயமானவர் (நித்யானந்தர்) தன் வயமுள்ளவர் (சர்வதந்திரர்) அவரது தொழில்கள் ஐந்து. படைத்தல், காத்தல், அழித்தல், மறைத்தல், அருளல், சிவனை

சரியை, கிரியை, யோகம், ஞானம் என்ற முறைகளில் ஆராதனை செய்யப்படுகிறது. இந்தச் சிவனே 'பதி' எனப்படுகிறார்.

ஆன்மாக்கள் என்றுமுள்ளவை. மும்மலங்களான ஆணவம், கன்மம், மாயை எனும் பாசமும் மாயையும் கொண்டு தங்கள் நிலையறியாமல் உலகில் உழல்கின்றன. இந்த மாயையையும் பாசத்தையும் அறுத்துச் சிவபோதம் அடைய ஒரு ஞானகுருவைச் சரணடைய வேண்டும். உருத்திராக்கம் (ருத்ராக்ஷம்) மற்றும் விபூதி இரண்டும் சிவச் சின்னங்கள். உமை எனும் சக்திதான் உலக இயக்கத்திற்குக் கரரணம்.

மாயையறுத்துச் சிவபோதம் பெற்றுக் கைலாயம் (சிவலோகம்) செல்வதே முக்தி. அங்கு சாலோகம், சாமிப்யம், சாரூபம், சாயுஜ்யம் என்ற நான்கு முக்திப் பிரிவுகள் கூறப்படுகின்றன. தென்னாட்டில் சைவக்குரவர்கள் மற்றும் சைவ அரசர்களின் பணியால் ஜைன மதத்தின் ஆளுகை வெல்லப்பட்டுச் சைவம் எனும் சிவ சமயம் தழைத்தது.

மாணவன்: சங்கரரின் பணி இந்து மதத்தை உயிர்ப்பித்தது; ராமானுஜரின் பணி இணைத்தது; மத்வரின் பணி வலுவடையச் செய்து நிலைக்க வைத்தது; சைவத்திரு முறை சிவபக்தியைப் பரப்பியது. இல்லையா?

குரு: ஆமாம். அப்படியும் சொல்லலாம். இவர்களுடன் ஆழ்வார்கள் நாயன்மார்கள் பணியால் பக்தி இயக்கம் வளர்ந்து செழித்தது.

மாணவன்: சங்கரரின் அத்வைதம், ராமானுஜரின் விசிஷ்டாத்வைதம் மத்வரின் துவைதம் என்ற சித்தாந்தங்கள் முற்றிலும் புதுமையான கண்டுபிடிப்புகளா?

குரு: அல்ல. இந்த மூன்று சித்தாந்தங்களும் முன்பே வேதங்களின் வழி மரபில் இந்து மதத்திலிருந்தன. ஒவ்வொரு காலகட்டத்திலும் சில தத்துவங்கள் மேம்பட்டுப் பின்பற்றப்படுகின்றன. சங்கரருக்கு முன்பு யாகங்கள் செய்யும் மீமாம்சை வழி மத அனுஷ்டானம் சிறப்புப் பெற்றிருந்தது. ஆனால் அதிற் குறைபாடுகள் தோன்றிய போது, வேறு இந்து மதச் சித்தாந்தங்கள் பரிசீலிக்கப்பட்டு அமுலாக்கப்பட வேண்டிய தேவை ஏற்பட்டது. இந்த மூன்று ஆசாரியர்களும் புதிதாக எதையும் கண்டுபிடித்து சொல்லவில்லை

ஆனால் முன்பே இருந்தவற்றை முறைப்படுத்தினார்கள்.

சங்கரர் அத்வைத சித்தாந்தத்தையும், ராமானுஜர் விசிஷ்டாத்வைத சித்தாந்தத்தையும்; மத்வர், துவைத சித்தாந்தத்தையும் ஆராய்ந்து அவை காலத்திற்கேற்றபடி மக்கள் ஏற்றுக் கொள்ளவும், பின்பற்றவும், சுலபமாக இருக்கும்படிச் செய்தார்கள். வேதங்கள் ஸ்மிருதிகள் வேத உபாங்கங்கள், புராணம், காவியம் முதலியவற்றில் தங்கள் கொள்கைகளுக்குச் சம்மதமான நிரூபணங்கள் இருப்பதை வலியுறுத்திப் பிரசாரம் செய்து, சடங்கு வழிமுறைகள், அமைத்து மடங்கள் நிறுவி, நிலைக்கச் செய்தனர். இதனால் இந்து மதம் எந்தப் புது சித்தாந்தங்கள், அல்லது வெளிநாட்டு மதங்களின் தாக்குதல்கள் மற்றும் ஆக்ரமிப்பை வன்மையாக எதிர்த்துப் போராடி வெல்லும் வலிமை பெற்றது. இதனாலேதான் இந்து மதத்திற்கு எதிராகத் தோன்றிய புத்த, ஜைன மதங்கள் இன்று இந்து மதத்தின் பிரிவுகளாகி விட்டன. பின்னாளில் இஸ்லாமும், கிறிஸ்துவமும் பாரதத்தில் மிகவும் மாறுதலடைந்து இஸ்லாமில் 'சூபியிஸம்' எனும் 'தர்வேஷ்களின்' (இறைவன் பணியாளர்) பாடல் பக்தி இயக்கம் தோன்றவும், கிறிஸ்துவர்கள் இந்து மதச் சடங்குகளைத் தங்கள் சர்ச்சுகளில் ஏற்றுக் கொண்டு பின்பற்றவும் வழி ஏற்பட்டது. மதங்களுக்குள் இணக்கமும் நட்புணர்வும் தோன்றின.

மாணவன்: நான் புரிந்து கொண்டேன். பழங்காலத்திலிருந்தது போலப் பணம், தருதல், ஏமாற்றுதல், அரசாங்க ஆதரவு இவற்றாலும், ஆயுத பலத்தாலும், கட்டாயத்தாலும், கத்தி முனையில் பயமுறுத்தியும், இந்துக்களை மதமாற்றம் செய்து வந்த கொடூரம் சங்கரர், ராமானுஜர், மத்வர் இவர்களின் பணியாலேயே முடிவுக்கு வந்தது என்பது விளங்குகிறது. அவர்கள் கட்டிக்காத்த இந்துமத வலிமையினால் தானே ஒரு விவேகானந்தர் தோன்றி இந்து மதத்தின் பெருமையையும், சிறப்பையும் வளமையையும் அதன் தேவையையும் உலகம் முழுவதும் அறியும்படி செய்ய முடிந்தது. இந்த மூவருக்கும் உண்மையிலேயே இந்துக்கள் மிகவும் கடமைப்பட்டவர்கள்தான். அவர்கள் இன்றி இன்று இந்துமதம் செழித்திருக்காது.

குரு: நீ சொல்வது நூற்றுக்குநூறு சரியான கருத்து. அவர்கள் மூவரும் வகுத்துத்தந்த பாதையில் நம் மரபையும் கலாச்சாரத்தையும், நாம் காப்பாற்றி வாழ்ந்து வந்தாலே போதும். 'ஸநாதன தர்மம்' எனும் இந்து மதம் என்றும் நம்மைக் காக்கும்.

மாணவன்: நீங்கள் இந்துமத ஆச்சாரியர்கள் மூவரின் வாழ்க்கைச் சரிதத்தைப் பற்றி ஒன்றும் சொல்லவில்லையே.

குரு: அவர்களின் வாழ்க்கையைப் பற்றிய விவரங்களை நீ சுலபமாகப் பல புத்தகங்களிலிருந்து படித்து அறியலாம். நான் எளிதாகக் கிடைக்காத; பல புத்தகங்களைப் படித்து அறிய வேண்டிய; விவரங்களையும் இந்துமத அடிப்படைத் தத்துவ விளக்கங்களையும் மட்டுமே உனக்குச் சொல்லி வருகிறேன். அதனாலேயே அவர்களின் வாழ்க்கைச் சரிதங்களை இங்கு சொல்லவில்லை.

நீ இந்த மூன்று ஆசாரியர்களின் சரிதங்கள் மட்டுமின்றி, ஆழ்வார்கள், நாயன்மார்கள், தாசர்கள், மீரா, கபீர்தாசர், ஏக்நாத், ராமதாஸர், துளசிதாஸ், ரவிதாசர், வால்மீகி போன்ற பல இந்துமதப் பெரியோர்களின் வாழ்க்கைச் சரிதங்களையும் படிக்க வேண்டும். அப்போதுதான் உன் இந்துமத நம்பிக்கை வலுப்படும். இந்துமதத் தத்துவங்கள் எளிதாக விளங்கும். ஏனென்றால் அவர்கள் இந்துமதம் சொல்லும் ஆன்மீக வழிமுறைகளில் ஏதாவது ஒன்றைப் பின்பற்றி வாழ்ந்துக் காட்டி சிறப்பைப் பெற்றவர்கள்.

23. இந்துமதத் தத்துவங்கள் சித்தாந்தங்கள் சம்பிரதாயங்கள்

குரு: இந்துமதத் தத்துவங்களைப் பற்றி எனக்குத் தெரிந்தவரை உனக்கு விளக்கிச் சொன்னேன். இந்த அடிப்படைத் தத்துவங்களே இந்து மதத்திற்கு அஸ்திவாரம் ஆகும். "வேதங்கள்தான் பிரமாணம்; (இந்து) தர்மம்தான் வழி" என்று இரண்டே இரண்டு சட்டங்கள்தான் இந்துக்களுக்கு வலியுறுத்தப்பட்டன. மற்றபடி எந்த ஓர் இந்துவும் அவன் இயல்புக்கு உகந்தபடி எந்த ஒரு சித்தாந்தத்தையும் பின்பற்றலாம்; எந்த ஒரு சம்பிரதாயத்தையும் கைக்கொள்ளலாம் என்ற சுதந்திரம் இந்து மதத்தில் அளிக்கப் பட்டிருக்கிறது. வேறு எந்தக் கட்டுப்பாடும் விதிக்கப்படவில்லை.

மாணவன்: தத்துவம், சித்தாந்தம், சம்பிரதாயம் என்பவை சற்றுக் குழப்பமாக இருக்கின்றன. அவற்றையும் விளக்கிச் சொல்ல வேண்டுகிறேன்.

குரு: தத்துவம் என்பது நன்றாக சோதித்துப் பார்த்து எந்தக் காலத்திலும் மாறாது நிலையாக இருப்பவை. எப்போதும் யாவராலும் மறுக்க முடியாமல் உலகளாவிய அளவில் எங்கும் மொழி, மத, இன வேறுபாடுகளினால் மக்கள் மாறுபட்டாலும் என்றும் நிலையாகப் பொருந்தி இருக்கக்கூடிய, 'நித்திய சத்தியங்கள்' (மாறாத

இந்து மதம் ஓர் அற்புதம்

கொள்கை) ஆகும். இந்தத் தத்துவமே, மதங்களின் அடிப்படை ஆகும். இவற்றின் ஜீவனாகும். சரியான தத்துவ அடிப்படையில் அமையாத மதங்கள் மறைந்து விடுகின்றன. பின்வரும் தத்துவக் கொள்கைகள் மேல் அமைந்துள்ளது இந்துமதம்;

1. இந்த உலகையும் உயிர்களையும் படைத்துக் காத்து அழிக்கும் மேலான சக்தி ஒன்று உண்டு அதுதான் இறைவன்.

2. ஜீவர்கள் யாவரும் புருஷார்த்தங்களான அர்த்தம் (பொருள்) காமம் (அனுபவம்), மோக்ஷம் (வீடு), தர்மம் (அறம்) பெறத் தகுதியானவர்கள்.

3. புருஷார்த்தங்களைப் பெற வேதங்களே வழி சொல்லும். வேதங்களுக்கு எதிரான வாழ்க்கை நெறிக் கருத்துகள் தவறானவை.

4. தர்மம்தான் உயர்ந்தது. தர்ம வழிலேயே மனிதன் புருஷார்த்தங் களைப் பெற முயல வேண்டும். தர்மத்திற்கு எதிராக நடப்பவர்கள் எவ்வளவுதான் பலமும் சக்தியும் பெற்றவரானாலும் அழிக்கப் படுவார்கள்.

5. ஆன்மீக வழிமுறைகள் யாவும் இறைவனை அடைகின்றன. இந்துக்கள் தம் இயல்புக்கேற்ற ஆன்மீக வழிமுறையைத் தேர்ந்தெடுத்து மத வாழ்க்கை வாழச் சுதந்திரம் உண்டு.

6. ஒரு ஜீவனின் செயல்கள் கர்மவினையை உண்டாக்குகின்றன. அதன் பயனாக மறுஜென்மம் வாய்க்கிறது. இந்தக் கர்மவினைகள் தீரும் வரை பிறப்பு இறப்பு என்ற சம்சாரச் சுழற்சியும், பல ஜென்மங்களும் உண்டு.

7. பிறவி வினை தீர்ந்து இறைவனை அடைவதே முக்தி இதற்கு ஞான யோகம், கர்ம யோகம், பக்தி யோகம் என்பவை வழிகளாகும். ஒருவன் முக்தியடைய, அவன்தான் முயற்சி செய்ய வேண்டும்; வேறு யாரும் உதவ முடியாது.

இந்த ஏழும் இந்து மதத்தின் அடிப்படைத் தத்துவங்களாகும். இவை என்றும் மாறாது.

ஒரு கட்டிடத்தின் அஸ்திவாரம் போன்றது தத்துவம். அதன் மேல் அமைக்கப்படும் கட்டிடம் போன்றது சித்தாந்தம். கட்டிடத்தின்

தோற்றம் அமைப்பு முறை, அதன் பிரிவுகள், உபயோகம் இவை பலவிதமாக மாறினாலும் அதன் அடிப்படையான அஸ்திவாரத்தை மீறி எதுவும் கட்டமுடியாது. அதுபோன்றே சித்தாந்தக் கருத்துக்கள் பலவிதமான மாறுபாடாயிருந்தாலும் சித்தாந்த அடிப்படை அமைப்பான தத்துவத்தை ஒட்டியே அமையும்.

மாணவன்: சித்தாந்தங்கள் என்றால் என்ன?

குரு: மத சித்தாந்தங்கள் என்பது ஒரு மதத்தின் சில தத்துவங்களைச் சிறப்பித்துப் பின்பற்றச் செய்யப்பட்ட வழிமுறைகள் ஆகும். இறைவன், உலகு, ஜீவர்கள் என்ற மூன்று அடிப்படையான பிரிவுகள் உள்ளன அல்லவா? அவை என்னென்ன, எப்படி உண்டாயின. அவற்றின் லட்சியம் என்ன, உயிர்கள் இறைவனை அடையும் வழி யாது என்பது பற்றிய ஆராய்ச்சியின் முடிவுகளே சித்தாந்தங்கள் ஆகும். ஓர் மதத்தின் பல்நோக்கு சிந்தனைகளைச் சித்தாந்தம் அல்லது சமயம் எனலாம்.

மாணவன்: இப்போது இந்து மதத்தில் வழக்கத்திலிருந்தும் சித்தாந்தங்கள் யாவை?

குரு: தற்போது வழக்கத்தில் உள்ளவை:

1. சங்கரரின் அத்வைத சித்தாந்தம்
2. ராமானுஜரின் விசிஷ்டாத்வைத சித்தாந்தம்
3. மத்வரின் துவைத சித்தாந்தம்
4. தென்னாட்டுச் சைவ சித்தாந்தம்
5. காஷ்மீரின் சைவ சித்தாந்தம்
6. சாக்தம்
7. கௌமாரம்
8. காணாபத்யம்
9. சௌரம்

இந்தியாவில் பெரும்பான்மையாகப் பின்பற்றப்படுபவை அத்வைதம், வைஷ்ணவம், சைவம் மற்றும் சாக்தம் என்ற சக்தி வழிபாட்டு முறை, கௌமாரம் என்ற குமரன் வழிபாடும், பிள்ளையார் வழிபாடான காணாபத்யமும் தென்னிந்தியாவில்தான் அதிகமாகப் பின்பற்றப்பட்டுச்

சைவ சித்தாந்தத்தின் பகுதியாக உள்ளன. சௌரம் என்ற சூரிய வழிபாட்டு முறை அதிகமாக இப்போது இல்லை. சாக்தம் என்ற சக்தி வழிபாடு குறிப்பாக வங்காளம், ஒரிசா, தமிழ்நாடு, கேரளம் இங்கு அதிகம் பின்பற்றப்படுகிறது.

இந்தச் சித்தாந்தங்கள், அத்வைதம் தவிர மற்றவற்றில் ஒரு குறிப்பிட்ட (சகுண) கடவுள் உருவை சர்வ சக்தியுள்ள, எங்கும் நிறைந்த, எல்லாவற்றிலும் உயர்ந்த முடிவான கடவுள் என்று உறுதி செய்து, அந்தக் கடவுளை வணங்கும் முறைகள், வழிபாட்டுச் சடங்குகள், முக்தி நிலை என்பவற்றை விளக்குகின்றன. அத்வைதம் மட்டும் (நிர்குண) வடிவில்லாத பிரும்மத்தையே எல்லாவுமாக இருப்பதாக விளக்குகிறது.

மாணவன்: சம்பிரதாயங்கள் என்பவை யாவை?

குரு: இந்துமதத் தத்துவம் என்ற அஸ்திவாரத்தின் மீது வேறுவேறு முறையில் வடிவமைக்கப்பட்ட சித்தாந்தங்களாகிய கட்டிடங்களை அவரவர்க்கு விருப்பமான முறையில் அழகு செய்வது போன்றதுதான் சம்பிரதாயங்கள் எனும் மத அமைப்புகளாகும். ஒரே (சமயத்தை) சித்தாந்தத்தைச் சார்ந்தவர்களானாலும் வேறு வேறு முறையில் மரபு வழியாகவும், இயல்புக்குத் தகுந்தவாறு பூஜை, சடங்குகள் போன்ற வழிமுறைகளில் சற்று மாறுதல்கள் செய்து பின்பற்றுவது 'சம்பிரதாயம்' ஆகும்.

உதாரணமாகக் கிருஷ்ண பக்தி என்ற வகையில் ஸ்ரீகிருஷ்ணரை முழுமுதற் கடவுளாக வரித்துப் பக்தி செய்பவர்களும் வைஷ்ணவர்கள் ஆவார்கள். அந்த கிருஷ்ண பக்தியை மஹாராஷ்டிரத்தில் 'நாமதேவர் சக்குபாய் ஜானாபாய்' முதலியவர்கள் சம்பிரதாயத்தில் 'பஜனை' முறையில் பாடல்கள் பாடி கிருஷ்ண வழிபாடு செய்கிறார்கள். வங்காளத்தில் 'சைதன்யரைப்' பின்பற்றி 'நாமசங்கீர்த்தனம்'.

'ஹரேராம ஹரே ராம;
ராம ராம ஹரே ஹரே!
ஹரே கிருஷ்ண ஹரே கிருஷ்ண;
கிருஷ்ண கிருஷ்ண ஹரே ஹரே!!

என்று நாம ஜபம் செய்கிறார்கள் கிருஷ்ண பக்தியின் இந்த இரண்டு முறையும் வேறுவேறு சம்பிரதாயம் ஆகும். ஆனால் இரண்டுக்கும்

அடிப்படை வைஷ்ணவ கிருஷ்ணபக்தி. இதைப்புரிந்த கொள்ளாமற் சிலர் சாதாரண சடங்கு ஆசாரத்திலிருந்து, உடை அணிவது, உணவு உண்பது, நெற்றியில் நாமம் போடுவது போன்ற சமயச் சின்னங்களில் கூட சிறுசிறு வேறுபாடுகளை மரபு வழக்கமாக வைத்துக்கொண்டு விதண்டாவாதம் செய்து வழக்குச் செய்வது வேடிக்கையாக இருக்கிறது. இந்த மத விவாதங்களால் யாருக்கு என்ன லாபம்? இந்து மதத்தின் உண்மையான சாரத்தை விட்டுவிட்டுச் சக்கையை வைத்துக் கொண்டு சண்டையிடுவது வருந்தத்தக்கது.

மாணவன்: சம்பிரதாயங்கள் எவ்வளவு உள்ளன? அவை யாவை? அவை எப்படித் தோன்றுகின்றன?

குரு: இந்துக்களால், பின்பற்றப்படும் சம்பிரதாயங்கள், இனம், மொழி, பிரதேசம், வட்டாரம் என்று முறையில் பிரிந்து பல நூற்றுக்கணக்கானவை உண்டு. அவற்றை எல்லாம் விவரித்துச் சொல்ல தனி ஆராய்ச்சி நூலே எழுத வேண்டும்!

ஒரு குறிப்பிட்ட சித்தாந்தத்தைப் பின்பற்றி ஆன்மீகத்தில் உயர்நிலை அடைந்து, முக்தி பெற்ற மஹாத்மாக்களின் வழிமுறையில் அவர் வகுத்துத் தந்த வழியில், சித்தாந்தத்தைப் பின்பற்றி மதவாழ்க்கை வாழ்வது ஒரு 'சம்பிரதாயம்' ஆக உருவெடுக்கிறது. இந்தச் சம்பிரதாயங்கள் யாவும், ஞானம், பக்தி, கர்மயோகம் இவற்றைப் பின்பற்றி இறைவனை அடையும் வழிமுறைகளில் ஏதாவது ஒன்றையோ அல்லது இரண்டையோ வழிமுறையாக வகுத்துத் தருகின்றன. ஒரு குறிக்கோளை அடையப் பல வழித்தடங்கள். அதில் ஒரு வழித்தடத்தைப் பின்பற்றிக் குறிக்கோளை அடைந்தவன், பிறருக்கு வழிகாட்ட, அவர்கள் சுலபமாக அந்த வழித்தடத்தைப் பின்பற்றிக் குறிக்கோளை அடைவது போன்றது தான் இறைவனை கண்டறிந்த மஹான்களைப் பிறர் பின்பற்றிச் செல்வதுதான் சம்பிரதாயம் ஆகிறது.

சித்தாந்தங்களின் அடிப்படையில் அமைந்த சம்பிரதாயங்களைப் பொதுவான அடிப்படையில் பிரித்துக் கூறலாம். சங்கரரின் அத்வைதம் எந்த ஒரு குறிப்பிட்ட உருவமுள்ள கடவுளை அடையாளம் காட்டாவிட்டாலும், அத்வைதமும் சைவமும் ஒன்றே என்று ஆகிவிட்டது. அதைக் கருத்திற் கொண்டு பார்த்தால், முக்கியமான சித்தாந்தங்கள் சைவம். வைணவம் (விஷ்ணு) சாக்தம்

என்ற மூன்று ஆகும். அத்வைதத்தை "வேதாந்தா" என்றும் பின்பற்றுகிறார்கள். ராமகிருஷ்ணா மிஷன் இதைப் பின்பற்றுகிறது.

சைவ சித்தாந்தத்தைச் சார்ந்த சம்பிரதாயங்கள், அத்வைதம், கௌமாரம், காணாபத்தியம், தமிழ்நாடு சைவம், வீர சைவம், லிங்காயிதம், காஷ்மீர் சைவம், வடநாட்டுச் சைவம் (கோரக் நாதர்) முக்கியமானவை.

வைஷ்ணவ சித்தாந்தத்தில், விசிஷ்டாத்வைதம், த்வைதம், வல்லபாசாரியார், சைதன்யர் இவர்களின் கிருஷ்ண பக்தி இயக்கம், ராதா ஸ்வாமி இயக்கம், கோஸ்வாமி இயக்கம் முதலியவை வைஷ்ணவ சம்பிரதாயப் பிரிவுகளாகும்.

சாக்தத்தில் வங்காளத்தில் காளி வழிபாடும், ஒரிஸ்ஸாவில் சாக்த தந்திர வழிபாடும், தென்னகத்தில் பாஸ்கர ராயரின் தேவி உபாசனை, கேரளத்தில் பகவதி உபாசனை முதலிய சம்பிரதாயப் பிரிவுகள் முக்கியமானவை.

ஒரே சித்தாந்தத்தில் பல உட்பிரிவுகளும், சம்பிரதாயங்களும் உள்ளன. மரபு முறை வழக்கத்தில் மக்கள் அவற்றைப் பின்பற்றி வருகின்றனர். இவை எல்லாம் நடைமுறை மாற்றங்களே. மற்றபடி அடிப்படையான கடவுள் நம்பிக்கை என்பதையே இந்துமதம் வலியுறுத்துகிறது.

மாணவன்: இந்துக்களின் முக்கியமான சித்தாந்தங்களான அத்வைதம், விசிஷ்டாத்வைதம், துவைதம், சைவம், சாக்தம் பற்றிச் சொல்ல வேண்டுகிறேன்.

குரு: இந்தச் சித்தாந்தங்களின் அடிப்படை விவரங்களைச் சொல்கிறேன். ஆனால் அவற்றின் இடையே உள்ள முரண்பாடுகள், ஒன்றையொன்று எவ்வாறு கண்டனம் செய்கின்றன, போன்றவைகள் நான் சொல்லப் போவதில்லை. ஏனெனில் அவையெல்லாம் மதவாதிகளுக்கும், ஆராய்ச்சியாளர்களுக்குமானவையாகும். நமது லட்சியம், இந்து மதத் தத்துவங்களை அறிவது மற்றும் விவரங்களைத் தெரிந்து கொள்வது என்ற வகையில் எல்லையை வரையறுத்துக் கொள்கிறேன்.

சங்கரரின் அத்வைதம்:

கடவுள்: நிர்குணமான பெயரில்லாத வடிவில்லாத 'பிரும்மமே' சத்தியமான பொருள். இரண்டாக வேறு இல்லை. எல்லாமே பிரும்மம்தான்.

ஜீவன்: ஜீவனும் கடவுளும் ஒன்றுதான். ஆத்மாவே பரமாத்மா. ஆனால் இந்த உண்மையறியாமல் ஆத்மா குணவிசேஷத்தாலும், மாயையின் சேர்க்கையாலும் தன்னைப் பரமாத்மாவிலிருந்து வேறாக நினைத்து சம்சாரத்தில் துக்கப்பட்டு உழல்கிறது.

ஜகத்: ஜகத் மித்யை உலகம் உண்மை போலத் தோன்றுவது (பொய்யானது). உண்மையானதல்ல. ஜீவனின் மனது மற்றும் குணவிசேஷத்தால் ஜகத் உண்மை போல் தோற்றமளிக்கிறது. 'தான்' என்பது மறைந்தால் உலகமும் இல்லாது போகும்.

தத்துவம்: ஆத்மாவும் பரமாத்மாவும் வேறு வேறானது அல்ல. இரண்டும் ஒன்றுதான். எல்லாமே பிரும்மம் மயம்.

முக்திக்கு சாதனம்: ஞானமே முக்திக்கு சாதனமாகும். ஆத்மா உலக மாயையிலிருந்து விடுபட்டுத், தன் மனதிலிருந்து விடுபட்டுத் தன் உண்மை சொரூபம் பிரும்மம்தான் என்பதை உணர்வதே ஞானம்.

முக்தி: தனது உண்மை நிலையான பிரும்மமும் தானும் ஒன்றுதான் என்பதை அறிந்த ஆத்மா பரமாத்மா 'பிரும்மத்துடன்' ஐக்கியமாவதே முக்தி.

ராமானுஜரின் விசிஷ்டாத்வைதம் : (விசேஷமான அத்வைதம் – விசிஷ்டாத்வைதம்)

கடவுள்: இறைவன் சகுணமான உருவம் மற்றும் கலியாண குணங்களுடன் கூடிய நாராயணன். இறைவனின் இருப்பிடம் வைகுண்ட லோகமாகும். நமது உடலிலுள்ள ஒவ்வொரு திசுக்களிலும் நமது உயிர் நிரம்பியிருப்பது போன்று இந்த உலகம் ஜீவன்கள் ஏனைய ஜகத்யாவும் இறைவனின் பரிபூர்ணப் பிரபாவத்தில் அங்கங்களாக இருக்கினற்ன. அவற்றிலும் இறைவன் ஊடுருவி இருக்கிறான்.

ஜகத்: உலகம் உண்மையானது. இறைவனிடமிருந்து வேறுபட்டது. ஆனால் இறைவனால் நிரம்பப்பட்டது. பிரகிருதி பிரளய காலத்தில்

இந்து மதம் ஓர் அற்புதம்

கூட சூக்ஷ்ம ரூபத்தில் இருக்கும். சிருஷ்டியின்போது இறையருளால் அது மாறுதல் பெற்று ஜகத்துக்காக விரிவடைகிறது. அது என்றும் இறைவனைச் சார்ந்தே இருக்கிறது.

ஜீவன்: ஜீவன்களும் சத்தியமே. இறைவனிலிருந்து வேறுபட்டது. ஆத்மா அணுமாத்திரமான அளவில் ஜீவன்களில் உறைகிறது. ஜீவன் என்றும் இறைவனுக்கு கட்டுப்பட்டது.

தத்துவம்: ஆத்மாவும், பரமாத்மாவும் வேறு வேறானவை. ஆனால் ஆத்மாவும் பரமாத்மாவின் ஒரு கூறுதான். பரமாத்மாவின் கணக்கற்ற பலவித விபூதிகளில் ஆத்மாவும் ஒன்று, அது இறைவனால் நிரம்பப்பட்டது.

முக்தி சாதனம்: பக்தியே முக்திக்கு வழி. இறைவனின் அருளால்தான் முக்தி கிட்டும். ஜீவன்கள் பிரபத்தி செய்து பரிபூர்ணமாக இறைவனிடம் சரணடைய வேண்டும்.

முக்தி: ஜீவர்கள் கர்மத்தளைகளிலிருந்து விடுபட்டு இறையருளால் வைகுண்ட லோகம் அடைந்து தகுதிக்கேற்ப சாலோகம், சாமீப்யம், சாரூபம், சாயுஜ்யம் என்ற நான்கு வகைகளில் ஒன்றான மோட்சப் பதவி பெற்று என்றும் இறைவன் நாராயணனுக்குத் தொண்டு புரிந்து வாழ்வதே முக்தி.

ஜீவர்களிலே 'நித்தியர்கள்', 'முக்தர்கள்', 'பத்தா' என்று மூன்று வகையினர் உண்டு. நித்தியர்கள் என்றும் முக்தி பெறத் தகுந்தவர்கள். முக்தர்கள் முயற்சியின் மூலம் முக்தி பெறக் கூடியவர்கள். பத்தாக்கள் என்றும் முக்திபேறு இல்லாமல் சம்சாரத்தில் உழல்பவர்கள்.

மத்வரின் த்வைதம்:

இறைவன்: சகுண உருவான வைகுண்டத்தில் வசிக்கும் நாராயணன்தான் பரமாத்மா. அவனே சுதந்திரமானவன். மற்ற யாவும் கட்டுப்பட்டவைகள்.

ஜகத்: ஜகத் (உலகம்) உண்மையானது, பொய்த் தோற்றமல்ல. ஜகத் ஐந்துவித பேதங்களுடன் (வேறுபாடுகளுடன் கூடியது). ஜடம் (அசையாப் பொருள்) ஜடம் இடையிலான பேதம்; ஜடம் – ஜீவன் (அசையும் பொருள்). இடையிலான பேதம்; ஜீவன் –

ஜீவன் இடையிலான பேதம்; ஜடம் பரமாத்மா இடையிலான பேதம், ஜீவன் பரமாத்மா இடையிலான பேதம். பரமாத்மாவில் பேதமில்லை.

ஜீவன்: ஜீவன் தனியானது. ஜீவர்களுக்குள் பேதங்கள் உண்டு. "இறைவன் ஜீவர்களின் தோற்றத்திலோ வாழ்விலோ நேரடியாகச் சம்பந்தப்படுவதில்லை. எல்லாவற்றையும் இயக்கும் உள்ளிடை மறைந்த காரணன் (அந்தர்யாமி) என்ற சக்தியாக இறைவன் இருக்கிறான்.

தத்துவம் : ஆத்மா என்றும் தனியானது. பரமாத்மா தனியானது. வேறானது. இரண்டும் ஒன்றல்ல. பரமாத்மா சுதந்திரமானவன். ஆத்மா கட்டுப்பட்டது. பரப்பிரும்மமாகிய நாராயணனே கலியாண குண விசேஷங்கள் கொண்ட முழுமுதற் பொருள். நாராயணரின் தொண்டரான 'முக்கியப் பிராணன்' எனும் வாயு தேவரே ஜீவர்களுக்கும் நாராயணனுக்குமிடையே தொடர்பாக அமைகிறார். ஹரி சர்வோத்தமன்; வாயு ஜீவோத்தமன்.

முக்தி சாதனம்: கர்ம தியாகத்துடன் கூடிய பக்தியே மோட்ச சாதனம். மோட்சமடைய ஜீவோத்மனாகிய வாயு பகவானின் கடாட்சமும் அருளும் தேவை.

முக்தி: வைகுண்டத்தில் இருக்கும்ஹரியாகிய நாராயணனே ஜீவர்கள் அடைய வேண்டிய, அறிய வேண்டிய பொருள். வைகுண்டத்தில் முதன்மையாக விளங்கும் நாராயணன்; அவருக்குச் சேவை செய்ய உடன் இருக்கும். லக்ஷ்மி, பிறகு வாயு என்ற தகுதிக்கேற்ப, நிலைக்கேற்ப, மோட்ச ஆனந்தத்தில் தாராதம்யம் (வேறுபாடு) உண்டு. எல்லா ஜீவர்களும் ஒன்றே போல மோட்ச ஆனந்தம் அடைவதில்லை.

மாணவன்: இந்த மூன்றைத் தவிர உள்ள மற் இரு தத்துவங்களான சைவம் சாக்தம் பற்றிய விளக்கம் தர வேண்டும்.

குரு: வைஷ்ணவர்கள் நாராயணனைப் பரப்பிரும்ம ஸ்வரூபமான முழுமுதற் கடவுள் என்று சொல்வது போலச் சைவர்கள் சிவனைப் பரமாத்மன் என்று கருதுகின்றனர்.

சைவம்:

இறைவன்: சைவத்தில் முழுமுதற் கடவுள் சிவனாகும். அவரது

இந்து மதம் ஓர் அற்புதம்

இருப்பிடம் கைலாயம். சிவன் தனது சக்தியான பார்வதியுடன் சிவகணங்கள் சூழக் கைலாயத்தில் வசிக்கிறார். இவரே 'பதி' எனப்படுபவார்.

ஜீவன்: ஆத்மாக்கள் அனாதியானவை. ஆணவம், கன்மம், மாயை என்ற மும்மலங்களில் மூழ்கி ஜீவன் தன் உண்மை நிலையான சிவபோதத்தை இழந்து 'பாசத்தில்' உழல்கின்றன.

ஜகத்: இந்த உலகம் மெய்யானது. ஆனால் மாயத் தோற்றம் கொண்டு, சிற்றின்பங்கள் கொண்டதாக ஜீவன்களைக் கட்டிப் போடுகிறது. ஊழிக்காலத்தில் பிரகிருதியில் ஒடுங்கி அழிந்து போகும் ஜகத், சிருஷ்டிக் காலத்தில் திரும்ப உருவாகிறது.

தத்துவம்: இறைவனாகிய 'பதி' வேறு ஜீவனாகிய 'பசு'க்கள் வேறு. ஜீவன்கள் உலக வாழ்வு எனும் பாசத்தில் மூழ்கிப் பதியாகிய இறைவனை மறந்து விடுகிறார்கள். சிவனிடம் சரண் புகுந்து, குரு முகமாக ஞானம் பெற்று, பாசத்தை அறுத்து, பதியாகிய இறைவனை அடையலாம்.

முக்தி சாதனம்: குருவருளும், திருவருளும் கூடிய சரணாகதியே மோட்ச சாதனம். பசுவாகிய ஜீவர்களின் உலக ஆசை என்ற பாசத்தை அறுத்து, முக்தி தரவல்லவன் பதியாகிய சிவன் ஒருவன்தான். அதனாலேயே அவனுக்குப் 'பசுபதி' என்று பெயர்.

முக்தி: சரியை, கிரியை, யோகம் ஞானம் இவற்றால் முக்தியடையலாம். சரியையினால் சாலோக்ய பதவி, கிரியையினால் சிவசாமிப்யம், யோகத்தினால் சிவசாரூப்யம், இவை 'பத முக்தி' எனப்படும். 'பரமுக்தி' எனப்படும் சிவசாயுஜ்யம் பெற ஞானத்தினால்தான் கூடும் (சரியை சிவகோயில் வழிபாடு, கிரியை சிவாகம முறை வழிபாடு; யோகம் சிவத்தியானத்தினால் இறைவனும் தானும் ஒன்றே என்றறிதல். ஞானம் – பசு பதி, பாசம் இவற்றை ஞான நூல்கள் படித்துத் தெரிந்து கொண்டு, கேட்டல் – சீர்திருத்தல் – தெரிதல் – நிஷ்டை கூடுவது.)

முக்தி: மும்மலங்கள் நீங்கிச் சிவபோதமடைந்து, பாசமறுத்துச் சிவன் இருக்கும் கைலாயத்தை அடைந்து சிவ பக்தி சேவை செய்து வாழ்வதே மோட்சம்.

இதேபோன்றுதான் சக்தி வழிபாடான சாக்தத்தில், தேவியைச் சக்தி ரூபமாக ஸ்ரீபுரத்தில் வசிப்பவளாகச் சொல்லப்படுகிறது. எல்லாமே சக்தி மயம். தன் வேறு வேறு ரூபங்கள் மூலம் ஜகத்தை சக்தி பரிபாலிக்கின்றாள். மும்மூர்த்திகளான படைக்கும் பிரம்மனும், காக்கும் திருமாலும் அழிக்கும் ருத்ரனும் சக்தியினால் படைக்கப் பட்டு, தங்கள் தொழிலைச் செய்ய சக்தி பெற்று இயங்குவதாகச் சாக்தம் கூறுகிறது. சக்தியே சரஸ்வதி, லக்ஷ்மி, பார்வதி ரூபத்தில் மும்மூர்த்திகளுக்கு துணையாவதாகச் சொல்லப்படுகிறது. பக்தியின் வழியாகத் தேவியின் அருள் பெற்று அவளையடைந்து தொண்டு செய்து வாழ்வதே முக்தி, சக்தி வழிபாட்டு வழியில் பல முறைகளும், நிலைகளும் உண்டு அவற்றில் சில தந்திரமுறை வழிபாடு, குண்டலினி யோக முறை வழிபாடு மற்றும் ஸ்ரீசக்ரமேரு வழிபாடு என்பவையாகும்.

தந்திரமுறை வழிபாட்டில் மந்திரம், யந்திரம், சக்ரம் எனப்படுபவை உபயோகப்படுகின்றன. அதில் வாமாசார முறை என்ற ரகசிய வழிபாடுகள் மது (மதியா) மீன் (மத்யை) மாமிசம் (மாம்ச) கை முத்திரைகள் (முத்ரா) கலவி (மைதுனம்) என்ற ஐந்தும் பயன்படுத்தப்படுகின்றன. குண்டலினி யோகம் என்பது நமது உடலில் ஆன்மசக்தி குண்டலின் தேவி என்று 'கரு'வாய்க்கும்' 'எருவாய்க்கும் நடுவிலுள்ள மூலாதாரத்தில் உறங்குவதாகவும் அதை எழுப்பி உடலில் உள்ள ஆறு சக்கரங்கள்* வழியாக கஷீம்னா என்ற நாடி வழியாக ஏற்றி உச்சந்தலையில் சகஸ்ரம் என்ற சக்கரத்தில் சிவ தத்துவத்துடன் இணைப்பது ஆகும்.

ஸ்ரீசக்ர மேருவழிபாட்டில் சக்தி பலவித கோணங்கள் அடுக்கிய சக்ரத்தின் உச்சி மேருவில் 'பிந்து' வடிவாக தனது பரிவார தேவதைகள் பல திக்குகளிலும் பல நிலைகளிலும் சூழ இருந்து அருளாட்சி செய்வதாக எண்ணி வணங்குவதாகும். சக்தி பூஜையில் எட்டுவித அஷ்டமா சித்திகள் கிடைக்கும் அவை:

1. அணிமா ... நுண்மையாதல்
2. மஹிமா ... பெரிதாதல்
3. லகிமா ... லேசாதல்

---
* அம்ருத நாதோபனிஷ் (1:13, 32)
** 1. மூலாதாரம், 2. மணிபூரகம், 3. ஸ்வாதிஷ்டானம், 4. அநாஹதம், 5. விசுக்தி, 6. ஆக்ஞை)

இந்து மதம் ஓர் அற்புதம்

4. கரிமா ... பொன் போல கனமாதல்
5. பிராப்தி ... எல்லாவற்றையும் ஆளுதல்
6. ப்ரகாம்யம் ... கூடு விட்டுக் கூடு பாய்தல்
7. வசித்வம் ... வசப்படுத்துதல்
8. ஈசத்துவம் ... விரும்பியதையெல்லாம் செய்யும் ஆட்சி

மாணவன்: இவை தவிர மற்றப் பிரிவுகள் பற்றியும் சொல்ல வேண்டும்.

குரு: இந்து மதம் பற்றிய விளக்கங்கள் சொல்லச் சொல்ல விரிவடைந்துக் கொண்டே போகும். மதம் என்ற விதத்தில் பார்த்தாலும் சரி, வாழ்க்கை முறை என்ற முறையிலும் சரி, விஞ் ஞான உண்மைகளைக் கொண்டது என்ற முறையில் பார்த்தாலும் சரி. இந்து மதம் எந்த வகையான பரிசோதனைகளுக்கும், வினாக் களுக்கும் விடை தரும்.

இந்துக்களின் மத வாழ்க்கையில் சில முரண்பாடுகளும் காலத்துக்கு ஒவ்வாத கருத்துக்களும் இருப்பது இந்து மதத்தின் குறையில்லை. அது இந்துக்களின் குறையாகும். இந்து மதத்தத்துவங்கள், விளக்கம், பின்பற்றும் முறை, இவற்றில் நாம் சரியான ஈடுபாடு காட்டாமல் சென்ற சில நூற்றாண்டுகளில் நம்மை நாமே தாழ்த்திக் கொண்டு விட்டோம். இனியாவது நாம் நம் கலாச்சாரத்தையும் பண்பாட்டையும் மதத்தையும் போற்ற வேண்டும்.

மாணவன்: நான் இந்து மதம் பற்றி அறிய வேண்டியது வேறு என்ன இருக்கிறது?

குரு: நிறைய இருக்கிறது. நான் உனக்குச் சொல்லியவை எல்லாம் மிகவும் குறைவான, எளிதான, அடிப்படை அறிமுக விளக்கம் தான். எனது நோக்கம் நீ இந்து மதம் என்றால் என்ன என்பதை முதலில் புரிந்து கொண்டு, அதன் மேன்மையை உணர வேண்டும் என்பதுதான். நீ மேலும் அறிய வேண்டும் என்றால் ஆர்வத்தையும் முயற்சியையும் கொண்டு, விரிவான விளக்கங்கள் பெற நிபுணர்களிடம் சென்று கற்றும், கேட்டும், புத்தகங்களைப் படித்தும் ஆராய்ந்தும் உன் அறிவை விசாலமாக்கிக் கொள். நான் இந்து மதத்தை உனக்கு பரிச்சயம் (introduce) செய்து வைத்திருக்கிறேன். நீ புரிந்து கொள்ள வேண்டும் என்பதற்காக ஒன்றன்பின் ஒன்றாகத்

தொகுத்துச் சொன்னேன். இனி உன் இயல்புக்குத் தகுந்தவாறு இந்து மதத்தால் நீ என்ன பயன்பெற முடியும் என்று "உன் தேடலை" நீ துவங்க வேண்டும்.

மாணவன்: உங்கள் உதவியினால்தான் நான் இந்து மதத்தின் அடிப்படைகளை அறிந்து கொள்ள முடிந்தது. மிக்க நன்றி, நான் என் ஆன்மீக வாழ்வில் எந்த வழியிற் செல்வது? எதைத் தேர்ந்தெடுப்பது? எது சிறந்தது? என்று நீங்கள் சொல்ல வேண்டும்.

குரு: நீ மிகவும் புத்தி கூர்மை உடையவன். தெரிந்து கொள்ள வேண்டும் என்ற ஆர்வமும் கொண்டிருக்கிறாய். இல்லாவிட்டால் இந்து மதம் பற்றிய என் விளக்கங்களைக் கேட்க இவ்வளவு நாட்கள் ஒதுக்கியிருக்க மாட்டாய். உனக்கு 'மங்களம்' (நன்மை) உண்டாகட்டும்.

ஆன்மீக வாழ்வில் நீ முழு நம்பிக்கையுடன் செல்லும் எந்த ஒரு வழியும் சரியான வழிதான். எல்லாம் இறைவனை அடைகின்றன. உன் இயல்புக்கேற்ப உனக்குப் பிடித்த இஷ்ட தெய்வத்தைத் தேர்ந்தெடுத்து அதன் மேல் மாறாத உறுதியும் நம்பிக்கையும் வைத்து உன் ஆன்மீக வாழ்வைத் தொடங்கு. வயதாகட்டும் என்று தள்ளிப் போடாதே. சிறிதளவான உன் முயற்சியும் கூடப் பெரும் பலன் கொடுக்கும். கொஞ்சம் கூடச் சந்தேகமோ, அவநம்பிக்கையோ, சஞ்சலமோ உன் உறுதியைக் குலைக்க இடம் கொடுக்காதே. உன் மன உறுதி சத்தியமானதென்றால் இறைவன் உன்னைச் சரியான வழியில் செலுத்துவான். இது அவன் கடமை.

கீதையில் கண்ணன் இதற்குச் சான்று தருகிறான்.

"யார் யார் எந்தெந்த வடிவில் என்னை வழிபடுகிறார்களோ அந்த

வடிவில் நான் அவர்களுக்கு அருள் செய்கிறேன்."

"என் மேல் மாறாத திட (உறுதி) பக்தி கொண்டவர்களின் வாழ்க்கையின்

க்ஷேம லாபங்களை நான் ஏற்றுக் கொள்கிறேன்"

ஆகையால் இந்து தர்மத்தை அடிப்படையாகக் கொண்டு உன் வாழ்க்கையை அமைத்து, இந்து வேதங்கள் சொல்லும் வழியில் உன்

இந்து மதம் ஓர் அற்புதம்

வாழ்க்கையை நடத்து, இறைவனை நம்பு. இதுதான் இந்து மதம்.

மாணவன்: உங்கள் அறிவுரையின் படியே நடப்பேன்.

குரு: சாந்தி பாடத்துடன் நாம் நமது உரையாடலை முடித்துக் கொள்வோம்.

மாணவன்: இறைவனை வேண்டி, உண்மையற்றவைகளிலிருந்து சத்தியத்துக்கும்; இருளிலிருந்து ஒளிப்பாதைக்கும்; மரணத்திலிருந்து மரணமிலா அமிருத நிலைக்கும் (இறைவனே) என்னை அழைத்துச் செல் எனும் பொருட்கொண்ட பாடலை தானே சொல்கிறீர்கள்?

குரு: ஆம் அதுவேதான் இறைவனிடம் நாம் வேண்டக் கூடிய சிறந்த வரங்கள் இவை மூன்றும் தானே!

இருவரும் :

    அஸதோமா சத்கமய!
    தமசோமா ஜ்யோதிர்கமய!!
    ம்ருத்யோமா அமிருதம்கமய!
    ஓம்சாந்தி; ஓம்சாந்தி; ஓம்சாந்தி!!

    !! ஸ்ரீ கிருஷ்ணார்ப்பணமஸ்து !!

எடுத்தாளப்பட்ட கட்டுரைகள் / மேற்கோள் நூற்கள் / சொற்பொழிவுகள்

The Tantric Tradition	: Agedananda Bharathi
Vaishnavism and Saivism and other Minor Religious systems	: Bandarkar R.G.
A History of Indian	: Cambridge University Press Philosophy
The Sky above	: H.H. Dalai Lama
The Essentials of Advaita	: Dass L A
History of Indian Philosophy	: Das Gupta S.N.
Indian Philosophy. The science and reality	: Dr. Krishnamurthy R
Principles of Tantra	: Lazac and Co. London
The Upanishads	: Mahadevan TMP
Philosophy and Philosophers	:
The Vedanta Philosophy	: Max Muller
Aswalayana Sutra	: Max Muller
Introduction to Vedanta	: Nagaraja Rao P.
Reign of Realism in Indian Philosophy	: Dr. Nagaraja Sarma R
Studies in Saiva Siddantha	: Nalla Sivam Pillai
The life and teaching of Madhracharya	: Padmanabacharya CM
Eastern Religion and Western Rights	:
Indian Philosophy	:
The Hindu way of life	: Dr. Radhakrishnan S
A History of Dwaita school of vedanta and its Literature	: Sarma BNK
The Bhagavat Gita	:
Premier on Hinduism	:
Biographies of great philosophers	: Sharma DS
The Bhagavat Gita	: S. Subba Rao
Srimad Bhagavatam	: Madhva Vilas Book Depot
English Sanskrit Dictionary	: Vaman Shivram Apte

Hindu Philosophy	: Theo & Bernand
The Hindu Mysticism	: Wells
Dictionary	: Oxford Dictionary
தெய்வத்தின் குரல் பாகம் I to V, அம்மா ஸ்ரீ ராமகிருஷ்ணர் விஜயம், விவேகாநந்தர்	: ரா. கணபதி
இராமாயணம்	: கம்பர், வால்மீகி, துளிசிதாஸ்
உபநிடதங்கள் *(108)*	:
கர்ம யோகம், ஞான யோகம், பக்தி யோகம், ராஜ யோகம்	: விவேகானந்தர்
சித்தர் பாடல்கள், நாலாயிரத் திவ்வியப் பிரபந்தம், திருவாசகம், திருக்குறள், திருப்புகழ், ஸ்ரீமத் பகவத் கீதை	:
ஸ்ரீமத் பாகவதம்	: மத்வ விலாஸ் புக் டிப்போ பதிப்பு
ஸ்ரீமத் பாகவதத் தமிழ் வசனம்	: பண்டிட் R. சிவராம சாஸ்திரிகள்
பாரதியார் கவிதைகள்	: மஹாகவி சுப்பிரமணிய பாரதி
பெரிய புராணம்	:
மனவளக்கலை ஈறான பல நூற்கள்	: அருட்தந்தை வேதாத்ரி மஹரிஷி
மஹாபாரதம்	: மத்வ விலாஸ் புக் டிப்போ பதிப்பு

மத்வ விலாஸ் புக் டிப்போ கும்பகோணம் வெளியீடுகள் மற்றும் கோரக்பூர் கீதா பிரஸ் வெளியீடான கல்யாண கல்பதரு; ஓம் சக்தி மற்றும் ஞான பூமி, பவான்ஸ் ஜர்னல் முதலிய பத்திரிகைகளின் பல இதழ்கள்.

எம்பார் விஜயராகவாச்சாரியார், கிருபானந்த வாரியார், புலவர் கீரன் முதலியோரின் இசைப் பேருரைகள்.

அகராதி	: க்ரியாவின் தற்காலத் தமிழ் அகராதி

நூலாசிரியர் பற்றி

இந்நூலாசிரியர் ராம்பிரகாஷ் எனும் திரு. கிருஷ்ணமூர்த்திராவ் ராகவேந்திரன் ஒரு எம்.எஸ்ஸி., பட்டதாரி. பள்ளிப் படிப்பு அத்துறையிலே இருந்தாலும் இந்து மதத்தைப் பற்றி இவர் படித்தவை நம்மையெல்லாம் மலைக்க வைக்கும் அளவிற்கு ஏராளம். ஏழு ஆண்டுகள் சூல் கொண்டு இந்நூலைப் பெற்று அளித்திருக்கிறார்.

இந்து மதத்தைப் பற்றி முழுமையாகச் சொல்கின்ற நிறைவான பணியைத் தமிழ் மொழியிலே செய்திருக்கின்ற இந்த அன்பரின் தாய் மொழி மராட்டியாகும்.

மத்திய அரசின் உள்துறை அமைச்சகத்திலே பாதுகாப்புப் பிரிவில் ஓர் உயர் அதிகாரியாய் பணியாற்றினார்.

புத்தகத் துறைக்கும் இவருக்கும் உள்ள தொடர்பு குடும்ப வழிச் சொந்தம் ஆகும். இவருடைய பாட்டனார் உயர்திரு T.R. கிருஷ்ணாச்சார்யா அவர்கள் 1889ஆம் ஆண்டே மத்வ விலாஸ் புக் டெப்போ என்ற பதிப்பகத்தைத் தொடங்கி ராமாயணம், ஸ்ரீமத் பாகவதம், பாரதம் முதலிய ஐம்பதுக்கும் மேற்பட்ட சமஸ்கிருத நூல்களை குடந்தை நகரில் வெளியிட்டவர்.

சந்ததி வழியாக சரித்திரம் பேசுகிறது! அதன் இனிய விளைவே இந்த அரிய புத்தகம்.